परतीचा प्रवास

दिलीपराज प्रकाशन प्रा.लि.™

२५१ क, शनिवार पेठ, पुणे - ४११०३०.

दिलीपराज प्रकाशनाची सर्व पुस्तके आता आपण Online खरेदी करू शकता.

आमच्या Website ला कृपया एकदा अवश्य भेट द्या. अथवा Email करा.

Email - diliprajprakashan@yahoo.in

www.diliprajprakashan.in

परतीचा प्रवास

'एका ज्येष्ठ रंगकर्मीचे आत्मचरित्र'

पांडुरंग घांग्रेकर

दिलीपराज प्रकाशन प्रा.लि.™
२५१ क, शनिवार पेठ, पुणे - ४११०३०.

परतीचा प्रवास
Parateecha Pravas

ISBN : 978 - 93 - 82988 - 57 - 1

प्रकाशक । राजीव दत्तात्रय बर्वे । मॅनेजिंग डायरेक्टर ।
दिलीपराज प्रकाशन प्रा. लि.। २५१ क, शनिवार पेठ, पुणे ४११०३०.
दूरध्वनी क्रमांक (फॅक्ससहित)
२४४७१७२३ । २४४८३९९५ । २४४९५३१४

लेखक
पांडुरंग घांग्रेकर
दातार आळी, पेण, रायगड.
भ्रमणध्वनी - ९३२५५४८६३४

मुद्रक Repro India Ltd, Mumbai.

प्रथमावृत्ती । १५ मार्च २०१४

प्रकाशन क्रमांक । २०७८

अक्षरजुळणी । सौ. मधुमिता राजीव बर्वे
पितृछाया मुद्रणालय । ९०९, रविवार पेठ । पुणे ४११००२.

मुद्रितशोधन । एस. एम. जोशी

मुखपृष्ठ । सुहास चांडक

जिने माझ्या जीवनाच्या वैराण वाळवंटात आनंदाचे छत्र धरले,
माझ्या कलेच्या प्रांगणात जिने खांद्याला खांदा लावून
मला साथ दिली— ती माझी पत्नी सौ. अंजली हिला; आणि
माझ्या नाट्यवेडापायी ज्यांना मी वडिलांची माया-प्रेम
देऊ शकलो नाही, त्या माझ्या दोन गोड पाडसांना—
चि. सुनील व कै. कु. सुगंधा ह्यांना
हा माझा परतीचा प्रवास समर्पण...

– पांडुरंग घांग्रेकर

प्रस्तावना

एका नाटकवाल्या फिरस्त्याची डॉक्युमेंटरी

आत्मचरित्र कशासाठी लिहितात? आपल्या अनुभवांना इतरांचीही संगत मिळावी म्हणून? आयुष्याच्या प्रवासात जे काही कर्तृत्व केले असेल, त्याची नोंद सर्वत्र व्हावी म्हणून? केलेल्या प्रमादांची जाहीर कबुली देण्यासाठी; का स्वत:ला प्राप्त झालेल्या विलक्षण वेगळ्या अनुभवांतून वाचकांनाही काही मार्गदर्शन मिळेल, या इच्छेने?

'परतीचा प्रवास' हे जे पांडुरंग घांग्रेकर यांचे आत्मचरित्र आहे, ते वरीलपैकी कुठल्या प्रश्नाचे उत्तर असेल; सांगता येत नाही.

ख्यातकीर्त व्यक्तींच्या नावामुळे आत्मचरित्रं गाजतात, वाचाविशी वाटतात. माणूस मोठा होताना कुठल्या कुठल्या अडथळ्यांना-प्रसंगांना पार करून त्याला जावं लागलं, हे ज्ञात व्हावं; या इच्छेपोटीही थोरा-मोठ्यांची आत्मचरित्रे वाचली जातात— लिहून घेतली जातात. चरित्रकाराला समर्थन देण्यासाठी प्राप्त होणारे व्यासपीठ म्हणूनही आत्मचरित्राकडे पाहिलं जातं.

पांडुरंग घांग्रेकर हे काही लोकप्रिय वा ख्यातनाम व्यक्तींत गणना होण्याजोगे नाव नाही. एखादी नेत्रदीपक कामगिरीही त्यांच्या नावावर जमा नाही आणि तरीदेखील त्यांनी आपलं आत्मचरित्र लिहिलं आहे.

'परतीचा प्रवास' ही एका सामान्य माणसाच्या असीम जिद्दीची कहाणी आहे आणि सामान्य व्यक्तीही हाल-अपेष्टा

सोसण्यात व त्या पार करून यशाकडे वाटचाल करण्यात किंचितही कमी पडणारी नसते, हेच हे आत्मचरित्र स्पष्टपणे दाखवून देते.

ही अस्तित्वासाठी चाललेली एक लढाई आहे आणि ती लढाई हा माणूस अखेरपर्यंत प्राणपणाने लढतो आहे. या आत्मकथेचे वैशिष्ट्य हेच की, हा नायक सतत छोट्या-मोठ्या लढाया करतो आहे आप्तांशी, आजबाजूच्या लोकांशी, परिस्थितीशी, वातावरणाशी; पण लढताना, जखमा भळभळ वाहत असताना कसली तक्रार नाही— कसला आक्रोश नाही वा दुःखाचं, असहायतेचं भांडवल करून सहानुभूती मिळवण्याचाही प्रयत्न नाही. जे भोगणं प्राप्त झालं, ते चुकत नाही; मग आक्रंदन कशाला? ते भोगणे पार करून दुसऱ्या भोगासाठी तयार राहणं, हेच चरित्रकाराचं असिधारा व्रत. 'लढत राहा आणि पुढे जा— कुठलीही तक्रार न करता', हीच या चरित्रकाराची धारणा दिसते. थोरा-मोठ्यांच्या आत्मचरित्रांत दुर्मिळ दिसणारी ही भावनाच सर्वसामान्य वाचकाला धीर देणारी असते. त्यासाठी हे आत्मचरित्र कुणा एका पांडुरंग घांग्रेकरांचं असलं, तरी प्रत्येक कुणा एकानं ते वाचायलाच हवं, असं आहे.

परिस्थितीच्या भोवऱ्यात सापडून सधन कुटुंब विपन्नावस्थेत जातं आणि त्यातल्या एका मुलाची आयुष्यभर जी फरफट होते, त्याचं शब्दरूप म्हणजेच हे आत्मचरित्र.

मुलगा एकटा पडतो. शिक्षणही अपुरं. पण त्याच संचितावर जगण्यासाठी न डगमगता धडपडत राहतो.

दोन वेळच्या घासाची आणि आसऱ्याची सोय केल्याशिवाय तर गत्यंतरच नसतं. मग त्याच्यावर एकच हमखास उपाय— समोर येईल ते, असेल तसं स्वीकारत जायचं. कशाला 'नाही' म्हणायचंच नाही. प्रारंभी मातीची तयार चित्रं विकायची, सिनेमाच्या गाण्याची पुस्तकं विकायची, गणपती रंगवायचे, किडुक-मिडुक मिळेल त्याच्यावर गुजराण करायची अन् चतकोर भाकरीवर दिवस काढायचे; उगवत्या दिवसासाठी तयार राहायचं. कुठे काही दिसलं की, सरळ घुसायचं. मदत करायची. मदत करता-करताच स्वतःच काम अंगावर घ्यायचं. पापड विकायचे आणि भाकरी मिळवायची.

कुठच्याही कामाला या माणसानं कधी नकार दिला नाही. वायरमनची

कामं केली, तसंच फॅक्टरीत ॲसिड वापरायचं काम करता-करता स्वत:ला भाजून घेऊन कंपनीचं नुकसान थांबवलं.

या आत्मचरित्रात भुताखेतांच्याही अनुभवकथा आहेत. सायकलीने जंगलातून जाताना वाट चुकणे आणि पुनः पुन्हा त्याच ठिकाणी येणे, गुरुचरित्रातील अध्याय म्हटल्यानंतर वाट सापडणे, पोथीवाचनाचा जागर केल्यामुळे असाध्य रोगातून बरे होणे, तरुण बाईच्या भुताचे उत्तेजक चाळे अनुभवणे, मुसलमान बाईने भात ओवाळून टाकल्यावर डॉक्टरांनाही अशक्य झालेला आजार बरा होणे, अंगात वारे येणे, स्वप्नात गणपती येऊन त्याने आदेश देणे— अशा किती तरी घटना स्वानुभवाच्या म्हणून नोंदवल्या आहेत. त्यामुळे या आत्मचरित्राला गूढरम्यता प्राप्त झाली आहे.

सतर-पंच्याहत्तर वर्षांचं आयुष्य साचलं की त्यात हर्ष, खेद, टक्के-टोणपे, संकटं, जीवनावरचे प्रसंग हे सगळे सापडतातच. व्यक्तीच्या परिस्थितीनुसार आणि त्याच्या मनोबलानुसार त्यांत कमी-अधिक तीव्रता जाणवते. म्हणूनच या आत्मचरित्रातील वैयक्तिक प्रसंगांपेक्षाही नाटकाच्या वेडाची जी झपाटलेली गोष्ट आहे, तीच मला अधिक भावली.

एक सर्वसाधारण आपापत:च झालेला नट सगळी प्रलोभने दूर सारून, सर्व आयुष्याची सुखनैव सोय होण्याची शक्यता असतानाही, खात्रीच्या आरामदायी सुखी जीवनाला अव्हेरून नाटकाच्या आगीत उडी घेतो. खिशात कपर्दिकही नाही, तरीही नाटक करीत राहतो. पोटात भुकेचा डोंब, आसऱ्याला छप्पर नाही; तरी हा नाटक्या फिरस्ता आपले चंबू-गबाळे घेऊन गावोगाव नाटक करीतच राहतो.

अगोदर बॅकस्टेज वर्कर म्हणून प्रवेश, मग आयत्या वेळचा बदली नट... मग दामूअण्णा मालवणकर, आनंद संगीत मंडळीसारख्या नाटक कंपनीतून कामे... मग हळूहळू स्वत:चीच नाटक कंपनी... कंपनी म्हणजे दोन पात्रांचीच फक्त. बायकोला घेऊन 'झाशीची राणी' नाटकाचे द्विपात्री प्रयोग आणि संगीतासह. हळूहळू नट जमवून स्वत:ची कंपनी... थोरा-मोठ्या नट-नट्यांबरोबर कामे करता-करता चित्तरंजन कोल्हटकर यांची प्रतिकृती होण्यापर्यंतची मजल... मग त्यातून इतरांची नाटके बसवून देण्याची कामगिरी. एवढ्यावरच भागले नाही, म्हणून मग स्वत:च नाटक

लिहून त्या नाटकांचे प्रयोग करीत फिरणे आणि अगदी बालनाट्य लिहूनही त्याचे प्रयोग सादर करणे— असे नाटकाबद्दलचे सगळेच, या माणसाने पुरेसे शिक्षण वा पैसे नसताना आत्मसात केले. मराठी माणूस नाटकासाठी किती वेडा असतो आणि काय काय सहन करून नाटक करू पाहतो, याची जिवंत डॉक्युमेंटरी म्हणजेच हा 'परतीचा प्रवास!'

चरित्रनायकाच्या नाटकाच्या या वेड्या प्रवासात विशिष्ट काळातला महाराष्ट्रातला नाटकवेडा प्रेक्षक आणि नाटकाच्या वातावरणाचा अंदाज हे चरित्र देते; आणि माझ्या दृष्टीने तेच महत्त्वाचे आहे.

नाटकाचे तिकीट एक आणा. हाऊसफुल प्रयोग २०० रु. किंवा १ रुपया तिकीट असेल तेव्हा ८००-९०० रुपये! नाटकातले लोक आणि त्यांच्याबरोबरची भिन्न लोकांची भिन्न वागणूक, झापाची तात्पुरती नाट्यगृहं.

एका दानशूराने कंपनीतल्या कलावंतांना आपल्या मळ्यावर जेवायला बोलावलं. त्याचा चार एकरांचा मळा. पंधरा गाई-म्हशी गोठ्यात. चार बैलांची मोट. असा सगळा मालदार. कुठून मिळालं हे ऐश्वर्य? बालगंधर्वांच्या कंपनीत हा मालदार न्हावी होता. 'मालकांची कृपा' म्हणाला. असे अनेक चित्तचक्षूचमत्कारिक किस्से या प्रवासात आहेत. स्वातंत्र्योत्तर काळात एक सर्वसाधारण कंपनी खेडोपाडी कसा प्रवास करते आणि स्वत:ला व नाटकाला कसं जगवत असते, याचं हे आत्मचरित्र म्हणजे प्रत्यक्ष दर्शन आहे. त्यातून महाराष्ट्राचे वेडही कळायला मदत होते.

या नाट्यप्रवासात चरित्रकाराची सामाजिक बांधिलकीही प्रकट होते. स्वत:साठी काहीही न घेता शाळांच्या मदतीसाठी तो आपल्या नाटकांचे प्रयोग करतो. पोटासाठी आपली कला आर्ततेने सादर करणाऱ्या लोककलावंतांमध्ये जी विलक्षण गुणवत्ता दिसून येते, ती पाहून तो शहारून उठतो. आपली त्रुटी त्याच्या लक्षात येते. हे सगळं तो प्रामाणिकपणे कबूल करतो. आत्मस्तुतीला फारच कमी स्थान असलेली ही आत्मकहाणी आहे.

या सफरीत ठाव घेणारी गोष्ट आहे ती चरित्रनायकाच्या अतुलनीय धाडसाची. आजूबाजूच्या नातेवाइकांच्या विरोधाला न जुमानता एका मुलीला तो देवदासी होण्यापासून वाचवतो. तिच्याशीच देवळात जाऊन लग्न करतो. देवावरचे हार नवरा-नवरीच्या गळ्यात पडतात आणि

देवळात एका भटजीच्या साक्षीने विवाह साजरा केला जातो. ती मग त्याची जन्मभराची जोडीदारीण होते. त्याच्याबरोबर नाटकाचे प्रयोग करीत राहते. द्विपात्री 'झाशीची राणी' करते. त्याच्या सर्व सुख-दुःखांत त्याची खरीखुरी सहचारिणी होते आणि या सर्वांची नोंद पतिराज कशी घेतात? तर, बायकोलाच एक छानदार मानपत्र देऊन. बायकोला मनापासून मानपत्र देणारा हा बहुधा पहिलाच नट असावा.

डॉ. लागूंनी आपल्या नाट्यक्षेत्रातील अनुभवांबद्दल 'लमाण' लिहिलं आहे. पांडुरंग घांग्रेकर तेवढे मोठे नसले, म्हणून काय झालं? राजहंसाशिवाय इतरांनी चालूच नये काय? ते लमाण असेल, तर ही पांडुरंगाची दिंडी आहे. नाट्यपंढरीचा वारकरी एका हातात झेंडा घेऊन आणि पाठीवर बिऱ्हाड घेऊन गावागावांतून पुढे जातोय. तोही तेवढाच महत्त्वाचा आहे.

निवृत्तीचं वय असलं तरी तोंडाला एकदा मेकअप लावलेल्या घांग्रेकरांना स्वस्थ्य बसवणार नाही. आजही ते कुठल्या तरी अडल्या-पडल्या नाटकाला धावून जात असतील, आयत्या वेळी कुणाच्या तरी बदली उभे राहत असतील, कुणाचे नाटक बसवायला घेत असतील, कुणासाठी तरी नाटक लिहूनही देत असतील आणि फावल्या वेळात गणेशोत्सवासाठी मुलांचे नाटकही बसवत असतील.

त्यांची या वयातील ही ऊर्जा पाहून आजूबाजूचे म्हणतील–

अजुनी खुळा हा नाद पुरेसा कैसा होईना ॥
नाटक झाले जन्माचे, मनि का हो येईना ॥१॥
व्यसने जडली नवी नवी कुणि तिकडे पाहिना ॥२॥
नाव बुडविले वडिलांचे, कीर्ति जगी माइना ॥३॥

–कमलाकर नाडकर्णी

मनोगत

सानेगुरुजी अध्यापक विद्यालय, खिरोदा, जिल्हा जळगावचे दहा दिवसांचे निवासी शिबिर रावेर तालुक्यातील पाल ह्या निसर्गरम्य ठिकाणी आयोजित केले होते. ह्या शिबिरात सांस्कृतिक विषयाचे मार्गदर्शन करण्यासाठी मला मुद्दाम निमंत्रित केले होते.

ह्या दहा दिवसांच्या शिबिरात त्याच अध्यापक विद्यालयाच्या प्राध्यापिका, माजी शिक्षणमंत्री माननीय लोकनेते मधुकरराव चौधरी ह्यांच्या पत्नी सौ. कुसुमताई आणि प्राध्यापिका विद्याताई देशपांडे ह्यांची-माझी चांगलीच मैत्री जमली होती. ह्या दहा दिवसांत आमच्या तिथे वेगवेगळ्या विषयांवर तासन्तास गप्पा चालायच्या. गप्पांच्या ओघात मी माझं आयुष्य त्यांच्या समोर मांडले. त्या वेळेपासून त्या दोघींनी माझा सतत पाठपुरावा केला की, हा तुमचा जीवनप्रवास तुम्ही लोकांसमोर मांडा. तुम्ही हे सारं लिहून काढा.

मी त्यांना म्हणायचो, ‘मी नाटक लिहू शकतो, पण आत्मचरित्र मला कसे जमणार?’ ही गोष्ट त्यांच्याकडून फैजपूरच्या धनाजीनाना महाविद्यालयाचे मराठीचे प्रोफेसर श्री. श. रा. राणे ह्यांच्यापर्यंत गेली. ते तर माझ्या मागे हात धुऊन लागले होते. तुम्ही सांगा, मी लिहितो आणि प्रकाशनही करतो. त्या वेळी त्यांनी त्या आत्मचरित्राचे नाव ‘रंगाजली’ असे ठरविलेही होते. पण जेव्हा त्यांनी माझा जीवनप्रवास

ऐकला, तेव्हा तेच म्हणाले, "अहो, तुमच्या जीवनात इतकी विविध तऱ्हेची माणसं आली आहेत... त्यांचे स्वभाव, त्यांचे तुमच्याशी असलेले संबंध मी लिहिताना त्यांच्यावर कदाचित अन्याय होण्याची शक्यता आहे. तेव्हा माझ्यापेक्षा तुम्हीच ह्या सर्वांना न्याय द्याल." खरं म्हणजे— हा विषय तिथेच संपला होता.

सन १९९५ मध्ये मी मधुकर सहकारी साखर कारखान्याच्या सांस्कृतिक विभागाच्या संचालकपदाचा राजीनामा देऊन बाहेर पडलो. तेव्हा माझेच विद्यार्थी प्रकाश विसपुते, रामदास बैरागी, जळगावचा चिंतामणी पाटील, शरद पांडे, सुनील कानडे, कारखान्याचे माजी संचालक माझे मित्र दिवाकर चौधरी, यावलच्या लीला नाईक मॅडम, दलाल मॅडम, ॲडव्होकेट मृणाल सराफ, विजय जैन, भारती सिंगासने ह्या सर्वांनी अगदी आग्रहाने मला हे लिहिणे भाग पाडले. मग मीही विचार केला— आयुष्याच्या ह्या प्रवासात ज्या-ज्या व्यक्तींनी मला साथ दिली, अतिशय प्रेम दिले; त्यांचे ऋण फेडण्याची हीच संधी आहे आणि मग निश्चयाने लिखाणाला सुरुवात केली. आश्चर्य म्हणजे, जन्मापासून आतापर्यंतचे सर्व प्रसंग, सर्व घटना एखाद्या चलच्चित्राप्रमाणे माझ्यासमोर दिसू लागल्या आणि हा परतीचा प्रवास सुरू झाला.

माझेच विद्यार्थी सुनील कानडे, प्रकाश विसपुते, शरद पांडे, डॉ. मिलिंद पाटील, मधुकर स. सा. कारखान्याचे सचिव पी. डी. पाटील, चंद्रकांत फेडगे यांनी 'आम्ही प्रकाशनाची जबाबदारी घेतो' म्हणून माझ्यासमोर प्रस्ताव मांडला. पण माझ्यासारख्या सामान्य रंगकर्मीचे आत्मचरित्र तुम्ही प्रकाशन करून त्याचे मार्केटिंग कसे करणार; तेव्हा तुम्ही ह्या भानगडीत अजिबात पडू नका, असा मीच हट्ट धरला.

एक दिवस हा विषय जळगावचे नेवे ब्रदर्स ग्रंथ विक्रालयाचे मालक, माझे मित्र दादा नेवे ह्यांच्यासमोर झाला. दादा नेवे यांनी लागलीच त्यांचे मित्र पुण्याच्या दिलीपराज प्रकाशनाचे मालक श्री. राजीव बर्वे ह्यांच्याशी फोन करून संपर्क साधला. त्यांनी प्रत्यक्ष भेटीसाठी मला पुण्याला लिखाणाची संहिता घेऊन भेटायला बोलावले. दादा नेवेंच्या शब्दाला यश आले. माझ्यासारख्या सामान्य रंगकर्मीच्या मीच लिहिलेल्या आत्मचरित्राच्या प्रकाशनाची जबाबदारी श्री. राजीव बर्वे यांनी स्वीकारली.

नुसती स्वीकारली नाही, तर मोलाचे मार्गदर्शनही केले. म्हणूनच हा माझा 'परतीचा प्रवास' मी आपल्यासमोर आज मांडू शकलो. मला वाटतं, ही सारी गजाननमहाराजांचीच कृपा.

मी लिहिलेले सारे लिखाण तपासण्याचे काम माझे स्नेही श्री. विलास फडके यांनी साहित्याच्या प्रेमापायी विनामोबदला अगदी मन:पूर्वक करून दिले.

ज्यांनी-ज्यांनी आग्रहाने हा प्रवास माझ्याकडून लिहून घेतला, तो आपलेपणाने तपासण्याचे ज्यांनी काम केले... ह्या परतीचा प्रवासाची प्रस्तावना माझ्या प्रेमाखातर मोठे कलावंत डॉ. मोहन आगाशे आणि प्रख्यात समीक्षक श्री. कमलाकर नाडकर्णी ह्यांनी लिहून ह्या माझ्या लेखनाची उंची अधिकच वाढवली... हा परतीचा प्रवास प्रकाशित करून पुस्तक वाचकांच्या समोर ज्यांनी आणले, त्या सर्वांचा मी अत्यंत ऋणी आहे.

पांडुरंग घांग्रेकर
एक रंगकर्मी

परतीचा प्रवास

परतीचा प्रवास

ऑक्टोबर १९५७ साली गंगाधर चौथेच्या वाड्यासमोर भर दुपारी दोन वाजता बायामाणसांची गर्दी वाढत होती. येणारा प्रत्येकजण तिथे उभे असलेल्या गंगाधर चौथे, सदा गोंजारी, काशीनाथ चौथे, दत्ता मेनकुदळे यांना विचारत होता. 'काय कसं काय?' त्या सर्वांचं एकच उत्तर, 'काही खरं नाही.'

''पण तुम्ही त्याला पंढरपूरला बीडकरांच्या हॉस्पिटलमध्ये नेलं होतं ना?''

''होय, नेलं होतं आणि डॉक्टरांनीच सांगितले, 'काही खरं नाही, लागलीच परत गावाला घेऊन जा. इथं काही कमी-जास्त झालं, तर बॉडी न्यायला आणखी त्रासाचं होईल. अडचणी येतील,' आम्हीही घाबरून ताबडतोब त्याला माघारी घेऊन आलो, म्हटलं, काय व्हायचं ते गावात होऊ द्या.''

वाड्यात आयाबायांचा रडण्याचा आवाज वाढतच होता.

कोणाचा कोण बिचारा! ह्या आमच्या पोरांच्या शब्दाखातर इथं राहिला. भालू मास्तरांच्या सांगण्यावरून हायस्कूलच्या मदतीसाठी गावच्या मुलांना घेऊन नाटक बसवले. आटपाडी, दिघंची, निमबोरा झरे अशा ठिकठिकाणी त्याचे प्रयोग केले. गावात हायस्कूल नव्हतं ते सुरू झालं. साऱ्या गावात ह्या पोराचा कुतूहलाचा विषय झाला.

''अगं, थंडी असो नायतर पाऊस असो, सूर्योदयापूर्वी ओढ्यावर गार पाण्याची अंघोळ, पूजा, पोथी वाचणार. चहा नको, नास्ता नको, दोन वेळाच्या जेवणाबिगर काही नको. ते सुद्धा पोरासंगं काय चटणी भाकर असंल ते.''

गंगाधराची आई असं त्या बायांना कौतुकानं सांगत होती.

"आगं, आपल्या पोरांना तंबाखू पाहिजे, पान पाहिजे, सिगारेट, दारू, नाय नाय तसंली व्यसनं, पण हा पोरगा सुपारीचं खांडबी खात नाय."

"मला वाटतं, कुणाची तरी दृष्ट लागली या पोराला."

बायांचा रडण्याचा आवाज वाढतच होता. तशी बाहेर गर्दी वाढतच होती.

गंगाधरच्या मोठ्या भावाची बायको म्हणाली, "अवं, कुठला कोनाचा कोन! आई-बाप लहानपणीच गमावलं म्हनं. सांगायचा, दोन भाऊ, तीन बहिणी तिकडे कोकणात हायती म्हनं."

शेजारची यशोदा म्हणाली, "बेवारशासारका इतं मरायला आला."

हे आयकुन गंगाधरची आई एकदम खवळली. "ए यशोदा, बेवारस नाय तो, गंगाधर, दत्ता, राम ह्यांच्या परमानं ह्योबी माझाच ल्योक हाय. अे गंगाधर! भालू मास्तरना बोलावून घे. बामनापरमानं संमदे काय असतील ते विधी करायचं म्हणावं."

हे सारं हातरूणावर मरणोन्मुख पडलेला एक, वीस अेक वर्षाचा तरुण ऐकत होता आणि मनातच हासत म्हणत होता, 'चला, काही नाही तर, मेल्यावर रडणारी माणसं तरी आपण मिळवली. खरंच, मी भाग्यवान आहे, की दुर्दैवी-कमनशिबी? पण कमनशिबी तरी का म्हणायचं? आई-वडिलांच्या पश्चात देवानेच आपल्याला हे विविधरंगी, विविधढंगी जग दाखवले. माणसा माणसांतील माणुसकीचे, खरं दर्शन, इतके वणवण फिरतानाही आपण अनुभवलं, ह्या वीस-बावीस वर्षाच्या आयुष्यात आपण बरं-वाईट किती आणि काय काय अनुभवले. किती प्रकारची माणसं कशी कशी आपल्या जीवनात आली. मृत्यूशी झगडत मृत्युशय्येवर विराजमान झालो असताना, मी मरणार, म्हणून रडणारी माझी कुणीही आप्तइष्ट नसणारी ही माणसं माझ्या अवती-भवती बसली असताना, मी मात्र माझ्या गतआयुष्याचा लेखाजोखा मनातल्या मनात उलगडण्याचा प्रयत्न करीत होतो.'

-०-

शनिवार, आषाढ शुद्ध अष्टमी. सत्तावीस जून एकोणीसशे छत्तीस-रात्रौ ब्राह्मण सभा, गिरगांव, मुंबई येथे एक जीव हे जग बघायला जन्माला आला. माझ्या आधी माझ्या माऊलीनं पाच मुली आणि एका मुलाला जन्म दिला होता. म्हणजे माझा सातवा अवतार. माझ्या पाठीवर दर दोन वर्षानं पाळणा हालतच होता. माझ्या मोठ्या भावाचे नाव रामचंद्र होते. त्यामुळे ओघानंच माझं नाव लक्ष्मण ठेवण्यात आले. त्यावेळी आम्ही मुंबईला गिरगावात कोळ्याच्या वाडीत भाऊसाहेब राऊत ह्यांच्या चाळीत राहत होतो. ह्या भाऊसाहेब राऊतांच्या समोरासमोर चार चार मजली अवाढव्य सहा-सात चाळी होत्या. दोन चाळींमध्ये एका बाजूला व्यायामशाळा आणि

समोर लांबचलांब मोठे पटांगण होते. हे भाऊसाहेब राऊत त्यावेळचे नावाजलेले पुढारी होते. नेहरू, गांधी, सुभाष यांची ये-जा त्यांच्या घरी असायची.

साधारणत: १९१८ ते १९४२ सालापर्यंत माझे वडील सेंट्रल बँकेत मॅनेजर होते. घरात समृद्धी होती. कारण वडलांना चांगला पगार आणि गावाकडे, म्हणजे पेणला, भरपूर भातशेती. आमची आई म्हणजे खरंच माउली होती. ही बडोद्याच्या देवधरांची एकुलती एक मुलगी. तिची आई ती महिन्याची असतानाच वारली, पण आईच्या मावशीनं तिला आपल्या मुलीबरोबर दूध पाजलं, तिचं लालन-पालन केले. बडोद्याला सुरसाघरावर देवधरांच स्वत:चं मोठं प्रशस्त घर होतं. त्या घरातच राम मंदिर. त्या रामाच्या समोर आईचे वडील रोज हजार नमस्कार घालायचे. ते जिथे नमस्कार घालायचे त्या जागेवर फरशीवर त्यांच्या आकाराचा ठसा उमटला होता. सर्व जण त्यांना शंकर मामा म्हणायचे. अतिशय तेज:पुंज.

मुंबईत ज्या चाळीत आम्ही चौथ्या मजल्यावर राहात होतो, ती जागा दहा बाय पंधराच्या दोन खोल्या. पुढे मागे दहा बाय आठच्या गॅलऱ्या. त्या चौथ्या मजल्यावर आठ बिऱ्हाडं गुण्या गोविंदाने नांदत होती. एवढं आठ-नऊ पोरांचं लटांबर घरात असताना आमच्या वडिलांचे दोन चुलत भाऊ अधूनमधून दोन-दोन, तीन-तीन महिने आमचेकडेच असायचे. मोठे हरीभाऊ गाणं शिकायचे आणि जनूकाका मोटार ड्रायव्हर होते. त्यांना आणखी तीन भाऊ होते, पण ते कधी आमच्याकडे राह्यला आले नाहीत. विनूकाका आणि केशवकाका चांगल्यापैकी तबलजी होते. ही पाच भावंडं म्हणजे कृष्णाजी म्हणजे आमच्या वडिलांच्या काकांची मुलं. कृष्णाजी हे क्रांतिकारकांबरोबर असायचे. बायकोच्या निधनानंतर त्यांनी आपली पाचही मुलं पंचवीस रुपयाला कुठल्याशा नाटक कंपनीच्या मालकाला दिली होती, असं घरात बोललं जायचं. आमचे वडील एकटेच होते. त्यांच्या वडिलांचे नाव विष्णुपंत, विष्णुपंत, कृष्णाजी आणि जनार्दन असे तिघे भाऊ. जनार्दनांना मूलबाळ नव्हते. वडिलांच्या पिढीत आमचे वडीलच मॅट्रीकपर्यंत शिकलेले. हरीभाऊंनी गाणं शिकवण्यासाठी बारा वर्षं गुरूघरी भांडी घासून संगीताचे धडे गिरवले. ते पंडीत रामकृष्ण वझे बुवांचे पट्टशिष्य होते. वझेबुवा मुंबईला आले की आमच्याच कडे उतरायचे. त्यांच्या मांडीवर मी तासन्‌तास रमायचो म्हणे. ते प्रेमाने मला टाळ्या वाजवून एक विनोदी गाणं म्हणायला लावायचे. अळकुटकरांच्या गाद्या, अळकुटकरांना चहा द्या. मीही टाळ्या वाजवून सारखे सारखे बोबड्या भाषेत बोलायचो. अलकुल कलांच्या गाद्या अलकुल कलाना चहा द्या. हे अलकुटकर चांगल्यापैकी पखवाजी, तबलजी. वझेबुवा हुबळी-धारवाडकडील असल्यामुळे त्या उभयता पती-पत्नीच्या बोलण्यात नेहमी कानडी

हेल असायचा.

मुलाचे पाय पाळण्यात दिसतात असं म्हणतात ना तसंच माझं काहीसं असावं, अतिशय खट्याळ, काहीसा वात्रट, बिनधास्त होतो. माझी आई, माझी मोठी भावंडं नेहमी येणाऱ्या-जाणाऱ्यांना माझ्या लहानपणीच्या खोड्या सांगायच्या.

मी नुकताच चालायला लागलो होतो. आमची ताई एका बरणीत ताक घुसळत होती. नेहमी ताक झाल्यावर तिनं लोणी दिल्याशिवाय मी तिची पाठ सोडायचो नाही. एक दिवस आईने मला अंघोळ घातली. अंग पुसले आणि ती अंघोळीला गेली. ताई नेहमीप्रमाणे ताक करत होती, मी तसाच नागडा तिथे गेलो. बराच वेळ झाला. ताई मला लोणी देईना. मग मी तिला बोबड्या बोलात म्हणत होतो. "मुतू मी मुतू?" तिला वाटलं मी तसं काही करणार नाही. मी सारखं सारखं तसं म्हणत राहिल्यावर तीही वैतागून म्हणाली 'मूत' आणि मी खरंच भरलेल्या ताकाच्या बरणीत बिनधास्त धार सोडली. ताईला हसावं का रडावं काही कळेना. तिनं माझ्या उघड्या कुल्यावर जोरात एकच चापट मारली. मला तो अपमान वाटला. राग आला. त्या रागाच्या भरात मी त्या बरणीत हात घालून लोण्याचा गोळा काढला आणि तिच्या तोंडावर मारला. ताईच्या तोंडून ही गोष्ट मी किती तरी वेळा ऐकली होती.

मी तीन वर्षाचा असताना गिरगाव चौपाटीवर हरवलो होतो म्हणे. त्याचं असं झालं, माझ्या मोठ्या बहिणी आणि शेजारच्या त्यांच्या मैत्रिणी संध्याकाळी चौपाटीवर फिरायला निघाल्या. त्यांच्याबरोबर जाण्यासाठी मी रडून खूप गोंधळ घातला. शेवटी त्यांनी मला आपल्याबरोबर नेले. वाळूत खेळण्यात आणि गप्पा मारण्यात त्या इतक्या दंग झाल्या होत्या. मी रस्त्यावर धावणाऱ्या मोटारी पाहण्याच्या नादात त्यांच्यापासून केव्हा दूर गेलो हे त्यांना कळलेच नाही. त्यांच्या गप्पा, खेळांच्या नादात त्या मला पूर्ण विसरून गेल्या. घरी गेल्यावर जेव्हा आईनं त्यांना विचारले पांडुरंग कुठे? तेव्हा सगळ्यांचीच पाचावर बसली. सगळ्या चाळीत धावपळ सुरू झाली. ह्या सर्व गोंधळात रात्रीचे आठ वाजले. वडील, काका, शेजारीपाजारी मला शोधायला बाहेर पडले. माझ्या वडिलांना मी जेव्हा सापडलो तेव्हा मी मोटारी पाहत पार मरीन लाईनपर्यंत पोचलो होतो. मी घरी येईपर्यंत आईचा जीव ठिकाणावर नव्हता. ती देवाचं नाव घेत घरातच आत-बाहेर करीत होती. बहिणी आणि त्यांच्या मैत्रिणीचं रडणं चालूच होतं.

-०-

मध्यंतरी हरिभाऊ (मोठे काका) वझे बुवांबरोबर बेळगांवला स्थायिक झाले. त्या काकांची बायकोही बेळगांवचीच होती. त्यांना एक मुलगी कमल आणि मुलगा

अनंता अशी दोन मुलं होती.विनूकाका पेणला स्थायिक झाले. त्यांची बायको पुण्याची. ते तिथे संगीताचा क्लास चालवत. ते पेण-खोपोली रस्त्यावर भोगावती नदी जवळ बारभाई म्हणून वस्ती होती तिथे मोदग्यांच्या घरात राहात असत. घरासमोरूनच पेण-खोपोली रस्ता होता. रस्त्याच्या पलीकडे गोपाळराव साठे यांचे मोठे कुटुंब. त्यांचा गाई-म्हशीचा मोठा गोठा आणि अशीच दहा एक ब्राह्मण कुटुंब राहात होती. ह्या भागाला बारभाई का म्हणत हे आम्हाला कधीच समजले नाही. ह्या काकांना सुमन आणि शकुंतला अशा दोन मुलीच होत्या.

पेणला दातार आळीत आमचं भलं मोठं घर होतं. ह्या घरात काकांचे वडील कृष्णाजी- सर्व त्यांना भाऊ म्हणत. ते एकटेच त्या घरात माडीवरच्या एका खोलीत राहायचे. वरची ती एकच खोली धड होती. तशीच खाली एक खोली साधारण बरी होती. बाकी सगळं घर पडलेलंच होते. त्या पडक्या वास्तूत सर्वत्र जंगल वाढलेले होते. दिवसासुद्धा तिथे वाघ, कोल्हे वावरताना दिसत. कारण त्या घराच्या मागे सगळा डोंगराळ भागच होता. त्या खालच्या खोलीत तीन मोठ्या दगडाच्या चुलीवर एक जाड पत्रा नेहमी तापलेला असायचा. कारण त्या चुलीत कायमची आग पेटलेली असायची. ते आजोबा घराचा एक एक वासा काढून त्या चुलीला लावीत व त्या चुलीचं अग्नीकुंड सतत धगधगत ठेवीत. दाढी-केस वाढलेले, अंगात भगवी कफनी, पायात खडावा, गळ्यात-हातात रुद्राक्षाच्या माळा असा त्यांचा अवतार असायचा. ते त्या चुलीवरच्या तव्यावर रोज रोज थालीपीठ करून खायचे. विनूकाका त्यांना जेवणाचा डबा नेऊन देत.

विनूकाकांकडे त्यांचे चुलते वासूकाका (सर्व त्यांना अप्पा म्हणत) आणि त्यांचे शिष्य काशिनाथ मोघे हे पण राहात असत. वासूकाका सडपातळ गोरे, अतिशय काटक शरीरयष्टी. डोळ्याखाली वालासारखा मस. तापट स्वभाव. पण तितकेच प्रेमळ. काशिनाथ मोघे सहा फुटांपेक्षा उंच, काटकुळे. हे कोणाच्या कापडाच्या दुकानात नोकरीही करत असत.

वडिलांचे पेणला जाणं येणं हल्ली खूपच वाढले होते. पेणला विनूकाकांकडे, हरीभाऊ, विनूकाका आमचे चुलत आजोबा म्हणजे वासू काका आणि आमचे वडील यांच्या त्या वास्तूबद्दल बोलणी चालू असायची. वडिलांना सर्वांनी ती वास्तू परत उभी करायची गळ घातली. गावातले अति प्रतिष्ठित आणि आजोबांचे स्नेही रंगो आप्पा लिमये, गोपाळराव साठे ह्यांनीही वास्तू उभी करण्याचाच सल्ला दिला. आमच्या वडिलांनीही तितक्याच इर्ष्येने ते मनावर घेतले. पण आमच्या आईचा मात्र ह्या गोष्टीला पूर्ण विरोध होता. पण वडिलांच्या हट्टी स्वभावापुढे तिचं काहीच चालले नाही.

१९४१ साली एक दिवस माझी एकट्याचीच रवानगी पेणला विनूकांकाकडे झाली. कारण मोठी भावंडं शाळेत जात होती. धाकटी बहीण अगदीच लहान होती. विनूकाका बारभाईत ज्या घरात राहात होते ते खूप प्रशस्त होतं. त्याच्या पूर्व व दक्षिणेच्या पडव्यांना चार फुटांच्या भिंतीवर लाकडी पट्ट्यांचा चौकोनी चौकोनी ग्रीलसारखा प्रकार होता. मला वाटतं तो प्रकाशासाठी आणि खेळत्या हवेसाठी असावा. त्या घराच्या अवतीभवती सर्वत्र भातशेती होती. घरासमोर अंगणात पूर्वेकडेच कठड्याची विहीर. घरासमोरून जाणाऱ्या पेण-पुणे रस्त्यावर वाहनांची तशी फारशी वर्दळ नसायची. खाजगी बससेवा असल्यामुळे पुणे-धरमतर ही पुण्याच्याच परांजपे मोटार सर्व्हिसची एक मोटार आणि पेण मोटार सर्व्हिसची पेण-कर्जत अशा दोन-तीन मोटारी ये-जा करायच्या. बैलगाड्यांची वर्दळ मात्र रात्रंदिवस चालायची. कारण पेणला मिठागरं भरपूर असल्यामुळे त्याची वाहतूक बैलगाड्यांनीच होत होती. त्या वातावरणात मी खूपच रमलो होतो. सुमन, शकुंतला आणि मी, दिवसभर खेळणं-खाणंपिणं-नुसता धिंगाणा. कधी कधी काकांबरोबर त्यांच्या क्लासमध्ये जायचो. तिथे खूप तबले, पेट्या, व्हायोलिन, दिलरुबा अशा वेगवेगळ्या वाद्यांच्या सुरांत मन मोहरून जायचं. असं ते बालपण मजेत चालले होते. तिकडे घराचं काम जोरात चालू होतं. घराला चांगलाच आकार आला होता. बुजलेली विहीर परत खणली जाऊन तिचंही बांधकाम झाले. विहिरीवर आंघोळीसाठी, कपडे धुण्याच्या सोईसह कौलारू छप्पर उभं झालं. काकांबरोबर आम्ही एक-दोन दिवसांनी बघायला जायचो. काम करणारे मेस्त्री-गवंडी अतिशय वाकबगार होते आणि मुख्य म्हणजे ते सर्व अतिशय प्रामाणिक व प्रेमळ होते. त्या जुन्या घरात जागोजागी पडक्या भिंतीत मधाची पोळी निघायची.

लांबच लांब पुढली पडवी-ओटी-प्रशस्त माजघर-स्वयंपाकघर, ओटीच्या दोन्ही बाजूला खोल्या माजघरानंतर परत दोन खोल्या व त्यानंतर परत मागली पडवी. माजघराइतकाच वरती लाकडी तक्तपोशीचा हॉल. ओटीवर व तिच्या बाजूंच्या खोल्या, व तीन खोल्या, त्यांच्यावर परत पोटमाळा अशी दुमजली भव्य वास्तू उभी झाली. घराच्या चारी बाजूंनी मोकळी जागा. पुढलं अंगणही खूप मोठं. घराच्या मागे आठ-दहा गुंठे जागा. त्यामागे सर्व डोंगराळ भाग होता.

अशी ही वास्तू उभी झाली. तरीही आईचा हट्ट होता की, आपण मुंबई सोडू नये.

आमच्या वास्तूशेजारीच हरीभाऊ लिमयांचे घर विक्रीला निघाले होते. ते बैठं घरही प्रशस्त होतं. ते घेऊन आपण तिथे राहू या तिचा आग्रह होता. मला वाटतं आईला ह्या आमच्या वास्तूचं पुढील भवितव्य दिसत असावं. पण त्यावेळी त्या

बिचाऱ्या माऊलीचं कुणीही ऐकलं नाही.

आम्ही पेणला येण्यापूर्वीच माझ्या सर्वांत मोठ्या दोघी बहिणी प्लेगसाथीत गेल्या. खरं तर, त्या दोघीही मला आठवतही नाहीत. बेचाळीसची चळवळ, मिठाचा सत्याग्रह असं जिकडे तिकडे क्रांतीचं वारं चालू असतानाच वडिलांनी मुंबई सोडण्याचा निर्णय घेऊन एवढ्या चांगल्या नोकरीचा राजीनामा दिला आणि सर्व बिऱ्हाड घेऊन ते पेणला आले. तरीही आई म्हणतच होती. 'माझं ऐका, निदान ही मुंबईची जागा तरी सोडू नका.' तिचं तेही कोणी ऐकलं नाही.

घराची वास्तूशांत झाली. हरीभाऊ-काकू- त्यांची दोन मुलं, विनूकाका काकू- त्यांच्या दोन मुली. काशिनाथ मोघे, वासूकाका, कृष्णाजी, हे आमचे दोन चुलत आजोबा आणि आम्ही आठ भावंडं, आई-वडील, ह्यांनी घर गजबजून गेलं. पुढं आठ दिवसातच गोपाळराव साठे, रंगोआप्पा लिमये, बाबूभटजी सहस्त्रबुद्धे अशा गावातील प्रतिष्ठितांच्या साक्षीनं वासूकाका, कृष्णाजी आणि आमचे वडील ह्या सर्वांच्या समंतीनं घराच्या तीन वाटण्या झाल्या. पूर्वेकडील भाग आम्हांला, पश्चिमेकडील भाग कृष्णाजींना आणि विनायकांना वासूकाकांचा हिस्सा मिळाल्यामुळे त्यांनी आपल्या भावांमधला आपला हिस्सा सोडून दिला. वासूकाकांनी त्यांच्या नावावर असलेल्या शेतजमिनींपैकी तीन एकर जमीन माझ्या मोठ्या भावाच्या- रामचंद्राच्या नावावर करून दिली. बाकीची जमीनही विनायकाच्या नावावर केली.

वासूकाका आणि कृष्णाजी या दोघा भावांचं कधीच पटले नाही. वासूकाका ओटीवर आणि कृष्णाजी तिथेच पडवीतल्या झोपाळ्यावर बसून एकमेकांना शिव्या घालायचे. त्या दोघामधून विस्तवही जात नव्हता.

या वास्तूत आम्ही आलो तेव्हा दुसरे महायुद्ध चालू होते. गहू, तांदूळ, साखर, शेंगदाणे या वस्तूंवर रेशन होते. गोपाळराव साठ्यांनी साखर, शेंगदाणे ह्याच्या विक्रीचा परवाना आमच्या वडिलांच्या नावाने काढला आणि त्यांच्याच भाताच्या गिरणीत त्यांनी रेशन दुकानाला जागाही दिली. अशा तऱ्हेने पेणमध्ये भक्कम पाया रोवला गेला.

आमच्या सर्व भावंडांच्या शाळा सुरू झाल्या. मोठा भाऊ पायाने अधू होता. मुंबईला असतानाच वर्ष-सहा महिन्याचा असताना झोपेत पलंगावरून खाली फरशीवर पडला आणि त्याच्या माकड हाडाला चांगलाच मार लागला. डॉक्टरांना दाखवलं गेलं. दोन एक महिने औषध-लेप चालू होते. पण त्याचा पाय कायमचा अधू झाला. हायस्कूल लांब असल्यामुळे त्याला इंग्रजी चौथीतूनच शाळा सोडावी लागली. वडिलांनी बाजारातल्या मारुतीच्या गौतमेश्वराच्या देवळांच्या मध्येच हनुमान एजन्सी

नावाने स्टेशनरी दुकान त्याच्यासाठी काढले.

त्रेचाळीस ते सत्तेचाळीस त्या वास्तूत इतकी भराभराट होती की, घरात स्वयंपाकीण बाई, नोकर-चाकर, घरामागे मोठ्या गोठ्यात चार-पाच म्हशी गाई. नुसती समृद्धी ओसंडत होती. ह्याच वेळी आईला आणखी एक मुलगी झाली. तिच्या बारशाचा किस्सा मजेदार आहे.

ती जन्माला आली तेव्हा व्ही.शांताराम यांच्या वनवासी सिनेमाचं शूटींग पेणला सुरू होतं. वनमाला-विश्वास कुंटे त्या सिनेमाचे हीरो हिरॉईन होते. आमच्या घराच्या मागच्या डोंगरावर खास आदिवासींच्या झोपड्या उभ्या करण्यात आल्या होत्या. स्वत: शांतारामबापू, जयश्रीबाई शूटींगच्या वेळी हजर असायचे. शांतारामबापूंची आणि विनूकाका यांची ओळख असल्यामुळे शूटींगला वेळ असेल तेव्हा आमच्या घरी येऊन काही सीनचे संवाद फेअर करणं चालू होते. जयश्रीबाई बराच वेळ झाल्यामुळे कंटाळून सरळ घरात आल्या आणि बहिणीशी गप्पा मारण्यात रंगल्या. शूटींगची तयारी झाल्यावर ते सर्व निघून गेले. संध्याकाळी बारशाच्या वेळी सगळ्यांच्या आग्रहाखातर त्या बहिणीचं नाव जयश्रीच ठेवले गेले.

-०-

ह्या वेळी हरीभाऊ-विनूकाकांचे गायन-वादनाचे कार्यक्रम आख्ख्या भारतभर जोरात चालू होते.

१९४४ साली ताईचं (विमल) लग्न महाडजवळच्या नातगावच्या टकले ह्यांच्या मुलाशी ठरले. ते शिक्षक होते. होळी पौर्णिमेच्या नंतरचा काहीसा मुहूर्त ठरला गेला.

त्यावेळी शाळेतून बालदिन म्हणून गॅदरिंग सारखा कार्यक्रम असायचा. होळीच्या दिवशी सकाळीच हा कार्यक्रम आमच्या शाळेत होता. अतिशय कडाक्याची थंडी पडली होती. पहाटे लवकर उठून दोघी बहिणींनी आंघोळी केल्या. तोपर्यंत मी चुलीशी शेकत बसलो होतो. माझी दोन नंबरची बहीण प्रमिला. तिला आम्ही सर्व माई म्हणायचो. ती मला आंघोळीसाठी पाणी देत असताना चुलीवरच्या उकळत्या पाण्याचे तपेलं सुटले. ते माझ्या पायावर पडले. उकळतं पाणी पायावर पडले. मी पाय चोळत खाली बसलो त्यामुळे माझे कुल्लेही भाजले. मी मोठमोठ्याने ओरडत होतो. दोघी बहिणी घाबरून त्याही ओरडत-रडत होत्या. त्या गडबडीत कंदीलही विझला. काळोख-मिट्ट अंधार आणि आम्हा साऱ्यांची बोंबाबोंब. सारं घर जागं झालं. काळोखामुळे कोणालाच काय झालं काही कळत नव्हतं. मी मोठमोठ्यांनी बोंबा मारतच होतो. दिवे लावले तेव्हा खरी परिस्थिती सर्वांच्या लक्षात आली. हा आरडाओरडा ऐकून शेजारी-पाजारी जमा झाले. दोन्ही पायांची आणि कुल्याची कातडी निघून गेली होती. आग

आग होत होती. कुणालाच काय करावे सुचेना? कुणी सांगत होते, रक्तबंदीचा पाला वाटून लावा, कुणी म्हणालं बटाटे ठेचून लावा, बटाटे घरातच होतेच, तेच ठेचून पावलाला लावले गेले. कुल्ले टेकता येत नव्हते. म्हणून कंबरेपासून वरचा भाग आईच्या मांडीवर आणि मांड्यापासून खालचा ताईच्या मांडीवर असा मला झोपवला होता. बटाटा ठेचून लावल्यावर थोडी आग कमी झाली. पण दोन्ही पावलांना आणि कुल्ल्यांना मोठमोठे फोड टरारून आले. झोपता येईना. मग कुठून तरी पिंजलेला कापूस आणला गेला. त्यावर मला निजवले गेले. काशीराम नावाचा गडी सारखा पंख्याने वारा घालत होता तरी आग होतच होती. माई आणि सुशिला दोघी बहिणी घाबरून गेल्या होत्या. माईच्या हातावर गरम वाफ आल्यामुळे तिच्याही हाताची आग होत होती. पण तिच्याकडे कुणाचंही लक्ष नव्हतं. बिचारी आपल्याचमुळे हा भाजला गेला अशा भावनेतून भिऊन ती आपलं दु:ख कुणाला सांगत नव्हती.

डॉक्टर आणले गेले. पण त्याकाळी कोणाही डॉक्टरांकडे एवढ्या जबर भाजलेल्यावर इलाज नव्हता. त्यांनी फक्त कसलं तरी इंजेक्शन मला दिले. मला वाटतं ते इंजेक्शन झोपेचं असावं. कारण मला जाग आली तेव्हा दुपार होऊन गेली होती. आग होतच होती. आलटून पालटून कोणी ना कोणी वारा घालतच होतं.

ठेचून लावलेले बटाटे सुकून पायाला असे जाम चिकटून बसले की काही केल्या निघतच नव्हते. रक्तबंदीच्या पाल्याचा रस त्यावर सारखा लावला जात होता.

बहिणीच्या लग्नाला हा अपशकून झाला आहे, तेव्हा हे लग्न मोडावे, असा सल्ला आमचे पुरोहित बाबू भटजी व आळीतल्या बऱ्याच जणांनी दिला. आईचंही तेच मत होते. पण नातेवाईकांना वगैरे पत्र गेली होती. म्हणून वडिलांनी ते मान्य केले नाही. लग्नासाठी मागच्या पुढच्या अंगणात मोठे मांडव घातले गेले. त्यावेळी अशा कार्यात गावातील आपल्या सर्व समाजाला जेवण द्यायची पद्धत होती. थोडक्यात आपल्या समाजाचं गांवजेवणच म्हणा ना. लग्नाचे जेवण म्हणजे बुंदीचे लाडू हे पक्वान्न ठरलेले. आचारी परशुराम गद्रे यांची चार दिवस आधीच गडबड चालू होती. मागच्या अंगणातील मांडवात बुंदीच्या लाडवांचा ढीग पडला होता. घर पाव्हण्यांनी भरून गेले होते.

इकडे माझ्या भाजलेल्या जखमा चिघळल्या. पायांच्या बोटाच्या बेचकाळ्यात तो लावलेला बटाटा कुजल्यामुळे किडे पडले. डॉक्टर येऊन जात होते. पण इलाज होत नव्हता. इकडे घरात लग्नाची घाई आणि त्यात ही डॉक्टरांची ये जा. गावातील रिसबूड-लिमये-घाटे-आगाशे अशा तज्ज्ञ डॉक्टरांचा एकच सल्ला. किडे पडून जखमा खोलवर हाडापर्यंत गेल्या आहेत. तेव्हा ऑपरेशनने बोट काढल्याशिवाय

इलाज नाही.

तिकडे मांडवात लग्न लागत होतं आणि मी घरात मोठामोठ्याने बोंबा मारत होतो. कारण जखमेतले किडे वळवळत असल्यामुळे वेदना असह्य होत होत्या. पण लग्नाच्या मंगलाष्टकांच्या आणि बँडच्या आवाजात कुणालाचं त्या ऐकायला जात नव्हत्या. बिचारा काशिराम नोकर माझ्या जवळ बसून होता. मला वाटतं, माझ्याप्रमाणे तोही कमनशिबी असावा. म्हणूनच आम्ही दोघं त्या लग्नसोहळ्यापासून दूर होतो. आईचा जीव खालीवर होत होता. पण तिचाही नाईलाज होता. तिच्या संसारातील हे पहिलंच मोठं कार्य. तिच्या मोठ्या मुलीचा विवाह, माझं दु:ख बाजूला ठेवून तिला तो आनंदाने पार पाडायचा होता. खरंच, अती कठीण प्रसंग, ओपन टपाच्या शोरलेट गाडीतून, दातार आळीच्या व्यायाम शाळेचाच प्रसिद्ध बँड लावून थाटात वरात निघाली होती आणि मी मात्र मरणप्राय वेदना सहन करीत होतो.

दोन्ही पावलांच्या अंगठ्याजवळची दोन दोन बोटं अंगठ्यासह कापली जाणार! माझं पुढं काय होणार! जन्मभर थोट्या पावलांनी वावरायचं? ह्या वेदना भाजलेल्या जखमांच्या वेदनांपेक्षा असह्य होत होत्या. बिनबोटाची ती विद्रूप पावलं आयुष्यभर आपलं सारं आयुष्यच पांगळं करून टाकणार ह्या भीतीने डोळे सारखे पाणावून जायचे. आई वडीलही त्या विचारानं खचून गेले. मोठा मुलगा आधीच पायानं अधू आणि ह्याची असलेली बोटं कापून ह्यालाही अपंग करायचा? प्रमिला आणि सुशिला ह्या दोघी बहिणी पार घाबरून गेल्या होत्या. पण सारी काळजी देवानेच घेतली म्हणावी लागेल.

कारण नुकत्याच लग्न झालेल्या बहिणीचे सासरे चांगल्यापैकी वैद्य होते. त्यांना हे समजले. त्यांनी स्वत: येऊन सारी परिस्थिती पाहिली. पायात पडलेले किडे, त्यामुळे चिघळलेल्या बोटांच्या जखमा. सर्व नीट पाहिले आणि एक शेर खोबरेल तेल आणायला लावले. तेलातच कसल्याशा वनस्पतीचे रस मिसळून तयार केलेले दोन-तीन बाटल्या औषध करून दिले. दर दोन तासांनी रात्रंदिवस त्या औषधात कापूस भिजवून त्या जखमांवर लावायचे होते. ते औषध लावल्यापासून तिसऱ्याच दिवशी दोन्ही पायातून किडे बाहेर पडायला लागले. त्यावेळी असह्य होणाऱ्या वेदनांनी मी कळवळून जायचो. अशा वेळी आई माझं डोकं मांडीवर घेऊन मला शांत करण्याचा, धीर देण्याचा प्रयत्न करायची. त्या दोन्ही पावलांतून पंचवीस तीस किडे बाहेर पडले असतील. त्यानंतर होणाऱ्या वेदना आपोआप कमी कमी होत गेल्या. चांगली झोप लागायला लागली. पंधरा दिवसात जखमा सुकायला लागल्या.

वऱ्हाडाबरोबर ताई सासरी गेली ती साशंक मनानेच. माझ्या दोघी बहिणींनी

रात्रंदिवस माझी मनापासून सेवा केली. त्या दोघींनी दर दोन तासांनी ते औषधीतेल नियमित लावले. प्रमिलाला (माईला) वाटायचं, माझ्यामुळेच हा भाजला. खरं म्हणजे तिचा काहीही दोष नव्हता.

-०-०-

आज इतके वर्षांनी दिघंचीच्या गंगाधर चौथ्याच्या वाड्यातील मृत्युशय्येवर असताना ही पूर्वीची दृश्यं मी पाहात होतो. त्यावेळी ते ताईचे सासरे भेटले नसते तर? पायाची बोटं खरंच कापली गेली असती तर? खरंच, देवाची आपल्यावर केवढी कृपा. तशीच कृपा तो देव परत आजही करील का?

ताईच्या लग्नापूर्वी झालेला तो अपशकुन खरा ठरला. वर्षभरात ताईच्या नवऱ्याने तिला आमच्या घरी आणून सोडले, ते तिला परत कधीच नेली नाही.

-०-

शाळा, खेळ, मित्रांबरोबर मस्ती. बालपण असं मजेत चालले होते. अभ्यासही बऱ्यापैकी चालू होता. तिसरी चौथी ह्या वर्गात असताना करमरकर, बर्वे- मी आणि फडके, वैशंपायन ह्या दोन मुली. ह्यात आमची अभ्यासाची स्पर्धा असायची. आम्ही पाच जणांनी ह्या दोन वर्षात दुसऱ्या कोणालाही पहिल्या पाच नंबरात येऊ दिले नाही. तसा संबंध वर्गात मीच जास्त मस्तीखोर होतो. बिनधास्त होतो.

त्यावेळी घराघरातील प्रत्येक मुलांमुलींना सक्तीनं पोहायला शिकवले जायचे. आणि तेही विहिरीत. आषाढ श्रावणात विहिरी भरल्याबरोबर दर रविवारी घरा-घरातून मुलं बाहेर काढत असत आणि त्यांना पोहायला शिकवत. त्यासाठी थोरातांची विहीर, बेलसरे यांच्या प्रशस्त विहिरी होत्या. तशा प्रत्येक घरा-घराला विहीर होतीच. पोहायला शिकवायचं काम वामन थोरात, कमलाकर देव, गजानन काका लोंढे, कधी कधी माझे वडील पण करायचे. विहिरीच्या काठावर विहिरीकडे पाठ करून उभं राहून उलटी कोलांटी उडी विहिरीत मारणं ही माझ्या वडिलांची खासियत होती. आमच्या दातार आळीत माझ्या वयाची तीस एक मुलं होती. पोहणे, व्यायाम करणे, गोळीबार मैदानावर क्रिकेट खेळणे, रामाच्या देवळात शिवाशिवी, लपंडाव, विटी-दांडू असे नाना खेळ चालायचे. सहली निघायच्या. मी, माझा धाकटा भाऊ भालचंद्र आणि चुलत भाऊ अनंता- त्याला सर्व बाळूच म्हणायचे- आम्ही सुटीत दुपारच्या वेळी घराच्या पुढल्या पडवीत गोट्या; तर कधी आम्हा सर्व भावंडाचा गाढव, बदाम सत्ता, नाटेठोम असा पत्त्यांचा खेळ रंगायचा. हरिभाऊंना क्रिकेटची खूप माहिती होती. आवडही होती. ते आम्हाला बॅट कशी धरायची? बॉलिंग कशी टाकायची? हे शिकवायचे.

दातार आळी हे आमच्या आळीचं नाव. शिवाजीकालीन दातार वाड्यावरून

पडले. दातार हे त्या काळी मुसलमान बादशहाचे जकातदार होते. तसाच इंद्रप्रस्थ हा लिमये वाडा हाही पेशवेकालीन. अजूनही दोन्ही वाडे मोठ्या दिमाखात उभे आहेत. आमच्या आळीची ही मोठी शान आहे. ह्या दोन्ही वाड्यात त्यांच्या पुढील पिढ्या अजूनही सुखाने नांदत आहेत.

तसं पाहिलं तर पेण गावातील प्रत्येक आळीला काहीना काही ऐतिहासिक पार्श्वभूमी आहे. प्रत्येक आळीला अशीच वैशिष्ट्यपूर्ण नावं पडली आहेत. ग्रामदेवता दुर्गादेवी व रामेश्वर ही दातार आळीपेक्षा जरा उंचावर आहेत. तिथे सहा फूट उंचीचा मोठा मारुती आहे. ही देवळं अतिशय देखणी. दगडी बांधकामाचा सुंदर नमुना. तिथेच जवळ कासारांचं कालिका मंदिर, साठ्यांचं राममंदिर ही आहेत. ह्या टिपेच्या मारुतीमुळे त्या भागाला हनुमान आळी; त्याला लागून तांबट लोकांची म्हणजे कासार लोकांची वस्ती. तांब्या-पितळ्याची सुबक भांडी करणे त्यांचा उद्योग म्हणून ती कासार आळी. देव आळीत जास्तीत-जास्त देव आडनावाची वसती म्हणून ती देव आळी, कुंभार आळी, प्रभु आळी, झिराळ आळी, कोळीवाडा असे प्रत्येक भाग आपआपले वेगळेपण अजूनही जपून आहेत.

दातार आळीत शिरताक्षणी एक मोठा तलाव लागतो, तो कसार तलाव म्हणून प्रसिद्ध. आळीत शिरताक्षणी तळ्याच्या उजव्या बाजूला गणपती मंदिर. तर तळ्याच्या पलीकडे गौतमेश्वराचं मंदिर. तिथून परत दातार वाड्याच्या अलीकडे दातारांचा गणपती. आमच्या घराच्या पलीकडे असाच एक करमरकर वाडा होता. ह्या घराचे माजघर इतके मोठे होते की एका वेळी शंभर एक माणसं आरामात जेवायला बसत. स्वयंपाकघर-देवघर ही भरपूर मोठी. या देवघरात सुबक, अतिशय देखणी हरिहरेश्वराची मूर्ती. वाड्यामागे भली मोठी दगडी बांधकामाने बांधलेली विहीर. या वाड्यात रखमाकाकी करमरकर म्हणून एक विधवा आजी एकट्याच राहात होत्या. त्यांची मुलं वगैरे सगळी मुंबईत राहात. आमचं आणि त्याचं काहीसं नातं होतं. आमच्या आळीचं अजूनही एक बडं प्रस्थ म्हणजे वैद्य केशवराव लोंढे. हे अतिशय नावाजलेले वैद्य होते. लांबलांबहून येणाऱ्या पेशंटची रांग लागायची. खूप श्रीमंत पण अतिशय दानशूर. दातार आळीच्या कासार तळ्याचे पडलेले काम त्यांनी नव्याने केले. आळीतील राममंदिर-बेलसरे गणपती मंदिराचा जीर्णोद्धार त्यांनी केला. त्या तळ्यात जलविहारासाठी त्यांनी एक खास होडीसुद्धा आणली होती. पावसाळ्यात तळे भरले की त्या होडीतून आम्ही खूप जलविहार करायचो. होडी वल्हवताना खूप मजा वाटायची. आमच्या आळीचं आणखी एक वैशिष्ट्य म्हणजे व्यायाम शाळा. अतिशय छोटी. पण बळीप्रतिप्रदेला आमच्याच आळीतील शाळेच्या पटांगणात रात्री

होणारा कसरतीचा कार्यक्रम बघायला सर्व गाव लोटायचा. ह्या कार्यक्रमात कवाईत, डंबेल्स, लेझीम, जोडी, डबल बार, सिंगल बार, वेटलिफ्टिंग, अॅटक अॅण्ड डिफेन्स, जळत्या रिंगमधून उड्या अशा विविध खेळांचे प्रदर्शन बँडच्या लयबद्ध तालावर केले जायचे. व्यायाम शाळेचा हा कोंबडी बँड सर्वप्रसिद्ध होता.

तसं बघायला सर्व गावंच समृद्ध होते. भातशेती हे या गावाचे मुख्य उत्पन्न. तसे डोंगरावर वरी-नाचणीचं पीकही घेतले जाते. मिठागर हेही उत्पन्नाचे मोठे साधन. पेणच्या शाडूच्या गणपतीच्या सुबक मूर्ती जगभर प्रसिद्ध आहेत. कासार आळीतील तयार केलेली तांब्या-पितळ्याची पातेली, हांडे, कळशा यांनाही मुंबई-पुण्यात चांगली मागणी असायची. आता स्टीलची भांडी आल्यामुळे तो सर्व समाज आता गणपतीच्या मूर्ती करण्याकडे वळला आहे. त्या काळी पांढरपेशांसाठी ठरावीक उंचीच्या मूर्ती तयार होत असत. पण आता मात्र आठ इंचापासून आठ फुटापर्यंत विविध रूपातील शाडूच्या मातीबरोबर प्लॅस्टरच्या मूर्ती बनवल्या जातात. आता इथे ह्या गणपतीची उलाढाल वीस एक कोटीपर्यंत गेली आहे.

पेणमधल्या सगळ्या आळ्यातून गोकुळ अष्टमी आणि शिमगा हे सार्वजनिक उत्सव पूर्वापार मोठ्या प्रमाणात होत. आताही होतात. पण तो पूर्वीचा उत्साह कुठे दिसत नाही. आमच्या आळीतही गोकुळ अष्टमी, दासनवमी आणि शिमगा हे आळीचे सार्वजनिक उत्सव मोठ्या प्रमाणात साजरे होतात. गोकुळ अष्टमी हा उत्सव बेलसरे गणपती मंदिरात होता. त्याकाळी गोकुळ अष्टमीच्या दिवशी संध्याकाळी वासुकाका लोंढे यांच्या गणपतीच्या कारखान्यातून शाडूची गोपाळकृष्णाची मूर्ती वाजतगाजत गणपती मंदिरापाशी आणली जाई. त्यासाठी दोन दिवस आधी रंगीत सोनेरी कागदांचे मखर तयार केलं जाई. देवळांत पताकांची आरास होत असे. देवळासमोरचा तलाव पाण्याने तुडुंब भरलेला असायचा. रात्री कृष्णजन्माचे कीर्तन आणि कीर्तनानंतर कॉफीपान आणि मग रात्रभर गोविंदा, फुगड्या, टिपऱ्या, वारी, कुस्त्या असे सर्व खेळ मुलांप्रमाणे मोठी मंडळीही खेळायचे. हा खेळ पहाटेपर्यंत चालायचा. दुसऱ्या दिवशी काल्याच्या वेळी सर्व मुलं आळीतील प्रत्येक घरोघरी जाऊन गोविंदा खेळायचो. त्या गोविंदावर घराघरातून गरम पाणी हळद मिसळलेले पिवळे ताक टाकले जायचे. गोविंदा खेळता-खेळता आम्ही ओरडायचो 'गोविंदा ताकपाणी ताकपाणी!' हा गोविंदा प्रत्येक घरात पडवीत खेळला जायचा. प्रत्येक घरातून ह्या गोपाळांना लोणी साखर, दही-पोहे, खमंगकाकडी, बटाटे पोहे, कुठे खारे शेंगदाणे, पेढे, नारळीपाक असा विविध प्रकारचा प्रसाद दिला जायचा. आळीतील घरा-घरातून नाचून झाल्यावर परत गणपती मंदिरात गोविंदा खेळला

जाई. ह्या खेळात सर्व मोठी पुरुष मंडळीही सामील होत असत. इथंही भरपूर गरम पाणी गोपाळांवर टाकले जाई. मध्येच मस्तपैकी गरम गरम शिरा, कॉफी दिली जाई. मग तलावात पोहण्याचा कार्यक्रम. ह्या पोहण्याच्या कार्यक्रमात म्हातारे-कोतारेसुद्धा असत. आरतीचा कार्यक्रम झाल्यावर देवळासमोर रस्त्यावर बांधलेल्या हंडीखाली फेर धरून गोविंदा खेळला जाई. हा गोविंदा खेळता खेळताच हंडी फोडली जायची. खूप खूप मजा असायची.

आमच्या घरी गोकुळ अष्टमीला मातीचा गोकुळ करून त्याची पूजा करायची पद्धत होती. ह्या मातीच्या गोकुळात वसुदेव, देवकी, बाळरूप कृष्ण, पोथी वाचणारे दोन भटजी, कदंबाचे झाड, पेंद्या, गाई-वासरं अशी चित्रं असायची. ही सारी चित्रं आई-वडील-बहिणीच करत. आमच्या आईचा, घरातील मोठ्या माणसांचा अष्टमीचा उपास असे. हंडी फुटल्यावर जेवणाचा नेवैद्य दाखवला जाई. संध्याकाळी त्या चित्रांचं तळ्यात नाहीतर विहिरीत विसर्जन केले जाई.

दासनवमी हा उत्सव फक्त आमच्याच आळीत साजरा होतो. गेली शंभर-सव्वाशे वर्ष हा उत्सव अव्याहत चालू आहे. माघ वद्य पंचमी ते नवमी असा पाच दिवस चालणाऱ्या ह्या उत्सवात पहिले चार दिवस रोज रात्री पारंपरिक स्वाध्यायवाचन, सवाया, भजन, आरती, प्रसाद, नंतर विविध कार्यक्रम, नाटक, गाणे, उत्सव आळीतीलच मुलांनी बसविलेले कार्यक्रम सादर होतात. दास नवमीच्या पाचव्या दिवशी सकाळी आळीतील घराघरासमोर मनाचे श्लोक म्हणून आणि जय जय रघुवीर समर्थ म्हणून भिक्षा मागितली जाते. दुपारी सर्वांना भोजनाचा महाप्रसाद आणि रात्री छबिना पालखी असा कार्यक्रम, ह्या उत्सवात हनुमान आळी, झिराळ आळीची भजनी मंडळी येऊन हजेरी लावायचे. आजही ही प्रथा चालू आहे.

शिमगा हा फाल्गुन शुद्ध प्रतिपदा ते रंगपंचमी इतके दिवस चालायचा. पहिले पाच दिवस आम्ही सर्व मुलं झाडाचा वाळलेला पालापाचोळा पोत्यात भरून आणायचो आणि संध्याकाळी दिवे लागणीला तळ्याच्या पाळीवर होळीच्या जागी तो जाळायचो. षष्ठीपासून पौर्णिमेपर्यंत सावरीच्या झाडाची हिरव्यागार पानांनी आणि विविध रानफुलांनी सजवलेली होळी. त्यावेळी त्याला पाहिले पिल्लू, दुसरे पिलू असं म्हणायची पद्धत होती. पहिल्या दिवसापेक्षा दुसऱ्या दिवशी थोडी मोठी होळी. असा रोज वाढत वाढत पौर्णिमेला उंच होळी. ह्या होळ्या रोजच्या रोज शाळा सुटल्यावर आम्ही मुलंच डोंगरातून तोडून सजवून आणायचो. हिला वलकादेवी म्हणायची पद्धत होती. रात्री आठ नंतर घराघरातून लक्कडगुंडी गोळा करायला सर्व मुलं बाहेर पडायचो. लक्कडगुंडी म्हणजे दोन लाकडं (फाटी), गोवऱ्या (शेण्या) आणि एक भाताच्या

गवताची म्हणजे पेंढ्याची पेंडी असं घराघरांतून गोळा करून दहा दिवस होळी पेटवली जायची. त्याकाळी आळीत बहुतेकांकडे म्हशी-गाई असल्यामुळे गोवऱ्या-पेंढ्याला तोटा नव्हता. बहुतेकांची घरची भात शेती होती. ह्या होळीच्या वेळी वाटेल तशा एकमेकांना अर्वाच्च फाका घालून बोंबा मारणे, अचकट विचकट गाणी म्हणणे. असा कार्यक्रम रोज चालायचा. पण त्याचा कुणाला राग यायचा नाही. सर्व लहान-थोर विनोद म्हणून हसून त्याचा आनंद घ्यायचे. आट्यापाट्या त्या दिवसांत खूप रंगायचा. ह्या दिवसात कुणाची लाकडं चोर, कुणाचं गवत चोरून होळीत आणून टाकले जायचे. रंगपंचमीचा सणही असाच रंगायचा.

मी १९४६ मध्ये चौथीला असताना वडिलांनी दुकान मोठं वाढवण्यासाठी मारुती देवळाशेजारीची जागा सोडून पहिल्या दुकानासमोरच सोनाराच्या नवीन प्रशस्त जागेत दुकान हालवले. ह्या दुकानाच्या मालाच्या खरेदीसाठी वडील मुंबईला जायचे. तेव्हा येताना छोटी छोटी गोष्टीची पुस्तकं आमच्यासाठी आणायचे. ही पुस्तकं मी शेजाऱ्यांना आळीत वाचायला द्यायचो. पण त्यांच्याकडून एका पुस्तकाला एक पैसा घ्यायचो. तेही आनंदाने द्यायचे. असं करता करता माझ्या जवळ साडेतीन रुपये जमले. ते मी वडिलांजवळ दिले आणि त्यांना आणखी चांगली चांगली पुस्तकं आणायला सांगितली. त्यांनीही हौसेनं एकदम पन्नास पुस्तकं मला आणून दिली. दुकानाचं नाव हनुमान एजन्सी होतं. मी पण माझ्या घरगुती घरपोच वाचनालयाचं नाव हनुमान वाचनालय ठेवले आणि महिना चार आणे वर्गणी केली. पुढे हे वाचनालय इतकं मोठं झालं की त्यात मोठ्या कादंबऱ्या, इतर नावाजलेल्या लेखकांच्या पुस्तकांची भर पडून ते वाचनालय वडिलांनी दुकानात नेलं आणि दादाच्या ताब्यात दिलं. तिथे गेल्यावर मासिक वर्गणी आठ आणे झाली. सभासद संख्याही पंच्याहत्तरच्यावर गेली. ह्या दुकानात स्टेशनरी, शालेय पुस्तकं, वाचनालय, भाजी, पोह्याची विक्री आणि एम.जे.शिंत्रे टेलरचं दुकान एवढा पसारा मांडला होता.

मी चौथी उत्तम प्रकारे पास झालो. वडिलांनी हौसेनं मला पेण प्रायव्हेट हायस्कूल इंग्रजी पहिलीत घातले. म्हणजेच पाचवीत. त्यावेळी चौथी नंतर इंग्रजी पहिलीत जाता यायचे किंवा सातवी झाल्यावर इंग्रजी आठवीत बसता यायचे. तेव्हा अकरावी मॅट्रिक होती. चौथीपर्यंत जमिनीवर लांबलचक पाटावर बसणारे आम्ही. हायस्कूलमध्ये बेंचवर बसू लागलो. चौथीपर्यंत एकच शिक्षक सगळे विषय शिकवत होते. इथे प्रत्येक विषयासाठी वेगवेगळे शिक्षक शिकवायला यायचे. इथं आमचा चौथीच्या मुलामुलींचा ग्रुप फुटला. इंग्रजी शाळेत माझ्या तुकडीत जे मित्र भेटले ते चंगी भंगी, चोरून सिगारेट ओढणारे, अचकट विचकट बोलणारे. त्याचा परिणाम

माझ्यावर झाला. त्यांच्या नादांने मी सिगारेट ओढली नाही पण त्यांच्याबरोबर चोरून हॉटेलमध्ये जाऊ लागलो. त्यासाठी दुकानांतून दोन-चार आणे चोरू लागलो. अभ्यासाकडे दुर्लक्ष झाले आणि याचा परिणाम मी नापास झालो. परत माझी रवानगी प्राथमिक शाळेत पाचवीत झाली. इंग्रजी शाळेतील एक दोन मित्र परत माझ्या वर्गात आले, पण मी सावधान झालो. सावरलो आणि माझ्या नशिबानं सि.ध.पाटील म्हणून अतिशय चांगले शिक्षक मला लाभले. सहामाही परीक्षेत मी परत पाच नंबरात आलो.

पाचवीला असताना शाळा सुटल्यावर मजा म्हणून दुकानातील भाजी टोपल्यातून डोक्यावर घेऊन गावात विकायला जायचो. रस्त्यावरून जाताना 'भाजी घ्या भाजी' ओरडताना खूप मजा करायचो. गावातले लोकही कुतूहलाने भाजी घ्यायचे. परांजपे मोटार सर्व्हिसने दोन-तीन दिवसांनी पुण्याहून भाजी यायची. भाजी आली की त्या दिवशी माझा उद्योग तोच असायचा.

त्यावेळी घराघरात प्रत्येक मुलाला सूर्यनमस्कार, जोर-बैठका अशा व्यायामाची आवड होती म्हणण्यापेक्षा सक्तीच होती. मलाही तशी आवड होती. एक वर्षी दास नवमीला उत्सवात आमच्या गटाच्या मुलांची सूर्यनमस्काराची स्पर्धा ठेवली होती. तंत्रशुद्ध पन्नास नमस्कार, कमी वेळात जो घालेल त्याला पहिल्या नंबरचं बक्षीस दिलं जाणार होते. बक्षीस होते एक पुस्तक आणि पाच रुपये. माझ्या वडिलांनी त्यासाठी चार दिवस माझ्यावर खूप मेहनत घेतली. पण पन्नास नमस्कार पाच मिनिटातही त्यांच्या मनाप्रमाणे होत नव्हते. म्हणून ते काहीसे नाराजच होते. पण स्पर्धेच्या दिवशी मी पन्नास नमस्कार पावणे चार मिनिटांत घालून पहिला नंबर मिळवला. वडिलांना खूप आनंद झाला. मलाही तेव्हापासून व्यायामाची चांगलीच गोडी लागली.

एक दिवस शाळा सुटल्यावर सि.ध.पाटील गुरुजींनी मला थांबवून घेतले. आणि म्हणाले, "रंगा, तुझ्यासारख्या विद्यार्थ्याचा मला अभिमान वाटतो."

"कशाबद्दल गुरूजी?"

"अरे, तुझ्या घरची एवढी चांगली परिस्थिती असताना तू डोक्यावर टोपली घेऊन गावात भाजी विकतोस. तुला जराही त्याची लाज वाटत नाही?"

"गुरूजी, तुम्हीच म्हणताना कुठल्याही चांगल्या कामाची लाज धरू नये."

"शाबास रंगा! माझ्या प्रत्येक विद्यार्थ्याकडून माझी हीच अपेक्षा आहे."

"गुरूजी, मी तसा वागण्याचा जास्तीत जास्त प्रयत्न करीन."

वार्षिक परीक्षा झाली. मी चांगल्या मार्कांनी पास झालो. पण गुरूजींची अपेक्षा पुरी करू शकलो नाही. मी तिसऱ्या नंबरने पास झालो.

ह्या आमच्या वैभवाला कुणाची दृष्ट लागली कुणास ठाऊक? आमच्या घरात

भुताटकी शिरली. त्याचं असं झालं. एकदा संक्रातीला शेजारीपाजाऱ्यांच्या बायांबरोबर आई भोगावती नदीवर विश्वेश्वर मंदिराच्या घाटावर आंघोळीला गेली होती. विश्वेश्वर मंदिर, म्हणजे पेणची स्मशानभूमी. तिथेच आईला काटा टोचल्याचं निमित्त झालं. आणि तिला भुतानं पछाडलं. रात्री अपरात्री कधीही तिच्या अंगात यायचं. आमचे वडील नित्यनियमाने गुरुचरित्र वाचायचे. ते गुरुचरित्र वाचायला लागले की आईला खूप त्रास व्हायचा. त्या भुताटकीसाठी चांगले चांगले किती तरी मांत्रिक येऊन जायचे. पण त्याचा काहीही उपयोग होत नव्हता. एकदा हरिभाऊंनी असेच कुठले तरी खूप लांबून मांत्रिक आणले होते. त्यांची अशी ख्याती की ते भुताला बोलते करून बोलता बोलता त्याला बाटलीत भरत, आणि ती बाटली सील करून समुद्रात फेकून देत. असेच त्यानी तांदूळ मंत्रून आईवर मारायला सुरुवात केली आणि आईच्या अंगातील भुताला बोलते केले. त्या भुतानेच सांगितले, "संक्रातीच्या दिवशी मी काट्यातून ह्या झाडाला धरलं. माझं नाव सत्यभामा. ह्या झाडाची मी चुलत सासू आहे." तो मांत्रिक मोठ्याने ओरडला, "नाही, तू सत्यभामा नाहीस. तू खोटं सांगतेस" आणि त्यांनी आईवर पुन्हा मंतरलेल्या तांदुळाचा मारा केला. मला वाटतं, त्या मंतरलेल्या तांदुळाचा आईला किंवा भुताला खूप त्रास होत असावा. कारण ते तांदूळ मारले की, ती ओरडायची. "सोडा, सोडा, मला सोडा! नाही तर मी झाडाचा जीव घेईन." मांत्रिक तिला म्हणायचा, 'तुला काय पाहिजे ते मागून घे आणि ह्या झाडाला सोड.' असा त्या दोघांच्यात संवाद जोरात चालू होता. आम्ही सारी भावंडं जीव मुठीत धरून पाहात होतो. आईचे ते होणारे हाल पाहून आम्ही खूप घाबरून गेलो होतो. तो मांत्रिक शेवटी तिला म्हणाला, "तू खरंच सत्यभामा असशील तर ह्या बाटलीत जाऊन दाखव." त्या बरोबर आईच्या अंगातले पिशाच्च हसत हसत त्या मांत्रिकालाच म्हणाले, "अरे, मला बाटलीत जायला सांगतोस? अरे भटा, जर तू जर खरा मांत्रिक असशील तर तूच या बाटलीत जाऊन दाखव." असा तास दोन तास सारा प्रकार चालू होता. शेवटी तो मांत्रिक कंटाळून निघून गेला.

-०-

मुंबईपासून आमच्या कुटुंबातील एक घटक झालेले विष्णुकाका म्हणजे विष्णुपंत जोशी. विनूकाकाचे अनेक शिष्य त्याच्याच वयाचे. आम्ही त्याना विष्णुकाका म्हणायचो. घांग्रेकर कुटुंबाच्या सर्व सुख-दुखात ते नेहमी सामील असायचे. काळबादेवीच्या ठाकूरजीच्या मंदिरात ते तबलजी म्हणून नोकरी करायचे. निस्सीम दत्तभक्त. ते ठाकूरद्वारच्या गोसावी दत्तमंदिरात राहायलाही होते. ह्या भुताटकीच्या प्रकारात त्यांनी मुद्दाम पेणला येऊन १९४७ साली गुरुचरित्राचं पारायण आणि त्या सात दिवसांत

रात्रंदिवस अखंड 'दिगंबरा दिगंबरा श्रीपाद वल्लभ दिगंबरा' असा नामाचा गजर सुरू केला. आमची तीनही कुटुंबं ह्या त्यांच्या नामसप्ताहात सामील झाली होती. ह्या सप्ताहात प्रत्येकाला पाळ्या लावल्या होत्या. प्रत्येकांनी एक एक तास नामस्मरण करायचे. सात दिवस चोवीस तास 'दिगंबरा दिगंबरा श्रीपाद वल्लभ दिगंबराच्या' नामाचा गजर आणि गुरुचरित्र पारायण चालू होते. त्याचा परिणाम असा झाला. आमच्या आईप्रमाणेच मोठ्या काकूच्या म्हणजे हरिभाऊंच्या बायकोच्या अंगातही भुताचं वारं यायला लागले. कधी कधी एकाच वेळी दोघींच्या अंगात यायचं आणि त्या दोघीही जोर-जोरात घुमायच्या. त्याला वेळ काळाचं बंधन नसायचे. परत दोघीही एकाच व्यक्तीचं म्हणजे सत्यभामाकाकूचे नाव सांगायच्या.

सत्यभामाकाकू म्हणजे आमच्या वडिलांचे चुलते, वासूकाकांची पत्नी. तिला मूलबाळ नव्हते. ती सौभाग्यवतीच गेली. पण तिच्या पिंडाला कावळा शिवला नाही. सर्व कंटाळले. भटजींनी दर्भाचा कावळा करून पिंडाला शिवण्याचा सल्ला दिला. पण तिच्या नवऱ्याने ते पिंड लाथेनं उडवून दिले. त्या भुताचं म्हणणं एकच, "ह्या वास्तूतली पाच माणसं नेईन. तोपर्यंत कुणालाही इथे सुखात राहू देणार नाही." आणि दोन महिन्यातच चार दिवस तापाचं निमित्त होऊन चार वर्षाच्या आमच्या बहिणीचा- जयश्रीचा- पहिला बळी वास्तूत झाला.

१९४८ मध्ये मे महिन्याची सुट्टी लागली. दुपारची जेवणं आटपून ताई मशिनवर काहीतरी शिवत बसली होती. मी तिची काही तरी खोडी काढली किंवा काहीतरी केलं. आता नीट आठवत नाही. आमचं भांडण झालं. ती मला रागाच्या भरात म्हणाली. 'चालता हो, परत तोंड दाखवू नकोस.' मीही शर्ट घातला आणि तसाच घराबाहेर पडलो. तो सरळ चालत सुटलो. आमच्या दुकानात जे शिंत्रे टेलर होते ते मूळ दापोलीचे. त्यांचा एक भाऊ तिकडे दापोलीला होता. मोठी फॅमिली. हॉटेल, आंब्याच्या बागा असे खूप काहीसे उद्योग ते तिथे करीत. असे ते मला नेहमी सांगत. आपण तिकडेच जाऊ या असं काहीसं डोक्यात घेऊन चालत होतो. वय वर्षं बारा. पायात चप्पल नाही. मे महिन्याचे दिवस. रणरणते ऊन. दापोली किती लांब आहे. कुठं आहे काही काही माहीत नाही. दुपारी दोन अडीच वाजल्यापासून मी चालत होतो. पाय भाजले की मधेच पहायचो. सूर्य मावळतीला गेला. हळूहळू काळोख व्हायला लागला, मग मात्र भीती वाटायला लागली. पण तोपर्यंत एक मैल चालत नागोठण्यात पोहोचलो होतो. गावात शिरताच बच्चा महाजन म्हणून मला ओळखणारे कुणी गृहस्थ माझ्या समोर उभे. वीस मैल उन्हात चालल्यामुळे खूप थकलो होतो. तहान लागलेली. मला पाहून त्यांनी हटकलं. "अरे, तू इकडे कुठे?"

माझी बोबडीच वळली. मी त्यांना कधीच पाहिल्याचे आठवत नव्हते. त्यांनी मला घरी नेलं. जेऊ घातले. तिथे पडल्या पडल्या मला झोप लागली.

इकडे पेणला सर्वत्र शोधाशोध सुरू. ताईची तर पाचावरच बसली. कार्टा कुठ गेला कोणास ठाऊक. असं म्हणून मुळू मुळू रडत होती.

रात्र गेली. सकाळी मी त्यांच्या हाकेनं जागा झालो सर्व विधी, आंघोळ उरकली. त्यांच्या आईनं मऊ भात खाऊ घातला. मग त्यांनी मला खाजगी सर्व्हिस मोटारने घरी आणून सोडले. हे बच्चा महाजन ताईच्या सासरकडून कोणी नातेवाईक होते. हे मला घरी आल्यावर समजले. समजा, त्यावेळी ते मला भेटले नसते तर? पण देव तारी त्याला कोण मारी? असा मी पराक्रमी. तसंच एकदा पाचवीला असताना ताईच्या सासरी ताई घरी नसताना म्हणजे तिला पेणला आणून सोडल्यावर मी तिकडे म्हणे महाडजवळ नातं म्हणून गावाला तिच्याच नवऱ्याबरोबर गेलो होतो. तिथे ताईच्या धाकटा दीर माझ्याच बरोबरीचा. त्याची माझी चांगलीच गट्टी जमली. नातगांव अगदी खेडेगांव. ठरावीकच ब्राह्मणाची घरं. कोकणासारखीच पडवी- ओटी- माजघर. स्वयंपाक घर, मागे पडवी- परसदार. परसदारी आंबे, फणस, कोकमाची झाडं, मे महिन्याच्या सुटीतच मी तिकडे गेलो होतो. हा रानमेव्याचा सीझनच होता. मी गेलो. तेव्हा तिचे सासरे नव्हते. आधीच कधीतरी देवाघरी गेले होते. ह्याच देव माणसाने माझ्या पायाची बोटं वाचवली होती. ताईची सासू, मोठा आणि धाकटा दीर एवढीच मंडळी घरात होती. ताईचे यजमान मला तिथे सोडून दोन दिवसांनी कुठे बाहेर गावी गेले, ते दहा-बारा दिवसांनीच घरी आले. ताईची सासू आंब्या, फणसाची साठं वाळवण्यासाठी मागच्या परसात उन्हात ठेवायची. शेजाऱ्यांच्या कोंबड्या येऊन ती पायांनी विसकटून टाकायच्या. मग तो धाकटा दीर आणि मी दोघांनी छोटा मांडव घालून त्यावर ती साठं वाळवायला ठेवली. तरी त्या कोंबड्या येतच होत्या. मग मी एक युक्ती काढली; कोंबड्या पकडायची. दोन-तीन मोठाल्या टोपल्या घेतल्या त्या उलट्या पालथ्या करून त्याना एक काडी लावून असं उभं करायचो. पण त्या खाली कोंबड्या जात नव्हत्या. मग टोपल्यांच्या खाली तांदूळ टाकून ठेवायचो. टोपल्याला ज्या काठ्या लावल्या होत्या त्याना लांब दोऱ्या बांधून त्या दोऱ्या हातात धरून आम्ही लांब बसून राहियचो. कोंबड्या टोपल्याखाली तांदूळ वेचायला लागल्या की ती दोरी ओढायचो. काडी पडली की टोपल्याखाली कोंबड्या सापडायच्या. अशा चार-पाच कोंबड्या पकडल्या गेल्या, की एकाच दोरीला सगळ्यांचा एक एक पाय बांधून त्यांची माळ करून सोडून द्यायचो. मग त्या कोंबड्या सारख्या कॉक कॉक करीत धडपडायच्या. एक इकडे ओढायची तर दुसरी दुसरीकडे. सुटण्यासाठी धडपड,

त्यांचा ओरडण्याचा तो किलबिलाट- खूप मजा वाटायची.

पंधरा दिवसांनी जावईबापूंनी मला पेणला आणून सोडले. त्यावेळी ते दोन दिवस आमचेकडे राहिले. दोन दिवसांनी ताईला घेऊन जातो म्हणाले. मोठ्या उत्साहानं तिला सासरी पाठवायची तयारी झाली. मोठ्या आनंदाने ती सासरी गेली. सगळ्यांनाच खूप आनंद झाला होता. पण आनंद फार दिवस राहिला नाही. त्यांनी ताईचे सर्व दागिने काढून घेतले आणि तिला एकटीलाच परत पाठवली. ती कायमची.

-०-

१९४८ मध्ये पाचवी चांगल्याप्रमाणे पास होऊन सहावीत गेलो. भावे म्हणून शिक्षक फार चांगले शिकवायचे. पण फार कडक. सहामाही परीक्षा झाली. मार्कही बऱ्यापैकी मिळाले. एक दिवस त्यांच्या खुर्चीवर कोणीतरी खाज खुजली टाकली. त्यांची चांगलीच फजिती झाली. त्यांना कुणीतरी माझंच नाव सांगितले. पण खरं तर मला यातले काहीच माहीत नव्हतं. 'मी हे कृत्य केले नाही.' मी त्यांना अगदी प्रामाणिकपणाने शपथ घेऊन सांगत होतो. पण त्यांना ते काही केल्या खरं वाटेना. त्यांनी मला वर्गातून हाकलून दिले. ''पालकांची चिठी किंवा स्वत: पालक इथे आल्याशिवाय वर्गात बसू देणार नाही.'' असे सांगितले पण हे कृत्य मी केले नाही. तेव्हा मी माफी मागणार नाही. आणि त्यासाठी पालकांनाही आणणार नाही. हे सारं मी वडिलांना सांगितले. पण त्यावेळी का कुणास ठाऊक त्यांनी काहीच प्रतिक्रिया दिली नाही. एक तर भुताटकीच्या प्रकारामुळे आणि धंदाही कमी-कमी होत चालल्यामुळे असेल. त्यांनी प्रतिक्रिया दिली नाही हे खरे.

मी शाळेत जायचा बंद झालो. दिवाळी जवळ आल्यामुळे आमच्या दुकानातील उटणं, साबण, अत्तर, उदबत्ती, सुवासिक तेल घेऊन घरोघरी मी जाऊन विकू लागलो. लोकांकडूनही चांगला प्रतिसाद मिळाला.

आमच्यावेळी शाळेत युनिफॉर्म नव्हता. पण घराघरात फॅमिलीचा युनिफॉर्म असल्यासारखे वाटायचे. आमच्या घरी नाना देवधर म्हणून टेलर यायचे. ते उत्कृष्ट पेटीवादक होते. ते आमच्या सर्व भावंडाचे कपड्यांचे माप घेऊन जायचे. तेच कापड घेऊन कपडे शिवून आणायचे. त्यावेळी मुलाना पसंती- ना पसंतीचा प्रश्नच नसायचा. सातवीपर्यंत चपला हा प्रकारही कोणाला माहीत नव्हता. मला वाटतं, त्यावेळी मुलांना खाण्यापिण्याची आवड नसावी. आमच्याकडे सोडाच पण शेजारी पाजारी घराघरातूनही तसं कधी जाणवले नाही.

गावात ब्राह्मणांची बरीच घर असली तरी सी.के.पी., कासार, कुंभार, मराठा, कोळी, हरिजन, मुसलमान, मारवाडी, गुजराथी, बोहरी अशा अगडपगड

जातीची समाजाची माणसं असूनही सर्व गावं एक कुटुंब वाटायचे. त्यामुळे गावातील सर्व पाल्यांवर सर्व समाजाचंच लक्ष असायचं. जरा कुठे कुणाचं गैरवर्तन दिसले तर गावातील कुठल्याही समाजाचा माणूस त्याच्या पालकांना येऊन सांगत असत.

एकदा मी असाच दादा ठाकूर ह्यांचे हॉटेलमध्ये जाऊन दोन आणे देऊन भाजी-पुरी खाल्ली. तर संध्याकाळी दादा ठाकूर यांनी ही गोष्ट माझ्या वडिलांना सांगितली. अशा तऱ्हेने दोन आणे दुकानातून चोरल्याचं उघडकीला आले.

कोणालाही न सांगण्यासारखी गोष्ट नको त्या वयात माझ्या हातून झाली. पण आत्मचरित्र लिहिताना सारं जीवन जसं घडलं, घडत गेलं तसेच मांडायचे मी ठरवले आहे.

-o-

आमच्या शेजारीच एक मुलगी पाचवीला असेल. अभ्यासाचं निमित्त करून मला तिच्याकडे बोलवायची. त्यांच्या माडीवर आम्ही दोघंच अभ्यास करायचो. एक दिवस तिनं मला चक्क आपल्या मिठीत घेऊन माझे मुके घेतले. दोन मिनिटं मला काहीच सुचेना. मग मात्र त्या मोहाला मीही बळी पडलो. पुढे भीतीनं काही दिवस मी तिच्याकडे गेलोच नाही. पण नंतर अधूनमधून हा आमचा खेळ चालूच असायचा.

आतापर्यंत मला न लाभणारी माझी मुंज वडिलांनी लावून द्यायची ठरवली. मी त्यावेळी चौदा वर्षांचा होतो. मुंज घरातल्या घरातच उरकली. गुरुजींनी संध्या-गायत्रीची संथा दिली. ब्रह्मचर्य गमावलेल्या मला ब्रह्मचर्येची दीक्षा दिली जात होती.

१९४९ साली शाळेच्या वार्षिक परीक्षा होऊन रिझल्ट लागले. सहावीचे माझे सारे सवंगडी सातवीत गेले. मला खूप वाईट वाटले. परत शाळेत शिकण्याच्या उर्मी जागा झाल्या. मी सि.ध.पाटील गुरुजींना भेटलो. त्यांना सर्व हकीगत सांगितली. मला परत मित्रांबरोबर सातवीत बसायचं म्हणून हट्ट धरला. त्यांनी मला शाळेच्या हेडमास्तरांकडे नेलं. मला वाटतं त्यावेळी पालवणकर म्हणून हेडमास्तर होते. पाटील गुरुजींनी त्यांना सर्व हकीगत सांगितली. दोन दिवसांनी सांगतो म्हणून सांगून त्यांनी आम्हाला वाटेला लावले. मी हे सारं वडिलांना सांगितले. त्यांना खूप आनंद झाला. पाटील गुरुजी दोन दिवसांनी वडिलांना भेटले. "पंधरा दिवसांनी सहावीची परीक्षा द्यावी लागेल. पास झाला तरच सातवीत बसायला मिळेल." असं हेडमास्तरांनी पाटील गुरुजींना सांगितले होते. त्यांचं बरोबर होतं. सहावी पास झाल्याशिवाय सातवीत कसं बसता येणार होतं? पण पंधरा दिवसात सहावीचा अभ्यास कसा होणार. हा प्रश्न होता. पण तेही आव्हान सि.ध.पाटील गुरुजींनी स्वीकारले. त्यानी वडिलांना सांगितले. "आता रंग्या!" —घरातील सर्व, मित्रमंडळीच काय सर्व

गावचे मला रंग्या ह्याच टोपण नावाचीच हाक मारत असत. ह्याच नावाने सर्व ओळखत असत. ह्या गावाची अशीच काहीशी पंरपरा होती. कुणालाही सरळ नावाने हाक मारायची नाही. अनंताला अंत्या, गंगाधरला गंग्या, किरणला किरण्या, शऱ्या, नंद्या, गोप्या, शाम्या, शशा अशाच नावानी हाका मारले जायाचे.

तर पाटील गुरुजींनी वडिलांना सांगितले. आत रंगा परीक्षा होईपर्यंत माझ्याच घरी राहील. फक्त जेवायला आणि झोपायला घरी असेल.

पाटील गुरुजी आणि त्यांच्या पत्नी दोघेही हाडाचे शिक्षक होते. विद्यार्थ्यांना चांगले शिकवणे, चांगला मार्ग दाखवणे हाच त्यांचा ध्यास होता. बाईंची शाळा सकाळी तर गुरुजींची दुपारी. त्यामुळे सकाळी सात ते अकरा गुरुजी अभ्यास घ्यायचे. आणि जेवून आल्यावर दोन ते सहा बाई अभ्यास घ्यायच्या. मला आता आश्चर्य वाटते. त्यावेळच्या शिक्षकांची सर्व विषयांवर जबरदस्त हुकूमत असायची. आणि आता प्रत्येक विषयाचा स्वतंत्र शिक्षक असून त्यांची त्या विषयावरही पाहिजे तेवढी हुकमत दिसत नाही.

माझी परीक्षा घेण्याची जबाबदारी सहावीचे वर्गशिक्षक म्हणून भावे गुरुजींवरच सोपवली गेली. दिवसाला दोन पेपरप्रमाणे चार दिवसात परीक्षा आटोपली.

भावे मास्तर परीक्षा घेणार म्हटल्यावर मी खूप घाबरलो होतो. पण सि.ध. पाटील गुरुजींनी माझी ती भीती परीक्षेपूर्वीच घालवली. त्यांनी परीक्षेच्या आदले दिवशी मला चक्क भावे मास्तरांसमोरच नेले. तेही जातिवंत शिक्षक होते. त्यांनीही मला खूप धीर दिला. मागली गोष्ट काही घडलीच नाही असे ते माझ्याशी वागत होते. बोलत होते.

ह्या परीक्षेच्या काळात पाटील गुरुजी रात्री नऊ वाजेपर्यंत दुसऱ्या दिवशीच्या दोन्ही पेपरचा अभ्यास घ्यायचे. ह्या उभयता गुरुजनांची मेहनत कामी आली. मी साठ टक्के मार्क घेऊन सहावी पास झालो. आई-वडिलांना खूप आनंद झाला.

पाटील गुरुजी आगरी समाजाचे होते. पण त्यांनीच मला घडवले. अजूनही मला त्यांचे ऋणातून मोकळे होण्याची संधी मिळाली नाही. हे शल्य माझ्या मनात कायमचे राहिले आहे. कारण सातवीची परीक्षा झाल्यावर मीच गाव सोडले. त्यामुळे त्यांची परत कधीच भेट झाली नाही.

वडिलांनी उभयता गुरुजनांचे मनापासून आभार मानले. विशेष म्हणजे वडिलांनी देऊ केलेली शिकवणीची फीही त्यांनी घेतली नाही. आज इतके वर्षानंतरही ते दुटांगी पांढरे स्वच्छ धोतर-शर्ट, त्यावर निळा उलनचा कोट, डोक्यावर पांढरी टोपी घातलेली त्यांची ती मूर्ती अजूनही माझ्या डोळ्यांसमोर दिसते.

ह्या सर्व प्रकारात सातवीचा वर्ग सुरू होऊन वीस एक दिवस होऊन गेले होते. म.तु. कदम म्हणून वर्गशिक्षक. मोठ्या हास्य वदनाने त्यांनी वर्गात माझं स्वागत केले. हे कदम गुरुजी जातीने चांभार पण तेही सि.ध.पाटील गुरुजींच्याच पठडीतले शिक्षक. अतिशय मनापासून शिकवणे हाच ध्यास. मला वाटतं त्यावेळचे सर्व शिक्षक मास्तर, गुरुजी नाही तर गुरू म्हणून घेण्याच्या योग्यतेचे होते. पण त्यावेळी गुरुजी नाही, मास्तर म्हणायची पद्धत होती. अशा तऱ्हेनं माझ्या खंडित झालेला शिक्षणाचा प्रवास त्याच मित्रमैत्रिणींसोबत परत सुरू झाला. त्यामुळे शेजारीपाजारी माझी इमेज परत वाढली. माझ्याकडे बघण्याची लोकांची दृष्टीच बदलून गेली.

-o-

नव्या जागेत एवढे मोठे थाटलेले दुकान चालेनासे झाले. मोठा भाऊ माल आणायला मुंबईला गेला तो परत आलाच नाही. मुंबईच्या व्यापाऱ्यांचा पैशाचा तगादा सुरू झालेला. वडिलांनी शेवटी १९५० मध्ये दुकान विकून व्यापाऱ्यांचे पैसे भागवले. घरातील नोकरचाकर कमी झाले. दोन म्हशींच्या दुधावर कसा तरी प्रपंच चालू होता. आईनं काटकसरीनं संसार करून आम्हा सर्व भावंडांसाठी हौसेनं चांदीची ताटं, वाट्या, भांडी, तीन-चार मोठे तांबे, देवासाठी ताम्हण, देवाची सर्व उपकरणी, मुंबईला असतानाच केली होती. पाडवा, दसरा, दिवाळी सणाला आम्हा सर्वांना ती मांडली जायची. तीही आस्ते आस्ते विकली गेली. देणेकऱ्यांच्या देण्यासाठी, एवढा मोठा प्रपंच चालवण्यासाठी, घराजवळची अगदी चांगली शेत जमीनही विकायची वेळ आली. ह्या सर्व प्रकारामुळे आईनं अंथरूण धरले. तिला संडासावाटे तांब्या तांब्या रक्त पडायचे. तशाही परिस्थितीत वडिलांनी चांगल्या डॉक्टरांची-वैद्याची ट्रीटमेंट चालू ठेवली होती. एके काळचा सेंट्रल बँकेचा मॅनेजर. पेणमधला मोठा नावाजलेला दुकानदार- परिस्थितीपुढे न वाकता गजाननकाका लोंढ्याच्या गणपतीच्या कारखान्यात तीस रुपये पगारावर कामाला राहिला. आमच्याकडे काम करणाऱ्या त्या काशिरामच्या बरोबर तेही गणपती रंगवू लागले. ह्याला कुठलं दैव म्हणावं?

आमच्याप्रमाणे तिकडे हरिभाऊ, विनूकाकांची परिस्थिती ढासळली. त्यांचे कुठेच कार्यक्रम होईनासे झाले. याचवेळी आमच्या वडिलांचे काका वासूकाका-कृष्णा देवाघरी गेले.

अशा परिस्थितीत वडिलांनी प्रमिलाचं लग्न पनवेलच्या गोडबोल्यांच्या मुलाशी लावून दिले.

ह्यावेळी विनूकाकांचे शिष्य काशिनाथ मोघे यांचही लग्न झाले. हे मोघे लहानपणापासूनच विनूकांकाकडे होते. त्यांच्याच कुटुंबातील एक घटक म्हणून ते

विनूकाकांचे शिष्य. पण आम्ही काही त्यांना तबला वाजवताना कधी पाहिले नाही. ते मनोहर देवांच्या कापडाच्या दुकानात कामाला होते.

असंच एकदा आईच्या अंगात भुताचं वारं आलं असताना देवघरात देवाच्या उजव्या बाजूच्या कोपऱ्यात त्या वाऱ्यानं रांगोळी काढायला लावली. हळद कुंकू-फुलं वाहून पूजा करायला लावली आणि सांगितले ही लक्ष्मीची पूजा आहे. हरिभाऊ, विनूकाका आणि आमचे वडील या सर्वांनी ते वारं सांगेल तशी पूजा केली. 'अक्षयतृत्तीयेला रात्री इथे खणा, तिथे तुम्हाला लक्ष्मी मिळेल. ती तिघांनी वाटून घ्या.'

अक्षयतृतीयेचा दिवस उजाडला. रात्री घरातील सर्व मुलांना लवकर जेवायला घातले आणि त्या मोघ्यांबरांबर त्यांच्या बायकोसह आम्हा तीनंही कुटुंबातील सर्व मुलां-मुलींना सिनेमाला पाठविले. सिनेमाच्या बुकिंग मास्तरापासून डोअर कीपरपर्यंत सर्वच आश्चर्याने, कुतूहलाने पाहत होते. कधी काळी ऐतिहासिक नाही तर पौराणिक सिनेमाला येणारी घांग्रेकर फॅमिली नादिया-जान कावसचा मुकाबला हा स्टंट सिनेमा पाहायला कशी काय आली? याचं सर्वांनाच काय पण आम्हा सर्वांनाही आश्चर्य वाटत होते. रात्री सिनेमा सुटल्यावर घरी आलो तर देवघरात त्या जागी कंबरभर खोल खड्डा खणलेला दिसला. आम्हाला वाटलं खरंच तिथे मोहरांचा हंडा वगैरे काहीतरी सापडले. कारण आम्ही घरी येईपर्यंत सर्व गुपचूप झोपलेले होते. दुसरे दिवशी सकाळी उठल्यावर समजलं की त्या भुताने हूल दिली. फसवलं. लक्ष्मी नाही आणि काही नाही. खड्ड्यात भला मोठा कातळ आणि तोही दोन मुख्य भिंतीच्या खाली असलेला. शेवटी खड्डा बुजवण्याचे काम आम्हा मुलांना करावे लागले. लक्ष्मी मिळाली नाहीच पण एवढ्या जणांचे सिनेमाचे तिकिटाचे पैसे मात्र गेले.

त्यावेळी सातवीची परीक्षा बोर्डाची होती. परीक्षेचा फॉर्म भरताना ठरावीक दिवस विद्यार्थी हजर असल्याशिवाय परीक्षेला बसायची परवानगी नसायची. मी उशिरा त्या वर्गात बसल्यामुळे मला त्या नियमाप्रमाणे सात दिवस कमी पडले. पण मास्तरांनी डॉक्टरांचे सर्टीफिकेट आणायला सांगितले. आमचे फॅमिली डॉक्टर रिजबूड यांनी ते दिले. पनवेल केंद्रावर २१ जानेवारी १९५१ ला परीक्षा होती. एक जानेवारीला मी तापाने फणफणलो. चार दिवस झाले ताप निघेना. डॉक्टर आले. मुदतीचा ताप ठरला. ऐन परीक्षेच्या वेळी अभ्यास थांबला होता.

१० जानेवारी १९५१ साली टिळक पंचागाच्या संक्रांतीच्या दिवशी पनवेलहून एक चिठ्ठी आली की, प्रमिला देवाघरी गेली. भुताटकीचा बळी. त्या बहिणीचं लग्न होऊन वर्ष होण्याआधीच ती गेली. ती गेली तेव्हा सात महिन्यांची गरोदर होती. तिचे सासरे गायत्रीचे उपासक. पनवेलसारख्या ठिकाणी एका चाळीत दोन खोल्यांत सुखाने

राहणारे मध्यमवर्गीय कुटुंब. चार-सहा दिवस ती तापाने आजारी पडली. राहत्या बिऱ्हाडी जागा पुरेना म्हणून जवळच एका चाळीत एक खोली भाड्याने घेतली. दहा तारखेला सकाळी तिला त्या खोलीत नेली आणि त्याच दिवशी संध्याकाळी दिवे लागणीच्या वेळी ती मोठमोठ्याने ओरडली. 'कुणीतरी माझा गळा दाबत आहे.' रक्ताची उलटी झाली आणि तिची प्राणज्योत मालवली. दोन महिन्यांपूर्वी गावातच कुण्या नातेवाईकांकडे ती हळदी-कुंकवाला गेली होती. येताना एका चौकात काळोखात ती खूप घाबरली. दुसरे दिवशी तिला ताप आला. पण सासऱ्यांनी देवाचा अंगारा लावला आणि तिला बरं वाटले. आतासुद्धा त्या राहत्या जागेतून तिला हलवली आणि ती लागलीच गेली. तिच्या सासऱ्यांच्या गायत्री मंत्राच्या उपासनेमुळे त्या भुताचं त्या घरात काही चालत नसावं.

लग्नानंतरच्या पहिल्याच दिवाळीला मी तिच्याकडे भाऊबीजेसाठी गेलो होतो. तिचा माझ्यावर खूप जीव होता. तसा मी आमच्या कुटुंबात सर्वांचाच लाडका होतो. कारण लहानपणापासून काहीतरी विनोद करून, नकला करून सर्वांना हसवणे हाच माझा छंद होता. दुसरे म्हणजे भीती हा प्रकार माहीत नव्हता. काहीही धाडस करायची तयारी. त्यामुळे शेजारी-पाजारी, शाळेत तसा मी लोकप्रिय होतो.

२१ जानेवारी १९५१ बोर्डाची परीक्षा. सतरा तारखेपर्यंत परीक्षेला बसायचं नाही असे ठरलेले. अठरा तारखेला डॉक्टर घरी आले. ताप नव्हता. त्यांनी माझा आत्मविश्वास जागवला. परीक्षेला बसायचे. वर्ष फुकट घालवायचे नाही. त्यांनी एक इंजेक्शन दिले. १९ जानेवारीला मी परीक्षेसाठी पनवेलला गेलो. त्या बहिणीच्या घरीच जावं लागले. आज ती असती तर तिनं माझी किती काळजी घेतली असती? माझं किती कौतुक केलं असतं. पण ते माझ्या नशिबात नव्हते. तिच्या घरच्यांनी, तिच्या जावांनी, भावजींनी माझी खूप काळजी घेतली. पण माझी परीक्षेची घाई आणि त्यांच्या घरात माझ्याच बहिणीच्या दशक्रियेची घाई. किती विचित्र माझं दैव?

दोन दिवसात चार पेपर झाले. परीक्षेहून आल्यावर खूप थकल्यासारखं वाटायचं. बहिणीच्या आठवणीनं मनातल्या मनात घुसमटायला व्हायचे. तिसऱ्या दिवशी सकाळी दहा ते बाराचा पेपर झाला. दुपारच्या सहाव्या पेपरला मला परत ताप भरला. पण मी कोणाला सांगितले नाही. २४ जानेवारीला शेवटचा पेपर झाला आणि मी लागलीच घरी आलो. येताना वर्गातल्या मुलांनी माझी व्यवस्थित काळजी घेऊन घरी आणून सोडले.

आमच्या त्या बहिणीचे सासरे पनवेलच्या रतनशेट भाटीया यांच्या पेढीवर जमाखर्च लिहिण्याचे काम करायचे. आमचे भावजीही रतनशेटच्या गिरणीत कामाला

होते. त्या भाटीयांची भाटीया बँक पण होती. बहिणीच्या सासऱ्यांच्याच ओळखीनं वडिलांना त्यांनी मुंबईत काळबादेवीच्या बँकेच्या शाखेत नोकरी दिली. शंभर रुपये पगार. वडील त्या बँकेतच राहात आणि खानावळीत जेवत.

-०-

माझा एक मित्र चंद्रकांत शेटे. खरं तर तो माझ्या मोठ्या बहिणीच्या-सुशिलेच्या- वर्गात होता. घरच्या परिस्थितीमुळे सुशिला सातवी पास होऊनही तिला पुढे शिकता आले नाही. ताई पण घरीच होती. धाकटी बहीण चंद्रकला आणि धाकटे भाऊ भालचंद्र आणि श्रीधर. माझ्या मागेच शाळेत शिकत होते.

तर हा चंद्रकांत शेटे मूळचा बार्शीचा. आई-वडील लहानपणीच गेल्यामुळे त्याच्या मोठ्या बहिणीनेच त्याचं लालन-पालन, शिक्षण केलं. तिचे यजमान सरकारी खात्यात नोकरीला असल्यामुळे त्यांची बदली पेणला झाली होती. अशीच एकदा शाळेत त्याच्याशी ओळख झाली. आणि ओळखीचं रूपांतर मैत्रीत झालं. तो सातवी पास झाल्यावर कोसबाडला शेती शिक्षणासाठी गेला. ते शिक्षण पुरे झाल्यावर त्याला सोलापूर जिल्ह्यातच सांगोला तालुक्यात ऐखतपूरला सर्वोदय केंद्रात शेती अधिकारी म्हणून नोकरी मिळाली. आमच्या घरची सर्व परिस्थिती त्याला माहीत होती. त्यांनी माझ्या वडिलांना मुंबईला बँकेच्या पत्त्यावर पत्र पाठवून मला आग्रहाने तिकडे बोलावले होते. माझी सातवीची परीक्षा झाल्यामुळे मी रिकामाच होतो. कुठल्या गाडीत बसायचे, कुठे उतरायचे, कुठे गाडी बदलायची, तिथे आल्यावर कुठे वाट पाहत बसायचं असं सगळं त्यांनी व्यवस्थित पत्रात लिहिले होते. वडिलांनीही मला धाडस करून पाठवले. सर्वांनाच आश्चर्य वाटत होते.

जानेवारी १९५१ साली त्यांनी पत्रात लिहिल्याप्रमाणे वडिलांनी मला मद्रास मेलला बसवून दिले. रात्री दहा वाजता मुंबईहून निघालेली मद्रास मेल सकाळी सहा साडेसहाला कुर्डुवाडीला पोचली. तिथे गाडी बदलून मी बार्शी लाईट रेल्वेने सांगोला स्टेशनवर सकाळी साडेदहा अकराच्या सुमारास उतरलो. त्यांनी सांगितल्याप्रमाणे सांगोला गावातील त्या वेळच्या एस.टी.स्टँड जवळच्या चौकातील पारावर दही विकणाऱ्या बाईजवळ गेलो. तिनंही मला गेल्या गेल्या विचारले, 'शेटे साहेबाचा भाऊ काय?' मी हो म्हणताच तिनं शेजारच्या हॉटेलमधून तांब्याभर पाणी आणले आणि मला म्हणाली, 'अदुगर चुळा भरून भाकर खाऊन घे.' त्या बाईचा पोशाख, तिची बोली भाषा मला सगळंच नवीन होतं. त्या बाईनं दिलेली भाजी भाकरी हातावरच घेऊन खात होतो. खूप तिखट-झणझणीत, माझ्या नाकाडोळ्यातून पाणीच आले. त्या माऊलीने माझी ती हालत पाहून मला दही दिलं. भाकरी खाऊन त्याच पारावर

आरामासाठी झाडाला टेकून बसलो. सगळी माणसं आमच्या भागापेक्षा वेगळीच वाटायची. सर्वच धोतर, लांब शर्ट- डोक्याला पटका. बोलण्यात अतिशय रग. आरं, कारं, शिवाय कोणीच बोलत नव्हते.

ठरल्याप्रमाणे चंद्रकांत शेटे आला. त्यानी मला सायकलवरून डबलसीट बसवून ऐखतपूरला नेले. सांगोला ऐखतपूर दोन अडीच कोस असेल. तिथे सर्वोदय केंद्रातच तो राहात होता. तिथे गेल्यावर त्याने मला जवळच्या मळ्यात आंघोळीसाठी नेले. मी प्रथमच आज मोट हा प्रकार पाहिला. चार बैलाची ती मोट पाहून खूप नवल वाटले.

सर्वोदय केंद्र- ग्रामीण भागासाठी निरनिराळ्या योजना राबवणारी ती सरकारी संस्था होती. अण्णासाहेब चांदणे त्या संस्थेचे मुख्य पुढारी. ग्रामीण रोजगार- अंतर्गत स्त्रियांना सूत काढण्यासाठी चरखा शिक्षण. कोंबड्या, मेंढ्या पाळण्याचे शिक्षण, शेतीसाठी नवीन नवीन प्रयोग करण्याचे शिक्षण असे वेगवेगळे उपक्रम सर्वोदय संस्थेमार्फत चालायचे. माझ्या मित्राची इच्छा होती मीही त्या संस्थेत कामाला राहावे. पण सातवी पास झालो तरी मला पुढे शिकायचं होतं. मी त्याला म्हटलं, "मला तुझ्याप्रमाणे कोसबाडला शेती शिक्षण घ्यायची इच्छा आहे. त्यासाठी तू काही करू शकतोस का?" त्यानी तसा प्रयत्न केला. त्यासाठी पत्रव्यवहारही त्यानी केला. पण काही जमले नाही. महिनाभर तिथे राहून मी परत पेणला आलो. ह्या महिनाभराच्या मुक्कामात सांगोला जवळच्या चिंचोली तलावावर सतत आठ दिवस श्रमदान शिबिरात श्रमदानाचा आनंद घेता आला. दहा-पंधरा कार्यकर्ते. त्यांचे दहा-पंधरा स्वयंसेवक. प्रत्येक गोष्टीचं व्यवस्थित नियोजन. दुपारचं जेवण डॅमवरच. सर्व डबे घेऊन यायचे, एकत्र बसून जेवण, गप्पा गोष्टी, गाणी, नकला असा तास-दीड-तास विश्रांतीच्या वेळी कार्यक्रम रंगायचा. परत श्रमदान. कामाच्या वेळीही गाणी-विनोद चालायचे. त्या ग्रामीण भाषेतल्या गप्पा खूप आनंद देऊन जायच्या. संध्याकाळी पाच वाजता काम बंद करून सर्वजण आपापल्या गावाला जायचे. परत सर्व सकाळी नऊला हजर. ह्या शिबिरात सांगोल्याचे बापूसाहेब झपके, माळीसर, डॉ. केळकर, पंढरपूरचे डॉक्टर बेणारे, मेडसिंगचे संभाजी रावशेंडे अशा नवीन तरुणांची, कार्यकर्त्यांची ओळख झाली. परत पेणला येताना चंद्रकांत शेटेंनी पंढरीच्या पांडुरंगाचे दर्शन घडवलं.

ह्या प्रवासात नवीन प्रदेश, की जिथे अवघा आठ-दहा इंचच पाऊस पडतो, कुठेही उंच डोंगर नाहीत, सगळीकडे-जिकडे पाहाल तिकडे- अगदी दूरवर क्षितिजापर्यंत सपाट जमिनी, माळरानं. तशा जमिनीही सुपीक. वर्षातून दोन-दोन, तीन-तीन पिकं देणाऱ्या. एकेकाची दोन-दोन, तीन-तीन बिघे जमीन. एकमेकाला लागून, पण कुठे कुंपण नाही की बांध नाही. आमच्या कोकणात मात्र अर्धा एकर- पाव एकर जमीन

असलेल्या मालकांच्या जमिनीला बांध- काटेरी कुंपण बघायला मिळते. तिकडची माणसंही तशीच. सगळीकडे वारकरी सांप्रदायाचा पगडा असलेली. प्रत्येकाच्यात अतिथ्य भरलेले, भाषा राकट. घाटी भाषाच ती रगेल-रंगेल. अतिशय कडक उन्हाळा, कोरडी हवा त्यामुळे ती माणसंही राकट दिसायची. मी घरी आलो तर मीही काळा आणि राकट होऊन आलो.

मार्च १९५१ ला सातवीचा रिझल्ट लागला. चांगल्या मार्कांनी मी पास झालो. त्यावेळी कोणी कितीही मार्क मिळवले तरी त्याचं तसं कुणालाच कौतुक नसायचं. मेरीट हा शब्दच मला वाटतं कुणाला माहीत नसावा. पास झालं एवढेच कौतुक आणि याचं कारण मला वाटतं प्रत्येक घरात डझनवारी पोरं. मी पास झालो खरा, पण पुढे शिकण्यासारखी परिस्थिती नव्हती. काहींनी माधुकरी मागून किंवा वार लावून शीक असाही सल्ला दिला. त्यावेळी असे वार लावून शिकणारे आणि शिकवणारे आमच्या गावात भरपूर होते. पण मी मात्र आईच्या सांगण्यावरून मुंबईला तिच्या मामेभावाकडे विलेपार्ल्याला गेलो. त्यावेळी तो दैनिक लोकसत्ताचा संपादक होता. तसा तो एक-दोनदा पेणलाही येऊन गेला होता. शं.का. पेंडसे. त्यांना मूल-बाळ नव्हते. त्या मामाची बायकोही नोकरी करायची. मी त्याला सर्व हकीकत सांगितली. पुढे शिकण्याची इच्छा आहे म्हणालो पण काहीही उपयोग झाला नाही. उलट त्यांनीही मला ऐकवले, "ब्राह्मणाचा मुलगा तू-माधुकरी मागून शीक. मीही तसाच शिकलोय. तेव्हा माझ्याकडे काही जमायचं नाही."

-०-

मी मामाकडून निघालो ते सरळ पार्ले स्टेशनवर आलो. कितीतरी वेळ विचार करीत तिथे बाकावर बसून होतो. विचाराच्या तंद्रीत रात्रीचे अकरा वाजून गेलेलेही मला समजले नाही. मी उशाला पिशवी घेऊन तिथेच त्या बाकावर आडवा झालो. थोड्या वेळाने एक फेल्ट हॅट घातलेला रुबाबदार माणूस माझा बाकावर येऊन बसला आणि मला म्हणाला, "ए बच्चे, यहाँ मत सोना, बारा बजेके बाद पोलीस आएगा तो तेरा बारा बजा देगा." मी ताडकन् उठून बसलो, "डरना नही यार, हमारे साथ दादर चलो. हमारे यहाँ सो जाना." मीही वेड्यासारखा त्याच्याबरोबर दादरला गेलो. मला वाटलं, कोणी मोठ्या घरचा भला माणूस दिसतो. दादरला उतरल्यावर समजलं, की तो सिनेमात काम करणारा कुणी एक्स्ट्रा कलावंत आहे आणि तोही फूटपाथ निवासी. दादर स्टेशन जवळच जावळे बिल्डिंगच्या समोर फूटपाथवर त्यांनी त्यांची पथारी घातली. तिथेच त्याचे जवळ मीही झोपलो. थोड्या वेळात त्याने माझ्याशी अतिप्रसंग करून आपली कामवासना भागवली. मी खूप घाबरलो होतो.

हात-पाय पार गळून गेले. उठून पळताही येत नव्हते. एवढ्या रात्री मी कुठे जाणार होतो. सकाळी लवकर उठून सरळ वडिलांकडे गेलो. मनात खूप धास्तावलो होतो.

मामाकडे घडलेली हकिकत त्यांना सांगितली. त्यांना खूप वाईट वाटले. पण त्यांचाही नाईलाज होता. मी तिथेच राहिलो. त्यांच्याबरोबरच खानावळीत जेवायला जायचो. त्यांना जो शंभर रुपये पगार मिळत होता त्यातले साठ रुपये ते घरी पेणला पाठवत. तीस रुपये खानावळीला देत आणि दहा रुपयात विडी-काडी, साबण दाढी सगळं भागवीत. आता त्यात माझी भर पडली. नंतर मला समजले, की ते एक वेळच जेवायचे.

एक दिवस दुपारी फिरता फिरता ठाकूरद्वार नाक्यावर आलो. तिथे वामन हरी पेठे यांच्या दुकानाच्या कोपऱ्यावर दोघं मोठी मुलं बूट- पॉलिश करत होती. बूट-पॉलिश झाले की त्यांना गिऱ्हाईकाकडून एक आणा मिळायचा. दोघांचा धंदा चांगला चालला होता. मी बराच वेळ अगदी एकाग्र होऊन ते पाहत होतो. त्या मुलांच्या ते लक्षात आले ते म्हणाले, "क्या देखते हो, धंदा करने का है क्या?" मी ही तितक्याच जोरात म्हणालो, "हां हां, करने का है।"

"तो कल ब्रश और पॉलिशकी डबिया लेके आना. पैसा है क्या?"

"हां, दोन रुपये है।"

"अच्छा! रख ले. कल सबेरे आठ बजे आ जाना."

दुसरे दिवशी ठरल्याप्रमाणे मी आठ वाजता तिथे गेलो. त्या दोघा बूट-पॉलिश करण्याऱ्यांनी मला दोघांच्या मध्ये बसवले. दोन दिवसांत त्यांनी मला बूट पॉलिश करण्याचे प्रॅक्टिकलसह ट्रेनिंग दिले. तिसऱ्या दिवशी ठाकूरद्वार नाक्यावर दोघांचे तीन बूट पॉलिशवाले झाले.

चौथ्या दिवशी वडिलांनी विचारले, अरे एवढ्या लवकर कुठे जातो? सकाळी जेवायलाही येत नाहीस. मी त्यांना खरं काय ते सांगितले. त्यांना धक्काच बसला. वाईटही वाटले. पण विरोध केला नाही.

पंधरा दिवसांनी त्या दोघांनी मला सांगितले, "तू आता स्वतंत्र धंदा कर" पण ह्या पंधरा दिवसात मला दोघंही चार-चार आणे देत होते. मी त्यातून ब्रश पॉलिशच्या दोन डब्या विकत घेतल्या आणि त्यांच्याजवळ बसूनच पॉलिश करू लागलो. होणाऱ्या दोन एक रुपये कमाईतनं मी त्यांना चार-चार आणे द्यायचो.

-०-

दुमजली प्रशस्त घर, विहीर, घरामागे मोठी बागेसाठी जमीन, घरामागे आणखी एक दुमजली घर, त्याच्यामागे गुरांचा गोठा. त्यासाठी एक कुटुंब कामाला

ठेवलेले. त्यांना राहण्यासाठी गोठ्याजवळच दोन खोल्या. ह्या कुटुंबातील लहानांपासून थोरांपर्यंत सर्वांनीच मला अगदी घरच्याचसारखे वागवले. नानांच्या मंडळी म्हणजे मोठ्या वहिनींनी अगदी मुलासारखं प्रेम दिले. पाणी भरणे, पूजेची तयारी करणे, बाजारहाट, सर्वांना जेवायला वाढणे, मुलांना शाळेत नेणे-आणणे अशी कामं करीत दिवस मजेत जात होते.

मोठ्या वहिनी तर तू पुढे शीक म्हणून मागे लागल्या होत्या. त्यासाठी त्यांनी नाशिकला आपल्या सासऱ्यांकडे पाठविण्याची तयारी दाखवली होती. पण त्यावेळी मीच तयार झालो नाही. मुलांबरोबर क्रिकेट खेळणे, त्यांना घेऊन व्यायाम करणे, जेवण-खाण मुलांप्रमाणेच मला मिळत असे. स्वयंपाकाला भिमाबाई म्हणून विधवाबाई होत्या. त्याही मोठ्या प्रेमळ होत्या. मला फक्त महिना दहा रुपये पगार मिळायचा. अधूनमधून वडिलांना भेटायला जायला मिळायचे. कधी कधी वडीलही भेटायला यायचे. त्यांनाही तितक्याच मानाने, आदराने मान दिला जायचा. दीड-दोन वर्ष मी तिथे होतो. मग आमच्या ताईलाही स्वयंपाकीण म्हणून तिथे आणले आणि मी तिथून बाहेर पडलो.

पेठ्यांकडून नोकरी सोडली. आणि मी परत मुबंईला वडिलांकडे गेलो. तिथे असताना ब्रेबॉर्न स्टेडीयमवर भारत-वेस्टइंडीजची टेस्टमॅच चालू होती. वडिलांनी मला मुद्दाम चार दिवस ती मॅच बघायला पाठविले. त्यावेळी रोज फक्त चार आणे तिकिट इ स्टँडचे असायचे.

एक दिवस काय मनात आलं कुणास ठाऊक. सहज दादरला गोल्ड मोहर मिलनमध्ये काका निगुडकरला भेटायला गेलो. मनात आले, त्याच्या ओळखीनं त्यांनी मला मिलमध्येच नोकरी मिळवून दिली तर पाहू या. मला पाहून त्याला आश्चर्यच वाटले. आनंदही झालाच. पेठ्यांकडे कामाला राहिल्यापासून मी पार्ल्याला असून त्याला कधी भेटायला गेलो नाही आणि आज अचानक दत्त म्हणून त्याच्यासमोर उभा. माझा दादा आता त्याच्याकडे राहात नव्हता. कुणी गोपाळ डे म्हणून बंगालीबरोबर चिवड्याचा व्यवसाय करायचा म्हणे. त्याच्याचकडे परळला राहायला गेला होता. माझ्याप्रमाणे एका ठिकाणी चिकटून राहिला नाही. सतरा ठिकाणी वणावणा फिरत होता.

मी परळला जाऊन मोठ्या भावाचा शोध घेतला. त्याचा मित्र गोपाळ डे चा परिचय झाला. हा गोपाळ डे स्वभावाने अतिशय हळवा. प्रेमळ स्वभावाचा. तो पहिल्यांदा पुण्याला लक्ष्मी नारायण चिवडावाल्याकडे चिवडा करायला होता. मग त्या लक्ष्मी नारायण पैकीच कुणी भाऊबंद त्याला मुंबईला घेऊन आला आणि महालक्ष्मी बेस्ट चिवडा सुरू केला. गोपाळ डे बंगाली असूनही हा चिवडा अप्रतिम बनवायचा.

माझा दादा त्याच्याकडेच होता. तो घरोघर जाऊन चिवडा विकायचा. मग मीही त्याच्याकडून चिवडा घेऊन घरोघर विकायचा प्रयत्न केला. पण मला काही त्यात यश आलं नाही. अगदी लोकलमध्ये सुद्धा चिवडा विकायचा प्रयत्न केला. तिथेही तसा प्रतिसाद मिळाला नाही. पण एक दिवस जेलची हवा मात्र खावी लागली. एकदा ग्रँटरोड स्टेशनला लोकलमधून उतरताना टी.सी.ने. मला पकडले. माझ्याकडे तिकीट होते तरीही. मला वाटले मी रेल्वेत चिवडा विकताना त्याने मला पाहिले असेल. पण पकडले गेले होते ते मी लेडीज डब्यातून प्रवास केला म्हणून. माझ्याबरोबर आणखीही दोघं फेरीवाले होते पण त्यांना सोडून दिले. आणि मला मात्र पोलिसांच्या हवाली केलं. त्या पोलिसांनी मला रेल्वेनंच बॉम्बे सेंट्रलला नेऊन रेल्वेच्या कोर्टात न्यायाधीशासमोर उभे केले. कोर्टापुढे काही चौकशी होण्यापूर्वीच आठ दिवस शिक्षा किंवा पंधरा रुपये दंड अशी शिक्षा फर्मावली. तो दंड भरायला माझ्याजवळ पंधरा रुपये नव्हते. होता तो फक्त दोन रत्तल चिवडा. पण त्याचा काही उपयोग नव्हता. मला सरळ भायखळा जेलला पाठविण्यात आले. मला क्षणभर काहीच कळेना. रात्री न जेवताच तुरुंगात दिलेल्या कांबळ्यावर पडून होतो. माझ्याप्रमाणे आणिही काही तिथे होते.

आठ दिवस आपल्याला इथे राहायला लागणार. मी इथे आहे हे कोणाला कसे कळणार? मग सगळीकडे शोधाशोध होणार. रात्र अशीच अर्धवट झोपेत, अर्धवट विचारात गेली. सकाळी सात-साडेसातला सगळ्यांना प्रातर्विधीसाठी बाहेर काढण्यात आले. परत सगळे आत. सकाळी साडेदहा अकरा वाजता पहारेकऱ्यांनी मला बाहेर काढले आणि जेलर साहेबांच्या ऑफिसमध्ये नेले. तिथे माझ्या वडिलांना पाहून माझ्या डोळ्यात पाणीच आले. वडिलांनी पंधरा रुपये दंड भरला आणि मला सोडवले. पण एक रात्र मी तुरुंगाची हवा खाल्लीच.

पोलिसांनी मला बॉम्बे सेंट्रलच्या कोर्टासमोर नेताना वामन हरि पेठ्यांच्यापैकी बिट्टूकाकांनी मला पाहिले होते. त्यांनीच माझ्या वडिलांना काळबादेवीला भाटिया बँकेत कळविले होते. माझे नशीब. बिट्टूकाकांना माहीत होते की माझे वडील बँकेत आहेत म्हणून, नाही तर आठ दिवस भायखळा जेलचा पाहुणचार घ्यावा लागला असता.

१९५२ साली चंद्रकांत शेटेचं पत्र वडिलांच्या पत्त्यावर आले. त्यांनी मला लागलीच बोलावले होते. मी गोपाळ डेचा चिवडा परत करून, वडिलांना सांगून सांगोल्याला गेलो. आता चंद्रकांत चिणक्याला राहत होता. सांगोल्यापासून सात-आठ मैलावर हे चिणके गाव. चालत चालत दुपारी दोन वाजता चिणक्याला पोहचलो. मी ज्या घरी त्याचा पत्ता विचाराला गेलो ते घर गावच्या पाटलाचे होते. त्यांनी माझी

चौकशी केली. गूळ पाणी दिले. थोड्याच वेळात जेवणाचा आग्रह केला. त्यांच्या बायकोनं दोन पितळ्या आमच्या समोर ठेवल्या. गरम गरम पांढरी स्वच्छ ज्वारीची भाकरी पितळीत ठेवली गेली. आणि त्या पितळ्या समोर शेण्याचे तुकडे (गोवऱ्याचे) ठेवले गेले. मला काहीच कळेना, हा काय प्रकार आहे तो, पण त्या बाईनंच तो शेणाचा तुकडा पितळीखाली सारला आणि त्यात रस्साभाजी वाढली. पहिला घास घेताना मागच्या वेळच्या सांगोल्याच्या दहीवाल्या बाईंची आठवण झाली आणि मग भीतभीतच जेवलो. त्या रस्साभाजीनं मस्तकात झिणझिण्या येत होत्या. आणि नाका-डोळ्यांतून पाणी.. जेवण आटोपलं. त्या पाटलांनी पानतंबाखू खाल्ली. आणि मला म्हणाला, "चला पाव्हणं, तुम्हाला शेटे साहेबाचं घर दाखवतो." आश्चर्य म्हणजे त्यांच्या घराच्या भिंतीला लागून चंद्रकांतची खोली होती. पण आलेल्या अतिथीला जेवल्याशिवाय सोडायचा नाही हा त्या भागाचा त्यावेळचा नियम. मला पाहून तो धावतच आला, त्याला खूप आनंद झाला. मी इथे सहा-सात महिने राहिलो.

ह्या चंद्रकांतनी गावालगत कुणाची तरी शेती करायला घेतली होती. त्या शेताच्या वरच्या बाजूला पाच एक फूट खोल आणि पंधरा बाय दहाचा सिमेंट कॉंक्रेटचा पाण्याचा पक्का हौद बांधलेला. त्यात लिफ्ट एरिगेशनने ओढ्याचं पाणी यायचं व तिथून आजूबाजूच्या शेतीला पाटाने दिले जायचे. तशा गावात मोटाही भरपूर चालायच्या. त्या हौदात तासन् तास गावच्या मुलांबरोबर डुंबायचो. त्या शेतावर आम्ही एक झोपडी बांधली होती. त्यात झोपण्यासाठी एक बाजलंही ठेवलं होतं. ह्या शेतात गहू, हरभरा पेरला होता. सुगीचे दिवस असल्यामुळे सूर्योदया पूर्वीपासूनच जिकडे तिकडे पाखरांना हाकलण्यासाठी गोफण फिरवीत हाकारे चालू असायचे. रोज जोंधळ्याचा हुरडा कोणी ना कोणी आणू द्यायचा. चंद्रकांतनी दोन बैलंही घेतली होती. मलाही शेतीची खूप आवड. त्यामुळे मी तिथं चांगलाच रमलो. दिवसभर शेतावर गव्हाला-उसाला पाणी लाव. बैलांना ओढ्यावर नेऊन पाणी पाज, त्यांचे शेण गोळा कर. आम्ही दोघंच असल्यामुळे आम्हाला शेजारची एक बाई दोन्ही वेळा भाकऱ्या करून द्यायची. मग आम्ही काही तरी भाजी-चटणी करायचो. आम्ही राहात होतो त्याच्या समोरच वाड्यात रोज भजन चालायचे. मला त्यातले काहीही येत नव्हते. पण मी रोज जायचो. त्यांच्याबरोबर म्हणायचा प्रयत्न करायचो. सगळे मला पांडोबा म्हणूनच हाक मारायचे.

गहू, हरभरा तयार झाला होता. चिमण्या पाखरांचे थवेच्या थवे पिकावर येऊन बसायचे. त्यांना हाकलायला लागायचे. गोफण फिरवीत, हाकारे देत, शेत राखायला लागायचे. सुगी असल्यामुळे सगळीकडे शेतकऱ्यांची ज्वारी, गहू, हरभरा

तयार झाला होता पण काढण्यासाठी माणसं मिळत नव्हती. त्यातच मित्राला ऑफिस कामासाठी दोन-तीन दिवस बाहेरगावी जावे लागले होते. एक दिवस संध्याकाळी जेवून शेतावर झोपडीत झोपायला गेलो. टिपूरं चांदणं पडले होते. एकदम मनात आले. ह्या चांदण्यात आपणच गहू काढू या. झालं, ताडकन उठलो. घरी जाऊन विळा आणला आणि रात्रभरात सर्व गहू एकट्यानं कापून काढला. चांदण्यात काम करायला खूप मजा वाटायची. मित्र आल्यावर त्यांनी खूप कौतुक केले. अशाच एका रात्रीत हरभराही काढला. मग दोघांनी मिळून गहू, हरभऱ्याची मळणी करून पोती भरून घरी आणले. चांगलं बस्तान बसत आलं होते. पण?

माझ्या मित्राचे एका मराठ्याच्या विधवा बाईबरोबर सूत जुळले. तिला एक मुलगाही होता. शाळेत दुसरीत जाणारा. हे त्यांचं प्रेमप्रकरण वाढायला लागले. गावातही कुजबूज सुरू झाली. मी खूप घाबरलो होतो. शेवटी मी तिथून बाहेर पडलो. आणि मुंबई गाठली. वडील म्हणाले, तू आता पेणला जा. पेणला येताना सिनेमाच्या गाण्यांची पुस्तकं, नट-नट्यांचे आणि देवादिकांचे छोटे छोटे, फोटो, चेंडू वगैरे शंभर एक रुपयाचे सामान घेऊन आलो. रोज संध्याकाळी सिनेमा थिएटरजवळ बसून तो माल विकायचो. तीन-चार दिवसातच बराचसा माल संपला. घातलेले भांडवल निघून पाच दहा रुपये शिल्लक राहिले. मग कल्पना सुचली. दिवसा एस.टी.स्टॅंडवर आणि संध्याकाळी सिनेमाजवळ आपण हा माल विकायचा. मुंबईत जाऊन परत माल घेऊन आलो. त्यावेळी धरमतर ते मुंबई बोट चालायची. सात आण्यात मुंबई. भाऊचा धक्का ते दादरपर्यंत ट्रामला फक्त एक आणा लागायचा.

अनंत टॉकीचजे मालक नथोबा ओक यांना भेटून सिनेमा थिएटरमध्ये सिनेमाच्या गाण्यांची पुस्तक विकायची परवानगी मागायला गेलो. त्यांचा मोठा मुलगा यशवंता, पण त्याला सगळे धोंड्या म्हणूनच का म्हणायचे कोण जाणे? माझ्या बरोबर तो पाचवी ते सातवीपर्यत होता. त्याच्या वडिलांनी मला परवानगी दिली. पण त्यांनी जे सांगितले ते आश्चर्यकारक होते. हे अनंत टॉकीज पूर्वी ठोसर म्हणून कुणी होते त्यांच्या मालकीचे होते. त्यांनी जेव्हा ते विकायला काढले तेव्हा माझ्या वडिलांनी त्याचा सौदा करून त्यांना ॲडव्हान्सही दिला होता पण नंतर कोण्या मित्राच्या सांगण्यावरून त्यानी तो व्यवहार सोडून दिला. ह्याला प्रारब्ध म्हणावे की आम्हा भावंडाचं दुर्दैव?

सिनेमात पुस्तकं विकायची परवानगी मिळाली. मग राजाभाऊ देवधरांना भेटलो. त्यावेळी ते रांध्याच्या आणि प्लॅस्टरच्या देव-देवतांच्या छोट्या छोट्या सुबक मूर्ती तयार करायचे. तसेच गजानन काका लोंढे हे वाघ, सिंह, हत्ती वगैरे प्राणी व

आंबा, काजू, कलिंगडाची खाप अशा फळांची चित्रं बनवायचे. दोघांनीही मला उधार माल दिला. घेतलेल्या पहिल्या मालाचे पैसे द्यायचे आणि दुसरा माल घ्यायचा. नियोजनाप्रमाणे एस.टी.स्टॅडवर धंदा सुरू झाला. त्यावेळी एस.टी.स्टँड म्युनिसिपालटीच्या जुन्या ग्राऊंडवर होता. राजाभाऊ देवधरांच्या मूर्ती सहा आणे-आठ आण्याला तर लोंढ्याकडील प्राणी दोन-दोन आण्याला विकायचो. दररोज सात-आठ रुपयांची चित्रं संपायची. शिवाय सिनेमाच्या दोन खेळाला गाण्याची पुस्तकं, नट-नट्यांचे फोटो विकायचो. ह्या सर्व प्रकारात मला सरासरी रोज दोन एक रुपये मिळायचे.

-०-

मी मुंबई सोडून घरी आलो तेव्हा धाकटी बहीण सहावीला, भालचंद्र पाचवीला आणि श्रीधर पहिलीला होता. आई अंथरुणावर आजारी. सर्व घर सुशीला आणि कला सांभाळत होत्या. घरात अठराविश्वे दारिद्र्य. वडिलांचे जे काही महिना पन्नास साठ रुपये याचे त्यात त्यांना आईच्या औषधपाण्यासह सर्व भागवायला लागत होते. ह्या प्रकारात त्या दोघींची उपासमार होत होती. शेजारी-पाजारी मदत करायचे. पण आभाळच फाटल्यावर त्याला ठिगळ तरी कोण कसे लावणार होते?

पुढे पावसाळा आला. पावसात चित्रं विकता येणार नव्हती. आणि दोघांचाही गणपतीचा उद्योग असल्यामुळे तेही चित्रं तयार करत नसायचे. मग लोंढ्यांच्याच कारखान्यात बारा आणे रोजावर कामाला राहिलो. पावसामुळे सिनेमात पुस्तक विकणे बंद केले. जुलैच्या अखेरीस वडील आजारी पडून घरी आले. श्रावण महिना सुरू झाला. त्या गणपतीच्या कारखान्यात सकाळी ८ ते १२, दुपारी २ ते ६ आणि रात्री आठ ते बारा अशा पाळ्या सुरू झाल्या. आठ दिवसाचा पगार मिळायचा पाच रुपये चार आणे आणि रात्रपाळीचे चार एक रुपये. ह्यात सर्व घराचा खर्च, बहिणींना भागवावा लागायचा. त्यात आई-वडिलांचं औषधपाणी. रेशनवर त्यावेळी मिलो म्हणजे लाल ज्वारी मिळायची. त्याच्या भाकऱ्या करायच्या, आई-वडील आणि आम्ही पाच भावंडं. त्यावेळी बहिणी कसं भागवीत होत्या त्यांचं त्यांना माहीत.

१९५२ साली श्रावण वद्य द्वादशीला पहाटे झोपेतच वडिलांची प्राणज्योत मालवली. कुणालाच कळले नाही. उत्तरकार्याचा विधी एक तर मोठ्या मुलांने नाहीतर लहान मुलाने करायचा असा नियम आहे म्हणे. पण इथे तर मोठा घरी नसल्यामुळे आणि धाकट्या भावांच्या मुंजी झाल्या नसल्यामुळे सर्व विधी मलाच करावे लागले. मला वाटतं, त्याचसाठी उशिरा का होईना माझी मुंज झाली. मी पेठ्यांकडची नोकरी सोडून, इकडे तिकडे फिरून परत घरीच आलो. आमच्या कुटुंबातील हा तिसरा बळी गेला.

तीन दिवसांनंतर परत गणपतीच्या कारखान्यात कामाला सुरुवात केली.

कारण दु:खाला कवटाळून पोटाची व्यवस्था होणार नव्हती. वडिलांच्या दिवस-कार्यासाठी लागणारे पैसे गजाननकाका लोंढ्यांनीच पुढे केले होते. आमच्या दोन्ही काकांची- हरीभाऊ आणि विनूकाकांचीही- आमच्या सारखीच परिस्थिती होती.

गणपती झाले. कारखान्याचं काम बंद झालं. पुढे काय हा प्रश्न सुरू झाला. आता कारखाने सुरू होऊन चित्रं तयार होईपर्यंत दिवाळी उजाडणार होती. परत सिनेमात पुस्तकं विकायला सुरूवात केली. माझा दहितुले म्हणून तेली समाजाचा मित्र होता. त्यांचा तेलाचा घाणा नाक्यावरच्या घरातच चालायचा. ह्या घरातच त्यांचे चणे फुटाण्याचे दुकान होते. दिवसा वेळ जाण्यासाठी मी तिथे बसायचो. चणे-फुटाणे देण्यासाठी त्यांना रद्दीच्या छोट्या छोट्या पिशव्या लागायच्या. तिथे बसल्या बसल्या गंमत म्हणून त्या मित्राबरोबर मीही त्या पिशव्या करायचो. त्याच्या वडिलांना आमच्या परिस्थितीची कल्पना आली होती– त्यानी त्या पिशव्या करण्याचं कामच मला दिले. शंभर पिशव्या तयार झाल्या की दोन आणे मिळायचे. पुढे त्या पिशव्या करायला घरी घेऊन यायला लागलो. दिवसाकाठी चार आणे मिळायचे. आणि सिनेमात गाण्याची पुस्तकं विकून सात-आठ आणे मिळवायचे. त्यावर सारं घर चालवावे लागायचे. कधी कधी एक वेळ जेवून, तर कधी दोन दोन दिवस चणे- कुरमुरे खाऊन दिवस काढायला लागायचे. अजून असाच एक मित्र पेणकर हा तर ज्यू होता. त्यांची पिठाची गिरणी होती. तो त्यावेळी सात-आठ दिवसांनी गिरणीत खाली सांडलेले सर्व धान्याचं मिक्स असलेले चांगले पीठ पिशवी भरून द्यायचा. आईचे आजारपण तिचे होणारे हाल बघवत नव्हते आणि आजारावर काही इलाजही होत नव्हता.

दिवाळी पार पडली. मग कुणी तरी पोह्याच्या पापडाचा धंदा सुचवला. त्यावेळी पेणमध्ये तसा हा व्यवसाय कोणी करत नव्हते. बहिणीही तयार झाल्या. सर्व सामानाची जमवाजमव झाली. त्यासाठी मुंबईच्या त्या विष्णुकाका जोशींनी मदत केली. पहिल्यांदा एक हजार पापड घेऊन बोटीनं मुंबईला गेलो. पहिली सुरुवात पार्ल्यापासूनच करायची असे ठरले. कारण पेठ्यांकडे काम करताना बऱ्याच ओळखी झाल्या होत्या. दोन रुपये शेकडाप्रमाणे ते पापड विकायचो. दोन दिवसात हजार पापड संपले त्यामुळे हुरूप वाढला.

त्यावेळी गावात पोह्याची एकच गिरणी होती. पण ह्या पापडासाठी पोहे घरीच भात भिजत घालून दगडी उखळीत कांडूनच ते करावे लागायचे. घरोघरी असेच पोहे करण्याची पद्धत होती. दगडी उखळात एकाचवेळी तीन-तीन बाया मुसळांनी एका लयीत भिजवून ते भात कुटत. कुटताना होणारा काण-कुंण कुंण-काण कुंण-कुंण हा आवाज आजही कानात घुमत आहे. पोहे झाले की परत जात्यावर दळायचे. ते पोहे

करायला तीन बायांना एका घाण्याला एक आणा द्यावा लागायचा आणि पापड लाटणाऱ्यांना बायांना शंभर पापडांना तीन आणे लाटणावळ द्यावी लागायची. तिखट सुद्धा त्याच दगडी उखळात मिरच्या कुटून घरीच करायचे. मला आठवते, त्यावेळी मी स्वत: दोन-दोन शेर मिरच्या एकटा कुटून तिखट तयार करायचो. दोन चार महिने हा धंदा जोरात चालला होता.

१९५३ साली इकडे आईचा आजार वाढतच होता. त्यात आणखी धाकट्या भावाची– भालचंद्राची– भर पडली. तोही खूप आजारी झाला. त्यातच त्याची वार्षिक परीक्षा खूप हुशार. रोज मी त्याला पाठुंगळी घेऊन मोठ्या शाळेत, म्हणजे कचेरी जवळच्या शाळेत, घेऊन जायचो. त्याला कोट खूप आवडायचा. तो शाळेत जातानासुद्धा नेहमी कोट घालून जायचा. गावात म्युनिसिपालटीची पहिली ते सातवीपर्यंतची प्राथमिक शाळा होती. तिचीच दुसरी शाखा भाग शाळा म्हणून आमच्या दातार आळीत भालू काका लिमयेंच्या बंद पडलेल्या भाताच्या गिरणीत असायची. दोन्ही शाळेत अतिशय उत्तम शिक्षक होते. ह्या भाग शाळेचे वर्ग प्रशस्त होते. खेळाला भव्य पटांगण, लोंढे, ठोसर, भावे, कदम, पाटील असे एकापेक्षा एक विद्यादान करणारे शिक्षक. ही शाळा सर्वांनाच खूप आवडायची ही शाळा म्हणजे सरस्वतीचे जागृत विद्यामंदिरच होते.

तर रोज त्या भावाला परीक्षेसाठी पाठुंगळीवरून न्यायचो. त्याची परीक्षा होईपर्यंत बाजूला बसून रहायचो. कारण त्याला केव्हा काय होईल सांगता येत नव्हते. अंगात ताप असतानासुद्धा त्याने परीक्षेचा हट्ट सोडला नाही. एक दिवस पेपर लिहिता -लिहिता त्याला उलटी झाली. ते सगळं मलाच साफ करावे लागले. पण तशाही परिस्थितीत आम्ही नको म्हणत असताना त्याने परीक्षा दिलीच. त्याला टी.बी. झाला होता. आणि त्यावेळी टी.बी.ला औषध नव्हते. परीक्षेच्या आधी पंधरा दिवस एकदम खूप जास्त झालं. हात-पाय थंड पडले. शेजारी राहणाऱ्या जोशीकाकांनी सांगितलेसुद्धा, की तो गेला म्हणून. तरीही मी डॉक्टरांना आणायला गेलो. डॉक्टर येईपर्यंत अर्धापाऊण तास गेला. सगळ्यांची रडारड चालू होती. मी डॉक्टर घेऊन आलो तर पठ्ठ्या उठून बसून चिवडा मागत होता. सगळेच आवाक् झाले. पण शेवटी परीक्षेच्या रिझल्टच्या आदल्या दिवशी तो गेला. त्याचे सर्व विधी हरीभाऊंनीच केले. दुसरे दिवशी त्याचा रिझल्ट लागला, तर तो सर्व शाळेत पहिला आला होता. पण हे ऐकायला तो नव्हता. खाणारं एक तोंड कमी झालं होतं.

मे महिना सुरू झाला. पापडाची मागणी कमी कमी होऊ लागली म्हणून आम्ही तूर्तास तो धंदा बंद केला. परत सिनेमाच्या गाण्याची पुस्तकं विकणे सुरू

झाले. याचवेळी सिनेमा थिएटरही चार दिवसासाठी दामूअण्णा मालवणकर यांनी नाटकांसाठी भाड्याने घेतले. त्यामुळे चार दिवसासाठी माझा धंदाही बंद. पहिल्या दिवशी त्यांनी एकच प्याला प्रयोग लावला होता. आशा गाडगीळ, श्री. जोगळेकर, सौ. ललिता जोगळेकर, भार्गवराम आचरेकर, राजा बापट आणि स्वत: दामूअण्णा असे एकापेक्षा एक नावाजलेले कलावंत होते. प्रयोगही हाऊसफुल झाला. तिसरे दिवशी त्यांनी भावबंधनचा प्रयोग लावला. त्यात मनोहरचे काम करणारा कलावंत पुण्याहून येणार होता. पण आजारी पडल्यामुळे त्यानी 'मी येऊ शकत नाही' असे कळविले. मग गावातला कुणी घेऊन प्रयोग करायचा असे ठरल्यामुळे तसा शोध सुरू झाला. त्यावेळी येणाऱ्या नाटक कंपन्या देव आळीत वसंत भागवतांच्या माडीवर उतरत. त्या वसंत भागवतांनी त्यांना माझं नाव सुचवले. त्यांनी माझं नाव का आणि कसे सुचवले हे मला कधीच कळले नाही. कारण या वेळेपर्यंत कुठल्याही नाटकातच काय पण शाळेच्या कार्यक्रमातही मी भाग घेतला नव्हता. स्वत: राजा बापट आमच्या घरी आले. त्यांनी मला ती भूमिका करण्यासाठी गळ घातली. मी त्यांना म्हणालो तुमच्या नाटकामुळे माझा सिनेमात गाण्याची पुस्तक विकायचा धंदा बंद झालाय. मला पाच रुपये देणार तर काम करतो. त्यांना ह्या माझ्या बालहट्टाचं हसायलाच आलं. कौतुकही वाटलं माझ्या स्पष्ट बोलण्याचं. मग तेही मला म्हणाले एका दिवसात नाटकाची तुझी नक्कल पाठ केलीस तर मी तुला पाच रुपये नक्की देईन आणि काम सुरू झाले.

नंतर मी पेणला आलो तेव्हा पावसाळा सुरू झाला होता. परत सिनेमात पुस्तकं विकायचं डोक्यात होते. पण पावसाळ्यात तो फार चालणार नाही. परत काय हा प्रश्न आला. मग सरळ एस.टी.स्टँड वर असलेल्या लवाट्यांच्या हॉटेलमध्ये कामाला राहिलो. जेवून खाऊन रोज आठ आणे मिळायचे. तिथे जेमतेम महिनाभर काम केले. आणि परत गजाननकाका लोंढ्यांच्या कारखान्यात गणपती रंगवायला सुरुवात केली. गणपती झाले. भाद्रपद संपेपर्यंत काहीच कामाचा ठिकाणा लागेना. शेवटी दसऱ्यापासून परत सिनेमा थिएटर गाठले. ही सिनेमाच्या गाण्यांची पुस्तकं, नट-नट्यांचे फोटो मुंबईला कृष्ण टॉकीजजवळ मेन रोडवर एफ.बी.बुराहनपूरवाला नावाचं अगदी छोटंस खोकावजा दुकान होतं, त्यांच्याकडून घाऊक दरात म्हणजे सव्वा रुपयात शंभर गाण्याची पुस्तकं मिळायची. मी ती किरकोळ एक आण्याला विकायचो. त्या दुकानदारांनीच मला सुचवले. "आता दिवाळीपासून कॅलेंडरचा धंदा सुरू कर." देव-देवतांची, सिनेमाच्या नट-नट्यांची, निसर्ग चित्रांची अप्रतिम कॅलेंडर, तो मला पंचवीस रुपये शेकड्यांनी द्यायचा. मी ती सहा आण्याला विकायचो. पेणच्या

एस.टी.स्टॅंड जवळ रस्त्याला लागूनच अलंकार म्हणून हॉटेल होते. त्यांना विचारून दुकानच्या बाहेरच्या भिंतीवर कॅलेंडर लावून तिथे दुकानच लावले. सिनेमाच्या गाण्यांची लहान मोठी पुस्तकं, फोटो आणि कॅलेंडर. पेणमध्ये चार एकशे कॅलेंडर दिवाळीपर्यंत संपली. मग अलिबागला विसावा हॉटेलवाल्यांच्या बाहेर त्याला विचारून तिथे दुकान लावले. तिथेही चांगला खप झाला. जानेवारी अखेरपर्यंत रेवदंडा-मुरूडपर्यंत जाऊन धंदा केला. मध्येच वेळ घालवण्यासाठी नाटकाची पुस्तकं वाचायचो. तीही विकायला ठेवायचो. असंच एक विनायक देवरूखकरांचं नाटक डॉ. कैलास वाचनात आलं. मला ते इतके आवडले की, मी ते सात-आठ वेळा तरी वाचले असेल. बाहेरगावी दुकान लावताना लॉजला उतरत होतो. फक्त आठ आण्यात सोय होत होती. असंच मुरूडला लॉजला उतरलो असताना तिथे एका माणसाची ओळख झाली. तो कुठल्या तरी पक्षाचा कार्यकर्ता होता. मुरूडला लवकरच एक भव्य शेती प्रदर्शन भरणार होते. ते मॅनेज करायला तो आला होता. त्या प्रदर्शनात त्याला एक दिवस नाटकही सादर करायचं होतं. मी त्याला डॉ. कैलास नाटकाचं पुस्तक वाचायला दिलं. त्यालाही ते आवडलं. मग एक दिवस रात्री त्यांनी तिथल्या स्थानिक कलावंतांना एकत्र बोलावून मला तिथं नेले. त्यांना मी डॉक्टर कैलासचा विषय सांगितला. सर्वानुमते तेच नाटक करायचे ठरले. जो दिग्दर्शन करणार होता तो मुंबईला नोकरीला होता. आणि स्वत: त्या नाटकात कालिंदी हे स्त्रीपात्र पण करणार होता. बाकीची दोन स्त्रीपात्रं गावातील मुलंच करणार होती. मला त्यात सुरेनचं काम देण्यात आले, पण नियोजकाचे म्हणणे होते एक तरी मुलगी स्त्री पात्रासाठी पाहिजे. तिचा खर्च मी देईन. ती जबाबदारी त्या दिग्दर्शकांनी घेतली. प्रयोगाच्या आधी आठ दिवस सर्वांनी त्या मुलीसह रिहर्सल करायची. ठरल्याप्रमाणे ती मुलगी, दिग्दर्शक आणि मी बोटीनं मुंबईहून मुरूडला गेलो. दोन दिवस रिहर्सल व्यवस्थित झाल्या. मुंबईच्या सरस्वती बोडस यांच्या कंपनीत काम करणारी रोह्याची राहणारी विमल फडके रेखाची भूमिका करत होती. बहुतेकांच्या नक्कला पाठ होत्या. पण काय राजकारण झाले कुणास ठाऊक? माझी सुरेनची भूमिका बदलून मला कृष्णराव काळेची भूमिका देण्यात आली. मार्च १९५३ साली नाटक व्यवस्थित पार पडले. कॅलेंडरचा सीझनही संपला. ह्या डॉक्टर कैलास नाटकाने माझ्यातल्या कलागुणांना परत आव्हान केले.

मी पेणला आल्यावर राजाभाऊ देवधरांच्या कारखान्यात कामाला राहिलो. दिवसा कारखाना आणि नंतर सिनेमा थिएटर. राजाभाऊंच्या कारखान्यात त्यांच्या भावाच्या हाताखाली, म्हणजे वामनरावांच्या हाताखाली काम करताना खूप काही शिकायला

मिळत होते. चित्रांवरून परत मोल्ड करणे, मोल्डमधून प्लॅस्टरच्या मूर्ती काढणे.

लोंढ्याकडे काम न करता देवधरांकडे काम करण्याचे कारणही तसेच होते. वडील वारले तेव्हा आईचे चुलत भावाची मुलं आप्पा देवधर, नाना देवधर हे आईला भेटायला आले होते. आईचं आजारपण, घरची सारी दैन्यावस्था पाहून त्यांनाही वाईट वाटले. आमचा भाऊ घर सोडून गेलेला. तो ह्या आमच्या मामेभावांना भेटला होता. त्यांनी त्याला हिंदुस्थान सायकल कंपनीत नोकरीलाही लावला होता. तो तिथे पाच-सहा महिने राहिला आणि नोकरी सोडून गेला. त्याने नोकरी सोडली ते ह्या मामेभावांना सांगितलेली नाही. मी चित्रं वगैरे विकतो हे त्यांना समजल्यावर त्यांनी मला मुंबईला ये म्हणून सांगितले. ते दादरला कोहीनूर सिनेमासमोर राहात होते. एका दहा बाय दहाच्या खोलीत तीन भाऊ, त्यात एक लग्न झालेला, दोघं भाऊ रात्री गॅलरीत झोपायचे, अशा गर्दीतही त्यांनी मला ये म्हणून सांगितले हे त्यांचे मोठेपण मी कसा विसरू? मी त्यांच्याकडे जाताना राजाभाऊ देवधरांकडून शंभर-सव्वाशे रुपयांची चित्रं उधार घेऊन गेलो होतो. दादरचं भाजी मार्केट, कोहिनूर सिनेमा आणि दादर स्टेशनचा वाहता रस्ता, ही गर्दी पाहून मला वाटले आपला माल इथे दोन दिवसांत संपेल. पण मुंबईच्या धावपळीत ही चित्रं बघायला वेळ होता कुणाला? आठ दिवस झाले, वीस एक रुपयांची चित्र संपली. चित्र परत घेऊन पेणला जायचं तरी कमीपणा. मग रेल्वेत विकण्याचा प्रयत्न केला. पण तिथेही तीच परिस्थिती. मग निर्णय घेतला, येईल त्या किंमतीला माल संपवायचा. दोन-तीन व्हरायटी स्टोअर्स गाठली आणि त्यांना तो माल अगदी कमी किंमतीत देऊन टाकला. आणि पेणला आलो. ह्या पंधरा दिवसात तिघा मामेभावांनी व त्या वहिनीनं मला जिवापाड प्रेम दिले. ते तिघेही मोठ्या हुद्यावर नोकरीला असल्यामुळे दिवसभर आपल्या कामात व्यस्त असायचे. ह्या मुंबईच्या उद्योगात पन्नास साठ रुपये तोटा झाला. नुकसानीचा हा प्रथमच अनुभव आला आणि म्हणूनच राजाभाऊंकडे कामाला राहिलो. राजाभाऊंनी स्वत:हून दहा रुपये कमी केले. आणि बाकीचे थोडे थोडे माझ्या पगारातून कापून घेतले. इथे ते दिवसाला सव्वा रुपया देत होते.

-o-

१९५३ सालातल्या मे महिन्यात अचानक मलेरिया डिपार्टमेंटमध्ये भरती सुरू झाली. मीही अर्ज केला. सुशिलाच्या, माझ्या बहिणीच्या, मैत्रिणीचं कुणी ओळखीचं त्या डिपार्टमेंटला होते. त्यामुळे माझी वर्णी लागली. महिना पंचाहत्तर रुपये पगार. हे डिपार्टमेंट जिल्हा लेव्हलचे होते. आम्हाला मुरूडला पाठविण्यात आले. तिथे गेल्यावर समजले घराघरात हे डी.डी.टी. मारायचं काम आहे. सहा-सहा जणांचा

एक ग्रुप, त्या सहा जणांवर एक सुपरवायझर. आमच्या ग्रुपमध्ये मी आणि म्हात्रे नावाचा मुलगा पेणचा. बाकी चारजण वेगवेगळ्या भागातून आलेले. आमच्या ग्रुपचा सुपरवायझर बापू परांजपे हाही पेणचाच. घराघरात डी.डी.टी मारताना एकाने पंप माराचा आणि एकाने घरभर फवारणी करायची. अशा पन्नास-साठ ग्रुपवर देखरेख ठेवायला दोन अधिकारी. आमचा ग्रुप मस्त जमला होता. जून-जुलै भर पावसात मुरूड तालुक्यात खेड्यापाड्यात डी.डी.टी मारत फिरत होतो. त्या पावसात डी.डी.टी. ची मोठी पिशवी म्हणजे पोतंच ते. तीन पंप, तीन रिकामी पिंप डी.डी.टी. करण्यासाठी. असं सर्व डोक्यावर घेऊन फिरत होतो. शिंदे तब्बेतीने मस्त होता. तो पंप मारायचा आणि मी स्प्रे करायचो. ते वरचे अधिकारी आमच्या जोडीवर एकदम खूश होते. कोणी त्यांच्यावरचे अधिकारी चेकिंगला आले तर आम्हालाच ते पुढे करायचे. आमचंच काम दाखवायचे. पण ह्या कामात माझं मन रमेना. जेवण्याचे-राहण्याचे हाल. पावसात पायपीट. दोन महिन्यांतच ते काम सोडून मी घरी आलो. ह्यावेळी एक महिन्यासाठी आनंद संगीत नाटक मंडळीनं सिनेमा थिएटर्स भाड्याने घेतले होते. त्यांची नाटकं रोज चालू होती. माझ्या नाटकाच्या उर्मी परत जाग्या झाल्या.

नाटक कंपनी हनुमान आळीत टिळकांच्या दगडी वाड्याच्या माडीवर उतरली होती. बाजारात जाता-येता नाटकाच्या तालमीचा आवाज कानावर यायचा. एक दिवस त्या आवाजाने पाय थांबले. एक क्षण विचार केला आणि सरळ त्या माडीवर गेलो. तर हॉलमधे एक वयस्कर गोरापान देखणा मनुष्य तालमी घेत होता. मला पाहून एक मुलगा बाहेर आला. मी त्याला सांगितले, मला मालकांना भेटायचे आहे. त्यांनी थांबायला सांगितले. तालीम संपल्यावर तालीम मास्तरांनी मला आत बोलावले. ते स्वत:च कंपनीचे मालक, अण्णासाहेब शिरगोपीकर होते. नाटक कंपनीत काम करण्याची माझी इच्छा आहे म्हणून सांगितले. त्यांनी माझ्या घरची सगळी चौकशी केली आणि सांगितले, 'घरच्या वडीलधाऱ्या व्यक्तीला घेऊन ये मग काय ते सांगतो.' दुसऱ्या दिवशी मी माझ्या मोठ्या बहिणीला घेऊन गेलो. त्यांनी मला कंपनीत घेतले.

अशात तऱ्हेने पुन्हा एकदा नाटक कंपनीचा प्रवास सुरू झाला. ह्या कंपनीची गोकुळचा चोर, झांशीची राणी, सोन्याची द्वारका, वत्सलाहरण, बालशिवाजी, गोव्याचा राणा एवढीच नाटके होती. ह्या सर्व नाटकांची सीनसिनेरी, ड्रेपरी, मखमली भरजरी अगदी प्रेक्षकांचे डोळे दिपवून टाकणारी होती. एकापेक्षा एक चमत्कार घडवणारे ट्रिकसीन आणि स्टेजवर न साकारता येणारे सीन. उदाहरणार्थ कालियाडोह. कृष्णाच्या तोंडात विश्वदर्शन अशी दृश्ये सिनेमाच्या माध्यमातून पडद्यावर दिसायची.

मी कंपनीत गेलो त्यावेळी अक्कुबाई आणि कुसुम बोरगावकर ह्या दोघी बहिणी. अक्कुबाई मोठ्या भूमिका करायच्या तर कुसुम पायपेटी वाजवायची. तसंच चिमणी व तिची बहीण, कुंदा आणि बेबी ह्या जोशी भगिनी, प्रभा दांडेकर, तिचा भाऊ, इंदुताई, श्रीरंग नार्वेकर, कलमदाने, वसंत केळूसकर, आप्पा जामदार, राजा बापट, त्यांची बायको माई, गाणारे कीर्तनकार करंदीकर अशी मंडळी होती. प्रत्येक जण त्यांच्याकडे असलेल्या भूमिका छान करत असत.

ह्या ठाण्याच्या मुक्कामात, देशबंधू संगीत नाटक कंपनीचे प्रसिद्ध नट संगीतरत्न शंकरराव जोशी, त्यांच्या तीन मुली आणि दोन मुलं असे सहा जण फक्त दीडशे रुपये महिना पगारावर कंपनीत भरती झाले. त्यावेळी नाटक कंपन्यांची काय किंवा नाटकाची काय एकूण परिस्थिती बरी नव्हती.

पितृपंधरवडा सुरू झाला आणि कंपनीचा मुक्काम एकदम पालघरला दांडेकरांच्या कंपाऊंडमध्ये गेला. दोन मजली प्रशस्त इमारत. इमारती समोरच पटांगणात स्टेज मांडव घालून ओपन एअर थिएटर उभे केले गेले.

ह्या मुक्कामात शंकराव जोशी, त्यांची दोन मुलं विजय आणि शाम आणि मी आम्हा चौघांना माडीवर गॅलरीत मुक्कामाला जागा दिली. तिथेच मालक एका हॉलमध्ये आणि सर्व मुली त्यांच्या शेजारच्या हॉलमध्ये. वरतीच मागच्या हॉलमध्ये कंपनीच्या भोजनगृहाची व्यवस्था केली होती. बाकी सर्व पुरुष मंडळी खालच्या मजल्यावर.

कंपनीत आल्यापासून श्रीरंग नार्वेकर, कलमदाने, नंदू लोंढे, अप्पा जमादार असा मित्रपरिवार जोडला गेला. त्यात आता विजय जोशीची भर पडली.

मगदुलदादा, अलमदादा, कमाल, शाम, भिका वगैरे स्टेज सांभाळणारी माणसं त्यांच्या कामात अतिशय प्रामाणिक व तरबेज होती. कंपनीचे मॅनेजर म्हणून मालकांचाच मुलगा नानासाहेब हे काम पाहात असत. ते. बी.एस.सी. व अत्यंत हुशार होते.

खरं म्हणजे ह्या स्टेज मागच्या कलावंतांच्या भरवशावरच आनंद संगीतचा डोलारा उभा असायचा.

सरकारी ग्रँट मिळवण्यासाठी मागचा सर्व हिशोब हजर करणे जरूरीचे होते. त्यासाठी आण्णासाहेबांनी मला हाताशी धरले होते. रोज सकाळी आठ ते दहा आणि दुपारी दोन ते चार. त्यांचा वीस-बावीस वर्षाचा जमाखर्च परत माझ्याकडून लिहून घेत होते. शाळेत असताना अंक गणित, भूमिती, जमाखर्च हे माझे अत्यंत आवडीचे विषय होते. त्यामुळे मलाही ह्या कामात अधिक रस वाटायचा. आण्णासाहेबांकडून त्याचं अधिक ज्ञान मिळायचे.

ह्या कंपनीत आणखी एक नियम होता. ज्या दिवशी त्या नाटकात ज्यांना भूमिका नाहीत त्यांनी त्या दिवशी डोअर कीपरचं काम करायचे. मुलींनीसुद्धा स्त्रियांच्या दरवाज्यावर उभं राहायचं.

त्यावेळी नाटकांना पस्तीस टक्के करमणूक कर होता. तिकिटाचे दरही तीन रुपये, दोन रुपये खुर्ची, एक रुपया बाक. जमीन पुरुषांना आठ आणे आणि स्त्रियांना सहा आणे, ह्या तिकीटावर करमणूक कराची सरकारी तिकिटं अशा तऱ्हेने चिकटवायला लागायची की त्या तिकिटाचा अर्धा भाग प्रेक्षकांच्या तिकिटांवर आणि अर्धा भाग कंपनीच्या काऊंटर तिकिटावर असायचा. हे तिकिट चिकटवण्याचे काम मुलीच करायच्या. कुठेही मुक्काम बदलला की तिथे पहिला प्रयोग 'गोकुळचा चोर' ह्या नाटकाचा असायचा आणि हा प्रयोग सिनेमा सारखा सतत आठ-आठ दिवस चालायचा. ओपन एअर थिएटर्सचं सर्व सामान- अगदी मांडव, कनाती आणि जनरेटरसह कंपनीचं स्वत:च्या मालकीचं होते.

या कंपनीत मी अजून नवीनच असल्यामुळे नाटकातील भूमिका करण्याची संधी फारशी मिळत नव्हती. पण तालमीत माझ्याकडून वेगवेगळ्या भूमिका बसवून घेतल्या जात होत्या. तालमी स्वत: अण्णासाहेबच घ्यायचे. आम्हाला कामं नसायची. मग मला आणि श्रीरंग नार्वेकरला तिकीट बुकींगवर बसवले गेले. नंदू लोंढे, विजय जोशी, अप्पा जमादार, वगैरे डोअर सांभाळायचे. इथे कंपनीला चांगले उत्पन्न होत होते. एक अंक झाला की तिकीटाचा सारा हिशोब नानासाहेबांकडे द्यावा लागे. इथले प्रयोग सुरळीत सुरू झाल्यावर नानासाहेब पुढील मुक्कामाची जुळवाजुळव करण्यासाठी मुंबईला जायला लागले. मुंबईला नेऊन कंपनीचा गोकुळ चोर नाटकाचा दोन हजारावा प्रयोग मुख्यमंत्र्यांसमोर त्यांच्या अध्यक्षतेखाली करण्याचा प्रयत्न चालू होता. त्यासाठी नानासाहेब सकाळी लवकरच मुंबईला जात आणि परत प्रयोगापूर्वी पालघरला येत असत.

ह्या मुक्कामात कंपनीचं अंतरंगही मला जवळून समजत गेले. कंपनीत कुंदा जोशी आणि श्रीरंग नार्वेकर ह्यांचे एकमेकावर जिवापाड प्रेम होते. त्या दोघांनी मला विश्वासात घेऊन एकमेकांचे निरोप, चिठ्या देण्याघेण्याचे काम माझ्याकडून करून घेतले. ते दोघं लग्न करून गोव्याला श्रीरंगच्या घरी जाणार होते. त्यावेळी गोव्यात जायला पासपोर्ट लागायचा. श्रीरंगचा त्यासाठी अतोनात प्रयत्न चालू होता.

नानासाहेब आणि इंदूताई पण असेच एकमेकांत गुंतले होते. इंदूताई म्हणजे आताच्या रसना. विशेष म्हणजे नानांचं लग्न होऊन त्यांना दोन-तीन मुलीही होत्या.

सगळ्यांशी मिळून मिसळून आणि थट्टा मस्करी करीत राहण्याच्या माझ्या

विनोदी स्वभावामुळे सगळ्यांनाच मी हवा हवा वाटायचो. कंपनीच्या हिशोब लिखाणाच्या कामामुळे आणासाहेबांचा माझ्यावर अत्यंत विश्वास बसला होता. ते मला म्हणायचे, 'रंगा, आपल्याला ही नाटकं हिंदीमध्ये करून महाराष्ट्राच्या बाहेर जायचं आहे. एक मराठी नाटकाची कंपनी आणि एक हिंदी. त्यासाठी तूही मॅनेजमेंटच्या कामाची माहिती घेत राहा.' त्यांचा माझ्यावर विश्वास बसायला पालघर मुक्कामीतल एक घटना घडली होती.

नानासाहेबांना मुख्यमंत्र्यांना निमंत्रण देऊन त्यांची आणि थिएटरची तारीख नक्की करायची होती. त्यामुळे त्यांना दोन-तीन दिवस मुंबईतच मुक्कामाला राहावे लागले. त्या दिवशी मी तिकिटाच्या हिशेब अण्णासाहेबांजवळ दिला. ते म्हणाले, "रंगा, हिशोब चुकलास का?" "नाही आण्णा, हिशोब बरोबर आहे." "अरे, मग कालच्यापेक्षा गर्दी कमी असून आज दीडशे रुपये उत्पन्न जास्त कसे?" अण्णासाहेब रोज माडीवर गॅलरीत बसून थोडासा वेळ नाटक पाहत असत.

उत्पन्न जास्त कसे म्हटल्यावर मीही बुचकळ्यात पडलो पण लागलीच दोन-तीन दिवस अनुभवलेल्या गोष्टी लक्षात आल्या. मी अण्णासाहेबांना म्हणालो, "अण्णा, रागवणार नसाल तर सांगतो."

ते म्हणाले, "रंगा! घाबरू नकोस. काय ते बेलाशक सांग."

"अण्णा! नानासाहेब तिकीट विक्रीच्यावेळी ही तिकिटं सोडून अशीच दुसरी काही तिकिटं विकायला देतात." हे ऐकून त्यांना धक्काच बसला. ते पटकन् म्हणाले, "रंगा, काहीतरीच काय सांगतोस?"

"अण्णा, मी खरं तेच सांगतो आहे." मला वाटतं त्या धक्क्यानं त्यांना रात्रभर झोप आली नसावी. त्यांनी सकाळी सात वाजताच बोलावले आणि म्हणाले, "रंगा, तू जे रात्री सांगितलेस ते खरं आहे ना?"

"होय अण्णा! पाहिजे तर नानासाहेब आल्यावर परत असं घडलं तर मी हे सिद्ध करून देईन."

"बरं, बरं. हे बघ, कुणाजवळ हे बोलू नकोस."

दोन दिवसांनी नानासाहेब आले. झांशीची राणी नाटक लावले गेले. ह्या प्रयोगात मला नानासाहेब पेशवेचं काम दिले गेले. मी खूप आनंदात होतो. नाटकापूर्वी साडेआठ वाजेपर्यंत मीच बुकींगवर होतो. त्यावेळी श्रीरंगला आणि विजयला विश्वासात घेऊन त्यांना कंपनीच्या तिकिटाचे नंबर दाखवले. ह्या व्यतिरिक्त येणाऱ्या नंबरचे तिकिटाचे क्वाटर पार्ट बाजूला काढून नेहमीप्रमाणे बाकीचे क्वाटरपार्ट नानासाहेबांसमोर जाळून टाका असे सांगितले. ठरल्याप्रमाणे त्यांनी काम पार पाडले. कुणालाही जराही

संशय आला नाही. दुसरे दिवशी जी वेगळी तिकीट विकली गेली होती, त्याचे क्वाटरपार्ट अण्णांना दाखवले. अण्णा काय समजायचे ते समजले. पण त्यांनी त्याची यत्किंचितही जाणीव नानांना दाखवली नाही. उलट श्रीरंग, विजय यांना आण्णांनी माझ्या बरोबर बोलवून घेऊन असं सांगितले, "अरे ती तिकिटं मीच दिलेली होती." ते गेल्यावर त्यांनी मला परत बजावले. "रंगा, कुठे कुणाजवळ ह्या विषयावर बोलू नको." पुढे वसईला मुक्काम हलला.

ह्या मुक्कामात विजय जोशी, नंदू लोंढे, अप्पा जमादार आणि मी रोज सकाळी बादल्या घेऊन आंघोळीला किल्ल्यावर जात होतो. जाताना भोजनगृहातून रात्रीचं जे काय शिळं अन्न उरले असेल ते बादल्यातूनच किल्ल्यावर घेऊन जायचो. अंघोळ, कपडे, धुणे, मोठमोठ्यांनी नाटकाच्या नक्कला बोलणे. नुसता धिंगाणा चालायचा. एवढ्या उंच किल्ल्यावर विहिरीला स्वच्छ गोड पाणी आणि तेही हाताने बादली भरून काढता येईल असे. किल्ल्यावरून मुंबई दिसायची. समुद्र दिसायचा. एक दिवस नंदू लोंढेच्या डोक्यात कल्पना आली- किल्ल्याच्या पडक्या महालात बांधलेले सिंहासन आपण खणून काढू या. अशा सिंहासनाच्या खाली संपत्ती असू शकते. जर आपलं दैव उघडले तर मग आपणच स्वत:ची नाटक कंपनी काढू या. नंदू लोंढेंच्या वडिलांची राजाराम संगीत नाटक मंडळी, विजय जोशीच्या वडिलांची देशबंधू संगीत मंडळी ह्या कंपन्या त्यावेळच्या नाटक कंपन्याच्या हलाखीत बंद पडल्यामुळे त्यांना इथे कंपनीत मिळेल ते काम करीत राहायला नियतीनं भाग पाडले होते. त्या त्यांच्या डोक्यात स्वत:च्या कंपनीचं खूळ असणे स्वाभाविक होते. पण मी? मी तर या व्यवसायात नवखाच होतो. पण स्वत:ची नाटक कंपनी काढण्याची ती कल्पना आमच्या सगळ्यांच्याच डोक्यात घुसली. विरोध हाता तो आप्पा जमादारचा. पण शेवटी तोही सिंहासन खणून काढायला सामील झाला. आमच्याजवळ हत्यारं काहीच नव्हती. मग मोठंमोठे दगड घेऊन त्या सिंहासनावर आपटायला सुरुवात केली. पहिल्या दिवशी तासभर दगड आपटून त्या सिंहासनाचा कपचासुद्धा निघाला नाही. दुसऱ्या दिवशी थोडे थोडे त्याला तडे जायला लागले. आठ दिवस आंघोळीच्या अगोदर हाच उद्योग चालायचा. शेवटी एकदाचं ते सिंहासन फुटले आणि आमचं नशिबही फुटले. त्या सिंहासनाखाली संपत्ती ऐवजी मोठमोठ्या काळ्यानिळ्या पन्नास साठ इंगल्या निघाल्या.

उरणनंतर कंपनी पोयनाडला गेली. तिथे झापाचं खुलं नाट्यगृह तयारच होते. आम्ही गेलो तेव्हा तिथे शांताबाई हुबळीकरांच्या कंपनीचे नाट्य प्रयोग सुरू होते. त्या कंपनीत शंकरराव सरनाईक, अभ्यंकर, वेरणेकर यांचेसारखे मोठमोठे नावाजलेले

कलावंत होते. त्यांचा मुक्काम हालल्याशिवाय आमचे प्रयोग सुरू होणार नव्हते. त्यामुळे आम्ही त्यांचे प्रयोग बघायला जाऊन बसायचो. मानापमान, सौभद्र, स्वयंवर अशी त्यावेळी गाजत असलेली संगीत नाटकं आणि एकापेक्षा एक गाणारे कलावंत-असून उत्पन्न अजिबात नव्हते. मी सकाळी सहज नाट्यगृहात गेलो. तिथल्या कंपनीचे सर्व कलावंतएकत्र बसून विचारात पडलेले. मुक्काम हलवायचा तर पैसे पाहिजेत आणि आज तर जेवणासाठीही पैसे नाहीत. हे मी आमच्या कंपनीच्या मालकांना आण्णासाहेबांना सांगितले. त्यांनी लागलीच कोट टोपी घातली आणि ते त्या कंपनीच्या बिऱ्हाडी गेले. त्यानी शांताबाईना सांगितले, आज आमच्या बालकलावंतांच्या पंगतीला आपण सर्वांनी जेवायला यावे. असं मी आपल्याला आग्रहाचं निमंत्रण देण्यासाठी आलो आहे. आपल्या सारख्या मोठ्या कलावंतांसोबत जेवताना माझ्या छोट्या कलावंतांना खूप आनंद होईल.''

आपल्याला काहीही माहिती नाही असे आण्णांनी त्यांना भासवले. शंकरराव सरनाईक कोल्हापूरचेच होते. जेवणानंतर अण्णांनी त्यांना बाजूला नेले आणि त्यांना पाचशे रुपये दिले. मुक्काम हलवण्यासाठी. त्यांचा मुक्काम हलला आणि आमचे प्रयोग सुरू झाले. अण्णांनी आपले दातृत्त्व दाखवले की त्यांचा मुक्काम हालल्याशिवाय आपले प्रयोग सुरू होणार नाहीत, साठ माणसांचा जेवणाचा पगाराचा खर्च आपल्या कंपनीवर पडू नये म्हणून तर हे स्नेह भोजन दिले? देवाला माहीत.

नेहमीप्रमाणे गोकुळचा चोर प्रयोग लावला गेला. पहिल्या प्रयोगाला साधारण गर्दी होती. पण दुसऱ्या प्रयोगापासून तुफान गर्दी सुरू झाली.

उरणच्या मुक्कामानंतर कंपनीचा जुना जनरेटर विकून नवीन जास्त पॉवरचा जनरेटर खरेदी केला होता. तो आणण्यासाठी मला मुंबईला पाठवले. तो जनरेटर गिरगावंत साहित्य संघातून आणायचा होता. रात्री बारा वाजता ट्रॉन्सपोर्ट कंपनीच्या ट्रकमध्ये तो चढवला गेला. तो ट्रक पहाटे पाचच्या सुमारास धरमतरला पोहचला. ट्रक महाडला जाणार होता. पाच वाजता तिथे कुठेही हमाल नव्हते. ट्रकवाल्याला जायची घाई. शेवटी ड्रायव्हर, क्लीनर, एक हमाल आणि मी आम्ही चौघांनी ते एवढे वजनदार जनरेटरचे धूड ट्रकमधून खाली उतरले. पण ते खाली घेताना माझ्या छातीवर वजनाचा भार आला आणि मला थोड्याच वेळात रक्ताची उलटी झाली. त्या बिचाऱ्या हमालांनी मला पाणी आणून दिले. माझ्या छातीवर हात फिरवला. मला बरं वाटले. मी सकाळी सातपर्यंत विश्रांती घेतली. त्यावेळी धरमतरहून अलिबागला जायला खाडीपूल नव्हता. पडावानं पलीकडे जाऊन अलिबागला जायला खाजगी मोटार सर्व्हिस होत्या. मी पोयनाडला कंपनीच्या बिऱ्हाडी गेलो आणि झालेली सगळी

हकीगत आण्णांना सांगितली. तिथे नानासाहेब पण होते. त्यानी जनरेटर आणण्याची व्यवस्था केली. पण दोन दिवसांनी मला सांगण्यात आले- तुला रक्ताची उलटी झाली आहे. ही टी.बी.ची लक्षणं असू शकतात. तेव्हा तू घरी जा. डॉक्टरकडून तपासून घे. मी घरी न जाता धरमतरला येऊन लाँचने सरळ मुंबईला गेलो. त्यावेळी माझा दादा लोअर परेलला एका हॉटेलचा भटारखाना सोडून जी प्रशस्त मोकळी जागा होती तिथे गोपाळ डे नावाच्या मित्राबरोबर तो राहत होता. तिथे जाऊन उतरलो. गोपाळ डेनीच मला के.ई.एम. हॉस्पिटलमध्ये दाखवायला नेले. डॉक्टरला झालेली सर्व हकीगत सांगितली. डॉक्टरही नाटकवेडा होता. त्यांनी माझी अगदी आस्थेनं तपासणी केली. चार दिवसांचे औषधही त्यांनीच दिले. चार दिवसांनी एक्स-रे काढून पाहू म्हणून सांगितले.

ह्यावेळी मुंबईत संयुक्त महाराष्ट्राची चळवळ जोरात चालू होती. गोळीबार, कर्फ्यू ऑर्डर, लुटालूट असा प्रकार सर्वत्र चालू होता. चार दिवसांनी मी परत के.ई.एमला गेलो. डॉक्टरांनी एक्स-रे चेकींग केले आणि सांगितले. टी.बी. वगैरे काही नाही. नटवर्य, छातीवर जोराचं वजन आल्यामुळे थोडी सूज आली आहे. औषधांनी आपण ती कमी करू. काही काळजी करू नका. त्यांनी परत चार दिवसांचे औषध दिले. मी हॉस्पिटलमधून परत चालतच निघालो. दामोदर हॉलच्या चौकात आलो आणि एकाएकी दंगा उसळला. गोळीबार सुरू झाला. सगळे सैरावैरा पळत होते. गोळीबार समोरच चालू होता. फूटपाथला लागूनच असलेल्या एका दुकानाच्या बाकाखाली घुसलो. माझ्या मागून येणाऱ्याला गोळी लागली. आणि तो तिथेच रक्ताच्या थारोळ्यात पडला. माझी चांगलीच पाचावर धारण बसली. पायजमा ओला झाला. काय करावे सुचेना. गोळी लागलेल्या माणसाला चार-पाच तरुणांनी उचलून के.इ.एम.कडे धाव घेतली. जवळजवळ तास दीड तास त्या बाकाखाली जीव मुठीत धरून बसून होतो. थोडी दंगल शांत झाल्यावर मी भीत भीत त्या गोपाळ डेच्या खोलीकडे धावत सुटलो. मुंबईत सर्वत्रच दंगल चालू होती. दोन दिवसांनी २६ जानेवारी. दंगल अधूनमधून चालूच. कर्फ्यू लागायची. मग कुठेच बाहरे जाता येत नव्हते.

२७ जानेवारी १९५४ ला पण मी दवाखान्यात जाऊन डॉक्टरना भेटलो. डॉक्टरांनी दिलेल्या औषधाचा उपयोग चांगला झाला होता. त्यांनी सांगितले. 'अजून आठ दिवस औषध घे. म्हणजे पूर्ण आराम मिळेल.' त्यांनी आठ दिवसाचे औषध दिले. पण त्या दिवशी मला खूपच उदास वाटत होते. रात्रभर मला झोप पण येईना. मनात नको ते विचार घोळत होते. मी सकाळी उठलो आणि गोपाळला, दादाला सांगून पेणला निघून आलो. घरी आलो तर समजले. कालच आई आम्हाला सोडून देवाघरी गेली.

आईची उत्तरक्रिया काकांनी म्हणजे हरिभाऊंनीच केली. दोन दिवसांनी ताई आली. पुढील सर्व क्रियाकर्म माझ्या हातूनच केले गेले. माझ्या आईची आई तीन महिन्यांची असताना वारली. आईच्या मावशीने तिला स्वतःचं दूध पाजून, अंगा-खांद्यावर खेळवून लहानाची मोठी केली. माझ्या आजोळची परिस्थितीही खूप चांगली होती. अशा सुपरिस्थितीत ती वाढलेली. लग्नानंतर तिने आपला एवढा मोठा संसार समृद्ध उभा केला. पण मुंबई सोडून वडील पेणला आले आणि तिच्या ह्या सुखी संसाराला कुणाची दृष्ट लागली कुणास ठाऊक. सर्व संसारच उद्ध्वस्त झाला. शेवटी तिच्या संसाराची अन्नान्न दशा झाली. त्यात तिचं ते असह्य दुखणे.

ती जिवंत असताना मला तिची किंमत कधीच कळली नाही. कदाचित त्याला माझे बाल वय असेल. आज मात्र तिची किंमत समजली, पण वेळ निघून गेली होती.

आईच्या निधनानंतर आमचं घर जवळ जवळ उद्ध्वस्त झालं. ताई परत पेठ्यांकडे गेली. कुणाच्या तरी ओळखीनं सर्वांत धाकटा भाऊ श्रीधरची शिक्षणाची सोय अकोल्याला कुणा वकिलाकडे झाली होती. बिचारा त्यावेळी फक्त चौथीत होता. घरात फक्त सुशीला आणि चंद्रकला. आई गेल्यामुळे आता सर्वच पोरके झालो. सर्वांच्याच पोटापाण्याचा प्रश्न होता. मी त्या दोघी बहिणींना सोडून परत आनंद संगीतमध्ये गेलो.

-o-

चोंढी, रेवदंडा, चौल, मुरूड ही गावं कंपनीनं अक्षरशः धुवून काढली. सगळीकडेच तुफान उत्पन्न होत होते.

पावसाळ्यापूर्वी कंपनी पुण्याला गेली. शनिवार पेठेत रास्ते कार्यालयासमोरच्या वाड्यात कंपनीचे बिऱ्हाडाची सोय होती. नाटकाचे प्रयोग विजयानंद नाट्यगृहात आणि अधूनमधून भानुविलास थिएटर्समध्ये होत होते. आमच्या बरोबर पंडितराव तरटे, संध्या थिएटर्स, बाबुराव गोखले यांचे 'करायला गेलो एक' हे नाटक तुफान चालायचं. तिकीटाचे दर त्यावेळी असायचे तीन-दोन-एक रुपये इतर कंपन्यांच्या मानाने आम्हाला उत्पन्न खूपच कमी होत होते. मला वाटतं मुंबई पुण्याच्या प्रेक्षकांना नावाजलेल्या कलावंताचे प्रयोग पाहण्याची जास्त आवड असावी. ह्या कंपनींत मी बुकिंगवर बसत असल्यामुळै प्रभाकर मुजुमदार, राजा कामतेकर, बाबूराव गोखले ह्याची ओळख नाही तर मैत्रीच झाली. ह्या पुण्याच्या मुक्कामात आम्ही सिनेमाही भरपूर बघितले. पुण्याहून कंपनी घोडनदी, राहुरी, बेलापूर, श्रीरामपूर अशा ठिकाणी हिंडत होती. पावसाळा असल्यामुळे सगळीकडेच सिनेमा थिएटर्समध्येच प्रयोग होत होते. पण उत्पन्न होत नव्हते.

जून १९५४ साली पुण्याच्या मुक्कामातच नंदू लोंढे कंपनी सोडून गेला होता. तसेच भोजन खात्याच्या बापट बंधूंनीही कंपनी सोडली होती. आणि त्यांच्या जागी कोल्हापूरचे कुलकर्णी आपली दोन मुलं, एक मोठी मुलगी अशा सर्व फॅमिलीसह आले होते.

इथे लक्षात राहण्यासारखी एक गोष्ट म्हणजे कंपनी घोडनदीहून राहुरीला आली त्यावेळी आम्ही सर्व पुरुष माणसं सामानासह राहुरीला पोहोचलो. आणि नदीला पूर आला. पुलावरून पाणी जात होते. त्यामुळे कंपनीची गाडी सर्व मुलींसह नदीच्या पलीकडेच अडकून राहिली. स्वत: नानासाहेब गाडी चालवत होते. रात्रभर पूर ओसरला नाही. त्यामुळे सर्व मुलींचे खूपच हाल झाले. जेवण नाही, चहापाणी नाही, काही नाही. सकाळी दहानंतर पाणी कमी झाले. तेव्हा ते सर्व बिऱ्हाडी पोचले. ह्या नदीच्या पुरातच मी, विजय जोशी, आप्पा जमादार, कलमदाने पोहायला गेलो. येताना मात्र कलमदाने पुलावरून चालत आला. आम्ही तिघंही परत पोहतच आलो. खरं सांगायचे तर येताना आम्हा तिघांची चांगलीच दमछाक झाली होती. पण भलतीच ईर्षा होती ना?

राहुरीचा मुक्काम संपवून कंपनी बेलापूरला पोहचली. आणि दुसरे दिवशी राहुरीच्या नदीला महापूर आला. त्या पुराचे पाणी आम्ही ज्या थिएटरमध्ये प्रयोग करत होतो. त्या थिएटरच्यावरून जात होते.

बेलापूर, श्रीरामपूरचा मुक्काम आवरून कंपनी टाकळीभान ह्या खेड्यात मुक्कामाला आली. एका प्रशस्त गोडाऊनमध्ये प्रयोग होत होते. ह्या गोडाऊनमध्ये स्टेज होते. पण प्रयोग मात्र त्या स्टेजकडे तोंड करून स्टेजच्या दुसऱ्या बाजूला जमिनीवर सेट लावून होत होते. कारण त्या स्टेजला आमचे फ्लॅटसीन बसण्याइतकी उंचीच नव्हती. त्या स्टेजचा उपयोग प्रेक्षकांसाठी बैठक म्हणून केला गेला. मात्र इथे उत्पन्न बऱ्यापैकी होत होते.

पालघराच्या मुक्कामात नानासाहेबांच्या बाबतीत जो किस्सा घडला होता. तो मीच अण्णासाहेबांपर्यंत नेला हे नानासाहेब समजून चुकले होते आणि म्हणूनच त्यांचा माझ्यावर रोष होता. पण त्यांनीही मला कधी ते जाणून दिले नाही की विचारलेही नाही. पण कसंही करून मला कंपनीतून काढून टाकण्याचा त्यांचा मनोदय मला नेहमी जाणवत होता. पण अण्णासाहेबांच्यापुढे त्यांचं काही चालत नव्हते. पण एक दिवस जेवणाच्या पंगतीत इंदुताईचा आणि माझा खूप वादविवाद झाला. तिथे माझ्याकडून काही अपशब्द बोलले गेले. त्यांनी ते तिखट-मीठ लावून नानासाहेबांना सांगितले आणि अशाप्रकारे त्यांना निमित्त मिळाले. मला कंपनी

सोडावी लागली. अण्णासाहेबांना खूप वाईट वाटले पण त्यांचाही इलाज नव्हता. ह्या मुक्कामात त्यांचीही तब्बेत ढासळली होती. नानासाहेबांचा भाचा त्यावेळी कंपनीत आला होता. त्याच्याबरोबर माझी पुण्याला रवानगी केली गेली. मी एक दोन दिवस पुण्यातच त्यांच्याकडे राहिलो होतो. आम्ही पुण्यात आलो आणि दुसरे दिवशी अण्णासाहेब वारले- ऑगस्ट १९५४ साली.

कोल्हापूरात आनंद विलास म्हणून दोन मजली भव्य दिव्य स्वत:ची वास्तू. सतत वीस-बावीस वर्ष लहान मुलांची आनंद संगीत मंडळी म्हणून नावाजलेली कंपनी चालवणारे एक कलंदर व्यक्तिमत्व, लेखक, उत्कृष्ट पेटीवादक, गोविंदराव टेंबे यांचे खास मित्र- अशा अण्णासाहेबांना एका खेड्यात मरण यावे हेही एक दुर्दैवच म्हणायचे.

-०-

ह्या सर्व प्रकारात चंद्रकांत शेटेबरोबर अधूनमधून पत्र व्यवहार चालू होता. तो आता सांगोला तालुक्यातच मेडसिंगीला राहात होता. चिणक्याचं बाईचं प्रकरण संपले होते. आणि तो आता लग्न करत होता. त्याचसाठी त्यांनी मला बोलावले होते. मी मेडसिंगीला गेलो. तिथून आम्ही मराठवाड्यात उस्मानाबाद जिल्ह्यातील केजला, त्याच्या मामाच्या गावी, गेलो. मामाच्या मुलीशीच त्याचं लग्न ठरले होते. लग्न तिकडेच गंगाखेडला होते. मराठवाडा म्हणजे पूर्वी निजामाचा अमंल असलेला भाग. भाषेचा, राहणीमानाचा फरक अजूनही जाणवत होता. अजूनही तिथे आपल्या चलनाबरोबर निजामाचे चलन चालू होते. ढब्बू पैसा, शिवराई, सुरती, कलंदर अशी काहीशी नाणी चालू होती. सोलापूर जिल्ह्यातही वजनामध्ये पासरी, पायली, चिपटं, मापटं, चिवळ-निवळ असा प्रकार चालू होता. गंगाखेडला लग्न नदीच्या काठी एका मंदिरात होते. सकाळी दहाचा मुहूर्त होता. पण लग्न मात्र दुपारीच अडीच तीनला लागले. दुसऱ्या दिवशी मी एकटाच मेडसिंगला परत आलो. चंद्रकांत लग्नानंतरचे त्यांचे धार्मिक विधी उरकून येणार होता. लग्नात तो बावीस तेवीस वर्षाचा असेल तर बायको तेरा-चौदा वर्षाची असावी. कारण आम्ही त्याच्या मामाच्या घरी केजला गेलो तेव्हा ती परकरातच होती. मेडसिंगीला आम्ही सोनाराच्या वाड्यात राहत होतो. वाड्यासमोरच पटांगण, मारुतीचं देऊळ, चावडी- तिथूनच वाडेगाव ते आलेगाव असा एक कच्चा रस्ता. रस्त्याच्या पलीकडे भली मोठी विहीर. विहिरीच्या दोन्ही बाजूंनी चौवऱ्या बैलांच्या मोटा चालायच्या. ह्या विहिरीत आम्ही तासंतास पोहत असायचो. सांगोला तालुक्याचे त्यावेळचे सभापती संभाजीराव शेंडे यांचं हे गाव. गावात सातवीपर्यंत शाळा. शिंदे मास्तर, फडके मास्तर, कांबळे मास्तर असे चार-

पाच शिक्षक शाळेत होते. फडके मास्तर, कोष्टी समाजाचे. रोज जवळे गावांहून पाच मैल चालत ये-जा करायचे. त्यांचा गणित हा विषय अतिशय चांगला होता. त्यावेळी नुकतीच दशमान पद्धत आपल्या चलनात सुरू होऊन नवीन नाणी आली होती. वार्षिक परीक्षा जवळ आल्यामुळे रोज संध्याकाळी जेवून सहावी- सातवीची सर्व मुलं मुली शाळेच्या पटांगणात घोळक्या घोळक्यानं रॉकेलचा टेंबा म्हणजे एका छोट्या काचेच्या गोल बाटलीत चिधीची वात व रॉकेल घालून पेटवलेला दिवा– तो दिवा मध्ये ठेवून अभ्यास करायचे. फडके मास्तर ह्या मुलांना दशमान पद्धतीच्या चलनाची माहिती द्यायचे. ती नवीन नाणी आणून दाखवायचे. त्यामुळे मलाही त्या नाण्यांची माहिती मिळाली. अभ्यास झाल्यावर सर्व मुली घरी जायच्या. त्याना घरोघर पोचवायला दोन-तीन मुलं सोबतीला जायची. आम्ही तिथेच शाळेच्या पटांगणात झोपायचो. इथे मी चंद्रकांतकडून अंबर चरखा चालवायला शिकलो. तिथे असेपर्यंत दिवसा वेळ घालवण्यासाठी त्या चरख्यावर सूत काढत बसायचो. शाळेच्या सर्व मास्तरांशी माझी चांगलीच मैत्री जमली होती. तसा मी गावाशी पण एकरूप झालो होतो. माझ्या नाटकाच्या आवडीसाठी शिंदे मास्तरानी गावच्या भंडाऱ्याच्या वेळी शाळेचा करमणुकीचा कार्यक्रम करायचे ठरविले. कांबळे मास्तर चांगल्यापैकी पेटी वाजवीत असत. गाणी, नकला, छोटीशी नाटिका असा दोन एक तासाचा कार्यक्रम बसवला होता.

भंडाऱ्याच्या दिवशी दोन-तीन काहिली गव्हाची खीर शिजवली गेली. संध्याकाळी चार वाजल्यापासून अख्खा गाव बाया पोरांसह पितळ्या घेऊन येत होता आणि मस्तपैकी पंगतीत बसून खीर ओरपीत होता. एक काहीली खीर बघता बघता संपली. दुसऱ्या काहीलीतील खीर अर्धी संपली आणि गावकऱ्यांच्या लक्षात आले. काहीलीत काहीतरी पडले आहे. मग मोठमोठे लोखंडी कालथे घेऊन त्या काहीलीत फिरवले. तर त्यात एक टम्म फुगलेले कुत्रे पडलेले होते. ते त्यात कधी आणि कसे पडले. हे कुणालाच कळले नाही. मग लागलीच ती काही पत्रे आणून झाकली गेली. कुणाला सुगावाही लागून दिला नाही. आम्ही कार्यक्रमाच्या तयारीत होतो. पण कशी काय कोण जाणे, ही बातमी कानोकानी गावभर झाली. आणि मग काय, ज्यांनी त्या काहीलीतील खीर खाल्ली होती त्यांच्या आणि न खालेल्ल्यांच्याही पोटात दुखायला लागले. उलट्या व्हायला लागल्या. गावचे पाटील, सरपंच, पुढारी सर्वांचीच धावपळ सुरू झाली. ह्या धावपळीत काही गावकऱ्यांनी संभाजीराव शेडेंच्या सांगण्यावरून मोठा खड्डा खणून त्या काहीलीतील उरलेली सर्व खीर कुत्र्यासकट त्या खड्ड्यात गाडून टाकली. आमचा त्या दिवशीचा कार्यक्रम रद्द झाला. तो नंतर झाला. सर्वांना खूपच आवडला. तो पाहून फडके मास्तरांनी एका शनिवारी त्यांच्याबरोबर मला

त्यांच्या गावी जवळ्याला नेले आणि तिथल्या त्यांच्या सांस्कृतिक मंडळाची ओळख करून दिली. बाबू गोंधळी, बाळू रसाळ, पांडोबा ढवणे, सदा मडके, शिवदास क्षीरसागर अशा कलावंताची चांगलीच मैफील जमली. बाबू गोंधळी उत्कृष्ट गायक, तबला ढोलकीची दिमंडी संबुळ वादक तर बाळू रसाळ तयारीचा पेटी वादक. मेडसिंगी पेक्षा जवळे गावही मोठे होते. छोटीशी बाजारपेठ, छोटे छोटे दुमदार वाडे. तसं हे गाव देखणे होते. कोष्टी समाज बराच होता.

मेडसिंगीला येऊन चार-पाच महिने झाले. कामधंदा काही नाही. चंद्रकांतच्या बायकोला घेऊन तिचा बाप मेडसिंगीला आला होता. चंद्रकांतच्या मागे जातो जातो म्हणून मी लागलो, पण तो काही सोडायला तयार होईना, पळून जावं म्हटलं तर पैसे नाही. एक दिवस चंद्रकांत त्याच्या बायकोला आणि मामाला म्हणजे आता सासऱ्याला घेऊन पंढरपूरला गेला. तिथूनच सासऱ्याला त्याच्या गावी तो रवाना करणार होता. मी एकटाच घरात होतो. नेहमीप्रमाणे मी सहज कपाट उघडले. तर तेथे चार पाचशे रुपये वरच ठेवलेले दिसले. त्यातले फक्त तीस रुपये घेतले आणि मेडसिंगी सोडून चालत सांगोल्याला आलो. तिथून रेल्वेने मिरजला गेलो आणि मिरजवरून सरळ मुंबईला गोपाळ डे कडे गेलो.

गोपाळ डे नी गोलदेवळाजवळ नॅशनल सिनेमाच्या एका गेट जवळ पाच बाय दोनचा एक बंदिस्त दुकान टाईप लाकडी खोका रोज़ दोन रुपये भाड्याने घेऊन तिथे चिवड्याचे दुकान सुरू केले होते. माझी त्यांनी त्या दुकानातच सोय केली. त्या दुकानात मलाच बसवले. रात्री दुकान बंद झाल्यावर तिथेच त्या खोक्याच्यावर झोपायचं. सकाळी अगदी लवकर उठून समोरच्या बिल्डिंगमध्ये प्रातर्विधी, अंघोळ वगैरे उरकून घ्यावी लागत असे. गोपाळ डे त्याच्या दुकानदारांच्या घाऊक ऑर्डरी पोचवून दीड-दोन वाजेपर्यंत तिथं यायचा. मला जेवायला सोडायचा. तिथेच नॅशनल सिनेमाच्या चौकात महानंदा नावाचे उडपी हॉटेलमध्ये सहा आण्यात राईस प्लेट मिळायची. नॅशनल सिनेमाजवळ फोरासरोड, सर्व वेश्यांची वस्ती. गोलदेवळाच्या पुढे भेंडी बाजार वगैरे. अगदी चौफेर सगळीकडे धोकादायक वस्ती. गोपाळ डे नी हा जो दुकानचा खोका भाड्याने घेतला होता तो मुसलमान पैलवानाचा होता. पैलवान नावानेच त्याना ओळखले जायचे. सहा फूट उंच, धिप्पाड असे ते पायजमा, झब्बा, गांधीटोपी अशा वेशात असायचे. त्यांचाच धाकटा भाऊ रफिकशेट, एकदम हिरोसारखा राहणारा ह्या भावांच्या जवळ जवळ वीस एक हातगाड्या सरबत, केळी, संत्री, मोसंबी, सफरचंद अशा विक्रीच्या होत्या. ह्या रफिक शेटची एक रखेली होती. तिला लागणारे पैसे तो माझ्याजवळ ठेवायचा आणि तीही माझ्याकडून ते घेऊन जायची.

काही वेळा ती तिच्या नातेवाईकांना पाठविण्याची पत्रं माझ्याकडून लिहून घ्यायची, तिच्यामुळेच मग आणखीही धंदा करणाऱ्या मुली अधूनमधून माझ्याकडे पत्रं लिहिण्यासाठी येऊ लागल्या. त्या सांगतील तशा मोडक्या तोडक्या हिंदीमधून मी ती पत्रं लिहित होतो. ते लिहिताना ह्या धंदा करणाऱ्या बायांनाही मन असतं, भावना असतात, ह्याचा अनुभव मला येत होता. पत्र लिहिण्याबद्दल मी काहीही मोबदला घेत नव्हतो. पण मग त्या रफीकशेटनीच सांगितले- किसीका खत मोफत नही लिखनेका दो-चार पैसे लेते रहो. मग तशी सुरुवात झाली. पत्र लिहिल्यावर त्या खुशीने काय देतील ते मी घेत राहिलो. त्या रफीकशेट आणि पहिलवानाचा माणूस म्हणून आजूबाजूच्या गुंडानी किंवा कुणीच मला त्रास दिला नाही. नॅशनल सिनेमाचा पठाण (गुरखा) तो तर माझ्यावर भावासारखा प्रेम करायचा. आमच्या दुकानाला लागूनच भैय्याचं- चणा फुटाण्याचं दुकान होते. त्याचीही चांगली दोस्ती जमली होती. ह्या दुकानात असताना राखी पुनवेचा सण आला. रफिकशेटच्या त्या रखेलीने मला राखी बांधली आणि मिठाईचा पुडा दिला. ते पाहून पत्र लिहून घेणाऱ्या ज्या धंदेवाईक मुली होत्या. त्यांनीही मला राखी बांधल्या, मिठाई दिली. राखी बांधताना त्यांच्या डोळ्यात तरळणारे आनंदाश्रू त्या लपवू शकत नव्हत्या. मला भैय्या भैय्या म्हणून राखी बांधताना पाहून आजूबाजूच्या लोकांना आश्चर्य वाटले. काहींचा गैरसमजही झाला.

संध्याकाळी गोपाळ डे आला की, मी मोकळा असायचो. आजूबाजूला फिरून यायचो. असंच एकदा शिक्कानगरकडे जाताना देशमुखवाडीत खानोलकरांचा गणपतीचा कारखाना दिसला. तिथे मी सहज उभा होतो. एकाएकी काय मनात आले कुणास ठाऊक, मी तिथे गणपतीची आखणी करीत असलेल्या म्हाताऱ्या व्यक्तीला सरळ विचारले. 'मी रंगवू का गणपती?' त्यांनी कसलाही विचार न करता माझ्यासमोर एक छोटा गणपती रंगवायला दिला. मी त्यांना विचारले. 'पीतांबर, शेला कसल्या रंगात रंगवू?' ते म्हणाले, 'तुला आवडेल त्या रंगात रंगव.' मी कुठेही डाग न पडता तो रंगवला. त्यांनाही तो आवडला. मग रोज संध्याकाळी सहा ते नऊ मी तिथे गणपती रंगवायला जात होतो. गणपतीच्या आधी चार दिवस तर, रात्री बारा एक वाजेपर्यंत तिथे काम करत होतो. ह्या आठ पंधरा दिवसात त्यांची माझी चांगलीच ओळख झाली. त्यांचा एक मुलगा जे.जे. आर्टला प्राचार्य होता. गणपती झाले. त्यांनी मला पावणे तीनशे रुपये दिले. मला आश्चर्य वाटले. कारण पेणला असतो तर ह्या पंधरा वीस दिवसांचे फार तर मला पंचवीस तीस रुपये मिळाले असते. मला वाटले होते फार तर पन्नास-साठ रुपये देतील.

गणपती झाल्यावर मी साहित्य संघात जायला लागलो. तिथेच एकदा भूमीकन्या

सीता हे नाट्य निकेतनचे नाटक होते. मी ते विंग मध्ये उभा राहून पाहत होतो. मध्येच सेटींग बदलताना संभाजी नावाचा जो बॅक स्टेजचा कलावंत एका बाजूने एकटाच फ्लॅटसीन बदलत होता. ते बघून मी त्याच्या मदतीला गेलो. त्या निमित्तानंतर त्याची मैत्री जमली. पुढे दोन दिवसांनी किंग जॉर्जला भाग्यवान नाटकाचा प्रयोग होता. त्यांनी मला तिथे बोलावले. मी गोपाळ डे ला सांगून त्या दिवशी किंग जॉर्जला दुपारी दोन वाजता पोचलो. संभाजी बरोबर सेट लावायला मदत करायला लागलो. भूमिकन्या सीतामध्ये ज्योत्स्ना भोळे, अभ्यंकर वगैरे मोठी मोठी नट मंडळी काम करीत होती. तर 'भाग्यवान' नाटकात ज्योत्स्ना भोळे, प्रभाकर पणशीकर वगैरे काम करत होते. नाटक संपले, सर्व सेट हातगाडीवर बांधला होता. दुसरे दिवशी तोच प्रयोग दामोदर हॉल, परेळला होता. तिथेही मला संभाजीनं बोलावले आणि मला पाच रुपये दिले. अशा तऱ्हेनं नाट्य निकेतनमध्ये अधूनमधून बॅकस्टेज आर्टिस्ट म्हणून काम मिळत गेले. संभाजीनं माझी ओळख कंपनीचे मालक-लेखक-दिग्दर्शक मो. गो. रांगणेकरांशीही करून दिली. त्यामुळे नाट्य निकेतनच्या ऑफीसमध्ये माझी जा-ये सुरू झाली.

साहित्य संघातही येणंजाणं चालू होते. तिथे तात्या आमोणकर, पांगम, नाईक ह्यांची ओळख झाली होती. त्यावेळी साहित्य संघ, आताचं शिवाजी मंदिर ही खुली ओपन एअर नाट्यगृहे होती. साहित्य संघात प्रयोगाचे दिवशी खुर्च्या मांडायच्या आणि प्रयोगानंतर परत त्या गोळा करायच्या. त्या बदली नाटक फुकट बघायला तर मिळायचेच. पण नंतर जेवणही मिळायचे. त्यावेळी त्राटिका, राक्षसी महत्वाकांक्षा, एकच प्याला, भाऊबंदकी, तुझं आहे तुजपाशी, शारदा, अशी एकापेक्षा एक नाटकं पाहायला मिळाली. साहित्य संघाच्या ह्या नाटकातून नानासाहेब फाटक, मा. दत्ताराम, दुर्गा खोटे, पु. ल. देशपांडे, केशवराव दाते, आचार्य अत्रे अशा दिग्गज कलावंतांचा कसदार अभिनय अगदी जवळून पाहिला मिळाला. पण ते पाहून डोक्यातला नाटकाचा किडा खूप वळवळ करायला लागला. आपणही असं काही करायला पाहिजे असं वाटायचं. पण त्यावेळी एवढा मोठा नट शंकर घाणेकर- तो सुद्धा भूमिका मिळवण्यासाठी धडपडत असायचा. काही नाही तर प्रॉम्प्टिंगचे काम करायचा. मग मला कोण काम देणार होते?

-o-

दिवाळी होऊन गेली. मी मुंबई सोडून पुण्याला मावशीकडे जायचे ठरवले. उद्देश हा की, तिथल्या कंपन्यात काम मिळेल. मावशीचा पत्ता माहीत नव्हता. ती नारायण पेठेत राहते एवढेच माहीत होते.

मी पुण्यात पोहोचलो तेव्हा संध्याकाळ झाली होती. नारायण पेठ शोधून

काढली. पण मावशीचा पत्ता निश्चित माहीत नसल्यामुळे घर सापडले नाही. रात्री झोपायचं कुठे हा प्रश्न आला. त्यावेळी एक बरं होतं. त्यावेळी आत्ताच्या सूटकेस किंवा हँडबॅग नव्हत्या. प्रवास करणारा एक तर ट्रंक वापरायचा नाहीतर साधी कापडाची पिशवी. माझी ट्रंक नव्हतीच. कापडाच्या पिशवीत एक पँट, शर्ट, लंगोट, टॉवेल आणि एक चादर एवढ्याच वस्तू होत्या. त्यावेळी हाफ पँटच घालायचो. ती रात्र मी विश्रामबागेच्या पुढील चौथऱ्यावर झोपून घालवली. सकाळी जाऊन लवकरच पोस्टाजवळ पोचलो. समोरच कोपऱ्यावर विश्राम हॉटेल दिसले. हॉटेलवर बोर्ड होता, हॉटेल कामासाठी मुलं पाहिजेत. मी आत गेलो आणि गल्ल्यावर बसलेल्या माणसाला विचारले. काम आहे का? 'दोनदा जेवण आणि महिना दहा रुपये पगार मिळेल. जा कामाला लाग.' मी पिशवी ठेवली आणि कामाला लागलो. कप-बशा, प्लेटी धुणे-आताच्या भाषेत मोरीवर सकाळ पासून संध्याकाळी पाच वाजेपर्यंत काम केले. मालकांनी, 'जा सुटी झाली आता उद्या सकाळी सात वाजता काम सुरू' नदीवर आंघोळीला जातो म्हणून पिशवी घेऊन बाहेर पडलो. नदीवर आंघोळ करून निघालो. डोक्यात एकच विचार, आता काय करू या? का परत हॉटेलमध्येच जाऊ या? इतक्यात वाटेतच पेणचे मीठवाले वैजनाथ दाते देवासारखे रस्त्यात भेटले. त्यांचं नारायण पेठेतच मिठाचं दुकान होते. माझ्या मावशीच्या कुटुंबाशी चांगली ओळख होती. त्यांनीच मला मावशीच्या घरी नेले. जयंतराव टिळक यांच्या केसरी ऑफीस जवळच मावशीचं घर होतं. खाली नारायण पेठ पोस्ट ऑफीस आणि वर मावशीचं प्रशस्त घर. मी यमूचा मुलगा म्हटल्यावर तिला खूप खूप आनंद झाला.

मावशीचं कुटुंब खूप मोठं होतं. तिची सहा मुलं, पाच मुली, मावशीची म्हातारी आई. तीन सुना, त्यांची मुलं, यजमान. ह्या मावशीच्या आईनं माझ्या आईला ती एक महिन्याची असल्यापासून स्वत:च्या मुलीबरोबर स्वत:चं दूध पाजून लहानाची मोठी केली होती. म्हणजे मावशी आणि माझी आई, सख्या चुलत बहिणीही होत्या. तरीही तिने मला आश्रय दिला होता. दोन एक वर्ष नाटक कंपनीत घालवलेली. शिक्षण नाही. त्यामुळे कुठं चांगली नोकरी मिळणे शक्य नव्हते. शेवटी नाईलाजाने त्या पेणच्या वैजनाथ दाते कडेच त्यांच्या मिठाच्या दुकानात तीस रुपये पगारावर कामाला राहिलो. पण तिथेही काही मी जास्त दिवस रमलो नाही. कारण दिवसभर नुसतं बसण्याशिवाय विशेष काम नव्हते. त्यामुळे खूप बोअर झालो होतो. नाटक कंपनीमुळे हिंडायची सवय लागलेली. आणि पहिल्यापासून अतिशय बोलका स्वभाव आणि तिथे दुकानात बोलायलाही कोणी नाही. दोन महिन्यातच ती नोकरी सोडली.

मी मावशीकडे राहात होतो हे मावशीच्या यजमानाना मुळीच आवडत नव्हते.

त्यांच्यासमोर यायला मला परवानगी नव्हती. थोडक्यात, मला तिथे चोरूनच राहायला लागत होते. पण शेवटी एक दिवस हे उघडकीला आलेच. मी जेवायला बसलो असताना ते अचानक आले आणि त्यांनी मला पानावरून उठवून त्यांच्या घरातून हाकलून दिले. भर दुपारी माझी पिशवी घेऊन मी त्या घराच्या बाहेर पडलो. मावशीला, मावशीलाच काय, तिच्या सर्व मुलामुलींना- सुनांनाही वाईट वाटले. पण वडिलांपुढे बोलायची किंवा त्यांना सांगायची कुणाचीही हिंमत नव्हती. पण म्हणतात ना, देव तारी त्याला कोण मारी? हा सर्व प्रकार पाहायला त्यावेळी तिथे त्यांच्याच मुलीचा- इंदुताईचा मुलगा म्हणजे माझ्या मावस बहिणीचा मुलगा नरहरी हजर होता. मी घर सोडून बाहेर पडल्यावर तोही बाहेर पडला आणि त्यांनी मला त्यांच्या घरी नेले. इंदूताई नारायण पेठेतच लोखंडे तालमीसमोर बावडेकरांच्या वाड्यात राहात होती. तिनं मला आपल्याकडे ठेवून घेतले. मला आश्रय दिला. तीन खोल्यात तिची चार मुलं, चार मुली आणि तिचा नवरा– बापू जोगळेकर म्हणजे देव माणूस. मावशीची श्रीमंती इथे नव्हती पण हृदयाची श्रीमंती भरभरून वाहत होती. थोड्याच दिवसांत मी त्यांच्या कुटुंबातील एक घटक झालो.

ताईची चिंतामणी, नरहरी, विश्वनाथ, विजय ही चार मुलं आणि शांता, प्रभा, पद्मा, मीरा ह्या चार मुली. मला इथे परका म्हणून कुणीही वागवले नाही. चिंतामणी, नरहरी, विश्वनाथ ही सर्व मुलं नोकरीला जाणारी. स्वत: बापूही देहू रोडला मिलिटरी ऑफीसात नोकरी करणारे. बाकी सर्व मुली, सर्वांत लहान मुलगा विजय ही सर्व शाळेत जाणारी. मी एकटाच कामधंदा नसलेला. मला खूप कसंतरी वाटायचं. पण इलाज नव्हता.

ह्यावेळी आनंद संगीत मधला विजय जोशी हा अचानक रस्त्यात भेटला. कंपनी सोडून तो पुण्यात स्थाईक झाला होता. माझ्यासारख्याच तोही विजयानंद थिएटरच्या कुलकर्णी नावाच्या इलेक्ट्रीक कॉट्रॅक्टरकडे वायरमनचे शिक्षण घेण्यासाठी अश्रितासारखाच राहिला होता. त्या भेटीमुळे पुण्यात सुख-दुखाच्या गोष्टी करायला एक जुना मित्र सोबतीला मिळाला.

संध्या थिएटर्स ह्या पुण्यातील नावाजलेल्या नाटक कंपनीचे मालक राजाभाऊ कामतेकर ह्यांचे भाऊमहाराजांच्या बोळात मंडई जवळ ध्रुव ग्रंथालय आणि अविनाश लॉड्री म्हणून दुकान होतं. वेळ जायला साधन म्हणून तिथे जाऊन बसायचो. माझ्या मावस बहिणीला, इंदूताईला पण घरात बसून राहणे आवडत नव्हते. ती म्हणायची बाहेर फिरत जा, चार लोकांच्या ओळखी करून घे.

या संध्या थिएटर्स नाटक कंपनीचे अधूनमधून भाऊबंदकी, पुण्यप्रभाव,

बेबंदशाही, कीचक वध, द्रौपदी असे प्रयोग लागायचे. त्या प्रयोगाच्या तिकीट विक्रीवर राजाभाऊ मलाच बसवायचे. ह्या त्यांच्या प्रयोगात मोठमोठे नावाजलेले कलावंत, नानासाहेब फाटक, शंकर अभ्यंकर, चित्तरंजन कोल्हटकर, वसंत शिंदे, गोपाळ बकरे, नेवरेकर, कृष्णराव चोणकर, शांता मोडक, विमल कनार्टकी वगैरे काम करायचे. उत्पन्नही बऱ्यापैकी होत असे. प्रत्येक प्रयोगाला ते मला पाच-दहा रुपये द्यायचे. कधी कधी ते मला त्यांच्याबरोबर त्यांच्या घरी आग्रहाने जेवायला घेऊन जायचे. पण त्या दिवशी दोनदा जेवायला लागायचे. कारण इंदूताईला मी बाहेर कुणाकडे जेवलेले आवडायचे नाही आणि मला राजाभाऊंचा आग्रह मोडता यायचा नाही.

राजाभाऊ कामतेकर शनीच्या पाराजवळ चार नंबर शाळेसमोर आगाशांच्या वाड्यात राहत होते. त्यांचं कुटुंबही फार मोठं होतं. पाच मुली, तीन मुलं. त्यांची पत्नीही अतिशय प्रेमळ, मनमिळावू, आनंदीवृत्तीची, बोलक्या स्वभावाची होती. संबंध कुटुंबच मनमिळाऊ आनंदीवृत्तीचं होतं. राजाभाऊंचा एक भाऊ मुंबईला दादर बुक डेपो मध्ये नोकरीला होता. त्यांच्याशी माझ्या सख्या बहिणीचं सुशिलाचं लग्न ठरले होते.मी माझ्या बहिणीच्या लग्नासाठी तर राजाभाऊ त्यांच्या भावाच्या लग्नासाठी मुंबईला गेलो. पार्ल्याच्या हनुमान मंदिराच्या कार्यालयात जाईपर्यंत मला माहीत नव्हते, माझ्या बहिणीचं लग्न राजाभाऊंच्या भावाबरोबर होणार आहे. राजाभाऊंनाही माहीत नव्हते, आपल्या भावाची होणारी बायको माझी सख्खी बहीण आहे. आमच्या विनूकाकांनीच तिचं कन्यादान केलं. ह्या लग्नामुळे राजाभाऊ आणि माझं मित्रत्वाचे रूपांतर नात्यात झाले. त्यामुळे पुण्यात माझी जोगळेकर आणि कामतेकर अशी दोन घरं हक्काची झाली.

-०-

राजाभाऊ कामतेकरांना पहिलवान म्हणूनच लोक ओळखायचे. त्यांना व्यायामाची-कुस्त्यांची खूप आवड होती तशी मलाही लहानपणापासून व्यायामाची सवय होती, आवडही होती. तो व्यायाम आपोआप परत सुरू झाला. लहानपणी घरी दूध दुभतं भरपूर असल्यामुळे मला चहा माहीत नव्हता, मी चहा पीत नाही म्हटल्यावर इंदूताई मला आग्रहाने अर्धा कप का होईना दूध प्यायला लावायची. नाटक कंपनीमुळे आणि घर सोडल्यापासून गार पाण्याने आंघोळीची सवय लागली ती आजपर्यंत चालूच आहे.

मला एक सवय आहे. जिथे जिथे ओळखी झाल्या तिथे तिथे पत्रव्यवहाराने ती ओळख दृढ करण्याचा प्रयत्न करायचा. तेव्हा पोस्ट कार्डही एक आण्याला मिळायचे.

सप्टेंबर १९५५ साली असंच एकदा सांगोला तालुक्यातील जवळे गावाहून

दहा रुपयाची मनिऑर्डर आणि पत्र आले. आम्हाला नाटक बसवायचे आहे तरी ताबडतोब जवळ्याला यावे. इंदूताईकडचा दीड दिवसाचा गणपती झाल्यावर मी जवळ्याला जायला निघालो. इंदूताईंनी, तिच्या यजमानांनी बापूंनी मला बजावून सांगितले. 'तिथले काम झाले की परत ये. आता हे तुझं हक्काचं घर आहे.' मी ताईकडे राहत होतो. फुकटच जेवत होतो. पण तिनं मला कधी काहीही काम सांगितले नाही, की करूही दिलं नाही. तिच्या सर्व मुलांनीही मला भावाप्रमाणेच वागवले.

आता माझ्या पोशाखात बदल झाला होता हाफ पँट जाऊन पायजमा- झब्बा आला होता. प्रवासात पिशवीच्या जागी पत्र्याची छोटीशी ट्रंक आली होती. मी जवळ्याला गेलो. माझी राहण्याची व्यवस्था पांडुरंग ढवणे ह्यांचेकडे केली होती. त्यांनी सपंत दामाजी नाटक निवडले होते. मी जायच्या आधीच पात्र निवड होऊन त्यांनी तालमी सुरू केल्या होत्या. स्त्री भूमिका मुलंच करत होती. ही सारी मंडळी कोष्टी समाजाची असल्यामुळे दिवसभर हातमागावर लुगडी विणायची. रात्री आठला तालमीला यायची. मी दिवसभर मोकळाच असायचो. माझी जेवणाची सोय रोज एकाकडे असायची. मी गेलो आणि पितृपंधरवडा सुरू झाला. ज्याकडे महाळ त्याच्याकडे मला जेवायचे बोलवणे असायचे. ते पंधरा दिवस रोज पुरणपोळ्या खाऊन कंटाळलो होतो. तिकडे पुरण-पोळीच्या पुरणात गूळ साखर घालत नाहीत. बिनगुळाच्या त्या पुरण-पोळ्या गुळवणी म्हणजे– गुळाच्या पाण्यात बुडवून खायच्या. त्याबरोबर झणझणीत त्याच पुराणाची आमटी. काही जण त्या आमटीला शेक म्हणायचे.

-o-

नाटक चांगले बसले होते. प्रयोग सादर करण्याची जबाबदारी बाळा रसाळच्या मोठ्या भावाने घेतली होती. त्यांच्याच प्रशस्त बंदिस्त वाड्यात तिकीट लावून प्रयोग करायचे ठरले. पण सरकारी परवागीशिवाय पोलीस पाटील प्रयोग करून देईना. त्यावेळी ती परवानगी जिल्ह्याच्या ठिकाणी कलेक्टरकडून घ्यावी लागायची. ती परवानगी काढायची जबाबदारी त्यांनी माझ्यावर सोपवली. परवानगी काढण्याचा प्रसंग माझ्यावर प्रथमच आला होता. पण काहीही माहीत नसताना मी धाडस करून सोलापूरला जाऊन कलेक्टरला भेटून त्यांची परवानगी घेऊन आलो. सगळ्यांनाच आश्चर्य वाटले. ठरल्याप्रमाणे चार आणे तिकीट लावून प्रयोग झाला. नव्वद रुपये उत्पन्न झाले. प्रयोगाचं लोकांनी खूप कौतुक केले. हा प्रयोग दसऱ्यानंतर झाल्यामुळे दिवाळी झाल्याशिवाय ते मंडळ मला सोडायला तयार होईना. ह्या जवळ्याच्या मुक्कामात शिवदास क्षीरसागर, बाळू रसाळ, बाबू गोंधळी, सदा मडके, सूर्यवंशी

गुरूजी बंधू ह्यांच्याशी खूप मैत्री झाली. बाळू रसाळ आणि बाबू गोंधळी हे तर माझ्या कलेच्या प्रेमात पडले. दिवाळी झाली आणि बाळू रसाळच्या सांगण्यावरून त्याच्या सासुरवाडीस सावळजला तिथल्या नाट्य मंडळाला भेटायला जायचे ठरले.

सावळज हे तासगांव तालुक्यातले गाव. एस.टी.नी गेलो तर साठ सत्तर मैल डोंगर लांब आणि मधून सायकलनी गेलो तर फक्त पंधरा-वीस मैल मधे फक्त अर्धा पाऊण मैल चढून जायला लागणार होते. बाळू रसाळच्या मेव्हण्याची सायकल तिकडे पोचवायची होती. ती त्यांनी मला दिली. तिथल्या मंडळाचे प्रमुख बागवडे म्हणून कलावंताला व त्यांच्या मेव्हण्याला त्याने चिठ्ठी दिली. कसं कसं जायचं ते समजावून सांगितले आणि मी दुपारी तीन एक वाजता त्यांनी सांगितल्याप्रमाणे निघालो. दहा एक मैल गेल्यावर तो छोटासा टेकडी वजा डोंगर लागला. त्यावेळी सूर्य पार मावळतीला गेला होता. हातात सायकल घेऊन डोंगर चढताना वाट चुकलो. वाट चुकलो म्हणजे फिरून फिरून त्याच झाडाजवळ यायचो. वेगवेगळ्या वाटेनं पुढे जाण्याचा प्रयत्न करूनही वाट सापडत नव्हती. परत परत त्याच झाडाजवळ यायचो. सूर्य मावळून गेलेला. दूरवर कुठेच गाव-वस्तीच्या खुणा दिसत नव्हत्या. काय करावं कळेना. चांदण्याचे दिवस असल्यामुळे तो चांदण्याचा प्रकाश तरी होता. मी पुन्हा पुन्हा प्रयत्न करीत होतो. पण वाट सापडत नव्हती. मग एकदम मनात आले आपण चकव्यात सापडलो आहोत. त्यावेळी शिवलीलामृताचा अकरावा अध्याय तोंडपाठ होता. तो म्हणायला सुरुवात केली आणि तो म्हणतच पुन्हा चालायला लागलो. आणि काय आश्चर्य! मी मार्गी लागलो. डोंगराच्या उतारावर कुठेतरी दिवा लुलुकताना दिसू लागला. मग मनाचा निर्धार करून त्या दिव्याच्या दिशेने निघालो. या चकव्यामुळे सायकलही पंक्चर झाली होती. चालण्याशिवाय गत्यंत्तर नव्हते. शेवटी देवाचं नाव घेत, चालत चालत त्या दिव्याजवळ येऊन पोहोचलो. तो एका घराच्या खिडकीतून दिसणारा दिवा होता. रात्र बरीच झाली असावी. कुठेतरी भजनाचाही आवाज दूरवर ऐकायला येत होता. मला खूप तहान लागली होती. त्या घराच्या समोरच बाभळीला सायकल टेकवली आणि भीत भीत पण मोठ्या धाडसाने त्या घराच्या दरवाजावर थाप मारली. कोण आहे का घरात म्हणून साद घातली. दरवाजा उघडला गेला आणि माझ्यासमोर नऊवारी साडी नेसलेली, डोक्यावर पदर, हातात दिवा घेऊन, अगदी खानदानी असावी अशी एक टच्च भरलेली सुंदर बाई उभी. अगदी तारुण्यातील उषा चव्हाणच. मी तिला म्हणालो. "मी एक वाटसरू आहे. मला सावळजला जायचे आहे. वाट चुकल्यामुळे उशीर झाला. मला तहान लागली आहे. थोडं पाणी मिळेल का?" तिच्या चेहऱ्यावर स्मितहास्य फुलले. ती आत गेली आणि तांब्याभर पाणी

घेऊन आली. मी पाणी प्यालो. खूप बरं वाटले. मग तीच म्हणाली, ''सावळजला कुणाकडे जाणार?''

''बागवडे गुरूजीकडे.''

''इतक्या रातचं? अवं, अजून चांगलं दोन कोस आहे सावळज. आधी कंदी गेला व्हता का?''

''नाही. मी प्रथमच जातो आहे.''

''अवं मग इतक्या रातचं कुठं जाताय. थंडी बी लई पडली आहे. पडा इथंच. सकाळी ऐरवाळी जावा उठून.''

''अहो, पण?''

''अवं, घाबरता कशापाई? आता भजन संपल्यावर कारभारी येत्याल. तुमी त्या खोलीतल्या बाजेवर झोपा.''

मी मनाशी विचार केला. आपण चालत असल्यामुळे आपल्याला थंडी जाणवली नाही. पण पाणी पोटात गेल्यावर ती आता चांगलीच जाणवायला लागली आहे. आणि एवढ्या रात्री सावळजला जाऊन आपण कुणाला विचारणार? कोणाला उठवणार? झोपू या इथेंच. असं म्हणून सायकलची पिशवी काढून आणली. तोपर्यंत त्या बाईनं त्या बाहेरच्या खोलीतील बाजल्यावर एक घोंगडे टाकले. मी त्या खोलीचा दरवाजा आतून बंद केला. आणि निवांत झोपलो. चालण्याच्या झालेल्या श्रमाने पडल्या पडल्या मला झोप लागली. काही वेळाने मी दचकून जागा झालो. बांगड्याचा किण किण आवाज आला आणि माझ्या डोक्याच्या केसात कुणाची तरी नाजूक बोटं फिरत होती. मला दरदरून घाम सुटला. भजनाचा आवाजही बंद झाला होता. डोक्यात एक विचार सुरू होता. आता जर हिचा कारभारी आला आणि त्यानी हे बघितले तर इथे आता आपला मुडदाच पडेल. पण मी तर दाराची कडी आतून लावली होती. मग ही आली कुठून? तोंडातून शब्द फुटेना, की उठताही येईना. अगदी मेल्यासारखा मी निपचित पडून होतो. आस्ते आस्ते तिचे हात माझ्या सर्वांगाला फिरायला लागले. ती मला उत्तेजित करण्याचा प्रयत्न करीत होती. माझी चांगलीच पाचावर धारण बसली. आता आपला शेवट जवळ आला ह्या भीतीनं मी किती वेळ गप्प पडून होतो. तिचे हात फिरतच होते. इतक्यात कोंबडा आरवला आणि आस्ते आस्ते सारं शांत झालं. आणि मला परत गाढ झोप लागली. सकाळी मला उशिराच जाग आली. तेव्हा मी जमिनीवर होतो. ताडकन उठून बसलो. रात्री टुमदार दिसणारे ते घर, ती बाई, ती खोली, ती बाज, ते घोंगडं काही काही नव्हते. होतं फक्त एक पडकं घर. मी माझी पिशवी सायकलला लावली. सायकल पंक्चर

आहे- काही काही पाहिलं नाही. सरळ टांग मारून सावळज जवळ केले. गावच्या वेशीवर छोटसं चहाचं हॉटेल होते. तिथे सायकल लावली आणि तिथेच बसलो. संपूर्ण घामाघूम झालेला. तोंडातून शब्द फुटत नव्हते. हॉटेलवाल्यानेच मला पाणी पाजलं. मी त्याला नवखा दिसलो म्हणून त्यांनी माझी विचारपूस केली. मी झालेली सर्व हकिगत त्याला सांगितली. त्यांनीच थोडा वेळाने बाळू रसाळच्या मेव्हण्याला बोलावून घेतले. तो आल्यावर त्याच्याबरोबर त्याच्या घरी गेलो. आंघोळ वगैरे आटपली. आणि आम्ही त्या बागवडे गुरुजींकडे गेलो. इकडच्या तिकडच्या गप्पा झाल्यावर रात्रीचा झालेला प्रकार त्यांना समजला. तोपर्यंत त्यांच्या मंडळातील अजून चार-पाच जण तिथे आले. ती रात्रीची आपल्याला भेटलेली बाई एका पाटलाची ठेवलेली बाई होती. तिच्या चारित्र्याचा त्याला संशय आला म्हणून त्यांनेच तिला मारली होती. तिचं वासनेनं अतृप्त मन पिशाच्याच्या रूपानं तिथं वावरत होते. आपली वासना भागवण्यासाठी ती अशीच कुणाला धरायची. तिच्या वासनेला कुणी बळी पडला तो झुरून झुरून मरायचा. असाच एक गुराखी आणि एक मास्तर तिच्या वासनेला बळी पडले होते. पण इथेही मला देवानेच वाचवले. आश्चर्य हे वाटत होते, एक पिशाच्च एवढं टुमदार घर, घड्याळ, बाजलं, घोंगडं, पाण्याचा तांब्या हे कसं काय निर्माण करू शकले? आणि तोही नुसता भास. प्रत्यक्ष तिथे पडक्या घराशिवाय काहीच नव्हते. एक दिवस त्या मंडळाबरोबर तिथेच गप्पा गोष्टी करण्यात घालवला. ते बागवडे उत्तम पेटीवादक, संगीतकार होते. त्यांचा भाऊ उत्तम गायक होता. त्याचे पुणे आकाशवाणीला कार्यक्रम पण होत असत. तिथे गप्पांच्या ओघात समजले, शेजारीच तीन मैलावर असलेल्या अंजनी गावात मुंबईची नाटक कंपनी आली आहे.

-०-

मी मुद्दाम कुतूहलाने त्या गावी गेलो. अंजनीला ती कंपनी मारुतीच्या देवळात उतरली आहे असे समजले. मी तिथे गेलो तेव्हा कंपनीतील सर्वजण फ्ल्यूने आजारी पडलेले. मी त्यांची चौकशी केली. ह्या भागात सर्वत्रच त्यावेळी फ्ल्यूची जोरात साथ चालू होती. मी तसाच परत सावळजला गेलो आणि बागवडे गुरुजींना सर्व हकिगत सांगितली. त्यांनी मला सरकारी दवाखान्यात नेले. त्या डॉक्टरना त्या कंपनीच्या सर्व लोकांना फ्ल्यू झाला आहे असे सांगताच त्यांनी सिसा भरून औषध आणि मूठभर गोळ्या मला दिल्या. ते औषध घेऊन मी परत अंजनीला आलो. त्यांच्याबरोबर दोन दिवस तिथेच राहिलो. तेव्हा मला समजले मास्तर दत्ताराम, मास्तर गंगाराम ह्यांची प्रभात संगीत नाटक कंपनी बंद पडल्यावर त्यातल्या भाऊसाहेब मालुसरे ह्यांनी आदित्य नाट्य समाज म्हणून स्वत:ची नाटक कंपनी काढली. पण

तीही डबघाईला आली म्हणून स्वत: भाऊसाहेब मालुसरे, त्यांचा पुतण्या वसंता आणि त्यांच्याच कंपनीतील एक बाई आणि तिची दोन अशोक व मोहन ही मुलं आणि एक बाळू नावाचा गडी अशी सहाजणच कंपनी चालवतात. मी नेलेल्या औषधांनी सर्वजण बरे झाले आणि त्याच देवळातच त्यांनी संत सखू नाटकाचा प्रयोग केला. देवळासमोरील पटांगणात स्त्रिया पुरुषांनी खच्चून गर्दी केली होती. मला कुतूहल होते, सहा जणात हे नाटक कसं साकारायचे याचं आणि तेही संगीत. पण त्यांनी खरंच काहीही विशेष नेपथ्याचा भपका नसताना नाटक अप्रतिम सादर केले. भाऊसाहेब दिगु, त्या बाई सासू, मोहन संत सखु, अशोक चंद्रा. अशोक -मोहननी स्त्री पात्रं फारच छान केली. मोहन पेटी आणि अशोक तबला वाजवायचा. ही त्या बाईंची दोन्ही मुलं चांगल्यापैकी तयार होती. नाटक झाल्यावर आरतीत लोकांनी काय पैसे टाकले. ते आणि पाटलाने दिलेला शिधा हेच कंपनीचं उत्पन्न. मला हे सारंच नवीन होतं. पण कलेसाठी काहीही करण्याची ही त्यांची जिद्द वाखाण्यासारखीच होती. त्यांनी माझीही सारी चौकशी केली. दोघेही एकाच ध्येयाने प्रेरीत झालेले. परत मोहन, अशोक, वसंता ही सारी माझ्या बरोबरीची. त्यामुळे त्यांचं माझं लागलीच जमून गेलं.

पायपेटी, तबला, एक ड्रापचा पडदा, दोन दुसरे पडदे आणि थोडी बहुत ड्रेपरी— असा सारा कंपनीचा संसार घेऊन ते दोन-तीन वर्षं असे गावोगाव फिरत होते. संत सखू, उमाजी नाईक, राजा रूक्मांगद, घर जावई, शारदा, सत्यवान-सावित्री अशी वेगवेगळी नाटकं ते करीत होते. एखादी बंदिस्त जागा नाही तर वाडा पाहून तिथे एक आण्यात हे प्रयोग दाखवायचे. दोन पेट्रोमॅक्स बत्त्यांवर नाटक चालवायचं. ज्या गावात जायचे तिथे भोंगा घेऊन त्यांच्याच पैकी कुणीही नाटकाची जाहिरात त्या गावभर रोजच्या रोज करायचे. त्या काळी खेड्यापाड्यातून करमणुकीचे काही साधन नसल्यामुळे नाटकाला गर्दी असायची. आणि एक आणा तिकीट सर्वांनाच परवडायचे. काही काही वेळेला पैसे नसले तर धान्यही घेतले जायचे. सावळजला पंधरा वीस दिवस मुक्काम असताना जवळ्याला ठेवलेली माझी छोटी ट्रंक जवळ्याचे बाळू रसाळ सावळजला घेऊन आले. ह्या कंपनीबरोबर सावळज, बस्तवड, बलगवड, पेड, खानापूर, बलवडी, लेंगरे, खरसुंडी, झरे, विभूतवाडी, दिघंची, आटपाडी, माडगूळ, नाझरे, वाटाबरं अशी गाव फिरत वर्ष दीड वर्ष त्यांच्या बरोबर राहिलो. हा वेगळाच अनुभव. नाटकात वेगवेगळ्या भूमिका करण्याची संधी. वेगवेगळा भाग तिथला, वेगवेगळा अनुभव मला खूप काही शिकवून गेला.

पेडला जेव्हा मी आणि भाऊसाहेब मुक्काम ठरवायला गेलो तेव्हाची एक मजा. कुठल्याही गावात प्रयोग करायला जायचे तर आधी ग्रामपंचायतीची, गावच्या

पाटलाची परवानगी विचारायला लागे. मग तिथे बंदिस्त जागेचा शोध, कंपनीला उतरायला जागा आणि हे सर्व फुकट मिळवण्याचा प्रयत्न हे सारं पाहावे लागे. पेडला आम्ही ग्रामपंचायतीत गेलो. तिथे ग्रामसेवक होता. त्यांनी तराळाला सांगून सरपंच, पोलीस पाटील यांना बोलावून घेतले. आम्ही त्यांना सांगितले आम्ही आपल्या गावात नाटक करू इच्छितो असं म्हटल्यावर त्या सरपंचानी आम्हाला विचारले. तुमच्या नाटकात जित्राबं किती आहेत? आम्हाला काहीच कळेना, "जित्रांब म्हणजे?" "अवं उंट, घोडं वगैरे."

"आमच्या नाटकात ती लागत नाहीत." असं आम्ही सांगितल्यावर ग्रामसेवक म्हणाला, "सरपंच, अव ती जित्राबं सर्कशीत असतात. अवं नाटक म्हणजे नाही का, त्या भावल्या नाचवतात बघा." त्याला म्हणायचं होतं कठपुतळ्या. मग मीच म्हणालो, "ते पण नाही साहेब. तुम्हाला तमाशा माहीत आहे ना? तसाच आमचा हा माणसांचा तमाशाचा खेळ आहे. पण आमचा हा तमाशा बाया पोरांनी बघण्यासारखा असतो." त्यांनी परवानगी दिली म्हणाले, "या तुम्ही! पाहू या तुमचं नाटक काय ते कसं काय हाय ते." तिथे धनगर वाड्यात नाटकाची आणि आमची राहण्याचीही सोय झाली. दहा-पंधरा दिवस मुक्काम झाला. प्रेक्षकांचा प्रतिसाद बऱ्यापैकी असायचा. तिथून आम्ही खानापूरला आलो. हे गाव नाटकाचं अतिशय शौकीन. दोन दोन नाट्य मंडळं कार्यरत होती. दरवर्षी उरसाला दोन्हीही मंडळ प्रयोग करीत असत. खानापूरला भर बाजारपेठेतील दर्ग्याच्या पवित्र बंदिस्त पटांगणात प्रयोग होत होते. गर्दीही भरपूर असायची. चांगला महिना-दीड महिना इथे मुक्काम झाला. प्रयोगाच्या वेळी दर्ग्यासमोरचेच दुकानदार रामभाऊ कोरे लेंगरे वगैरे दुकानदार दुकान बंद झाल्यावर त्यांच्या दुकानच्या पेट्रोमॅक्स बत्त्या आपण होऊन स्टेजवर लावायचे. त्यामुळे भरपूर प्रकाशात प्रयोगही खूप रंगायचे. ह्या कंपनीत मी आता चांगलाच मुरलो होतो. प्रत्येक नाटकात त्यांच्या बरोबरीनं भूमिका करायला लागलो होतो. इथे असताना मिरजकर मास्तरांची ओळख झाली. रिटायर वयोवृद्ध मास्तर प्रत्येक प्रयोग सर्व कुटुंबासह पाहायला असायचे. त्यांचा मुलगा माझ्याच बरोबरीचा. त्याच्याबरोबर हायस्कूलला जाणारे त्याचे मित्र-बळवडीच्या कुलकर्णी कुटुंबातील दोन मुलं दत्ता आणि पोपट ह्यांचीही चांगलीच दोस्ती जमली होती. इथे प्रयोगाच्या वेळी प्रेक्षकातून चार-आठ आणे बक्षिसं यायची. मला तर बक्षीस मिळायचेच. बाईचा मुलगा अशोक स्त्री पात्र चांगला करायचा म्हणून त्यालाही भरपूर बक्षिसं मिळायची.

ह्या कंपनीची एक गोष्ट मला नेहमी खटकायची. रात्रौ नाटक संपल्यावर सर्व आटपून जेवणखाण होईपर्यंत दोन अडीच वाजायचे. त्याच्यानंतर ते झोपले की,

दुसरे दिवशी दुपारी दोन तीनलाच उठायचे. त्यानंतर त्याचं चहा पाणी, आंघोळी, स्वयंपाक. स्वयंपाक बाईच करायच्या. जेवण छान असायचे पण जेवायला दुपारचे चार वाजायचे. मला तर लवकर उठायची सवय होती. चहा पीत नसल्याने तोही प्रश्न नव्हता. आंघोळ गार पाण्याने करत असल्यामुळे सकाळी उठलो की कुठे तरी शेतावर मोट चालू असेल तिथे जाऊन माझे सर्व प्रातर्विधी उरकून, पूजा पोथी वाचून झाली की गावभर फिरत राहायचो. त्यामुळे त्यांच्यापेक्षा गावागावात माझ्याच ओळखी जास्त व्हायच्या. रामभाऊ कोरे फार मोठे व्यापारी, पण त्यांची माझी चांगलीच मैत्री जमली होती. तसे प्रेक्षक माझ्या नाटकातील कामावर खूश असायचे. त्याचा परिणाम आपोआपच ओळखी वाढण्यात व्हायचा.

-०-

पुढील आयुष्यात असेही कलावंत भेटले– अर्ध्या हळकुंडाने पिवळे झालेले, काहीही न करता प्रसिद्धी मिळवून घेणारे आणि फुकटचा बडेजाव मानणारे मोठ्यांचं अनुकरण करताना त्यांच्यापेक्षाही व्यसनात एक पाऊल पुढे गेलेले.

फिरत फिरत कंपनी करसुंडीला आली. लवकरच इथली यात्रा सुरू होणार होती. त्यावेळीही करसुंडीची यात्रा म्हणजे महाराष्ट्रात सर्वांत मोठी यात्रा. खिलारी गाई, बैल, वळू, म्हशी, शेळ्या-मेंढ्या यांचा खूप म्हणजे खूप मोठा बाजार. ह्या यात्रेत जनावरांची कोट्यवधी रुपयांची उलाढाल होत होती. दहा-पंधरा दिवस सर्व तालुका भागातील काय, पण त्याही पलीकडून लांबलांबच्या खेड्या-पाड्यांतून बैल गाड्या जूंपून बाया पोरांसह लोक ह्या यात्रेतखरेदीला यायची, कपड्यांची, शेती अवजारांची, किराणा मालाची, हॉटेलची प्रत्येक वेगवेगळी बाजार पेठ मोठ्या शहराप्रमाणे उभी राहत होती. दोन-दोन-तीन टुरींग टॉकीज, तमाशाचे तंबू, सर्कस, डोंबारी, जादूगार, यात्रा दिवस रात्र तुडुंब भरलेली, लाखांनी माणसं ह्या यात्रेत गोळा व्हायची. आम्हीही मुक्काम न हालवता तिथेच राहिलो. कारण दहा-वीस कोसावर कुठेही गेलो असतो तरी कुठल्याही गावात आम्हाला प्रेक्षक मिळाले नसते. म्हणून जत्रेचे आठ दिवस तिथेच बसून घालवले. ह्या करसुंडी गावात तीन-चार कोसावरच घाटमाथ्यावर बलवडी. मी एक दिवस सकाळीच चालत बलवडीला गेलो. ते सरळ पोपट गवळीच्या टेलरच्या दुकानात गेलो. थोड्याच वेळात कुलकर्णी मास्तरांची कमल तिथे आली आणि मला म्हणाली, ''मामा, आईनं तुम्हाला ताबडतोब बोलावले आहे.'' मला टेलर कडूनच कळले. त्या मास्तरांचा मुलगा अंगावर भिंत पडून गेला. आज महिना होऊन गेला. तेव्हापासून मास्तर पार खचून गेलेत. मी कसा तरी जड पावलांनी तिथे गेलो. तशाही परिस्थितीत मास्तरांनी माझे अगत्यपूर्वक

स्वागत केले. माझी आस्थेनं चौकशी केली, त्यांनी मला जेवणाचाही आग्रह केला. पण मी पोपट गवळीच्या घरी जेवण केले आणि परत आम्ही त्याच्या दुकानात आलो. करसुंडीला परत जायचे म्हणून निघाला... तो परत ती मास्तरांची कमल आली आणि म्हणाली आईन जरा येऊन जायला सांगितले आहे. मी गेलो तेव्हा मास्तर घरात नव्हते. त्या काकू मला म्हणाल्या, "अरे पांडुरंगा ती... नलिनी डोळ्यात प्राण आणून तुझी वाट पाहत आहे ना!" "अहो, काकू, मी तिचं प्रेम जाणतो. पण मी हा असा सडा फटिंग, घर ना दार, ना कामधंदा." "तुझं म्हणणं बरोबर आहे. पण त्यालाही आम्ही पर्याय काढला आहे," काकू म्हणाल्या.

"कसला पर्याय?"

"माझा एकुलता एक मुलगा. देवाने माझ्यापासून हिरावून नेला. ह्या कमल शिवाय आम्हाला कोण आहे? तीही उद्या लग्न करून आपल्या घरी जाईल. मुलगा गेल्यामुळे मास्तरही पार खचून गेलेत. तेव्हा माझा मुलगा म्हणून माझ्याकडे राहा. आमची शेतीवाडी आहे. ती तू पहा. पाहिजे तर इथंच वाड्यात दुकान काढू या. इथेच नलिनी आणि तू सुखाने संसार करा." ती माऊली अगदी मोकळेपणाने मनापासून बोलत होती. त्यांना काय सांगावे मलाच कळेना. त्या नलिनीत माझा जीव गुंतला होता. म्हणूनच ना मी आज चार कोस चालत इथे आलो होतो? शेवटी मी सांगितले, "तुमचं म्हणणं बरोबर आहे. पण मला विचार करू द्या." आणि मी बाहेर पडलो. आणि पोपट गवळीला सांगून मी करसुंडीला जायला निघालो. तेव्हा पोपटच म्हणाला, "परवा परत या, नलिनीनं तुम्हाला जेवायला बोलावले आहे."

बलवडी करसुंडीच्या रस्त्यावर बलवडी गावाची जिथे हद्द संपते तिथे एक सुंदर दगडी भवानी मातेचे देऊळ होते. मी तिच्या पाया पडून घाट उतरून करसुंडीला आलो. रात्री मोहन, अशोक, वसंता, जत्रेत खूप फिरलो. त्या रात्री मला मात्र झोप लागली नाही. काकूंनी खरंच मनापासून तसं सांगितले की माझी परीक्षा घेण्यासाठीच त्या तसं बोलल्या? अनेक प्रश्न मनात घेऊन तरीही मी तिच्या बोलावण्याप्रमाणे परत बलवडीला गेलो. नलिनीनं माझ्या जेवणाची व्यवस्था आपल्या घरी न करता आपल्या मैत्रिणीकडे केली होती. तिच्या मैत्रिणीचा नवरा मुंबईलाच नोकरीला होता. ती एकटीच बलवडीला घरची शेतीवाडी-घर सांभाळत होती. जेवायला मला एकट्यालाच बसवले. काकूंकडे थोडी विश्रांती घेऊन मी परत जायाला निघालो. मला निरोप देतांना तिला डोळ्यातील पाणी आवरले नाही. मग तिची मैत्रीणच म्हणाली, "अधून मधून येत जावा. मग कसं काय करायचं ते बघू." करसुंडीला कंपनीच्या बिऱ्हाडी आलो. ह्या साऱ्या गोष्टीचा त्यांनाही सुगावा लागला

होता. पुढे करसुंडीहून मुक्काम झरेगावाला गेला. इथे कंपनीला चांगलेच उत्पन्न होत होते. विभूत वाडी करून कंपनी दिघंचीला आली. इथे कोष्टी, सनगर, वाणी, माळी, मराठा, ब्राह्मण सर्व समाज एक दिलाने राहत होता. बाजारपेठही मोठी. माण नदीच्या काठावर वसलेले हे गाव तसं सधन होते. इथे कंपनीचा मुक्काम महिना-सव्वा महिना होता. शेट्यांच्या वाड्यात नाटकाचे प्रयोग होत होते. आणि बिऱ्हाड खालच्या पेठेत स्वामीच्या घरात. ह्या गावावर आबा शेटे, आग्ना आप्पा शेटे ह्यांचा चांगला प्रभाव होता. दोघांचीही भरपूर शेतीवाडी. मोठाली कापडाची दुकानं आणि सावकारकी होती.

डिसेंबर १९५७ साली इथल्या तरुण मुलांची आणि माझी चांगलीच मैत्री जमली. त्यांनी त्यांच्या ग्रुपमध्ये नाटक बसवण्यासाठी इच्छा प्रगट केली. त्यासाठी दोन मिटींग झाल्या. डॉक्टर कैलास हे नाटक मी बसवण्याचे ठरवले. कंपनी मालकांच्या सहकार्याने काम सुरु झाले. त्या नाटकात अशोक व मोहन ह्यांनी स्त्रीपात्र करायचे ठरले. त्यातील आईची भूमिका दत्ता गोजारी, गंगाधर चौथे-सुरेन, सदा गोंजारी-बाबासाहेब, मधु कुलकर्णी-हरबा, एक जण कृष्णराव काळे आणि मी डॉक्टर कैलास- सर्व पात्रं ठरली आणि कंपनीचा मुक्काम आटपाडीला गेला. जिद्दीने काम चालू होते. ह्याचवेळी कंपनीतही मुंबईची माणसं हे नाटक मी बसवायला घेतले होते. त्या मुक्कामात त्याचे चार प्रयोगही केले. आटपाडी तसं मोठं गावं. इथे सूर्यउपासना मंदिर म्हणून स्टेजसह बंदिस्त हॉलमध्ये नाटकं होत होती. भरपूर गर्दी असायची.

दिघंची गावात फक्त सातवीपर्यंत जिल्हा परिषदेची शाळा होती. त्यामुळे पुढील शिक्षणाच्या दृष्टीने जिल्हा परिषदेच्या शाळेचे हेडमास्तर भालचंद्र फाटक आणि गावातील काही प्रमुख लोकांनी गावात हायस्कूल काढण्याचे ठरवले होते. भालू मास्तरांनी आमच्या रिहर्सल पाहिल्या होत्या. त्यांना नाटकाचा विषय खूप आवडला. मग त्यांनीच पुढाकार घेऊन आपण ह्या नाटकाचे हायस्कूलच्या मदतीसाठी जागोजागी प्रयोग करू या असे ठरवले. त्याने आम्हा सर्वांचाच उत्साह वाढला.

इकडे कंपनी आटापाडीचा मुक्काम संपवून माडगूळला गेली. आता माझी चांगलीच पंचाईत झाली. भालू मास्तरनी दिघंचीत पहिला प्रयोग लावून तारीख जाहीर केली. आणि तिकीट विक्री सुरू केली. कंपनीच्या अशोक-मोहनने नकला पाठ केल्या होत्या. प्रयोगाच्या आधी दोन दिवस आमच्याच कंपनीचे पडदे-पेटी- तबला घेऊन आम्ही सारेच दिघंचीला जायचे ठरले होते. त्याप्रमाणे मास्तरांनी दोन दिवस आधी माडगूळला बैलगाडी पाठवली होती. पण कंपनीच्या मालकांनी, भाऊसाहेबांनी सामान तर दिलं नाहीच, पण अशोक-मोहनला त्या नाटकात काम करण्याचे

नाकारले. दिघंचीहून आलेल्या माणसांनी, स्वत: मी त्यांना विनंती करून सांगितले. पण त्यांनी मुळीच मान्य केले नाही. मग मीच भालू मास्तरांना चिठ्ठी दिली. 'सध्याचा प्रयोग पुढे ढकलावा. मी लवकरच दिघंचीला येईन. मग काय करायचे ते ठरवू या.' मला खूप वाईट वाटले. कंपनीच्या मालकांचा खूप राग आला. दिघंचीची गाडी आली तशी परत गेली. आता आपण कंपनीत राहायचे नाही, कंपनी सोडून द्यायची असे मनाशी ठरवले.

पूर्वी चंद्रकांत शेटेकडे चिणक्याला असताना नाझऱ्याच्या तुकाराम पाटलांकडे दोन-तीनदा गेलो होतो. त्यामुळे माझी त्यांच्याशी चांगली ओळख होती. त्यांच्याच वाड्यात कंपनीचे प्रयोग करायचे ठरले. आणि पाटलांनीच बाजारात एक दुमजली घरात कंपनीची राहाण्याची व्यवस्था केली.

कंपनीबद्दल माझ्या मनात जराही प्रेम उरले नव्हते. ज्या कंपनीत मी अगदी घरातल्यासारखा वागलो, राहिलो, कधीही एका पैशाचीही अपेक्षा केली नाही, त्यांनीच दिलेला शब्द पाळू नये; ज्या गावात महिना महिना मुक्काम करून आपण थोडा फार का होईना धंदा केला. त्या गावासाठी, तेही गावात माध्यमिक शाळा सुरू व्हावी म्हणून काम करणाऱ्यांना आपण जराही सहकार्य करू शकत नाही हे मला मुळीच पटले नाही. कलावंत आपल्या कलेवर जगत असला तरी प्रेक्षकच त्याला मोठं करत असतो हे कुणालाही नाकारता येणार नाही. म्हणूनच बालगंधर्वांसारखे महान कलावंत प्रेक्षकांना मायबाप म्हणायचे. अशा समाजाची सामाजिक बांधिलकी म्हणून आम्ही कलावंतही काही देणेकरी आहोत हे भान आम्ही कलावंतानी नको का ठेवायला? मग आमचंही काही कर्तव्य आहे की नाही?

कंपनी सोडण्याचा माझा विचार पक्का झाला होता. समजा दिघंचीकरांच्या प्रयोगानंतर पुढे काय का प्रश्न निर्माण झाला तर बलवडीच्या कुलकर्णी काकूंनी आपल्यासमोर ठेवलेला पर्याय मान्य करू या आणि बलवडीला स्थायिक होऊ या. पण आता ही कंपनी नको.

-०-

फेब्रुवारी १९५८ साली मी कंपनी सोडून जाणार ह्याचा अंदाज कंपनीच्या मालकांना भाऊसाहेबांना निश्चित आला होता आणि म्हणून झालेल्या गोष्टीबद्दल वाईट वाटते, वगैरे सांगून माझी समजूत काढत होते. माझं कधी नव्हे इतके कौतुक करत होते. नाझऱ्याचा मुक्काम झाला आणि कंपनी वाटबंरला आली. सगळे सामान मीच पाठीवरून वाहून नेले. सगळे गावकरी बघतच राहिले. एक म्हातारा पुढे आला आणि माझ्या पाठीवर हात मारून म्हणाला, 'वा रं बहादूर. वाघ हायस.' आमच्या

कंपनीच्या मालकांनीही तोंडात बोट घातले. त्यावेळी मी फक्त बावीस वर्षांचा होतो.

देवळाच्या वऱ्हांड्याला एका कोपऱ्यात कापडाचा आडोसा करून बिऱ्हाड थाटले गेले. आपण आता उघड्यावर राहणार आहोत हे निमित्त सांगून मालकांनी एक साखळदंड आणून सर्वांच्या बॅगा त्या साखळदंडात कुलूप लावून अडकवून ठेवल्या. दोन प्रयोग झाले. मी नेहमीप्रमाणे लवकर उठून माझे कपडे बॅगेमधून काढून पिशवीत भरले आणि आंघोळीला म्हणून बाहेर पडलो तो चालत दिघंचीला निघालो. आठ-नऊ कोस अंतर मी चालत गेलो. जातानाच नदीवर अंघोळ-पूजा उरकून घेतली. मला पाहून दिघंचीच्या मुलांना खूप आनंद झाला. मी आल्याची बातमी गावात वाऱ्यासारखी पसरली. भालू मास्तर, नाटकात काम करणारी सर्व मुलं, गंगाधर चौथ्याच्या वाड्यावर हजर झाली. भालू मास्तरांनी सर्वांची मीटिंग घेतली. कंपनीच्या अशोक-मोहनच्या जागी दोन स्त्री पात्रं कोणाला करायचे? हा प्रश्न होता. पण दोन दिवसांनी तोही सुटला. रेखाच्या भूमिकेसाठी आनंदा पांढरे आणि कालिंदीसाठी काशिनाथ चौथे अशी मुलं उभी करून नियमित तालमी सुरू झाल्या. ठरल्याप्रमाणे भालू मास्तरांनी दिघंची, आटपाडी, निमगाव अशा ठिकाणी हायस्कूलच्या मदतीसाठी प्रयोग केले. नाटक लोकांना खूप आवडले. दिघंचीत तर सात-आठ प्रयोग झाले. ह्या प्रयोगातून हायस्कूलला हजारो रुपये मिळाले असं मुळीच नाही. पण जे काय हजार पंधराशे त्याकाळी मिळाले, हे फार होते. तसं बघायला गेले तर आमच्या प्रयोगाच्या आधीच हायस्कूल सुरू झाले होते. पण भालू मास्तरांनी दिलेला शब्द खरा केला. खरं म्हणजे भालू मास्तर आटपाडीचे राहणारे पण कर्मभूमी दिघंची. तेव्हा इथे हायस्कूल व्हावे हा त्यांचा अट्टाहास त्यांनी खरा केला. ह्या प्रयोगाची बातमी खानापूरला रामभाऊ कोरे यांच्यापर्यंत गेली. कारण त्यांची बहीण दिघंचीच्या डोंब्याकडे दिली होती. तिच्याकडून त्यांना समजलं. मी कंपनी सोडून दिघंचीला राहिलो आहे. तेव्हा रामभाऊ कोऱ्यांनी खानापूरच्या उरसाच्या नाटकाला मला मदतीला बोलावले. मलाही बलवडीची ओढ लागली होती. ही उरसाची नाटकं एकाच स्टेजवर दोन मंडळ वर्षानुवर्ष सादर करीत होती म्हणे. कुणाचं ऐतिहासिक, कुणाचं धार्मिक, पौराणिक, सामाजिक अशी नाटकं असायची. मी आजपर्यंत तीन, अंकी पाच अंकी पण नाटकं पाहिली. पण ह्या उरसाचा नाटकाचा अनोखा प्रकार मला नवीनच होता. नाटकाच्या प्रत्येक प्रवेशाला अंक पडायचा. सबंध नाटकात जितके प्रवेश तितके वेळा ड्रापचा पडदा खाली यायचा का, तर पुढील सीन मांडता यावा म्हणून. प्रत्येक सीन मांडायला दहा-पंधरा मिनिटं तरी लागायची. कधी कधी अर्धा तास पण लागायचा. कारण कुठे शेताचा सीन लावायचा असेल तर ज्वारी बाजरीची खरी ताटं

मुळाला मातीचा गोळा लावून आणलेली असायची. ती स्टेजवर सर्वत्र मांडून शेत उभं करायचं, शिवाय शेतात पाखरं राखायला माचाणही उभं करायचं. अशा तऱ्हेनं रात्री नऊ वाजता सुरू झालेले नाटक पहाटे पाच साडेपाचला संपायचं. मी गेलो ते बलवडीला पोपट गवळीकडेच गेलो. नाटकाच्या पहिल्या दिवशी दत्ता, पोपट, त्याच्या बहिणी, नलिनी, कमल असे सर्वच नाटकाला आले होते. नाटक संपल्यावर पहाटे आम्ही सारेच बलवडीला गेलो. दत्ताच्या आग्रहाखातर त्यांच्याकडे झोपलो. दुसऱ्या दिवशी दुसऱ्या संस्थेचा प्रयोग होता. आज मी एकटाच चालत बलवडीला निघालो. गावात अपरात्री जाऊन कुणाला उठवायचे म्हणून गावाच्या अलीकडे शेताच्या बांधाच्या आडोशाला जमिनीवरच झोपलो. झोपही मस्त लागली. सकाळी उठल्यावर दत्ताच्या घरी गेलो. अंघोळ-पूजा वगैरे नेहमीचे विधी उरकले. दुपारी जेवण झाले आणि दुपारनंतर दिघंचीला जाण्यासाठी खानापूरला जायला निघालो. मग दत्तानेच विषय काढला- आता कंपनी सोडली आहे. तर इथचं रहा. मी, आई दोघंच तर आहोत. उद्या मला नोकरी लागली तर आईजवळ कुणी नाही. आमचीही शेती आहे. तुला शेतीची आवड आहे ना? मग आमची शेती तूच कर. आई आहेच. मी विचार करून सांगतो म्हणालो आणि खानापूरला निघालो. रामभाऊ कोऱ्यांचा निरोप घेऊन दिघंचीला आलो आणि दुसरे दिवशीच आजारी पडलो. मला सारखी आव पडत होती. मला गंगाधरने डॉक्टर गणेश वाड्यांकडे नेले. औषध इंजेक्शन घेतले. पण काही उपयोग झाला नाही. उलट जास्तच त्रास सुरू झाला. दिवसातून पंधरा-वीस वेळा आव पडायची. ओढ्याच्या पलीकडे जावं लागायचे. आता तर चालायची पंचाईत व्हायला लागली. खूप अशक्तपणा आला. मग गंगाधरच्या वाड्याशेजारीच पडक्या वाड्यात जायला लागलो. आता तर रक्त पडायला लागले. नाना तऱ्हेची औषधं दिली जात होती. पण जराही गुण येत नव्हता. डॉक्टरांनी औषध-इंजेक्शन दिले की जास्त त्रास व्हायचा. आता उठताही येईना. चड्डीतच संडास व्हायची. बिचाऱ्या राम, दत्ताच्या बायका ते धूत होत्या. मला खूप वाईट वाटायचे. पण माझाही नाईलाज होता. कोण जे औषध सांगेल ते आणले जात होते. नाटक कंपनीतील सर्व मित्र आलटून पालटून माझ्याजवळ बसत होते. सर्वच माझी काळजी घेत होते. मला धीर देत होते

जुलै १९५८ साली एक दिवस तब्येत अतिशय सीरियस झाली. गावातील दोन-तीन डॉक्टर आले. त्यांनी ताबडतोब पंढरपूरला बीडकरांच्या हॉस्पिटलमध्ये ॲडमिट करायला सांगितले. अग्ना आप्पा शेट्यांनी आपली गाडी दिली. सदा गोंजारी, गंगाधर चौथे काशिनाथ-कांता आशा दोघा चौघांनी मला गाडीतून पंढरपूरला

नेले. डॉ. बीडकरांनीही मला लागलीच तपासले आणि सांगितले, "काहीही उपयोग नाही. ताबडतोब परत घेऊन जा. इथे काही बरं वाईट झाले तर तुम्हाला बॉडी न्यायला खूप त्रास पडेल." त्यांनी घाबरून मला गाडीत घातला आणि परत ताबडतोब दिघंचीला आणले. अशक्तपणामुळे मला अतिशय ग्लानी आली होती. डोळे उघडत नव्हते आणि बोलताही येत नव्हते. गंगाधर चौथ्याच्या वाड्यात आया-बाया, शेजारी पाजारी जमले. बायांची रडारड सुरू झाली. बायांचा नुसता कालवा सुरू झाला. ही माणसं खरंच माझी कोण होती? भालू मास्तरांना आटपाडीला निरोप गेला. बिचारे लगोलग सायकलवरून दिघंचीला आले. त्यांनी सर्व परिस्थिती पाहिली. सर्वजण आता फक्त माझी जीवनज्योत केव्हा मालवेल याची वाट पाहात होते. इतक्यात एक मुसलमान बाई तिथे आली आणि गंगाधरच्या आईला म्हणाली, "मावशे, सगळे उपाय झालेत. पण मला वाटतं ह्याच्यावरून उतारा उतरून टाकावा म्हणजे काही बाहेरची बाधा असेल तर गुण येईल."

गंगाधरच्या आईनेच काय, तिथे असलेल्या सर्वांनीच तिला होकार दिला. ती धावतच घरी गेली आणि थोड्यावेळातच एका पत्रावळीवर शिजलेला भात, त्यावर गुलाल, लिंबू असं घेऊन आली. चार मित्रांनी मला धरून बसता केला. गलितगात्र मी, मित्रांच्या आधाराने बसलो. त्या बाईनंच स्वत: माझ्यावरून ते ओवाळून ओढ्यावर ठेवायला गेली. तासाभरातच माझे डोळे हळूहळू उघडले. त्या मुसलमान बाईच्या रूपाने माझा तारणहार तो देवच धावून आला होता. खरंच, त्या उताऱ्यानं माझी तब्येत सुधारत गेली. आठ-दहा दिवसात मी उठा-बसायला लागलो. सर्वांनी त्या बाईचे खूप खूप आभार मानले. हे असं होण्याचं कारण? खानापूरच्या दुसऱ्या प्रयोगानंतर मी बलवडीला जाताना जिथे झोपलो होतो. ते स्मशानं होतं आणि तिथेच मला ती बाधा झाली होती. थोड्याच दिवसात मी नेहमीप्रमाणे हिंडा-फिरायला लागलो. आषाढ सरून श्रावण सुरू झाला. पण तो अधिकमास होता. मी दर सोमवारी गंगाधरच्या देवघरात बसून संपूर्ण शिवलीलामृत वाचायचो. संपूर्ण दिवस उपास कडकडीत करायचो. ह्यावेळी राम चौथे, गंगाधरचा मोठा भाऊ- त्याचा मुलगा खूप आजारी होता. त्याच्यावर कुणीतरी काहीतरी केले होते म्हणे. त्याचा बाप, काका देवऋषांचे उंबरठे झिजवत होते. कुणी काय सांगेल ते उतारे-धुपारे, कोंबड्या दिले जात होते. पण जराही गुण नव्हता. मी शिवलीलामृताची पोथी वाचून झाल्यावर, जी उदबत्तीची रक्षा जमायची ती त्याच्या कपाळाला लावायचो. पाण्यातून ती रक्षा त्याला प्यायला द्यायचो. उरलेली रक्षा त्याच्या अंथरुणाभोवती पसरून टाकायचो. त्याचा परिणाम असा झाला- ज्या कोणी त्याच्यावर काय केले होते, त्याच्या वरच ते

उलटायला लागले. त्याचा त्याला खूप त्रास व्हायला लागला. शेवटी त्यांनी राम चौथेला बोलावून सांगितले, 'अरे, तुमच्या घरात कोण पोथी वाचत आहे. ती आधी बंद कर नाही तर पोरगा फुकट गमावशील.' रामने घरी येऊन आपल्या आईला सांगितले. ती खूप भडकली आणि रामला म्हणाली, "अरे, देवाचे नाव घेऊन माणसं मरत नाहीत. जा त्या देवऋशाला सांग पोथी बंद होणार नाय. काय व्हायचं ते होऊ दे." आणि खरंच तो मुलगा महिन्यात खडखडीत बरा झाला.

-०-

श्रावण अधिक होता आणि श्रावण अधिक महिन्याची अमावस्या नेमकी गुरुवारी येत होती. म्हणून गंगाधर डोंबे, त्यांचा धाकटा भाऊ दत्ता आणि कांता मेनकुदळे, मधु कुलकर्णी, जंगम गुरुजी अशा बऱ्याच जणांनी ठरवले त्या दिवशी माणनदी आणि ओढ्याच्या संगमावर एक बेटा सारखा भाग होता. त्याच्यावर प्रशस्त औदुंबराचे एक झाड होते. तिथे जाऊन गुरुचरित्र वाचू या. ठरल्याप्रमाणे सूर्योदयापूर्वी आम्ही सर्व तिथे गेलो. सर्वांनी संगमावर अंघोळी केल्या. जाताना गंगाधर डोंबेकडला मोठा दत्ताचा फोटो, नारळ, पूजेचं सर्व साहित्य घेऊन गेलो होतो. पूजाविधी आवरून पोथी वाचनाला सात साडेसातला सुरुवात झाली. आळीपाळीनं सर्वजण पोथी वाचत होते. गुरूचरित्र वाचनाचा माझा पहिलाच प्रसंग होता. तिथेच फराळ, चहा-पाण्याची व्यवस्था केली होती. रात्री साडेनऊवाजेपर्यंत पोथीवाचन सतत चालू होते. त्यासाठी दोन पेट्रोमॅक्स बत्त्यांची सोय केली होती. शेवटचा अध्याय मी वाचत होतो. मला दोनदा तीनदा अगदी लहान बालकाचा हात पोथीवर ठेवण्याचा भास झाला. त्याचवेळी एवढ्या रात्री एक काळी गाय त्या ठिकाणी आली. डोंब्याकडून पुरणपोळीसह सर्व नेवैद्य आला होता. नेवैद्य दाखवून त्या गाईला दिला गेला आणि आम्ही सर्व आवरून परत गावात गंगाधर डोंब्याच्या घरी आलो आणि दारातच त्या दत्ताच्या फोटोची काच आपोआप खळकन फुटली. कुणालाच काही सुचेना. दिवसभर यथासांग पोथी वाचन झाले होते. एवढ्या रात्री कपिला गाईनं तिथं येऊन प्रसाद भक्षण केला होता. मग असं का झालं? सर्वांची जेवणं आटोपली आणि समजले दत्ता मेनकुदळे आणि मधु कुलकर्णी यांनी तिथे आरतीच्या आधी दारू प्यायली होती म्हणे. त्यामुळे असा अपशकुन झाला. असा सर्वांनी समज करून घेतला.

उद्यापासून श्रावण सुरू झाला. माझं श्रावणी सोमवारचं शिवलीलामृत वाचन मी गंगाधरच्या घरी चालूच ठेवले होते. माझीही तब्येत खडखडीत बरी झाली होती.

गंगाधर चौथ्यांचे दोन-तीन हातमाग होते. शिवाय दर रविवारी दिघंचीच्या बाजारात ते किराणामालाचं दुकान लावायचे. मीही त्यांच्या मदतीला जात होतो. दत्ता,

कांता मेनकुदळे यांचही किराणामालाचं दुकान होते. त्यांचे वडील पितांबर अण्णा कापसाचा व्यापार करायचे. दत्ता, कांता जवळच्या आटपाडी झरे, दिघंची अशा बाजारातून किराणामालाचे दुकान लावायचे. तिथे ते शेतकऱ्यांचा कापूसही खरेदी करायचे. मीही त्यांच्याबरोबर दर सोमवारी झऱ्याच्या बाजाराला मदतीला जायचो.

दिघंचीला ज्या ठिकाणी कराड-पंढरपूर, मायाणी-पंढरपूर, आटपाडी-पंढरपूर, अशा एस.टी. बसेस थांबायच्या तिथेच आबा साळीचे हॉटेल होते. तिथंही वेळ जाण्यासाठी बसायचो. काही काही वेळेला आबा मलाच गल्ल्यावर बसवून शेतावर जायचे. डॉ. गणेश वाड्यांकडे कॅरमचा डाव रंगायचा. ह्याच दवाखान्यात एकदा एका शेतकऱ्याला बैलाने शिंग मारून त्याचा पोटाचा कोथळाच बाहेर काढलेला पेशन्ट आला होता. मी तिथेच होतो. आख्खं मोठं आतडं बाहेर पडले होते. सर्वांची पाचावर बसली. डॉक्टरांनी त्याला टेबलावर निजवले. आणि त्यांच्या नर्सच्या साहाय्याने ते आतडं परत पोटात घालत होते. पण गिळगिळीत आतडं हातात घेतल्यावर त्या नर्सलाच चक्कर यायला लागली. डॉक्टरांचं काम थांबलं. कारण ते वर उचलून धरल्याशिवाय त्यांना एकट्याला बसवता येत नव्हते. मी मोठ्या धिटाईनं पुढे गेलो. डॉक्टरांनी माझ्या हातावर कसलं तरी औषध टाकले आणि ते एवढं मोठं आतडं मला उचलून धरायला लावले. लालभडक गिळगिळीत आतडं मी उचललं खरं. पण माझीही पाचावर बसली होती. डॉक्टरांनी ते व्यवस्थित पोटात बसवले. आणि त्या शेतकऱ्याच्या पटक्यानेच त्याचे ते पोट करकचून आवळून बांधले. आणि त्याला गाडीत घालून सरळ सांगलीला नेले.

ह्या गावात असेपर्यंत एक न्हावी माझ्याकडून केस कापणे, दाढी करण्याचे पैसे घेत नव्हता. आम्ही नंतर मुंबईची माणसं, बापाचा बाप ही नाटकं बसवली. अधूनमधून आजूबाजूच्या गावातून डॉ. कैलास ह्या नवीन नाटकाचे आम्ही प्रयोग करायचो.

गंगाधर चौथेने बायको मुलाला सोडून दिले होते. तो गोरापान स्मार्ट होता पण बायको अशीतशीच होती. मला हे समजले नाही, लग्नापूर्वी त्याला हे कळले नाही का? मुलगा झाल्यावर त्याला ह्या तिच्यातल्या उणिवा कशा जाणवायला लागल्या? त्यांनी त्याला शोभेल अशाच एका देखण्या बाईशी सूत जमवले. ती पण अशी तशीच होती. नवऱ्याला सोडून दिलेली. तिला घेऊन तो इचलकरंजीला हातमागावर काम करायला गेला. मग मी त्यांच्याकडे राहायचं सोडून दिले. आणि एक खोली घेऊन खालच्या पेठेत राहायला गेलो. काहीतरी आपणही इथेच उद्योग सुरू करावा. मग डोक्यात आले. राजाभाऊ कामतेकर ह्यांच्याप्रमाणे वॉशिंग कंपनी (लॉंड्री) सुरू केली. ओळखीमुळे बऱ्यापैकी कपडे धुवायला येत होते. त्याची भट्टी लावून ते सारे

नदीवर जाऊन धुवून वाळवून आणायचो. इस्त्री करायचो. एक महिना झाला. चांगले बस्तान बसत होते. पण गावच्या बलुतेदार परटांनी माझ्याकडे जे कपडे धुवायला देत होते त्यांचे रोजचे कपडेही धुण्याचे बंद केले. त्यांनी पोलीस पाटलापर्यंत तक्रार केली. उगीच वादावादी नको म्हणून काहींनी सल्ला दिला आणि मी तो धंदा बंद केला. ह्या खोलीत राहायला आल्यावर काही दिवस हातानेच स्वयंपाक करायचो. त्यावेळी दोन रुपये पायली ज्वारी होती. आठ आणे शेर दूध होते. पंधरा-वीस रुपयात आरामात महिना जायचा. ह्या खोलीच्या जवळच आबा साळीचं घर होते. गावचा बाजारही खालच्या पेठेतच माझ्या खोलीच्या समोरच भरायचा. त्या बाजारातही आबा साळी व त्यांच्या भाऊबंदाची शेव, चिवडा, लाडू, जिलेबी, भजी वगैरेची दुकानं लागायची. हा बाजार म्हणजे भाजीपाला खरेदीदारांचा असायचा. ह्या आबाना तीन मुलं आणि एक मुलगी होती. त्यांनी मला हाताने जेवण करायचे बंद केले आणि त्यांच्या घरून सकाळ संध्याकाळ जेवण द्यायची व्यवस्था केली. मी फक्त ज्वारी वगैरे धान्य देत होतो. त्यांची मुलगी अतिशय देखणी. गावातील तरुण पोरांचा तिच्यावर डोळा. पण ती माझ्यावर प्रेम करत होती. रोज सकाळ संध्याकाळ तीच मला जेवण आणून द्यायची. एक दिवस तिनं मला विश्वासात घेऊन शपथ घालून सांगितले, ''तिच्या मोठ्या भावाची बायको बार्शीची. तिच्याच भावाशी तिचं लग्न व्हावे असे तिच्या वहिनीचा हट्ट, तिच्या बाळंतपणात तिनं तिलाही बोलावून घेतले. ती महिनाभर तिथे होती. पण तिथे नको ते माझ्या हातून घडले. मला आता त्याच्यापासून दिवस गेले आहेत आणि घरचे तर साटलोटं होतं म्हणून त्याच्याशी लग्न लावायला तयार नाहीत. बरं हे मी घरच्यांना सांगावे तर कदाचित हे सारं वहिनीनेच करायला लावले म्हणून तिला आमच्या घरात घेणार नाहीत. आणि मग भावाचा सुखाचा संसार उद्ध्वस्त होईल. तेव्हा मला काही तरी औषध द्या नाही तर तुम्हीच हे सारं आबाना सांगा, माझ्याशी लग्न करून मला पदरात घ्या. आबा तुम्हाला नाही म्हणणार नाहीत.'' मला काय करावे काही कळेना. ह्याच वेळी एक ब्राह्मणाची मुलगी तिच्या घरच्यांकडे माझ्याशीच ती लग्न करणार म्हणून हटून बसली होती. आबा साळ्याची मुलगी माझ्या खोलीवर जेवण घेऊन येते हे सर्वांनीच माहीत होते. त्यामुळे हे जर उद्या लोकांना कळले तर सर्वजण माझ्यावरच संशय घेणार. आता जेवण बंद करावे तर आबा दुखावणार. असेच आणखी दोन महिने गेले. आजूबाजूच्या बायांच्या ते लक्षात आले. मग तिच्यावर मरणाऱ्या एका दोघांनी माझ्या नावाचा बोभाटा सुरू केला. अगदी मला मारण्यापर्यंत धमकी देण्यात आली. पण कर नाही तर डर कशाची. मी मुद्दाम खोलीचा दरवाजा सताड उघडा ठेवून झोपायचो. त्यांच्याकडचे

जेवण मी बंद केले. सर्व गावभर चर्चा सुरू होती. ह्या गोष्टींवर विश्वास न ठेवणारेही बरेच होते. अशावेळी अग्नाआप्पा शेट्यांनी आपल्या मुलाला, आण्णा साहेब यांना, सांगून त्यांच्या कापडाच्या दुकानात महिना तीस रुपये पगारावर मला कामालाच ठेवून घेतले. त्या मुलीच्या वडिलांनी- आबांनी- तिचे ॲबॉर्शन करून तिकडे सांगोल्याचा कुणा विधुराबरोबर लग्न करून दिले. एका सुंदर निष्पाप मुलीचा शेवटी असा शेवट झाला.

-०-

ह्या सर्व प्रकारात नाटकातली मुलंही इकडे तिकडे पांगून गेली. तरीही मी जवळ जवळ वर्ष दीड वर्ष दिघंचीत घालवले. डिसेंबर १९५८ साली दिघंची सोडून मी सरळ भाऊ बापू नारायणगावकर यांच्या तमाशा फडात सामील झालो. चंद्रमोहन, महादेवाचा अवतार, मुंबईचा हमाल असे एकापेक्षा एक कथानक असलेले पौराणिक-धार्मिक-ऐतिहासिक सामाजिक वग. ह्या फडाला त्या काळी तोड नव्हती.

मी ब्राह्मण म्हणून मला बापूंनी खूप मानाने वागवले. ते म्हणायचे, आमचे गुरू पठ्ठे बापूराव त्यांच्यामुळे आम्ही नावारूपाला आलो. तूही ब्राह्मण आहेस. ब्राह्मणासारखा रहा. ते त्यांच्याच गाडीत बसायला लावायचे. इतर कलावंताना तंबूत पालात उतरायची सोय असायची. कंपनीचं जेवण न जेवायला देता मला रोज रोख पैसे देऊन खानावळीत जेवायला सांगायचे. त्यांच्याबरोबर मी जत, पाली, सांगोला, पंढरपूर, सोलापूर अशाच यात्रेत फिरलो. बापूंप्रमाणेच विठा, केशर, मैना, शंकर वगैरे सर्वच मंडळी मला मानाने वागवत होते. तरीही मी तिथे चार महिन्यापेक्षा जास्त रमलो नाही. कारण नाटकातील भूमिका नाटककारांनी लिहिलेल्या असायच्या पण इथल्या कुठल्याही वगाच्या भूमिकेचे लिखाण नाही. त्या भूमिकेशी सुसंगत असं मनाचं उत्स्फूर्त बोलायचे. खरंच अवघड होते. मी परत दिघंचीला आलो. तिथे गंगाधर डोंब्याकडे, खानापूरच्या रामभाऊ कोरे यांचा निरोप होता. खानापूरला येऊन जा. त्यांच्या बहिणीकडून त्यांना माझी हकिगत समजली होती. मी तिथे गेलो. त्यांनी त्यांच्याकडे राहून मला एक धंदा करायचं सुचवलं. ते मला 'मसाल्याचं सामान देऊन आठवड्याचे बाजारात स्वत:चं दुकान लावून धंदा कर. त्यासाठी आपण सायकलही घेऊन देतो.' असं म्हणाले. मला वाटतं, त्यांच्या कानावर बालवडीच्या नलिनीचे प्रकरण आले असावे आणि त्याचसाठी त्यांनी मला हा मार्ग सुचवला असावा.

आता पोपट गवळीनेही आपले टेलरींगचे दुकान खानापूरला आणले होते. त्याच्या मोठ्या बहिणीचा- कलाचा- नवरा अचानक वारल्यामुळे ती माघारी आईकडे आली होती. त्या दोघांनी हे दुकान खानापुरात आणले होते. त्यांच्याकडून मला अजून एक धक्कादायक बातमी समजली. कुलकर्णी मास्तर गेले. कमल आणि तिची आई

त्यांच्या माहेरी पानगावला गेल्या आहेत. मी बलवडीला गेलो. मलाही खूप वाईट वाटले. तेव्हा दत्ताची आई मला म्हणाली, आपण पानगावला जाऊन काकूंना भेटून येऊ या. इथेच अजून एक धक्का बसला. नलिनीच्या भावानं तिचं लग्न इचलकरंजीच्या एका माध्यमिक शिक्षकाशी ठरवले आहे. मला वाईट वाटले. पण मी माझ्या मनाला सावरले. आणि असा विचार केला– आपल्यापेक्षा खूप शिकलेला, चांगला नोकरदार जोडीदार तिला मिळाला आहे. माझ्याकडून तिला काय मिळाले असते. पण तिच्या प्रेमाचं काय?

मी माझ्या मनाशीच कुचेष्टेने हासलो आणि म्हणालो, "अरे वेड्या, तारुण्याच्या उंबरठ्यावर पाऊल ठेवताना असंच प्रत्येक तरुण-तरुणीला एकमेकांचे आकर्षण वाटते. सहज अनपेक्षितरित्या, कसलाही बरा वाईट विचार न करता कुठे तरी जीव गुंतला जातो. त्यालाच आपण प्रेम ही संज्ञा देतो. तू तर शहरात राहिलेला. त्यामुळे ह्या खेड्यातल्या मुली तुझ्या वरल्या सोंगालाच भाळत आहेत. त्यात तुझ्या नाटकातील विविध भूमिकांचा त्यांच्यावर वेगळाच प्रभाव. अरे, ही नलिनी काय, मिरजकरांची इंदू काय, दिघंचीच्या साळ्याची कुसूम, कुलकर्ण्यांची माझ्याशीच लग्न करणार म्हणून हटून बसलेली कुसूम, उषा, राजजादेची बहीण मंदा या सर्व अशाच तुझ्या वरल्या सोंगाला भाळलेल्या. अरे, त्यांचं खरंच प्रेम असतं, तर त्यांनी त्यांच्या लग्नाच्यावेळी नकार दिला असता की? पण त्याही मनात असूनसुद्धा तसं करू शकत नव्हत्या. कारण त्यावेळचे त्यांच्या घरा-घरातील संस्कार त्यांच्यावर झाले होते. आणि त्यांचंच बरोबर होतं. पांडुरंगा, हे सारं विसरून जा!" मी माझ्या मनाला बजावले. एक फार मोठं समाधान मला वाटत होतं. मी कुणालाही फसवले नव्हते.

दुसरे दिवशी दत्ताची आई, विठा आत्या आणि मी पानगावला जायला निघालो. तेव्हा त्या नलिनीने मला आपली आठवण म्हणून एक रुमाल, तोही स्वत: नक्षीकाम केलेला आणि चिठ्ठी मला दिली. चिठीत लिहिले होते. 'मला क्षमा करा. माझा नाईलाज आहे. आपलीच नलिनी.' आम्ही कराड मार्गे पानगावला काकूंच्या घरी गेलो. दुपारी जेवणही तिथेच झाले. मास्तरांचे सर्व दिवस वगैरे व्यवस्थित पार पडले होते. काकूंच्या भावानेच ते सर्व विधी उरकले होते.

संध्याकाळी मी, काकू आणि विठा आत्या घराजवळच असलेल्या कृष्णा नदीच्या काठावर जाऊन बसलो. आम्ही काकूंचं सांत्वन करण्याअगोदर माझंच सांत्वन त्या करीत होत्या. कारण नलिनीचं लग्न ठरलेले त्यांना ठाऊक होते. त्यांनी सुचवलेल्या सर्व पर्यायांना सुरुंग लागला होता. ह्या गोष्टीचं त्यांनी मनाला खूपच लावून घेतले होते. मी त्यांना म्हणालो, 'काकू, या गाठी देव आधीच बांधत असतो.

त्या आपण बांधू शकत नाही. सोडू शकत नाही.’

आम्ही दुसरे दिवशी परत बलवडीला आलो. विठा आत्यांच्या आग्रहाखातर माझ्या मनात नसताना मी दोन दिवस तिथे राहिलो. आणि परत दिघंचीला आलो. खोली मालकाच्या ताब्यात दिली आणि दिघंची कायमची सोडण्याचा निर्णय घेतला.

-०-

नोव्हेंबर १९५९ साली डॉ. कैलासचा पहिला प्रयोग घेरडीला श्रीमंत दादासो. डोंगरे ह्याच्या वाड्यात चार आणे तिकीट लावून झाला. साठ सत्तर रुपये उत्पन्न झाले. सर्वांचा हुरूप वाढला. मग अेळवी, कुंभारी, ढपळपूर येथेही प्रयोग झाले. ह्या नाटकासाठी ड्रापचा पडदा वगैरे पडदे तयार करण्यासाठी सुरवातीला उद्धव मास्तरांनी पैसे घातले होते. सगळीकडे खर्च वजा जाता पंचवीस तीस रुपये शिल्लक राहात होते. मग ‘मुंबईची माणसं’ हे नाटक बसवलं गेले. त्याचेही प्रयोग पहिल्याच ठिकाणी लावले. अशा तऱ्हेने ‘विजय नाट्य मंडळ पारे’ची स्थापना झाली.

वस्तादांचे स्वप्न साकार होत होते. मी फक्त विजय नाट्य मंडळाचाच गुरुजी राहयलो नाही. तर सर्वच गावच लहानांपासून थोरांपर्यंत मला गुरुजी म्हणू लागले होते. मध्यंतरी चार दिवस मी पुण्याला गेलो. त्यावेळी रेखा मेकअप सर्व्हीसचे मालक, बबन शिंदे मला भेटले. ह्या बबन शिंदेची आणि माझी मैत्री राजाभाऊ कामतेकरांमुळे झाली. कारण संध्या थिएटरच्या सर्व नाटकांची ड्रेपरी, मेकअप, नेपथ्य सर्व सामान बबन शिंदेच पुरवीत असे. ती मैत्री खूप दृढ झाली होती. विजय नाट्य मंडळाबद्दल त्याला सर्व सांगितले. त्याने लागलीच एक प्रस्ताव माझ्यासमोर मांडला. आम्ही करीत असलेली ‘डॉ. कैलास’ आणि ‘मुंबईची माणसं’ ही दोन्ही नाटके तू सांगोल्याला लाव. त्यासाठी लागणारी स्त्री पात्रं मी घेऊन येतो. जोरदार पब्लिसिटी करून आपण दोन प्रयोग करून पाहू या.

मी ही योजना पाऱ्याच्या मंडळीना सांगितली. सर्वांना खूप आनंद झाला. लागलीच सांगोल्याला जाऊन बापूसाहेब झपके यांना भेटलो. सांगोला हायस्कूलच्या ग्राऊंडवर नाटक करायचे ठरले. त्यासाठी बापूसाहेबांनी आणि माळी सरांनी सर्वतोपरी सहकार्य द्यायचे कबूल केले. उद्धव मास्तर आणि घनशाम टेकाळ यांनी भांडवल घालून कनात तयार केली. नाटकाच्या तालमी आणखी घेण्यात आल्या. नाटकातील पात्रांचीही थोडी बदलाबदली केली. पब्लिसिटीसाठी जाहिराती, वॉलपोस्टर पुण्यात बबनने तयार करून घेतले. ते आणायला पुण्याला माहीतगार म्हणून विठ्ठल साळुंकेला पाठवायचे ठरले.

ह्याच वेळी इंदूताईच्या मोठ्या मुलीचं लग्न ठरल्याचे मला पत्र आले. आता

गुरुजी लग्नाला जाणार मग प्रयोगाचं कसे होणार? मग त्यांनीच परस्पर विठ्ठल सांळुकेकडे दोन किलो साजूक तूप आणि पाच किलो लाल मिरच्या ताईकडे पाठवल्या आणि निरोप दिला, "मी येऊ शकत नाही." अर्थात हे लग्न मिरजेला मुलाच्या घरीच होतं. त्यामुळे माझी अनुपस्थिती कुणाला जाणवली नाही. येताना विठ्ठल साळुंकेनी बबन शिंदेकडून जाहिराती, वॉलपोस्टर, तिकीटं घेऊन आला. दोन्ही प्रयोग ठरल्याप्रमाणे पार पडले. उत्पन्न फारसे झाले नाही. पण सर्व खर्च भागला होता.

घेरडीच्या दादा डोंगऱ्यांच्या मदतीनं सरकारी ग्रँट मिळवण्याचा प्रयत्न चालू होता. ह्या सर्व प्रकारात मी मात्र बिनपगारी आणि पूर्ण अधिकारी होतो. आता सर्वांचीच शेतीची कामे सुरू होती. म्हणून मी पुण्याला जायचा निर्णय घेऊन पुण्याला इंदुताईकडे गेलो. ह्याच वेळी तिच्या मोठ्या मुलाचं चिंतामणीचं लग्न ठरलं होतं. जवळजवळ वर्षे दोन वर्षे इकडे तिकडे वाटेल तसा फिरत राहिल्यामुळे पुण्यात आल्यावर घरातील कार्य म्हणून मी स्वत:ला झोकून दिले. लग्न पार पडले. पण पुढे काय हा प्रश्न माझ्यासमोर होताच.

-०-

मग विजू जोशीने मला एका चांगल्या वायरमनच्या हाताखाली काम दिले. कुलकर्णी म्हणून अतिशय चांगला वायरमन होता. तो अशी कामं अंगावर घ्यायचा. माझ्याप्रमाणे देवा म्हणून एकजण त्याच्याबरोबर काम करायचा. हे दोघं मला अप्रतिम माहिती देत होते. तो कुलकर्णी मला रोज दोन रुपये द्यायचा. वायरींग कामासाठी लागणारी पकड, करवत, ड्रिलमशिन, पटाशी, स्क्रूड्रायव्हर अशी सर्व हत्यारं त्याचीच होती. त्यावेळी बँटणवर क्लिपा मारून सर्वत्र वायरींग केले जायचे. अस्ते अस्ते— मी बऱ्यापैकी तयार झालो. या कुलकर्ण्यांना गडीगंजला साडे-सातशे पॉईटचे केसीन कॅपिंगचे मोठे काम मिळाले. आम्ही गडीगंजला गेलो. मोठ्या हायस्कूलचे ते काम होते. विशेष म्हणजे विजय जोशीही आमच्याबरोबर आता होता. विजयची ह्या कामावर मास्टरी होती. त्याने ह्या कामाच्या वेळी मला खूप चांगले मार्गदर्शन केले. आम्ही सर्व वेळकाळाचे भान विसरून कामावर तुटून पडलो होतो. महिन्याच्या आतच काम पुरे करून आम्ही पुण्याला आलो. आता विजू माझ्यामागे लागला होता. तू आता वायरमनची परीक्षा दे. त्यावेळी ती परीक्षा पी. डब्ल्यू.डी.ची असायची आणि तीही फक्त मुंबईलाच.

त्यासाठी इलेक्ट्रीक सुपरवायझर कॉट्रक्टरचे अँप्रेंयटीसचे एक वर्षाचे सर्टिफिकेट लागायचे. तीही व्यवस्था विजूनेच केली. पण त्यासाठी दीडशे रुपये द्यावे लागणार

होते, शिवाय मुंबईला परीक्षेला जायचं तर स्वत:ची हत्यारंही पाहिजे होती. काय करावे ह्या विचारात असताना परत भाऊसाहेब मालुसरे भेटले. त्यांची कंपनी नगर जिल्ह्यात श्रीरामपूर भागात खेड्यापाड्यातून फिरत होती. त्या मोहाला परत एकदा बळी पडलो. त्यांच्याबरोबर परत त्यांच्या कंपनीत गेलो. डोक्यात अशी कल्पना होती. त्यांच्या नाटकात आपण रात्री काम करणार दिवसभर आपण मोकळेच असणार. तेव्हा त्यावेळी आजूबाजूच्या शाळांमधून आपण नाट्यछटा, नकला, गाणी असा कार्यक्रम करू या. कारण असे शाळांमधून कार्यक्रम दिघंचीला असताना मी केले होते. दिघंची पासून पंढरपूर-कुर्डुवाडी-बार्शी-दिघंची असा एक दीड महिना असे शाळाशाळांतून कार्यक्रम करीत सायकलचा प्रवास केला होता. त्यावेळी पंधरा रुपयात महिनाभर सायकल भाड्याने मिळत असे. प्रत्येक कार्यक्रमाला तीन चार रुपये मिळत होते. कंपनीत राहून तसे कार्यक्रम करीत राहिलो. माझ्या योजनेला यश आले. दोन महिन्यातच शंभर सव्वाशे रुपये जमले. असाच पाचेगावला कंपनीचा मुक्काम असताना, तिथल्या मारुतीच्या देवळात रोज नवनाथांची पोथी वाचली जायची. पोथी संध्याकाळी सातला सुरू होत असे. नाटक नऊच्या पुढे चालू व्हायचे. मी पोथी ऐकायला जाऊन बसायचो. एक दिवस वाचणाऱ्याला अचानक अडचण आली. आता पोथी कोण वाचणार म्हणून शोधाशोध सुरू झाली. मग मीच पुढे झालो आणि त्यांना म्हणालो मी वाचतो पोथी, पण जरा सांभाळून घ्या. सातत्याने सात-आठ दिवस पोथी ऐकत असल्यामुळे ती कशी वाचावी हे मला समजले होते. माझं वाचन सर्वांना आवडले. लयबद्ध आणि स्वच्छ उच्चार– त्यामुळे सर्वांवर चांगलेच इंप्रेशन पडले. मग पुढे पहिला वाचणारा येईपर्यंत दहा-बारा दिवस मीच वाचत होतो.

आत्ता फक्त पन्नास साठ रुपयांचा प्रश्न होता. मग त्याच गावात हायस्कूलसमोर सकाळी कार्यक्रम करायचे ठरविले. पोथी ऐकणारे सर्व त्या कार्यक्रमाला हजर होते. कंपनीचे मालक भाऊसाहेब मालुसरेही मुद्दाम तो कार्यक्रम बघायला आले होते. तासाभराचा कार्यक्रम झाला आणि सर्वांसमोर विनंती केली. मला वायरमनची परीक्षा द्यायची आहे. त्याची दोन एकशे रुपये फी मला भरायची आहे. तेव्हा आपल्याला हा माझा कार्यक्रम आवडला असेल तर मला मदत करा. पोथी ऐकणाऱ्यांनी पंचवीस एक रुपये जमवून दिले. मला अपेक्षित पैसे जमले होते. मग कंपनीचा निरोप घेऊन पुण्याला आलो. त्या सर्टिफिकेटसाठी लागणारे पैसे भरले. त्यांनीही मला लागलीच सर्टिफिकेट दिले. विजयने परीक्षेसाठी लागणारा फार्म भरून पाठवला. त्यानेच मला सल्ला दिला. परीक्षेच्या आधी चार महिने क्लास लाव. त्यांनेच मला एका क्लासमध्ये नेले. धैर्यवान म्हणून शिक्षक होते. ह्या विषयाची त्यांची मास्टरी होती. विजयसुद्धा

सुपरवाझरच्या परीक्षेसाठी त्यांच्याचकडे शिकत होता. धैर्यवान यांनी मला मन लावून शिकवले. परीक्षा सुरू झाली. पण मला काही पत्र आले नाही. ह्या परीक्षा बॅच बॅचनी होत असत. मग धैर्यवान सरांनीच मला चिठ्ठी दिली. आणि मुंबईला जायला सांगितले. व्हि.टी.स्टेशनच्या जवळपास ते परीक्षा केंद्र होते. मी तिथे गेलो.. आणि अधिकाऱ्यांना सर्व कागदपत्र दाखवले. ते म्हणाले आत्ताच परीक्षा सुरू होत आहे. आणि तुझा नंबर आत्ताच आहे. मी त्यांना धैर्यवान सरांनी दिलेली चिठ्ठी दिली आणि विनंती केली. 'सर, प्लीज माझी परीक्षा दुपारी घ्या. तोपर्यंत मी हत्यारांची सोय करतो.' मुंबईला जाताना राजाभाऊ कामतेकरांनी तीस रुपये दिले होते. त्या अधिकाऱ्यांनीही माझी विनंती मान्य केली. मी लागलीच सुतार गल्लीत जाऊन ड्रिलमशिन, पकड, करवत, एक स्क्रूड्रायव्हर आणि टेस्टर विकत घेतले. आणि अशा तऱ्हेने मी ती वायरमनची परीक्षा दिली. जीवनात काही साध्य करायचे असेल तर संघर्षाशिवाय मिळणार नाही. हे मला आता समजायला लागले होते. परीक्षा देऊन पुण्याला आलो.

-o-

राजाभाऊ कामतेकरांनी बेबंदशाही नाटकाचे तीन-चार प्रयोग लावायची जबाबदारी माझ्यावर सोपवली. मी त्याप्रमाणे कोपरगाव, संगमनेर आणि श्रीरामपूर अशी थिएटर्स बुक केली. त्यावेळी बहुतेक नाट्यप्रयोग सिनेमाथिएटर्समध्येच होत असत. जाहिराती, वॉलपोस्टर, तिकीटं असं सर्व साहित्य घेऊन परत कोपरगावाला गेलो. सर्वत्र वॉलपोस्टर लावले. टांग्यात स्पीकर लावून स्वत: पब्लिसिटी केली. तीन सेंटरला तिघं तिकीट विक्रीसाठी माणसं आली. नुकताच सर्वत्र 'सांगते ऐका' हा सिनेमा गाजत होता. त्या सिनेमातील सूर्यकांत, हंसा वाडकर, वसंत शिंदे असे नावाजलेले कलावंत आमच्या नाटकात काम करत होते. तिन्ही प्रयोगाची तिकीटं पहिल्याच दिवशी संपली होती. प्रयोगही दृष्ट लागण्यासारखे होत होते. पहिलाच दौरा यशस्वी केल्यामुळे राजाभाऊंचा विश्वास वाढला. ते स्वत:ही चांगले कलावंत होते. नंतर असाच एक दौरा सोलापूर, पंढरपूर, बार्शी, कुर्डुवाडी असा झाला. शेवटचा प्रयोग पंढरपूरला होता. त्यादिवशी सर्जाबाचे काम करणारे भाऊ मांजरेकर अचानक आजारी पडले. प्रयोग हाऊसफुल असल्यामुळे मला बाहेर काहीच काम नव्हते. आयत्या वेळी त्या कामासाठी मला उभे राहावे लागले. तोही दौरा यशस्वी झाला. अधुनमधून पुण्यातही प्रयोग लागत होते. कधी भाऊबंदकी, आग्र्याहून सुटका तर कधी संगीत द्रौपदी.

मध्येच कुठेतरी संध्या थिएटरचे प्रयोग असायचे. ह्याच संध्या थिएटरमध्ये बाळासाहेब थत्ते ह्यांची ओळख झाली होती. हे बाळासाहेब राजाभाऊ कामतेकरांचे

खास मित्र. हे नाटकात प्रकाशयोजनेचे काम सांभाळत असत. त्या काळी तसे अजून जुन्या नाटकात प्रकाशयोजनांचे तंत्र आले नव्हते. तर ह्या बाळासाहेबांचे इलेक्ट्रीक सामानाचे विक्री-दुरुस्तीचे विश्रामबाग वाड्यासमोरच्या रस्त्यावर दुकान होते. तेही वायरमन होते. त्यांनी त्यांचे हाताखाली मला कामाला ठेवले. अशा तऱ्हेने एक उद्योग तरी मिळाला. तिथे वायरींगची थोडी-फार जुजबी माहिती मिळाली.

दिवाळी झाली आणि बावडेकरांच्याच वाड्यात पुढल्या खोलीत कानिटकर का काटदरे नावाच्या माणसांने होलसेल कॅलेंडरचा धंदा सुरू केला. गप्पा मारता मारता ते मला म्हणाले, 'मी तुला उधार माल देतो. तू कॅलेंडर वीक.' पूर्वी हा व्यवसाय मी केल्यामुळे माझ्या डोक्यात ते लगेचच बसले आणि त्यांच्याकडून दोन एकशे रुपयांचा माल घेऊन हा धंदा सुरू केला. पण हा धंदा पुण्यात करत नव्हतो. सासवड, नीरा, लोणंद अशा बाजारात दुकान लावून विकायचो. कॅलेंडरावर देवादिकांचे, सिनेनट-नट्यांचे फोटो असल्यामुळे ती खपायला सोपे जायचे. जसजसा जानेवारी जवळ येत गेला, तसं तसा धंदा जोरात व्हायला लागला. मग मी मध्येच मुंबईतून पूर्वी ज्याच्याकडून म्हणजे एफ.बी. बुराहनपूरवाल्याकडून कॅलेंडर व सिनेमाच्या गाण्यांची पुस्तकं आणायचो त्याच्याकडून दोन एकशे रुपयाचा माल घेऊन आलो. त्यावेळी पंचवीस रुपये शेकडा मिळायची. मी ती पाच-सहा आण्याला विकायचो. ऐन जानेवारीच्या सुरुवातीला बारामती, वालचंदनगरपर्यंत पोहोचलो होतो. वालचंदनगरच्या बुधवारच्या बाजारात भरपूर माल संपायचा. ह्या बाजारात कंपनीच्या परवानगीनं कंपनीच्या मंडळाच्या गाळ्यात बसावे लागत होते. तिथे एक माझी मावस बहीण म्हणजे इंदूताईची धाकटी बहीण चंपूताई, गोडबोले यांचेकडे दिली होती. हे गोडबोले वालचंद इंडस्ट्रिजमध्ये शेती अधिकारी होते. त्यांच्या ओळखीनेच मला मंडईत गाळा मिळाला होता. मी मंगळवारी मुक्कामाला तिथे जायचो. आणि बुधवारचा बाजार करून गुरुवार-शुक्रवारी परत पुण्याला जायचो.

इथली एक अतिशय महत्त्वाची घटना. दुसऱ्या मंगळवारी मी त्या गाळ्यातच झोपलो असता बुधवारच्या पहाटेला माझ्या स्वप्नात गणपती आला आणि मला म्हणाला, ''मी कचऱ्यात पडलो आहे, मला तू काढतोस का?' मी बुधवारचा बाजार करून पुण्याला गेलो. सर्व कॅलेंडर संपली होती. मी ताईला पडलेले स्वप्न सांगितले. ती म्हणाली, ''दिवसभर देवादिकांची चित्रं तुझ्यासमोर असताना ना! म्हणून स्वप्न पडले असेल.'' परत पुढच्या बाजाराला गेलो. परत ते स्वप्न– ''मी कचऱ्यात पडलो आहे तू मला बाहेर काढ.'' त्यावेळीही धंदा चांगला झाला. मी ते स्वप्न मनावर घेतले नाही. पण त्या गणपतीनं माझी पाठ सोडली नाही. तिसऱ्या बाजारच्या वेळी तेच

स्वप्न, पण ह्या वेळी स्वप्नात गणपतीनं माझा हात धरला आणि मला म्हणाला, "मला कचऱ्यातून काढणार आहेस की नाही? होय का नाही काय ते सांग. त्याशिवाय मी तुझा हात सोडणार नाही." मी स्वप्नातच काढतो म्हणालो. बाजार केला आणि गुरुवारीच पुण्याला आलो. ताईला सांगितले. ती म्हणाली, "उद्या भटजीकडून गणपतीवर अभिषेक करून घेऊ या." मी कॅलेंडरचा धंदा बंद करायचा ठरवले. उरलेली कॅलेंडर परत केली. सर्व बॅग-पिशव्या साफ करून तो कचरा कुंडीत टाकायला गेलो तर तिथे कचऱ्यात एक गणपतीचा स्वयंभू फोटो मिळाला. त्याला चांगली फ्रेम करून आणली. गणपतीवर अभिषेक करून घेतला. धंदा बंद केल्यामुळे आठ पंधरा दिवस मोकळेच गेले.

प्रत्येक गोष्ट आपल्याला यायला पाहिजे असं मला नेहमी वाटायचे. तसा त्यासाठी माझे मीच प्रयत्नही करायचो. त्यामुळे कोणा व्यक्तीचा छाप माझ्यावर उमटला नाही. पण एक मान्य करावे लागले. अभिनयाच्या बाबतीत मात्र माझ्यावर चित्तरंजन कोल्हटकरांचा ठसा उमटला होता असे प्रेक्षक म्हणत असत. अर्थात, मीही एकलव्याप्रमाणे त्यांना गुरू मानून अभिनय करण्याचा प्रयत्न करीत होतो.

-०-

मी माझ्या मावस बहिणीकडे ज्या वाड्यात राहात होतो त्याच वाड्यात मधुकर बावडेकर म्हणून राहात होते. माझी त्यांच्याकडे सारखी ऊठबस असायची.

जानेवारी १९६२ साली एकदा गोगटे माईन्स रेडीला वायरमननी संप केला. त्यावेळी मधुभाऊ बावडेकरांकडे गोगटे माईन्सचे मालक बा. म. गोगटे आले होते. बोलता-बोलता विषय निघाला. इंदूताईनं त्यांना सांगितले, "तुम्ही पांडुरंगला घेऊन जा. त्यांनी नुकतीच वायरमनची परीक्षा दिली आहे." मधुभाऊ बावडेकर आणि गोगटे साहेबांनाही तिचा विचार पटला. लागलीच दुसरे दिवशी माझी रवानगी रेडीला झाली. पुण्याहून पुणे-सावंतवाडी गाडीने सावंतवाडीला उतरलो. तिथून रेडीला गेलो.

मी प्रथमच ह्या भागात आलो होतो. उंच उंच नारळी, पोफळीची झाडे, आंब्याच्या, काजू-कोकमांच्या जिकडे तिकडे बागा. लाल मातीचे, वाकड्या तिकड्या वळणाचे अरुंद रस्ते, रस्त्याच्या दुतर्फा निसर्गाने उधळण केलेली नैसर्गिक वनस्पती. सगळी घरेही मंगलोरी आणि पन्हाळ्याच्या कौलांची. प्रत्येक घराभोवती नारळी-सुपारीच्या बागा. शहरासारखी एका लाईनीत शेजारीशेजारी घरं फारच क्वचित दिसायची. प्रत्येकाच्या घराभोवतीच त्याची नारळ सुपारीची बाग. त्यातच विहीर. खूपच सुंदर भाग. मन प्रसन्न करणारे सृष्टीसौंदर्य, रेडीला अथांग सागर. जिकडे तिकडे माईनिंगचे मोठमोठे डोंगरासारखे ढीग. मोठमोठी प्रशस्त मन प्रसन्न करणारी

श्री. पांडुरंग घांग्रेकर

बालपणचे पांडुरंग घांग्रेकर

सौ. इंदुताई जोगळेकर

लक्ष्मीबाई आजगावकर

सौ. माई आजगावकर

सौ. अंजली घांग्रेकर

श्री. पांडुरंग घांग्रेकर

मनोरंजन पुणेचे मालक
घांग्रेकरांचे मित्र श्री. मनोहर कुलकर्णी

कु. सुगंधा घांग्रेकर

खानदेश कलावंत मेळाव्यात सौ.अंजली घांग्रेकर यांचा सत्कार करताना नटवर्य श्री. चित्तरंजन कोल्हटकर

ब्रिटिशांनी ताम्रपट देऊन सत्कार केला असे हे ग्रामीण चित्रकार एल. जी.चित्रकार

मा. श्री. आप्पासाहेब धारकर, प्रभाकर पणशीकर, निळु फुले, डॉ. गिरीश ओक यांच्या हस्ते जीवन गौरव पुरस्कार स्वीकारताना श्री. व सौ. घांग्रेकर

सन्मित्र आयोजित बालनाट्य शिबिराच्या समारोपाप्रसंगी 'सन्मित्र'वर प्रसन्न झालेली त्रिमूर्ती- अभिनेत्री ऐश्वर्या नारकर, श्री. घांग्रेकर, डॉ. विलास उजवणे

मधुकर स.सा. कारखाना आयोजित नाट्यस्पर्धा बक्षीस समारंभाप्रसंगी
मा. श्री. व सौ. चौधरी, अध्यक्ष संचालक मंडळ व श्री पांडुरंग घांग्रेकर

मधुकर स.सा. कारखाना आयोजित मा. शिक्षक अभिनय प्रशिक्षण शिबिराच्या
वेळी शिबिरार्थ्यांशी संवाद साधताना प्रशिक्षक घांग्रेकर व इतर

सन्मित्र आयोजित बालनाट्य शिबिरात शिकवताना श्री. पांडुरंग घांग्रेकर

ग्रामीण भागातील कलावंत घेऊन सादर केलेल्या 'पुत्रवतीभव' नाटकात
स्वतः श्री. पांडुरंग घांग्रेकर व सौ. अंजली घांग्रेकर व इतर कलावंत

भार्गवराम आचरेकर पुरस्कार देताना मा. मुख्यमंत्री मनोहर जोशी

नाशिक येथे नाट्यसंमेलनात सत्कार करताना नाना पाटेकर

देवळं. मला खूप आनंद झाला. निसर्गाची एक अनोखी नजाकत पाहून मन तृप्त झाले. माणसंही तशी प्रेमळ. त्यांची ती मालवणी कोंकणी भाषा. जिकडे तिकडे माशाचा वास. प्रत्येक कोकणीच काय प्रत्येक स्त्रिया-मुलीच्या डोक्यात अबोलीच्या फुलांचा किंवा सुरंगीचा गजरा. फुलांचा इतका चांगला आणि सुंदर उपयोग कोकण आणि गोव्याशिवाय मी आजवर कुठेही पाहिला नाही.

रेडीला पोहचलो. स्वत: मालकांचे पत्र पाहून सर्वांनाच आश्चर्य वाटले. माझी राहण्या-जेवणाची सर्व सोय केली गेली. आता प्रश्न होता माझ्या कामाचा. मी वायरमनची परीक्षा दिली होती. आत्तापर्यंत बॅटन, पाईपिंग, केसिंग वगैरे. हाऊस वायरिंगचे काम बरेच केले होते. पण इथे ते काम नव्हते. इथे प्रत्यक्ष जनरेटर चालवायचे होते. धक्क्याला लागलेले बार्जेसमध्ये हजारो मजूर रात्रंदिवस मायनिंग भरायचे काम करायचे. भरती ओहोटीमुळे आणि समुद्राच्या लाटांमुळे त्या बार्जेसमध्ये चढण्या-उतरण्यासाठी मोठमोठ्या फळ्या लावलेल्या असायच्या. रात्रीच्या लोडींगच्या वेळी एक सेकंदही लाईट बंद झाला तर दहा-वीस मजूर बार्जेस आणि धक्क्याच्या मध्ये पडून ॲक्सिडंट होण्याची भीती. त्यामुळे अती जागृत राहून तिथे काम करायला लागायचे. तिथे असलेल्या डिपार्टमेंटच्या साहेबांनी मला चार दिवसांत जनरेटर चालवण्यापासून तो कसा हँडल करायचा ह्याची सर्व माहिती देऊन मला ट्रेन केले. संध्याकाळी सात ते सकाळी सात अशी माझी ड्युटी असायची. नाटक कंपन्यांचा जागरणाचा मला इथे चांगलाच उपयोग झाला. पंधरा-वीस दिवसात माझ्या सर्व अंगवळणी पडले. महिन्या दीड महिन्यानी संपही मिटून गेला. सर्व वायरमन पूर्ववत कामावर हजर झाले. आता ते मला त्रास देतील. त्यांच्या संप संपवायला मीच कारणीभूत आहे असे समजून माझ्यावर ते कुठे सूड घेतील असे वाटले होते. पण तसं काहीही झालं नाही. त्या सर्व वायरमननी मला कसलाही त्रास दिला नाही. सर्वजण माझ्याशी खूप चांगले वागले. त्यात एकजण तर नाटकवेडाच होता. त्यामुळे माझे चांगलेच जमले. संपावर गेलेले वायरमन परत कामावर आल्यामुळे माझ्या इमेजला मात्र जराही धक्का लागला नाही.

दोन-तीन महिन्यांनी स्वत: मालक गोगटेसाहेब माईनिंगवर आले. त्यांनी माझ्याबद्दल आवर्जून चौकशी केली. माझ्या कामाचा एकंदर रिपोर्ट ऐकून त्यांना बरं वाटले. त्यांनी मला मुद्दाम बोलावून घेऊन शाबासकी दिली आणि सांगितले. 'आपल्या इथल्या कामगारांना घेऊन नाटक बसव. माईनिंगच्या मुख्य साहेबांना त्यांनी नाटकाला संपूर्ण सहकार्य देण्याचे आदेश दिले. मी बाळ कोल्हटकरांचे 'मुंबईची माणसं' हे नाटक बसवायला घेतले. त्यातली मुख्य घाटी पाटलाची भूमिका करायला

कोणी तयार होईना आणि मलाही ती भूमिका शोभण्यासारखी नव्हती. पण शेवटी ती नाईलाजाने मलाच करावी लागली. तालमी सुरू झाल्या. त्या नाटकातील दोन्ही स्त्री पात्रं पुण्याहून आणायचे ठरवले. कारण ह्या भागातील स्त्री पात्रांचा माझा अजिबात परिचय नव्हता. मी मधुकर बावडेकरांना तसे कळवले. दोन्ही मुली संध्या थिएटर्स बेबंदशाहीमध्ये काम करत होत्या. दमयंती कुमठेकर आणि रोहिणी मांजरेकर. त्यांचा पत्ता बावडेकरांना कळवला. ठरल्याप्रमाणे दोघीही प्रयोगापूर्वी दोन दिवस रेडीला हजर झाल्या.

मी रेडीला आलो त्यावेळी देव म्हणून माईनिंग सुपरवायझर होते. त्यांच्याच खोलीवर, माईनिंग कॉलनीवर राहत होतो. ही कॉलनी म्हणजे नारळाच्या झापांच्या सर्व सोईयुक्त दोन-दोन तीन-तीन रूमच्या असल्या चाळी होत्या. पण नंतर मी रेडीगावात सोनाराच्या घरात स्वतंत्र खोली भाड्यानं घेऊन राहू लागलो.

पुण्याच्या आमच्या ताईच्या वाड्यातील आण्णा जोशी ह्यांनाही मधुकरराव बावडेकरानी माईनिंगवर क्लार्क म्हणून नोकरीला लावले होते. त्यांनाही माईनिंग कॉलनीत जागा दिली गेली होती. कारण ते आपल्या दोन मुलं आणि एक मुलगी अशा सर्व फॅमिलीसह इथे आले होते. ते मला म्हणत होते तू आमच्याकडेच रहा. पण मी मात्र स्वतंत्रच राहायचं ठरवले होते. आणि त्याला कारणही तसेच होते.

मी पुण्याला ताईकडे असताना माझ्या गालावर कसला तरी चट्टा उठला होता. पहिल्यांदा नायटा समजून त्याच्यावर घरगुती इलाज करत राहिलो. पण तो चट्टा कमी होण्यापेक्षा वाढतच गेला. मग मी ससूनमध्ये जाऊन तो दाखवला. आठ दिवसांनी रिपोर्ट आला. मला महारोग झाला आहे, हे ऐकून मी हादरून गेलो. मला काहीच कळेना. ह्यावेळी इंदूताई आणि बापू यात्रा कंपनीबरोबर महिनाभर काशीयात्रेला गेलेले. मला महारोग झाला आहे. हा तर संसर्गजन्य रोग. मग मी आता ह्या घरात कसा राहू? हा एकच प्रश्न सारखा मनात येत होता. घर सोडून जावे तर ताई-बापू माझ्या भरवशावर घर साडून यात्रेला गेलेले आणि ह्याचवेळी आणखी एक आपत्ती ओढवली. ताईच्या मुलीच्या– प्रभाच्या अंगावर कसले तरी भाजल्यासारखे फोड उठले त्यातून सारखे पाणी वाहत असायचे. नरहरी विसूच्या सांगण्यावरून तिला स्किन स्पशेलिस्ट डॉ. बोंद्रे यांचेकडे घेऊन गेलो. तिचा रिपोर्ट येईपर्यंत जीवात जीव नव्हता. पण तिला आगपेंण झाली म्हणून डॉक्टरांनी सांगितले. त्यांच्या औषधांनी तिला बराच गुण आला. पण माझं काय? आत्महत्येचे विचार आले, पण विजय जोशीच्या धीर देण्याने त्यातून बाहेर पडावयास मदत झाली.

दमयंती कुमठेकर– म्हणजे आताची भारती गोसावी आणि रोहिणी मांजरेकर,

आल्या त्या माझ्या खोलीवरच उतरल्या. त्या दोन दिवसांत त्यांनीच स्वयंपाक केला. खरं म्हणजे माईनिंगवरच्या गेस्ट हाऊसवर त्यांची उत्तम सोय केली होती. पण त्या नवख्या भागात त्या एकट्या राहायला तयार झाल्या नाहीत. दोन दिवस तालमी झाल्या आणि माईनिंग ऑफिस समोर उभ्या केलेल्या स्टेजवर मालकांच्या उपस्थितीत नाटक पार पडले. नाटकाला गर्दीही भरपूर होती. पटणी माईन्स, डेक्कन माईन्स वगैरे माईन्सच्या सर्व अधिकाऱ्यांना नाटकाच्या प्रयोगाचे निमंत्रण दिले गेले होते. नाटकही चांगले होते. सर्वांना खूप आवडले. सर्वांनी माझं अभिनंदन करून मला दोनशे रुपये बक्षीस दिले. त्या भागातील बऱ्याच नाट्य प्रेमींनी माझी मुद्दाम ओळख करून घेतली. कोकण म्हणजे नाटकवेडाच भाग. आजूबाजूला कुठे नाटक असले की ती मंडळी मला आग्रहाने त्यांचा प्रयोग बघायला घेऊन जात होते. ह्या नाटकामुळेच शिरोड्याच्या कांता असोलकर, नामदेव नाईक, भाली परब, दादा परब, माऊली चित्र मंदिराचे मालक मोहन ओटवणेकर वगैरे मंडळीची ओळख झाली. पुढे पुढे तर या साऱ्यांशी चांगलीच मैत्री जमली.

माझी ड्युटी नेहमी सायंकाळी सात ते सकाळी सात असल्यामुळे दिवसभर मी मोकळाच असायचो. कांता असोलकर ह्यांचाही नाटकाचा ग्रुप होता. त्यांनी 'रामची ताई' नाटक बसवले होते. आजूबाजूच्या गावातून ते त्या नाटकाचे प्रयोग करायचे. कधी कुणी त्यांच्यापैकी गैरहजर असले की ते मला घेऊन जायचे आणि मीही आनंदाने त्या भूमिका करायचो. त्यामुळे त्या भागात बराच परिचय झाला. एक चांगला कलावंत म्हणून लोक माझ्याकडे पाहू लागले. दुसरी एक माझी जमेची बाजू म्हणजे मला कसंलही, सुपारीच्या खांडाचंही, व्यसन नव्हते. मी चहाही पीत नव्हतो. मला वाटतं, देवाची ही फार मोठी कृपाच होती म्हणायची.

गोगटे माईन्सवर काम करत असताना शिरोड्याच्या नामदेव नाईकच्या झापाच्या नाट्यगृहात तिकडच्याच रंगराज नाट्य मिनार ह्या संस्थेचे 'गोकुळचा चोर' आणि 'झाशीची राणी' असे दोन प्रयोग असवली हायस्कूलच्या मदतीसाठी लागले होते. प्रयोग शाळेच्या मदतीसाठी असल्यामुळे आम्हाला सक्तीनं तिकीटं घ्यावी लागली होती. खरं म्हणजे ही दोन्ही नाटकं आनंद संगीत मंडळीची अगदी मास्टर पीस होती. त्या कंपनीत असताना ह्या दोन्ही नाटकात मी भूमिका केल्या होत्या. आनंद संगीतचे प्रयोग भव्य दिव्य मखमली, भरजरी सीनसिनरी आणि ट्रिक सीननी नटलेले. ही स्थानिक संस्था काय करणार म्हणून मी पहिल्या 'गोकुळचा चोर' नाटकाला गेलोच नाही. एक तर त्या दिवशी लोडींगही चालू होते. दुसऱ्या दिवशी लोडींग नाही हे कांता असोलकरला कळल्यामुळे अगदी हट्टानेच मला सकाळपासून

त्याच्या घरी शिरोड्याला नेले. मासे खाणारी त्याची सर्व फॅमिली त्या दिवशी माझ्यासाठी शुद्ध शाकाहारी, त्यांच्या भाषेत सांगायचे तर, भटी जेवण केले होते. दिवसभर नाटकाच्या गप्पा आणि शिरोड्याच्या मित्रात गेला. दुपारी त्यांनी अरवलीला वेतोबाच्या दर्शनाला नेले. तिथल्या नाट्य मंडळाची ओळख करून दिली. रात्री आम्ही सर्व नाटकाला गेलो. 'झाशीची राणी' नाटक होते. शाळेच्या मदतीसाठी प्रयोग असल्यामुळे प्रयोगाला भरपूर गर्दी होती. साडे नऊ वाजून गेले तरी पहिली बेल होईना. लोक चुळबूळ करायला लागले. नाटक का सुरू होत नाही म्हणून कांता असोलकर आणि थिएटरचा मालक नामदेव नाईक आत चौकशीला गेले. तेव्हा कंपनीच्या माणसांकडून समजले नाटकात काम करणारा वासू देसाई म्हणून नट शेवटची एस.टी. येऊन गेली तरी आला नव्हता. त्यामुळे नाटक सुरू होत नव्हते.

नामदेव नाईकला माहिती होते मी आनंद संगीतमध्ये होतो. त्यांनी कंपनीच्या मालकीण बाईंना सांगितले. "आनंद संगीत नाटकं मंडळीत काम केलेले माझे मित्र समोर प्रयोग बघायला बसले आहेत. त्यांना आपण विचारू." कांताने मला आत बोलावून नेले. मला सर्व हकिगत सांगितली. मालकीणबाईंनी आग्रहाने सांगितले. 'तुम्ही काम केले नाहीतर आजचा प्रयोग होऊ शकत नाही.' मी ती भूमिका दहा वर्षापूर्वी केली होती. पण आता रिहर्सल शिवाय कसा उभा राहू? मालकीण बाईंची सून नंदा म्हणाली. 'तुम्ही काळजी करू नका, मी स्वत: प्रॉम्टींग करते. पण तुम्ही भूमिका करा.' सर्वच कलावंत मला नवीन. ते काय करणार ते मला काहीच माहिती नाही. शेवटी नाईलाजाने मी त्या भूमिकेला उभा राहिलो. एक बरं होतं, ह्या नाटकात नानासाहेब पेशव्याला पहिल्या अंकात पहिला प्रवेश आणि तिसऱ्या अंकात पहिला प्रवेश असे दोनच पण महत्त्वाचे प्रवेश होते. मेकअप करून मी नाटकाला उभा राहिलो. नाटक सुरू झालं. पहिला प्रवेश मी प्रॉम्प्टींगवर मारून नेला. त्यांच्या मानाने ते नाटकही बरं करत होते. सर्वांच्या नकला पाठ होत्या. पण त्यांचा थोडासा येणारा कोकणी हेल मला खटकत होता. माझा पहिला अंकातील पहिला प्रवेश संपला आणि मी तिसऱ्या अंकातील माझा महत्त्वाचा प्रवेश वाचत राहिलो. तिसऱ्या अंकातील तो प्रवेश झाशीचा दिवाण आणि नानासाहेबांचा होता. मला प्रॉम्प्टींगशिवाय नक्कल आठवत गेली. माझी पुणेरी शुद्ध भाषा आणि अभिनय लोकांवर इंप्रेशन मारून गेला. प्रेक्षकांनी टाळ्या वाजवून वाक्यावाक्याला चांगली दाद दिली. प्रवेश चांगलाच रंगला. त्या माझ्या कामाचं इंप्रेशन मालकीणीपासून कंपनीच्या सर्व कलावंतांवर चांगलेच पडले. कांता असोलकर आणि नामदेव नाईक माझ्या कामावर एकदम खूश झाले. मालुसरे ह्यांच्या कंपनीत काम केल्यामुळे माझा आत्मविश्वास, स्टेज डेअरिंग खूप

वाढले होते. आणि त्याचाच उपयोग मला इथं झाला होता. माझ्या दृष्टीनं वासरात लंगडी गाय शहाणी, तसाच मी त्या काळी असावा. मालकीणबाईंनी माझी सर्व चौकशी केली. कांता असोलकर बरोबर होताच. त्याच्याच समाजातील त्या सर्व मुली व मालकीणबाई होत्या. त्यांचा समाज म्हणजे देवळी समाज. तसं बघायला गेलो तर ही सर्व मराठा मंडळी आजगावची. ह्यात हेमंत देसाई म्हणजे परिदेसाई, रघु पालकर, वासु देसाई, संगीतासाठी प्रसिद्ध तावडेबुवा, सिंधु, कुसुम, विमल, जयश्री, अंजनी ह्या सर्व मुली एकाच कुटुंबातील होत्या. ह्या सर्वजणी परिस्थितीमुळे वयाच्या बारा तेरा वर्षाच्या असतानाच आनंद संगीतमध्ये गेल्या होत्या. मीही त्याच आनंद संगीतमध्ये आण्णासाहेब शिरगोपिकर असताना होतो. आणि ह्या नानासाहेब शिरगोपीकरांच्या कारकिर्दीत होत्या. नानासाहेबांनी बालकलाकारांची संस्था बंद करून मोठ्यांची संस्था सुरू करण्याचा निर्णय घेतल्यामुळे ह्या सर्व जणी घरी आल्या होत्या. सर्वांचीच घरची परिस्थिती अतिशय नाजूक होती. म्हणून अंजनीच्या आत्या म्हणजेच माईंनी पुढाकार घेऊन त्यांचे सर्वेसर्वा नाना बांदेकरांच्या साह्याने ही कंपनी चालवली होती. ह्या प्रयोगामुळे माझ्यातील कलावंत परत चाळवला गेला. नोकरी का नाटक ह्या द्विधा मन:स्थितीत माझी माईनिंगची ड्युटी चालू होती. सायंकाळी सात ते सकाळी सात एकदा जनरेटर चालू केल्यानंतर तिथे रात्रभर बसण्याशिवाय काहीच काम नसायचे. त्याचवेळी सर्वत्र टॉवेलसारख्या कापडावर रंगीबेरंगी सुती दोऱ्यांनी वेगवेगळी नक्षीकाम भरण्याची लाट होती. माझ्या डोक्यात ते खूळ शिरले. मी लागलीच त्यासाठी टॉवेलचे कापड, दोरे-सुया घेऊन आलो. पण इतरांसारखे नक्षीकाम न करता आपण काहीतरी वेगळे करू या. मी नारळाची झाडं, मावळता सूर्य, सागर अशी निसर्ग चित्र किंवा सिनेमातील दामूअण्णा मालवणकर, राज कपूर अशी विनोदी चित्रं काढत होतो. आणि त्याच्या पिशव्या शिवून वापरायचो. लोक कुतूहलाने मुद्दाम पिशव्या पाहात होते. किती जणांना मी त्या भेट म्हणून देत होतो. माझाही सुटीचा वेळ कारणी लागत होता. त्यावेळी आमच्या सेक्शनचे मुख्य साहेब चिटणीस हे महाडचे होते. ते कधी रात्री राऊंडला आले की ते माझं खूप कौतुक करायचे. मी मुद्दामच माझं मन कशात तरी गुंतवून ठेवत होतो. गलावरला चट्टा वाढत नव्हता पण कमीही होत नव्हता. त्यामुळे नाटक कंपनीपेक्षा ही ड्युटीच बरी म्हणून मनाला बजावीत होतो.

ह्या माईनिंगवर कंपनीतर्फे डॉ. केदार म्हणून होते. माईनिंगवर केलेल्या नाटकामुळे त्यांच्यावर माझे चांगले इंप्रेशन पडले होते. त्यांनी एक दिवस आजगाव शिरोडामध्ये असलेल्या भोमामध्ये त्यांच्या घरी नेले. ह्या संधीचा मी लागलीच फायदा उचलला.

त्यांना विश्वासात घेऊन माईनिंगवर नोकरीला येण्याचे कारण सांगितले. माझ्या रोगाचे ससूनचे रिपोर्ट त्यांना दाखवले. त्यांनीही माझ्या गालावरचा चट्ट्याची तपासणी केली आणि मला म्हणलो, "कंपनीतर्फे मी तुला बेळगावला मोठ्या डॉक्टरकडे घेऊन जातो. ते नक्की याच्यावर इलाज करतील." मी त्यांना म्हणाले, "ह्यांची जर चर्चा झाली तर माझ्याकडे पाहण्याची दृष्टी बदलून जाईल." "त्याची तू काळजी करू नकोस, कुणाला काहीही कळणार नाही ह्याची जबाबदारी माझी राहील." आणि एक दिवस कंपनीच्याच कामासाठी त्यांना बेळगावला जायचे होते. त्यांनी त्या गाडीतून मला बेळगावला नेले. आणि बेळगावच्या स्किन स्पेशालिस्ट डॉक्टरांना माझे रिपोर्ट आणि मला दाखवले. त्यांनी एकदा-दोनदा नाहीतर तीन-चार वेळा परत परत तपासणी केली. दोनदा चट्ट्याचं रक्त घेऊन आणि एकदा तर चक्क त्या जागेचा छोटासा चामड्याचा तुकडा काढून आणि मग ठामपणे सांगितले, 'ससूनचे हे रिपोर्ट साफ चुकीचे आहेत. हा चट्टा महारोगाचा नाही, तर विषबाधेचा आहे.' काही दिवसातच फरक जाणवला आणि खरंच पंधरा दिवसांत तो चट्टा पूर्ण गेला. पण डॉ. केदार म्हणाले, "अजून पंधरा दिवस गोळ्या मलम चालू ठेवू या." इथेही देवाने फार मोठ्या संकटातून मला वाचवले. डॉ. केदारांसारखा देवमाणूस मला भेटला.

गोगटे माईन्सच्या कामासाठी एका साहेबांबरोबर पेण परिसराचा माहीतगार म्हणून मला पाठविण्यात आले. पेण परिसरात बॉक्ससाईटचा साठा आहे आणि त्याची माहिती काढण्यासाठी स्पेशल कंपनीची जीप घेऊन आम्ही पेणला आलो. पेणला आमच्या घरी विनूकाकांकडेच आम्ही उतरलो होतो. माझी मोठी बहीण ताई, पेठ्यांकडून नोकरी सोडून सरकारी शिवणक्लासमध्ये महिलांना शिवण शिकवण्यासाठी पालीला होती. ज्या साहेबांबरोबर मी आलो त्यांनी तिला भेटून येण्यासाठी जीप दिली. ते पेणमध्ये त्यांचं काम करण्यासाठी थांबले. जीप असल्यामुळे माझ्या दोघी चुलत बहिणी सुमन, शकुंतला आणि विष्णुकाका पालीला आलो. आम्ही पालीला गेल्यावर समजले ती आता गोरेगावला आहे. आम्ही गोरेगावला गेलो. पण तिची भेट झाली नाही. आम्ही परत पेणला आलो. परत रेडीला जाताना दोन दिवस पुण्याला मुक्काम होता. माझ्या गालावरच्या चट्ट्याची सर्व घडलेली हकीगत मी विजूला सांगितली. ज्या ससूनच्या डॉक्टरांनी मला महारोग झाला आहे म्हणून रिपोर्ट दिला होता. त्यांच्याकडे तो मला घेऊन ससूनमध्ये गेला. तो डॉक्टरही आमची किती दिवस वाट पाहत होता. कारण त्यांनी मला दिलेला रिपोर्ट चुकीचा होता. पहिल्यांदा मला तपासून ज्या चट्ट्याचं रक्त ज्या काचेवर घेतलं होतं त्या काचेवरचा नंबर दुसऱ्याचा घातला होता.

आणि त्याच्या काचेवर माझा नंबर. त्याचा रोग बळावल्यामुळ तो परत त्याच डॉक्टरांकडे आला होता. तेव्हा ही चूक त्यांच्या लक्षात आली. विजू त्यांच्यावर खूप भडकला होता, "अहो, तुमची ही चूक ह्याचा प्राण घेणार होती. महारोग झाला म्हटल्यावर हा आत्महत्या करायला गेला होता." डॉक्टर फक्त सॉरी सॉरी बोलत राहिले.

पुण्याचे काम आटोपून आम्ही परत रेडीला आलो. मायनिंगच्या ह्या पाच-सहा महिन्याच्या काळात सर्व साहेबांबरोबर जशी मैत्री झाली होती. तसेच तिथल्या घाटी मजुरांची, त्यांच्या मुकादमांचीही चांगली मैत्री जमली होती. आमच्या पॉवरहाऊस जवळच शिरोड्याच्या दादा परब ह्यांचे हॉटेल होते. शिरोड्याचे सर्व परब पक्के संघवाले. माझाही लहानपणी संघाशी संबंध आला होता. गांधीवधाच्या वेळी संघावर आलेल्या बंदीमुळे केला गेलेला सत्याग्रह मी प्रत्यक्ष पाहिला होता. त्यामुळे त्यांची माझीही छान मैत्री झाली होती.

जून १९६२ साली पंधरा दिवसाची रजा पुण्यात मजेत गेली. परत रेडीला गेलो. त्यावेळी पुणे-सावंतवाडी एस.टी. भाडे फक्त बारा रुपये होते. कामाला रुजू झालो आणि एक दिवस अचानक रघु पालकर माझ्या खोलीवर आला आणि मला घेऊन बांद्याला कंपनीच्या बिऱ्हाडी नाना बांदेकरांच्या घरी घेऊन गेला. जाता जाता त्यांनी मला आजगावाला कंपनीच्या मालकिणीच्या म्हणजे माईच्या भावाला, म्हणजेच अंजनीच्या वडिलांना, भेटायला आजगावला नेले. ते खूप आजारी होते. आम्ही संध्याकाळी चार वाजता बांद्याला गेलो. तिथे रघु पालकर कंपनी सोडून जाणार होता. हे मला गेल्यावर कळले. आणि मी गोगटे माईन्सला राजीनामा देऊन रंगराज नाट्य मिनार ह्या नाटक कंपनीत भरती झालो. त्यावेळी कंपनी नेरूर पार्कला होती. तिथे असतानाच रघु पालकरने घरच्या काही अडचणींमुळे नाटक कंपनी सोडली. त्यामुळे तो करीत असलेल्या नाटकातील गोकुळचा चोरमधील पेंद्या, झाशीच्या राणीतील शंभू, सोन्याची द्वारकामधील मानप्रिय वगैरे सर्वच विनोदी भूमिका माझ्याकडे आल्या.

रघु पालकर हा कोकणातील दशावतारातील स्त्री पात्र करणारा प्रसिद्ध नट, पण नाटकाच्या प्रेमाखातर आणि आजगांवकर घराण्याच्या स्नेहामुळे या नाटक कंपनीत आला होता. तसं बघायला गेले तर माई आजगांवकर हे घराणं दशावतरीच. आजही आजगांवकर दशावतार पूर्वापार ह्या घराण्यात चालू आहे. तर रघु पालकरच्या भूमिका माझ्याकडे आल्यावर त्या मी माझ्या पद्धतीनं करत होतो. नेरूरपार्क करून कंपनी कणकवलीला आली. आता मी कंपनीत चांगलाच एकरूप झालो होतो. पावसाळा सुरू झाला होता. म्हणून नाटकाचे प्रयोग मंदिरात होत होते. उत्पन्नही काही

खास होत नव्हते. ह्या मंदिराजवळच श्री भालचंद्र महाराज ह्यांचा मठ होता. कधी कधी ते मध्येच नाटकाला येऊन बसायचे. तिथून कंपनी बांद्याला आली. नाना बांदेकरांचे घर गोवा बॉर्डरवर पत्रादेवीच्या अलीकडे होते. तिथे कंपनीचा मुक्काम होता व नाटकाचे प्रयोग बांद्यामध्ये माऊलीच्या मंदिरात होत होते. ह्या नाना बांदेकरांच्या घरात नाना बांदेकर, त्यांची पत्नी, चंपू, मालती, शालिनी ह्या तीन मुली आणि मधु आणि विजय दोन मुलं– इतकी फॅमिली होती. तसं घर मोठं असल्यामुळे कंपनीच्या माणसांना राहायलाही ऐसपैस जागा होती. चंपूचे लग्न झाले होते पण तिला नवऱ्याने टाकले होते. मधूचंही लग्न झालेलं, त्याला एक मुलगीही होती. पण त्याची बायको आणि तो पाडलोसला राहत होती. तिथे त्यांची भरपूर शेती होती.

जुलै १९६२ साली बांद्यात कंपनी येऊन आठ-पंधरा दिवस झाले होते. आणि एक दिवस नाना बांदेकरांनी काही कामासाठी मला आजगावला पाठविले. संध्याकाळी मी आजगावला कंपनीच्या मालकीणबाईंना निरोप द्यायला त्यांच्या घरी गेलो. तेव्हा समजले त्यांचा भाऊ, अंजनीचे वडील, सकाळीच देवाघरी गेले. संध्याकाळी बांद्याला जायला काही साधन नसल्यामुळे तशा परिस्थितीत तिथेच त्यांच्या घरी मुक्काम करावा लागला. अंजनी बांद्याला असल्यामुळे तिला वडील गेल्याचे माहीत नव्हते. मी दुसरे दिवशी बांद्याला गेल्यावर नाना बांदेकरांना हे सांगितले. लागलीच ते तिला, माईच्या सुनेला नंदाला घेऊन आजगावला गेले. ती येईपर्यंत कंपनीचे प्रयोग बंद होते. पावसाचाही जोर वाढला होता, ह्याचवेळी कंपनीत एक चांगला कलाकार शंकर मुणगेकर भरती झाला. परि देसाई, मी, वासू देसाई आणि मुणगेकर असे चौघे पुरुष आणि जयश्री, अंजनी, सिंधु, कुसुम, विमल, शाली अशा मुली. पेटीला तावडे बुवा, चांगला तबलजी, परि देसाई बऱ्यापैकी गाणारा आणि बाकी सर्व मुली गाणाऱ्या नसल्या तरी सर्वांचा आवाज चांगला होता. आणि तावडे बुवांनी त्यांच्याकडून सर्व नाटकातील गाणी तालासुरात बसवून घेतली होती. आता आम्ही गोकुळचा चोर, झांशीची राणी, सोन्याची द्वारका, वत्सला हरण ह्या नाटकांबरोबर 'देव माणूस', ' संशय कल्लोळ' हे पण बसवले. पुढे मी स्वत: पुढाकार घेऊन 'मुंबईची माणसं, 'डॉ. कैलास' हे प्रयोग बसवले.

-०-

ऑगस्ट १९६२ साली मुणगेकरांनी बांद्यातले कलावंत घेऊन परस्पर बेबंदशाही हे नाटक बसवले. ह्या नाटकात मला वगळण्यात आले. या नाटकाचा एकच प्रयोग झाला.

बांद्याच्या माऊली मंदिरात प्रयोग चालू असताना नाना बांदेकराचे डेगवेकर

म्हणून कोणी नातेवाईक, त्या डेगवेकरांचे घर अगदी माऊली मंदिराला लागूनच होते. एक दिवस डेगवेकर वहिनींनी मला त्यांचे घरी चहाला बोलावले. रेडीला असताना मी विणत असलेल्या टॉवेलच्या पिशव्यांपैकी एक पिशवी त्यांच्या घरात कशी काय कोण जाणे? कोणाकडून तरी त्यांच्याकडे पोहचली होती. त्याचंही त्यांना कुतूहल होतेच. आणि नाटकाच्या माझ्या भूमिकांवरही ते कुटुंब एकदम खूश होते. त्यावेळी जिकडे तिकडे वायरच्या बास्केट, पर्स, पिशव्या विणण्याचे खूळ जोरात सुरू होते. डेगवेकरांच्या मुलीही वायरच्या बास्केट विणत होत्या. मग मीही ते हौसेनं शिकून घेतले. उद्देश हा होता टॉवेलच्या पिशव्यावर जशी निसर्ग चित्रं आपण विणत होतो. तसं ह्या वायरच्या बास्केट मध्ये काही करता येईल का? ह्या प्रकारात त्यांच्या घरी येणं जाणे वाढले. त्यांच्या मुलींनीही माझ्याकडून टॉवेलच्या पिशव्यावर निसर्ग चित्रं, व्यक्तिचित्रं कशी भरायची हे शिकून घेतले.

गणपती होऊन पितृ पंधरवडा सुरू झाला आणि कंपनी तळकटला गेली. इथेही माऊली मंदिरात नाटकाचे प्रयोग होत होते. मंदिराजवळच मुक्कामासाठी घर होते. पावसामुळे सुरुवातीला प्रयोगाला गर्दी होत नव्हती आणि मुक्कामही हलवता येत नव्हता. पुढे नवरात्र सुरू झाले. पावसाचा जोर कमी झाला. तशी नाटकाला गर्दी वाढत गेली.

कंपनीचा ह्या चार महिन्यांच्या सहवासात मला कंपनीच्या मालकीणीपासून प्रत्येक मुलीची आणि पुरुषांची खडान्‌खडा माहिती झाली होती. काम करणाऱ्या सर्व मुली मालकीणीसह सर्व शहाण्णव कुळी मराठा समाजाच्या पण देवळी. तर नाना बांदेकर सारस्वत ब्राह्मण होते. ह्या भागात आल्यावरच मला बामण आणि ब्राह्मण ह्यातला फरक काय तो समजला. जे ब्राह्मण मासे खातात ते बामण आणि जे मासमच्छी खात नाहीत ते ब्राह्मण म्हणजे तिकडच्या भाषेत भट. मग तो भिक्षुकी करणारा असो वा नसो. मांस मच्छी खात नाही म्हणजे तो भट. पण मी सोलापूर, सांगली जिल्ह्यात घाटावर फिरत होतो. तेव्हा तिकडे सर्व ब्राह्मणांना बामण म्हणूनच संभवत होते. मलाही काही काही वेळेला माझे मित्र, ‘‘ए बामणा, जेवला का?’’ म्हणून विचारायचे.

तर मालकीण, सर्व मुली देवळी. गुरव नव्हे. आता देवाची सेवा म्हणजे देवळाची झाडलोट, देवळात दिवाबत्ती, देवाची वस्त्रं धुणे, उपकरणे घासणे वगैरे. पण ह्या देवळी समाजात एक वाईट प्रथा त्या काळी होती. घरात जन्माला येणारी पहिली मुलगी देवाला वहायली जायची. तिचं लग्न म्हणे त्या देवाच्या मूर्तीशी होत असे. आणि त्यामुळे तिनं माणसाशी लग्न करायचे नाही. पण ती लग्नाशिवाय

कोणाबरोबर राहू शकत असे. थोडक्यात त्याची रखेली म्हणून. मला वाटतं ही प्रथा गावातील उच्चभ्रू प्रतिष्ठित गावकऱ्यांनी त्या समाजाच्या परिस्थितीचा फायदा घेऊन त्यांच्या स्वत:च्या उपभोगासाठीच देवाच्या नावावर पाडली असावी. कोणी त्यांना भाविणी म्हणून किंवा देवदासी म्हणून ओळखत. हा समाज सावंतवाडी वेंगुर्ला, सिंधुदुर्ग, जिल्ह्यापेक्षा गोव्यात जास्त पाहायला मिळतो.

आजगांवला माईच्या घरातही तीच प्रथा होती. काशीताई, तुळशीमाई, गुलाबीमाई ह्या देवदासीच होत्या. पुढच्या तरुण पिढीत तुळशीमाईची मुलगी वासंती, काशीताईची मुलगी जया ह्यांनाही देवाला वाहिले होते. आणि आता अंजलीलाही देवाला वहायचे ठरवले होते. पण तिच्या आई-वडिलांची इच्छा नव्हती. पण समाजापुढे आणि घरातील परंपरेपुढे त्यांचे काही चालत नव्हते. आजूबाजूला त्यांच्याच समाजाची घरं आणि सारी ह्याच प्रथेला कवटाळून बसलेली.

मला त्यावेळी डोक्यावरून पांघरूण घेऊन झोपायची सवय होती. तशी ती अजूनही आहे. कंपनी बांद्याला असताना मी असाच झोपलो असताना नाना बांदेकर आणि माई माझ्या उशाशीच बसून बोलत होते. विषय होता अंजनीला देवाला वाहायचा. तिला देवाला वाहिल्यानंतर तिला ठेवणारा माणूस नानांनी पाहून ठेवला होता. आणि तो दुसरे दिवशी येणार होता. मी हे गप्प पडून सारे ऐकत होतो. आश्चर्य म्हणजे नाना बांदेकरांना त्यांच्या लग्नाच्या बायकोला तीन मुली होत्या. मोठ्या मुलीचं लग्नही झाले होते. पण त्यांनी नाही आपल्या मुलीला देवाला वाहिले. माईंना मुलगीच नव्हती. आणि त्या आपल्या भावाच्या मुलीला देवदासी करायला तयार होत्या.

बिचाऱ्या अंजलीला ह्यातले काहीही माहीत नव्हते. ती अठरा वर्षांची सज्ञानही झालेली नव्हती.

दुसरे दिवशी तो आला. त्याला चहा-पाणी झाले. मी मुद्दामच माझं लक्ष नाही असं दाखवून तिथेच काहीतरी वाचण्याचा बहाणा करून बसून होतो. विषयाला सुरुवात झाली. सारं काही मोघमच बोलले जात होते. शेवटी साडेसात का आठ हजार रुपये तो द्यायला तयार झाला. एकंदर त्यांच्या बोलण्यावरून समजले. तो कुठल्यातरी गावाला तलाठी होता. त्यांचं लग्नही झालं असून त्यांना दोन मुलंही होती. घरचं बरं होतं म्हणून हे वीर अंगवस्त्र ठेवण्याचा विचार करीत होते. तो दिसायलाही खास नव्हता आणि अशा तऱ्हेने त्या कलावंत पोरीचा सौदा चालला होता.

हे नाना बांदेकर देवदेवस्की करण्यात पटाईत होते. बांद्याला त्यांच्या घरी कंपनी असताना तोही प्रकार मी पाहिला होता. त्या देवपणासाठी तावडेबुवांना अर्धा-पाऊण तास भजन म्हणायला लावायचे. मग भजन चालू असताना त्यांच्या अंगात

देवाचं वारं उभं राहायचं. एकदा असेच त्यांचे बेळगावचे भाऊबंद आले असता त्या भाऊबंदाच्या अंगात देवाचं वारं उभं राहिले. साप जसं डोलतो, मध्येच फुत्कारतो, तसे ते डोलत होते फुत्कारत होते. जीभ बाहेर काढत होते. हा सर्व प्रकार मला नवीनच होता. ह्या नाना बांदेकरांनी या देवकीच्या माध्यमातून अनेक जणांची मोठमोठी कामंही केली होती असं म्हणतात. आजगावच्या आजगांवकर घरावर सुद्धा त्यांच्याच या विद्येचा प्रभाव होता. तसं त्यांना काहीही कमी नव्हते. भरपूर शेती होती, त्यांचा मुलगा ती पाहात होता. पण ह्यांना मटक्याचा अतोनात नाद होता. हे मला बरेच दिवसांनी समजले. त्यांना नाटकातले विशेष काही कळत होते असे मला कधी जाणवले नाही. पण ते तसा आव आणायचे. माईंना मात्र नाटकाची चांगलीच जाण होती. त्या दररोज प्रयोगाला हजर असायच्या. कुणाचे काम चांगले झाले तर त्याचं कौतुक करायच्या आणि चुकलं तर चूकही दाखवायच्या. त्यांनी त्यांच्या तारुण्यात मोठमोठ्या नावाजलेल्या कंपन्याची नाटकं पाहिली होती. हिराबाई बडोदेकर, विमलाबाई कर्नाटकी, शांता आपटे, बालगंधर्व अशा मोठ्यांची गाणी ऐकली होती. त्यांची भारदस्त शरीरयष्टी, देखणेपणा– त्या जर नाट्य व्यवसायात गेल्या असत्या तर नक्कीच अभिनेत्री झाल्या असत्या.

कंपनी तळकटला असताना मी एकदा माईंना एकट्या गाठून प्रश्न केला. 'माई देवदासी म्हणजे निश्चित काय?' त्यावर त्या नेहमीप्रमाणे हसत म्हणाल्या, "देवाची सेवा करते ती देवदासी. तिला देवाला वाहिलेले असते. तिचं लग्न त्या देवाशीच झालेलं असते म्हणून तिला लग्न करता येत नाही. ती लग्नाशिवाय कुणा जवळी तशीच राहू शकते."

"अहो, पण त्यांनी तिला मुलं बाळं झाल्यावर सोडून दिली तर?"

"ती दुसऱ्या कोणाबरोबर शय्यासोबत करू शकते."

"अहो, म्हणजे ती राजरोज वेश्याच झाली की?"

"नाही! जो कोण तिला ठेवतो. त्याच्याशी ती प्रामाणिक राहते."

"पण तेच तिचा विश्वासघात करतात. घरी लग्नाची बायको असून तो तिला ठेवणार, वासनातृप्ती झाली की सोडून देणार. ही कसली प्रथा?"

"पिढ्यान् पिढ्या, अहो अगदी महानंदा– पिगला अशा देवादिकांपासून ही परंपरा चालत आली आहे. तुम्ही पोथ्यात-पुराणातही हे वाचले असेल? त्यामुळे सर्व समाजाच्या आणि आमच्याही समाजाच्या हे अंगवळणी पडले आहे."

"पण माई, आता कायद्यानं याला बंदी आहे ना?"

"देवाच्या कामाला कसला आला आहे कायदा?"

"पण मला वाटतं, ही प्रथा वाईट आहे."

"होय. ही प्रथा वाईट आहे. हे आम्हालाही समजते, पण वर्षानुवर्षे पिढ्यान पिढ्या चालत आलेले समाजबंधन आम्ही तोडू शकत नाही. सोडू शकत नाही."

"अहो माई, देव इतका वाईट असूच शकत नाही. उच्चभ्रू लोकांनी स्वत:च्या वासनेपायी देवाच्या नावावर ही प्रथा सुरू केली असणार आणि त्यातूनच हा तुमचा देवळी समाज निर्माण झाला असणार."

"अहो, घांग्रेकर, लग्न करून बायकांना सोडून देणारे थोडे का आहेत? आणि दुसरे असं, की अशी प्रथा वाईट आहे असे तुमच्यासारखे सांगणारे खूप आहेत. पण अशा मुलींना पत्करून, आयुष्यभर प्रामाणिक राहून तिच्याशी लग्नाच्या बायकोप्रमाणे संसार करणारे कोणी नाहीत. अशा मुलीकडे उपभोगाची वस्तू म्हणूनच बघितले जाते."

माईंच्या ह्या बोलण्याने आठ दिवस सारखा हाच विषय डोक्यात घोळत होता. मी चक्क एक दिवस मामलेदारांकडे, नाना बांदेकरांच्या विरोधात अर्ज केला.

ह्या साऱ्या प्रकारामुळे माझा सर्व मुलींकडे बघण्याचा दृष्टिकोन बदलला. माझ्या मनात त्यातल्या दोन मुली भरल्या. एक सिंधू आणि आणि दुसरी अंजनी. पण सिंधूची आई खमकी होती. तिनं आपल्या मुलीना देवाला वाहायचं नाही असा निर्णय घेऊन त्या स्वतंत्र एकट्या दाणोलीला राहत होत्या. नवरा वारल्यावर आपल्या तीन मुली, एक लहान मुलगा ह्यांना त्या मोलमजुरी करून वाढवत होत्या. त्याही मूळ आजगावच्याच. माईंच्या चुलत भावाशीच लग्न झालेले. कुसुम ही त्यांची मोठी मुलगी. म्हणजे अगदी देवाला वाहाण्याचं समाज बंधन आलं तर कुसुमला वाहिले जाईल. सिंधू लग्न करून शकते. सिंधु गोरी, बुटकी– दिसायला बरी आणि मुख्य म्हणजे स्वभावाला अतिशय प्रेमळ, सुस्वभावी. नाटकातील भूमिकाही अतिशय चांगल्या करायची.

अंजनी सावळी, दिसायला साधारण पण अभिनयात अतिशय निपुण. पण तिचं माझ्याशी कधी पटायचं नाही. तसं आम्ही भांडत नव्हतो. पण मी जे नाटक बसवताना शिकवत होतो. ते तिला पटत नव्हते की काय कोण जाणे. पण तिचं माझ्याबद्दल मत बरं नव्हते. अशा परिस्थितीत सिंधू का अंजनी ह्या विचारांनी मन द्विधा होत होते. शेवटी विचार केला अंजनीला जवळ केले तर तिचा देवदासीचा मार्ग आपोआप बंद होईल. आणि तोच निश्चय करून मी तिला चिठ्ठी लिहिली.

-०-

सप्टेंबर १९६२ साली "मी जर तुला आवडत असेन आणि तुझ्या

वडिलधाऱ्यांची काही हरकत नसेल तर मी तुझ्याशी लग्न करायला तयार आहे, पण माझ्याजवळ ह्या कलेशिवाय काहीही नाही. तशा मला तीन बहिणी आणि दोन भाऊ आहेत. पण परिस्थितीनं आम्हा सहा जणांना सहा दिशेला केले आहे. आम्ही कोणीही कुणाला मदत करू शकत नाही. इतर नातेवाईकही भरपूर आहेत. पण मी हे लग्न केल्यावर त्यांचे संबंध कसे राहतील हे सांगता येत नाहीत. पण एक निश्चित, तुला कधीही उपाशी ठेवणार नाही आणि कुठल्याही परिस्थितीत तुला मी सोडणार नाही. ही चिठ्ठी तुझ्या आईला, माई आत्येला जरूर वाचून दाखव.'' अशी चिठ्ठी तळकट मुक्कामी एक दिवस प्रयोगापूर्वी माऊलीच्या देवळात तिला दिली. मी चिठ्ठी दिली त्यावेळी तीही खूप घाबरली होती. कारण तिला हे अनपेक्षित होते. माझे वागणे नेहमीप्रमाणेच होते.

ह्या मुक्कामात अचानक मला ताप भरला. मला सोडून होणारे प्रयोग दोन-तीन दिवस केले. मला का कुणास ठाऊक, घरच्यांची आठवण होऊन रडू येत होते. परी देसाई मला धीर देत होता. शपथ घेऊन मला सांगत होता. ''रंगा, घाबरू नको. आयुष्यभर मी तुला साथ देईन. अगदी देवाशपथ माझ्या, भावाप्रमाणे मी तुला मानतो.'' माईंनीही खूप काळजी घेतली. मलेरियाचा ताप चार दिवसात गेला. मी दिलेल्या चिठ्ठीचे पडसाद अजून तरी उमटले नव्हते. कदाचित अंजनीने ती कुणाला दाखवली नसेल किंवा वाचून फाडून टाकली असेल.

दसऱ्यासाठी कंपनी परत बांद्याला आली. माईंची सून नंदा, कंपनीच्या प्रयोगाचे सरकारी परवाने वगैरे काम पाहत होती. मी नाना बांदेकरांविरुद्ध मामलेदारांकडे केलेल्या अर्जाची मामलेदारांनी माहिती नंदाला विचारली. तिला हे अनपेक्षित होते. तिनं सांगितले, ''मला यातली काहीही माहिती नाही.'' मामलेदार म्हणाले, ''लेखी तक्रार आहे. आम्हाला ह्याची चौकशी करावी लागेल.'' ही बातमी नाना बांदेकरांच्या कानावर गेली. त्यांनी कुणाचंही नाव न घेता शिव्या घातल्या, ''हरामखोर, आमच्या कंपनीत राहून आमच्या विरोधात अर्ज करतो म्हणजे काय? पण म्हणावं, मला नाना बांदेकर म्हणतात.''

मी अगदी निवांत होतो. मला काहीही माहीत नाही असे दाखविले. विशेष म्हणजे माईही शांत होत्या. मला वाटतं मी अंजलीला दिलेली चिठ्ठी त्यांच्यापर्यंत पोहोचली असावी.

मी नेहमीप्रमाणे सकाळी नऊ वाजता माझं नाटक बसवण्याचे काम चालूच ठेवले. ह्या कंपनीत चौघंच पुरुष पात्रं आणि मुली मात्र सहा-सात होत्या. त्यामुळे नवीन नाटक बसवताना मुलींनासुद्धा पुरुष पात्रासाठी उभं करावे लागले. जयश्री

आजगावकरला देव माणूस नाटकातील सुहास आणि डॉ. कैलास मधील कृष्णराव काळे, तर विमलाला हरबासाठी उभे केले. ह्या भूमिका देताना कोणावरही अन्याय होणार नाही, मात्र नाटक चांगलेच व्हायला पाहिजे ही माझी भूमिका होती. नाटकाचे संगीत तावडेबुवांनी सांभाळले होते.

ह्याचवेळी माईची सून कंपनी सोडून पुण्याला तिच्या नवऱ्याकडे गेली. तावडे बुवाही मुंबईला गेले. कंपनीचं वातावरण विस्कळीत झाले होते. पेटी वाजवण्यासाठी वेंगुर्ल्याच्या सुधा नाईक ह्या मुलीला आणले गेले. मुणगेकरांच्या बेबंदशाही नाटकापासून कंपनीत आलेला बांद्याचा नट मारिया डिसोजा ह्यानी परि देसाई आणि मुणगेकरांना फितवले. सुधा नाईकबरोबर तिचे वडीलही कंपनीच्या बिऱ्हाडी बांद्याला होते. ही सुधा पूर्वी आनंद संगीतमध्ये होती. तिचं गाणं चांगले होते. दिसायलाही ती सुंदर होती. पण तिच्या नवऱ्याने तिला सोडचिठ्ठी दिली होती. ती आपल्या मुलीसह वडिलांकडेच राहत होती. ह्या मारियाने परि देसाई आणि मुणगेकरांना फितवून त्या दोघांना घेऊन स्वतंत्र कंपनी काढण्याचे ठरवले होते. त्यासाठी मारिया भांडवल पुरवणार होता. नाना बांदेकरांना ह्यातले काही माहीत नव्हते. दिवाळीसाठी त्यांनी आठ दहा दिवस कंपनी बंद ठेवायचे ठरवून सर्व मुलींना त्यांच्या घरी पाठवले. त्या मारियाने मलाही फितवले. पण मीही पुण्याला निघून गेलो.

-०-

दिवाळी झाली आणि मी परत बांद्याला आलो. तेव्हा मारिया कंपनी काढतो ही बातमी नाना बांदेकरांच्या कानावर आली होती. कंपनी काढणे इतके सोपे नव्हते. ह्या आधी मीही जवळे, सांगोला, पारे, दिघंची अशा ठिकाणी कंपनी काढण्याचा प्रयत्न केला होता. कंपनीसाठी मारीया पैसा पुरवू शकला असता पण स्त्री पात्र मिळवणे कठीण होते. आणि त्यासाठी परि देसाई मला घेऊन वेंगुर्ल्याला सुधा नाईकच्या घरी गेला होता. त्यांनी तिथे गेल्यावर तिच्या वडिलांना चक्क विचारले, 'सुधाची तयारी असेल तर मी तिच्याशी लग्न करायला तयार आहे.'' तिचे वडील काहीच बोलले नाहीत. आम्ही परत बांद्याला आलो. परि देसाई मारीयाकडे राहात होता. मी मात्र नाना बांदेकरांकडेच राहात होतो. मी त्यांनाच विश्वासात घेतले आणि सांगितले, ''ते गेले तर मी माणसं आणतो.'' आणि मी पुण्याच्या वासू दीक्षित आणि पारेगावच्या आनंदा पाटील आणि रसूल ह्यांना बांद्याला कंपनीत घेऊन आलो. आठ दहा दिवस सगळ्यांच्या तालमी घेतल्या आणि कंपनीचा मुक्काम ओटवण्याला नेला. आता पाऊस गेल्यामुळे झापाच्या थिएटरमध्ये प्रयोग लावले गेले. पण पहिल्याच प्रयोगाला पावसाने हजेरी लावली. आणि दोन-तीन दिवस प्रयोग होऊ शकले नाहीत.

ह्या मुक्कामापासून सिंधू, कुसुमची आई, स्वयंपाकी म्हणून आपल्या दोन मुलांना घेऊन आल्या होत्या. माई पण बरोबर आल्या होत्या. प्रयोग झाल्याशिवाय पैसे कुठून येणार? आणलेली शिधासामग्री संपून चूल बंद झाली. आता काय करायचं? मी सरळ शाळेत गेलो. मास्तरांना सर्व परिस्थिती सांगितली आणि माझा नकलांचा कार्यक्रम ठरवला. मला आठ-नऊ रुपये मिळाले. ते घेऊन मी सोसायटीवर गेलो. तिथे असलेल्या बर्वे आणि त्यांचे सहकारी, मला आता त्यांचं नाव आठवत नाही, त्यांना हे समजले त्यांनी मला सांगितले. 'तुमचे प्रयोग सुरू होईपर्यंत तुम्हाला लागेल ते सामान घेऊन जा. प्रयोग सुरू झाल्यावर पैसे द्या.' तिथेच एक दशावतारी कलावंत गंगाराम ओटवणेकर मला भेटले. त्यांनीही सांगितले, ''काही अडचण असेल तर मला सांगा.'' म्हणून धीर दिला.

-०-

नोव्हेंबर १९६२ साली आता पाऊस थांबला होता. प्रयोग सुरू झाले पण म्हणावे तसे उत्पन्न झाले नव्हते. तिथून मुक्काम हलवणे गरजेचे होते. मी घाटावरून आणलेले आनंदा पाटील आणि रसूल इकडे रमू शकले नाहीत. घाटावर त्यांना भाकऱ्या खायची सवय आणि इथे भाताशिवाय काही नव्हते. म्हणून ते तिथूनच निघून गेले. ते गेले आणि मुणगेकर परत कंपनीत आले. मारियाची कंपनी निघाली नाही. त्याचवेळी तळकटचा एक तेली पण कंपनीत आला. नाना बांदेकरांनीच त्यांच्या ओळखीने झोळम्याला कंपनीचा मुक्काम हलवला. दहा-बारा दिवस तिथे मुक्काम होता. खर्च निघण्याइतके तिथे उत्पन्न होत होते. अजून दोन-चार दिवस तिथेच मुक्काम ठेवायचा विचार होता. कारण दुसरा मुक्काम अजून ठरत नव्हता. पण अचानक गोवा बॉर्डरवर तोरसा गावाच्या देवाच्या यात्रेला नानांनी प्रयोग दिला. मग झोळम्याचा शेवटचा प्रयोग करून आम्ही रातोरात दोन बत्त्या घेऊन बांद्याला जायला चालतच सर्व निघालो. सामानासाठी बैलगाडी ठरवली होती. ती सरळ रस्त्याने जाणार म्हणून आम्ही मधूनच पाऊल वाटेनं निघालो. फक्त सात मैलाचा प्रवास होता. जास्तीत जास्त दोन अडीच तासाचा प्रवास. पण आम्ही रात्री दोन वाजता झोळम्यातून निघालो ते सूर्योदयालाचा बांद्याला नानाच्या घरी पोहोचलो. तरी तळकटचा तो तेली आणि नानांचा मुलगा मधु हे दोघे माहीतगार बरोबर होते. रात्रभर सारे चकव्यात अडकलो होतो. दिवसभर नानांच्या घरी विश्रांती, जेवण घेऊन आम्ही सायंकाळी पाच वाजता तोरशाला चालत निघालो. सामान पुढे गेले होते. नानाच्या घरांपासून चार मैलावर सरळ रस्त्यावर तोरसे गाव होते. आता तोरस अर्धा एक मैलावर समोर दिसत होते. तोच सिंधूच्या धाकट्या भावाला फुरसं चावले. बरोबरच्यांनी फुरसं

मारलं. मी त्याचा पाय रुमालाने करकचून बांधला. फुरसं जिथे चावले तिथले विष तोंडाने काढण्याचा प्रयत्न केला. त्याला पाठुंगळीला घेतला आणि सरळ बांद्याला निघालो. त्याची आई आणि अंजली बरोबर आली होती. बांद्याला पोहोचेपर्यंत अंधार झाला होता. तिथे नानांना सांगून त्याला घेऊन सरळ बांद्यात सरकारी दवाखान्यात गेलो. डॉक्टरांनी त्याला अॅडमिट करून घेतले. त्याच्या आईला त्याच्या जवळ ठेवून अंजनी आणि मी दोघंच अंधारातून चालत नानांच्या घरी आलो. आम्हाला कुठल्याही परिस्थितीत तोरशाला जाणंच भाग होते. कारण तिथे होणाऱ्या नाटकात आमच्या दोघांच्या महत्त्वपूर्ण भूमिका होत्या. पण परत काळोखातून दोघांनीच कसं जायचं हा प्रश्न होता. पण रात्री दहानंतर बांद्यातील काहीजण गॅसबत्ती घेऊन तोरशा यात्रेला चालली होती. मग नानांनी त्यांच्याबरोबर आम्हा दोघांना पाठवले. त्या रस्त्याला फुरसं भरपूर होती. त्या मंडळींनी तोरशाला जाईपर्यंत चार-पाच फुरसं मारली. अंजनी तर पार घाबरून गेली होती. पण बोलू शकत नव्हती. रात्री दोन वाजता नाटक सुरू झाले ते सूर्योदयालाच संपले. मग कंपनीचा मुक्काम तिथेच ठेवला गेला. दोन दिवसांनी नाना, माई पण कंपनीच्या मुक्कामी आले. परि देसाई परत त्यांच्या कंपनीत आला.

ह्या मुक्कामात नानांनी तो मामलेदाराकडे केलेल्या अर्जाचा पुन्हा विषय काढला. मी अंजनीला चिठ्ठी दिली होती हे त्यांच्या कानावर आले होते. त्यामुळे ते मला वाटेल ते बोलत होते. पण मी अगदी गप्प होतो. कारण मी चोरून काहीही केले नव्हते. तो अर्ज अगदी माझ्या सहीनिशी केला होता. अंजनीला दिलेली चिठ्ठी रंगपटात चार-चौघा देखत दिली होती. आणि त्यातही लिहिले होते. 'तू वाच आणि वडिलधाऱ्यांनाही दाखव.' नानांचा संताप वाढतच होता. मुणगेकर, परी देसाई माझ्याबद्दल वाटेल ते सांगून त्यांना आणखीन भडकवत होते. मी गप्प राहून ऐकून घेतो आहे पाहून माई माझी बाजू घेऊन बोलायला लागल्या. ह्या प्रकारात नाना-माई मधे थोडा वाकडेपणा आला.

तोरसाचा मुक्काम संपवून कंपनी आजगावाला आली. अर्थात कंपनीचा मुक्काम माईंच्या म्हणजे अंजनीच्या घरातच होता. प्रयोग मात्र शिरोड्याला नामदेव नाईकच्या झापाच्या थिएटरमध्ये होणार होते. आता तावडेबुवा परत कंपनीत आले. कंपनी एकदम फॉर्ममध्ये होती. तसं आजगांव शिरोडा जेमतेम अर्धा मैल असेल. शिरोड्याला गोकुळचा चोर ह्या नाटकानेच सुरुवात झाली. प्रयोग रोज करणार म्हणून तिकीट दर खुर्ची दोन रुपये, बाक एक रुपया आणि पीट पन्नास पैसे असे ठेवले. आता पूर्वीपेक्षा नाटकाचे प्रयोग खूपच चांगले होत होते, असं प्रेक्षकच सांगायचे.

पण ह्याचवेळी राजा गोसावी यांनी उसना नवरा, प्रेम संन्यास, नवरा माझ्या मुठीत असे तीन प्रयोग दोन दोन दिवसांचे अंतर ठेवून लावले. आम्हाला रोज पंचवीस-तीस रुपये भाडे होते. त्या तीन प्रयोगात नामदेव नाईकला सहाशे रुपये भाडे मिळणार होते. ह्या काळापर्यंत नाटकाला माईक, स्पीकर लावाची प्रथा नव्हती. मात्र प्रयोग सुरू होईपर्यंत गाण्यांच्या रेकॉर्ड लागायच्या. त्याही बहुतेक नाट्य संगीताच्या. त्यांच्या पहिल्या प्रयोगाच्या आदल्या दिवशी आमचा डॉक्टर कैलास हा प्रयोग होता. लोकांना तो प्रयोग खूप आवडला. सर्वत्र त्याची चर्चा सुरू होती. त्या प्रयोगाला दोन एकशे रुपये उत्पन्न झाले. दुसरे दिवशी राजाभाऊ गोसाव्यांचा प्रयोग हाऊसफुल गेला. तीन एक हजार त्यांना उत्पन्न झाले. आम्ही ठरवले त्यांचे प्रयोग पार पडेपर्यंत आपण डॉ. कैलासचेच प्रयोग चालू ठेवायचे. बंद ठेवण्यापेक्षा जे काही होईल ते उत्पन्न नाही तर नाटकाच्या रिहर्सल होतील. डॉक्टर कैलासच्या दुसऱ्या प्रयोगाला आम्हाला दीड एकशे रुपये उत्पन्न झाले. तर त्यांचा दुसरा प्रयोग फक्त अठराशे रुपये. आम्ही एक दिवस गॅप ठेवून परत डॉक्टर कैलासच लावला. पब्लिसिटीही खूप केली. माऊथ पब्लिसिटी चांगली झाली होती. आम्हाला ह्या प्रयोगाचे साडे पाचशे रुपये उत्पन्न, झाले. तर त्यांच्या तिसऱ्या प्रयोगाला फक्त अकराशे उत्पन्न होते. मग मात्र आम्ही दोन दिवस विश्रांती घेऊन सोन्याची द्वारका, देव माणूस, मुंबईची माणसं, संशय-कल्लोळ, वत्सला हरण असे वेगवेगळे प्रयोग करत राहिलो. शिरोड्यात वीस एक दिवस मुक्काम चांगला गेला. ते पाहून रेडीच्या भालू मास्तरनी कंपनीचे आठ प्रयोग कॉट्रॅक्टने घेतले.

शिरोड्याच्या मुक्कामात अंजनीची आई, यशवंत आण्णा, तुळशीमाई ही अंजनीच्या घरची नातेवाईक मंडळी माझ्याशी अतिशय जिव्हाळ्याने वागायला लागली होती. कारण डॉ. कैलासची माझी भूमिकाच काय, मी केलेल्या सर्वच भूमिकांच इंप्रेशनं सर्वांवर चांगलंच पडले होते. तसं आजगांवचं त्यांचं घरही प्रशस्त होतं. पण त्यात यशवंत आण्णा, तुळशीमाई, अंजनीची आई, माई असे वेगवेगळे भाग होते. कंपनीतील सर्वजण संबंध घरात विखरून झोपत होते. सुरुवातीला मी वळईत झोपायचो, पण त्या दिवशी अचानक पाहुणे वाढल्यामुळे मी अंजनीच्या आईच्या स्वयंपाक घरात अंथरूण घातले. अंजनीच्या आईला सर्वच मामी म्हणत असत. मला लवकर उठायची सवय असल्यामुळे त्यांनाही अडचण झाली नाही. मी माझी आंघोळ, पोथी वाचन, देवदर्शन घेऊन सर्वांच्या आधीच नेहमी तयार असायचो. त्या दिवशी माझं सर्व आवरून बाहेर सोफ्यावर बसलो असता मामींनी मला त्यांच्या घरात बोलावून साखर पाणी दिले. त्यावेळी आम्ही दोघंच त्यांच्या स्वयंपाक घरात

होतो. मला त्यांनी एकाएकी प्रश्न विचारला, ''तुम्ही खरंच अंजनीशी लग्न करायला तयार आहात?' मी त्यांना म्हणालो, ''तुमची तयारी असेल तर माझी तयारी आहे.''

''अहो, तिच्या वडिलांची पण तीच इच्छा होती. आपल्या पोरीला देवदासी करायची नाही. तिला लग्न करायचं असं तिचंही खूप स्वप्न आहे. मला पुण्याचा नवरा मिळावा. पण ह्या घराण्याची परंपरा नडते. तुळशीमाईंनी आपल्या एकुलत्या एका पोरीला देवाला वाहिली, काशीताईनंही आपल्या मोठ्या मुलीला देवदासी केली. आता अंजनीला तेच करा म्हणून सर्वजण मागे लागले आहेत.

''अहो मामी, माझी लग्नाला तयारी आहे पण तुमच्या घराण्याचे सर्वेसर्वा नाना बांदेकर आहेत आणि त्यांचा तर आमच्या लग्नाला विरोध आहे.''

''ते आम्ही पाहून घेऊ. पण तुम्ही माझ्या पोरीला फसवणार तर नाही ना?''

''अहो मामी! माझ्या घराचा, तुमच्या समाजाचा विरोध पत्करून मी हे धाडस करतो आहे. ते तिला फसवण्यासाठी नाही.''

''मग हरकत नाही. बघू या काय करायचं ते. मी माईशी बोलते.''

नंतर कंपनी रेडीला गेली. योगायोग असा, गोगटे माईन्सवर काम करताना ज्या सोनाराच्या घरात मी राहत होतो. त्या सोनाराच्या घरात कंपनी उतरली होती. त्या घराच्या मागेच झापाचे नाट्यगृह उभारले होते. इथे मी एक धाडस केले. डॉक्टर कैलास नाटकाचा एक प्रयोग मी घेतला. उद्देश हा होता. ह्या प्रयोगात जर आपल्याला शे-दोनशे रुपये मिळाले तर लग्न करायची वेळ आली तर ते आपल्याला उपयोगी पडतील. त्यासाठी गोगटे माईन्सच्या ओळखीच्या मुकादमांना हाती धरले होते. प्रयोग झाला पण मला एक पैसाही मिळाला नाही.

रेडीला मुक्काम असताना आरोंद्याची काही मंडळी नानांकडे आली आणि त्यानी नानांना गळ घालून त्यांनी बसवलेल्या देव माणूस नाटकात सिंधू आणि अंजनीला भूमिका करण्यासाठी भाग पाडले.

आरोंद्याच्या देवळाच्या पटांगणातच त्यानी स्टेज उभे केले होते. दोन तालमीला आणि नाटकाच्या दिवशी त्या दोघींना घेऊन आरोंद्याला जायची जबाबदारी माझ्यावर माईंनी सोपवली होती. नाटकाच्या दिवशी आम्ही संध्याकाळी सहा वाजता आरोंद्याला गेलो. तेव्हा समजले सुहासचे काम करणारा आजारी पडला आहे. तो काम करू शकत नाही. मग मंडळींनी मलाच गळ घातली. मीही धाडस करून उभा राहिलो. ह्या संधीचा फायदा घेऊन नाना बांदेकरांनी त्याच देवळाच्या पटांगणात उभ्या केलेल्या स्टेजचा फायदा घेऊन कंपनीचा मुक्काम आरोंद्याला हलवला.

शिरोडा-आजगांवच्या मुक्कामापासून नाना बांदेकर शांत होते. नाना आणि

माई एकमेकांशी बरे वागत होते.

तोरशा मुक्कामापासून नाना बांदेकरांचे मित्र सावंतवाडीचे दादा मुंगी नाटकाचे अतिशय रसिक, वय वर्ष साठ-पासष्ट, सावंतवाडीत प्रशस्त स्वतःचं घर, सुखवस्तू. कंपनीबरोबर होते. ते माझ्या कामावर इतके खूश होते, इतके फिदा होते की काही विचारू नका. त्यामुळे कंपनीची नट मंडळी माझ्यावर जळायची.

शिरोडा-रेडीपासून कंपनीला चांगले उत्पन्न होते. आरोंद्यालाही पहिल्या खेळापासून उत्पन्न चांगले येत होते. ह्याच मुक्कामात रघू पालकर सहज कंपनीला भेटायला आला होता. त्या दिवशी वत्सलाहरण नाटक होते. मी नेहमीप्रमाणे पहिली बेल होईपर्यंत बुकींगवर बसायचो. नंतर दादा मुंगी बसायचे. तीन बेल होऊन नांदी संपेपर्यंत मी मेकअप-पोशाख करून माझ्या भूमिकेला तयार असायचो. आज नाटकाला गर्दी बरीच होती. मला ह्या नाटकात दुर्योधनाची भूमिका होती. अंजनी कृष्ण, मुणगेकर बलराम.

अंजनीने गंमत म्हणून रघु पालकरकडून मेकअप करून घेतला होता. त्यांनी दशावतारात करतात तसा कृष्णाला सावळा दाखवण्यासाठी रूजली शेड न वापरता फेंट निळ्या फौंडेशनवर निळी शेड वापरली होती. मला तो मेकअप मुळीच आवडला नव्हता. कारण आतापर्यंत आनंद संगीतपासून ज्या ज्या कंपनीत काम केली किंवा सौभद्र, स्वयंवर सारखी नाटक बघितली तिथेही असा मेकअप केलेला मी पाहिला नव्हता. माझा प्रवेश संपवून मी आत आलो आणि तिला म्हणालो, काय हा भुतासारखा मेकअप केला आहेस? नाटक संपल्यावर त्यावरून धुसपूस झाली. स्वतःला हे काय समजतात? वगैरे कुजबूज मला ऐकायला मिळाली.

माझ्या भूमिका सर्वांना आवडतात, माझ्या भूमिकांचे सर्वत्र कौतुक होते. ह्याचीही कदाचित माझ्यात त्यावेळी मस्ती असेल आणि त्यात माझा अतिशय रागीट स्वभाव. वासरात लंगडी गाय शहाणी म्हणून माझ्यात फार इगो असावा, पण त्या वासरातही अभिनयाची उत्तम जाण असणारे मुणगेकर, मामा नेरूळकर, परि देसाई सारखे नट होतेच की! मामा नेरूळकर तर मोठे गायक नट, जुन्या मोठमोठ्या नटांबरोबर भूमिका केलेले.

ह्या प्रकरणात अंजनी माझ्यावर नाराज होती. बोलायची बंद झाली होती. हाही मुक्काम कंपनीला चांगलाच गेला. आरोंद्याहून कंपनी दाणोलीला साटम महाराजांच्या पायापासी गेली. त्यावेळी मला वाटतं साटम महाराजांचा उत्सव होता. उत्सवात देवासमोर साटम महाराजांच्या समाधीसमोर एकच प्रयोग झाला. इथली एक अतिशय लक्षात राहण्यासारखी घटना. त्या दिवशी संकष्टी होती. प्रयोग नव्हता. साटम

महाराजांची आरती झाली. संकष्टीमुळे नैवेद्याला उकडीचे मोदक ठेवले होते. सर्व देवासमोर बसलो होतो. तावडेबुवांचं भजन रंगले होते. मी अगदी महाराजांसमोर बसून एकाग्रतेने त्यांच्याकडे पाहात होतो. माई मला म्हणाल्या, "घांग्रेकर, महाराजांकडे पाहत काय बसलात? त्यांना काय ते सांगा." मी माझ्याच तंद्रीत होतो. बुवांचे भजन रंगात आलं होते आणि काय झाले कोणास ठाऊक. मला काही कळायच्या आत नैवेद्याच्या ताटातला एक मोदक उचलला, साटम महाराजांच्या पायाला लावला आणि माईंच्या हातात दिला. ह्या गोष्टीचा मला काहीही उलगडा झाला नाही. कोणी काही मला त्याबद्दल सांगितलेही नाही. सगळे एवढेच म्हणायचे. साटम महाराजांनी माईंना प्रसाद दिला.

-०-

मार्च १९६३ साली दाणोलीच्या कुण्या माणसांनी चार एक प्रयोग घेतले होते. त्यालाही खास उत्पन्न झाले नाही. तिथून कंपनी कलमीसला गेली. इथे उत्पन्न चांगले होत होते. तरीही मालकांनी कुणाच्या तरी सांगण्यावरून कंपनीचा मुक्काम कुडाळ जवळील वालावलीच्या रामनवमीच्या यात्रेत नेला. यात्रा संपेपर्यंत आठ दिवस तिथेच मुक्काम होता. दिवसा यात्रेला भरपूर गर्दी असायची. पण रात्री मुक्काम करणारी माणसं फारच कमी असायची. आठ दिवस प्रयोग झाले. पण उत्पन्न काही होत नव्हते.

रामनवमीच्या दिवशी रात्री देवाची पालखी निघणार म्हणून आम्ही संध्याकाळी प्रयोग लावला होता. दुसरं म्हणजे त्याच दिवशी तो प्रयोग संपवून आम्हाला आणावच्या राममंदिरात रात्रौ बारानंतर प्रयोग करायचा होता. एकाच दिवशी दोन प्रयोग. रात्रभर जागरण म्हणून पुढे दोन दिवस प्रयोग बंद होते.

मी मामलेदाराकडे केलेल्या अर्जाचा, अंजनीला दिलेल्या चिठीचा अंगार माझ्यामागे धुमसत असावा आणि त्यामुळेच ह्या दोन दिवसात आण्णा आणावकरांच्या घरात त्या दोघा नवरा-बायको समोरच ह्याचा जोरात स्फोट झाला म्हणायचा. कारण ह्या माझ्या विषयावर नाना बांदेकर आणि अंजनीची आत्या माई यांची खूप जोरात वादावादी चालू होती. आणि तीही माझ्यासमोर. नाना आपला हट्ट सोडायला तयार नव्हते. आमच्या लग्नाला त्यांचा विरोध होता. आणि एकीकडे माईही आपला हट्ट सोडायला तयार नव्हत्या. हे प्रकरण इतके विकोपाला जाईल असं मलाही वाटले नव्हते. फार तर नानांच्या नकारापाई मला नकार देतील, असं मला वाटत होते. हे इतके विकोपाला गेले की नाना आणि माईंच्यात चांगलीच तेढ पडली. दोघंही एकमेकाशी बोलायचे बंद झाले. तिथून कंपनी माजगावला गेली. पण माई मात्र

आणावला आणावकरांकडेच राहिल्या. आण्णा अणावकर ह्या उभयतानांही माईंची बाजू बरोबर वाटत होती. पण ते नाना बांदेकरांना विरोध करू शकत नव्हते. कंपनीतील सर्व पुरुष मंडळी माझ्या विरोधात नानांच्या बाजूने होती.

ह्याच दरम्यान सिंधूची मोठी बहीण कुसुम परि देसाईत गुंतत चालली होती. तो तिच्याबरोबर लग्न करायला तयार होता. तिच्यासाठी त्याने मंगळसूत्रही खरेदी केले होते. आणि हे सर्व, त्याला पहिली बायको असताना.

आणावचा मुक्काम पार पडला आणि कंपनी मालवणजवळ कट्ट्याला जायचे ठरले. माईंनी मला सांगितले, "तुम्ही आता कंपनीत राहायचं नाही आणि पुण्यालाही जायचं नाही. तुम्ही माझ्याबरोबर आजगावला यायचे." मला काहीच कळेना. कंपनी कट्ट्याला गेली. आणि आम्ही दोघं आजगावला आलो. माईंनी अंजनीच्या आईला सांगितले, "आता हे इथेच राहतील कंपनीत जाणार नाहीत. आजपासून ह्यांची जबाबदारी माझ्यावर. मी सांगेपर्यंत इथून हलायचे नाही." मला काहीच कळेना. अंजनीचा नाद सोडा म्हणून सांगणाऱ्या माईंनी असा एकाएकी निर्णय का घ्यावा? का माझ्याप्रमाणे त्यांनी अंजनीचेही मत काय आहे हे जाणून घेतले असावे?

मला आजगावला अंजनीच्या आईजवळ सोडून माई दोन दिवसांनी कट्ट्याला कंपनीत निघून गेल्या. कारण कंपनीतल्या सर्व मुलींची जबाबदारी त्यांच्यावर होती.

मामी दिवसभर संसारासाठी राबराब राबत होत्या. लाटेनं विहिरीचं पाणी काढून त्या बागेतल्या नारळांना (माडांना)- पोफळीना पाणी देऊन तृप्त करीत होत्या. स्वत:च्या तीन मुली आणि एक मुलगा पोसताना त्यांची होणारी कुंचबणा मला जाणवत होती. त्यात आणि आता माझी भर. त्या माऊलीनं त्यावेळी कसं निभावलं असेल? का आपल्या मुलीच्या प्रेमाखातर त्यांनी हे जाणूनबुजून स्वीकारले असेल? उकड्या तांदूळाचा भात मी खायचो नाही. म्हणून माझ्यासाठी सुरईचे तांदूळ मिळवण्यासाठी त्यावेळी त्यांची चाललेली धडपड मी विसरूच शकत नाही. ते सर्व मासे खाणारे आणि मी पूर्ण शाकाहारी. त्यामुळे माझा स्वयंपाक वेगळा करायला लागायचा. मी ब्राह्मण, मासे न खाणारा. पण त्या माऊलीनं कधीही मासे खाण्याचा आग्रह केला नाही. त्या हातांनी मला कधी वाढलेही नाही. पण हे असं बसून खाणे माझ्या जिवावर आले. असं बसून फुकटचे खाणे माझ्या मनाला पटेना. म्हणून मी ठरवले त्यांच्याबरोबर नारळाच्या बागेत आपणही काम करायचं. लाटेनं पाणी काढायला शिकायचे आणि त्यांच्याबरोबर कामाला सुरुवात केली. नारळाच्या झाडांना आळी कर, लाटेनं जमेल तसं पाणी काढ, झापांची कढणं बांध वगैरे कामाचा सपाटाच लावला. पहिल्यापासूनच अशा कामाची मला अत्यंत हौस. त्यामुळे ही अशी

कामं करताना काहीही वाटले नाही. थोडेच दिवसात त्यांच्या कुटुंबातलाच मी एक घटक झालो.

हल्ली मला परत स्वप्नात गणपती दिसायचा. एकदा तर मला तो स्वप्नात म्हणाला, ‘‘मी तुझ्याकडे आला होतो पण त्यावेळी तू मला दुसऱ्याला देऊन टाकलास, मग आता का रडतोस?’’

एकदा असे स्वप्न पडले– एक बैलगाडी, त्या बैलगाडीत केळीची अखंड पानं भरलेली आहेत. अगदी बैलगाडीच्या साट्याच्या वर चार फूट उंचीपर्यंत ती हिरवीगार पानं रचली आहेत. त्या पानावर माझा नेहमीचा पांढरा स्वच्छ पायजमा आणि झब्बा घालून मी बसलो आहे. आभाळ ढगांनी भरून गेले आहे. त्यातच जोरात वारा सुटलेला. बैलगाडीवाला सारखा मला बजावीत आहे, ‘पावणं नीट घट्ट धरून बसा. नाहीतर वाऱ्यामुळे पाय घसरून याल खाली.’ इतक्यात वाऱ्याचा जोर वाढला विजा कडकडायला लागल्या. त्या बैलगाडीवाल्याने एका देवळाजवळ गाडी उभी केली. आणि मला म्हणाला, ‘‘पावणं, आता पाऊस पण येणार. तुम्ही इथेच उतरा. ह्या देवळात थांबा.’’ मी खाली उतरलो आणि देवळात गेलो. तिथे आरती चालू होती. लोक गुलाल उधळत होते. सगळ्यांच्या कपड्यावर गुलालाचे रंग उमटत होते. पण माझ्या कपड्यावर त्या गुलालाचा काहीही परिणाम होत नव्हता. जराही कुठे डाग पडला नव्हता. सगळी जमलेली मंडळी निघून गेली. मी आणि पुजारी दोघंच त्या देवळात राहिलो. मी गाभाऱ्याकडे जाऊन पाया पडलो. तेव्हा मला समईच्या प्रकाशात देव दिसले. मधोमध शंकराची पिंडी. उजव्या बाजूला गणपती आणि डाव्या बाजूला देवी. मी पाया पडून निघालो तोच गणपती मला म्हणाला, ‘‘पाया पडलास, मग प्रसाद घेतल्याशिवायच निघालास? प्रसाद घेऊन जा.’’ ती देवी त्या पुजाऱ्याला म्हणते आहे, ‘‘त्या भक्ताला प्रसाद द्या.’’ त्या पुजाऱ्यानी ओंजळभर साखरफुटाणे मला दिले. मी त्या आनंदात असतानाच जागा होऊन उठून बसलो पण माझी ओंजळ रिकामी होती.

-०-

त्या काळात तुळशीमाई, काशीताई, यशवंत आण्णा, त्यांची मंडळी आनंदीवहिनी, मुलं साऱ्या साऱ्यांनीच माझ्यावर आतोनात प्रेम केले. आणि विशेष म्हणजे तुळशीमाई, काशीताई, यशवंत आण्णा हे सारे हे आता जग सोडून निघून गेले. तरीही आजही सर्वजण माझ्यावर तेवढेच प्रेम करतात, मला तितकाच मान देतात.

ह्याच कुटुंबात अशी एक व्यक्ती होती की तिला कुणाचेही चांगले झालेले

पाहवत नसे. तुळशीमाईची ती आई एवढी वयस्कर, नाव सुंदरा पण कृती मात्र मंथरेची. विड्या ओढणे तिचा शौक, तसं कोकणातल्या बऱ्याच म्हाताऱ्या स्त्रिया मी विड्या ओढताना पाहिल्या आहेत. तर ह्या सुंदराला माझ्यासारखा सुस्वभावी, कर्तृत्ववान मुलगा मामींना जावई मिळतो आहे हे तिला सारखे जाचत होते. पण ते त्या दाखवत नव्हत्या. त्या माझ्याशी अगदी गोड बोलायच्या, मला त्यांच्या भाषेत म्हणायच्या, 'घांग्रेकरांनो, तुम्ही मामीचं जावई होताल्यात ना? मग गड्या सारीखो काम कित्याक करता?' ह्या बाईनं यशवंत आण्णाच्या भावाला गजाला माझ्या विरोधात भडकावून त्याला दारूला पैसे देऊन मला मारायला सांगितले. त्यादिवशी मामी खूप घाबरल्या होत्या. मला खोलीच्या बाहेर पडून देत नव्हत्या. 'तो गजा दारू पिऊन काहीही करू शकेल. कदाचित तुमचा जीव घ्यायलाही मागे पुढे पाहणार नाही.' असं म्हणत होत्या. पण मी ऐकलं नाही. गजा दारू पिऊन आल्यावर मी मुद्दाम बाहेर गेलो. त्याने मला धरले. मीही दोन हात करण्याच्या तयारीत होतो. आमची दोघांची जुंपली म्हटल्यावर वासंती, काशीताई पण त्याच्यावर तुटून पडल्या. यशवंत आण्णाना हे सांगण्यासाठी आनंदीवहिनींनी आधीच आपल्या मुलाला पाठविले होते. तोही लागलीच आला. सर्वांनी त्याला चांगलाच चोप दिला. त्यानंतर तो कधीच माझ्या वाटेला आला नाही. मला वाचवायला धावलेले वासंती, काशीताई, यशवंत आण्णा हे माझे कोण होते? हे सारे धावले. ते मी जे सर्वांशी प्रेमाने, आपलेपणाने वागलो म्हणूनच ना?

आजूबाजूचे लोक त्यावेळी नक्की म्हणत असतील, "काय बायल्या आहे? एका पोरीसाठी गड्यासारखा राबतो काय? मार खातो काय?" शिरोड्यात तर किती हितचितकांनी मला सांगितले, "अरे, त्या देवदासीच्या पोरीच्या नादी लागतोस? अरे, मोठमोठे सावकार, पैसेवाले त्यांच्या नादाने भिकेला लागलेत." मी सर्वांचे ऐकून घेत होतो. कारण मी स्वत:च कफल्लक होतो. माझीच दोन वेळच्या जेवणाची पंचाईत होती. नाटकाच्या नादाने गोगटे माईन्सची नोकरी सोडून दिली होती. तर अशा परिस्थितीत ते काय मला भिकारी करणार? मी दोन टाईम त्यांच्याचकडे सुग्रास जेवतो आहे ते फुकट. मला खऱ्या नात्यापेक्षा जास्त प्रेम ह्या घरात मिळत होते. आईच्या रूपात मला मामी भेटल्या होत्या. आणि म्हणूनच आपले घर समजून मी वाटेल ते काम तिथे करीत होतो ह्या साऱ्यांच्या प्रेमाखातर.

आता पावसाळा सुरू झाला होता. नाटक कंपनी बंद केल्यामुळे, अंजनी, माई घरी आल्या होत्या. मामींनी कसंतरी चालवलेल्या आपल्या कुटुंबात आता आणखी दोघांची भर पडली होती. ह्याच पावसाळ्यात कोकणात फार मोठे वादळ

होऊन लोकांचे खूप नुकसान झाले होते. कितीतरी नारळी पोफळीची झाडं उन्मळून पडली होती. वाऱ्याचा वेगच मुळी ताशी साठ-सत्तर मैल होता. सारं जन-जीवनच विस्कळीत झालं होते. नारळाच्या झाडांवर नारळच राहिले नाहीत. सारी झाडं पार पिळवटून निघाली होती. माझ्या आयुष्यात प्रथमच मी एवढे मोठे भयावह वादळ पाहात होतो.

ऑगस्ट १९६३ साली ह्याच वेळी कोलझरचे राजाभाऊ जोशी यांची ओळख झाली. त्यानी अधर्माचा धर्म म्हणून नाटक लिहिले होते. त्यांचे वाचन ते कोलझरला त्यांचे घरी करणार होते. त्यांच्या निमंत्रणावरून मी भरपावसात त्यांच्या घरी कोलझरला गेलो. कीचकवधावर बेतलेले ते नाटक त्यांना सेन्सार करून पाहिजे होते. त्यांच्या हस्तलिखितच्या तीन कॉप्या आणि सेन्सार करून देण्याची जबाबदारी मी घेतली. ह्यासाठी त्यांनी मला दोनशे रुपये द्यायचे ठरले. मी लागलीच कामाला लागलो. त्या दोनशे रुपयातील शंभर रुपये मी मामींना दिले. त्या काही केल्या ते घ्यायला तयार होईनात. माझे म्हणून तुमच्याजवळ ठेवा, असं सांगून ते मी त्यांना घ्यायला लावले.

ह्यावेळी दादा मुंगीनी गोवा आकाशवाणीवर मला नोकरी आणली त्यांच्या सांगण्याप्रमाणे मीही तयार झालो. त्यावेळी तिथे दादा मुंगीचे कोणी नातेवाईक नाईक म्हणून मुख्य अधिकारी होते. मी त्यासाठी दादांच्या घरी गेलो. दादांनी मला त्या नाईकना द्यायला चिठी दिली होती. आता सकाळच्या लवकरच्या गाडीने पणजीला जायचे होते. म्हणून मी रात्री सावंतवाडीला दादांच्या घरीच मुक्कामाला होतो. त्या दिवशी नेमका बुधवार होता. रात्री स्वप्नात गणपती आला आणि मला म्हणाला, 'उद्या तू आणि मी परत घरी जायचे. पणजीला जाऊन काही उपयोग नाही.' आता हे दादांना कसं सांगणार, म्हणून मी काहीही त्यांना बोललो नाही. सकाळी त्यांनीच मला लवकर उठवून आंघोळ पूजा उरकायला लावली. ते स्वत: मला एस.टी. मध्ये बसवण्यासाठी स्टँडवर आले. जावं का न जावं ह्या विचारात मी होतो. तेवढ्यात गाडीही लागली. मला गाडीत बसवून ते गेले. गाडी सुटायला अवकाश होता. म्हणून मी खाली उतरलो. दादा गेले का खात्री करण्यासाठी स्टॅंडच्या मागच्या रस्त्यावर गेलो. तिथे रस्त्यात मला गणपती सापडला. तो गणपती टाक होता. मी तो घेऊन सरळ आजगावला गेलो. अशा तऱ्हेनं माझ्याकडे गणपती परत चालून आला आणि तेव्हापासून मी कुठेही गेलो तरी माझ्या बरोबरच मी त्याला ठेवायचो.

-०-

दिवाळी जवळ आली होती. सावंतवाडीच्या दादा मुंगींनी मेणबत्तीच्या पत्र्याच्या

पणत्या एक पेटी खरेदी करून माझ्याकडे आणून दिली. त्या विकल्यावर मला कमिशन देणार होते. त्या घेऊन मी शिरोडा, वेंगुर्ला, कुडाळ, मालवणपर्यंत जाऊन विकल्या. दिवाळीला आजगांवला आलो. त्यावेळी त्या भागात शहरासारखे दिवाळीला लाडू, करंज्या, चकल्या असा फराळ करायची पद्धत नव्हती. फक्त नव्या भाताचे ताजे ताजे वेगवेगळ्या प्रकाराचे फक्त पोहे असायचे. आता काळ बदलला म्हणा किंवा शिक्षणामुळे फरक पडला म्हणा. आता तिकडेसुद्धा फराळाची पद्धत पोहोचली आहे.

दिवाळी झाली. आता पुढे काय हा प्रश्न होता. मग मी व अंजनी कोल्हापूरच्या इंगवले यांच्या कंपनीत गेलो. पण एकूणच त्या कंपनीचा अवतार पाहून आम्ही महिन्याभरातच आजगावला आलो.

माईजवळ मी लग्नाचा विषय काढला. असं आम्ही किती दिवस राहायचं म्हणून विचारले. त्यांनी माझ्याजवळ सोन्याचं मंगळसूत्र आणि साडीची अपेक्षा केली. त्यांचं मागणं रास्त होते. पण मी कफल्लक होतो. त्यामुळे मला त्या विषयावर जास्त आग्रह धरता आला नाही.

अंजनीची सर्वांत धाकटी बहीण छाया दोन वर्षांची होती. मी त्यांच्या घरात राहिल्यापासून तिचा मला खूप लळा लागला होता. आणि तीही माझ्याशिवाय राहात नव्हती. ती जन्माला आल्यावर सहा-सात महिन्यातच तिचे वडील वारल्यामुळे तशी ती सर्वांचीच नावडती होती. तिच्या पायगुणामुळे वडील गेले अशी खुळी समजूत सर्वांनी करून घेतली होती. तिची आईसुद्धा तशीच वागायची.

कोल्हापूराहून परत आजगावला आल्यावर मी माईंना सांगितले, "तुम्ही सांगितलेल्या मंगळसूत्र-साडीची व्यवस्था मी इथं राहून कशी करणार? मी आता पुण्याला जातो. बघू या काही जमते का?" त्यांनीही होकार दिला.

-०-

मी पुण्याला जायचा निर्णय घेतला खरा, पण छायाचे काय? ती तर माझ्याशिवाय राहणार नाही. आणि मला तर आता काही तरी उद्योगासाठी पुण्याला जाणं भाग आहे आणि मी तिला घेऊन पुण्याला जाण्याच निर्णय घेतला आणि आश्चर्य म्हणजे तिच्या आईनं त्याला परवानगी दिली. मामींनी जी परवानगी दिली ती माझ्यावरच्या विश्वासामुळे की छायाबद्दल त्यांच्या मनात असलेल्या पायगुणामुळे? तसं माझंही धाडस होतं. कारण माझाच ठावठिकाणा नव्हता आणि मी तिला घेऊन निघालो होतो. त्या दोन वर्षांच्या मुलीला घेऊन पुण्याला आलो. पण इंदूताईकडे न उतरता कोथरुडला माईंच्याच मुलाकडे शशिकांत कावले यांचेकडे उतरलो. पुण्याला गावात जाताना मी तिला बरोबर घेऊन जायचो. कारण ती एकटी तिथे राहायची नाही.

इंदूताई कामतेकर यांचेकडे जाताना ती माझ्याबरोबर असायची. सर्वांना वाटायचं ती माझीच मुलगी आहे. मी काही तरी भानगड केलेली दिसते. मी झालेला सर्व प्रकार इंदूताईला आणि कामतेकरांना सांगितला. ते ऐकूनही त्यांच्या भावना काहीशा वेगळ्या असल्याचे मला जाणवत होते. माझ्यावर सर्वांच अतोनात प्रेम होतं. विश्वासही होता. पण तरी परजातीच्या मुलीमुळे ते सारेच साशंक होते. तसा कोणी विरोध किंवा नाराजी बोलूनही दाखवली नाही.

मी पुण्यात राहणार म्हटल्यावर राजाभाऊ कामतेकर यानी परत नाटकाच्या दौऱ्याची तयारी सुरू केली. नेहमीचा ग्रुप जमवून सर्वांच्या तारखा निश्चित केल्या. फक्त नेहमीच्या ग्रुपपैकी दमयंती कुमठेकरच नव्हती. तिच्या बदली नवीन मुलीची शोधाशोध चालू होती. मग मीच राजाभाऊंना अंजनीचे नाव सुचवले. दोन दिवस त्यांनी काहीच निर्णय सांगितला नाही. मग मला म्हणाले, "एवढ्या मोठ्या कलावंतांबरांबर काम करायचं आहे. तिला झेपेल ना?" मी त्याना सांगितले, "त्यांची तुम्ही मुळीच काळजी करू नका. ती दमयंतीची उणीवही भासू देणार नाही." मग त्यांनीही होकार दिला.

जानेवारी १९६४ साली मी मुद्दाम बेळगाव, सावंतवाडी, गोवा असा दौरा ठरवायचे योजले आणि परत त्या छोट्या छायाला घेऊन सरळ आधी आजगावला गेलो. अंजनीला नक्कल पाठ करायला सांगितली. बेळगाव, सावंतवाडी, म्हापसा, डिचोली, पणजी, मडगाव, वास्को, सावर्डा असा दौरा ठरवून पुण्याला आलो. येताना अंजनीला घेऊन आलो होतो. जाताना इंदूताईला सारी कल्पना दिली होती. म्हणून तिच्याकडे उतरलो. ताईनी ती परक्या जातीची आहे. म्हणून वेगळे वागवले नाही. आपल्या मुलीप्रमाणेच ती अंजनीला वागवत होती. इतकंच नाही तर तिचा खेडवळपणा घालवण्यासाठी ती प्रयत्न करीत होती. नाटकाच्या तालमीसाठी तिला राजाभाऊंसमोर हजर केली. इथं तिचं नाव सांगताना अंजनी व सांगता अंजली सांगितले. आणि तेच नाव पुढे कायम झाले. पहिल्या तालमीलाच तिची नक्कल तोंडपाठ असल्यामुळे तिचे इंप्रेशन चांगले पडले. दोन चार दिवस तालमी घेतल्या गेल्या. आणि दौरा सुरू झाला. पहिला प्रयोग बेळगावला होता. आम्ही सर्व बेळगांवला पोहोचलो. सूर्यकांत आणि वसंत शिंदे कोल्हापूरातून शुटींग संपवून बेळगांवला येण्यास सायंकाळी पाच वाजताच सूर्यकांतच्या गाडीतून निघाले होते. पण गाडी वाटेतच बंद पडली. प्रयोग हाऊसफुल होता. दहा वाजून गेले तरी त्या दोघांचा पत्ता नव्हता. साडेदहा वाजले. प्रेक्षकांत चुळबूळ सुरू झाली. त्यावेळी आतासारखी मोबाईलची सोय नव्हती. एस.टी.स्टँड वर चौकशी केली तेव्हा समजले शेवटची कोल्हापूर बेळगांव एस.टी. अजून आली नव्हती. काय करावे? प्रयोग रद्द करणे

अवघड होते आणि प्रेक्षकांचा अंत पाहणे कठीण होते. पण पावणे अकरा वाजता कोल्हापूर बेळगाव शेवटची एस.टी. एस.टी. ड्रायव्हरने डायरेक्ट थिएटवर आणली आणि ते दोघे आले. आमच्या सर्वांचा जीव भांड्यात पडला. ते आल्या आल्या पहिली बेल दिली गेली. आणि प्रयोग सव्वाअकरा वाजता सुरू झाला. खरंच, बेळगावच्या प्रेक्षकांचं कौतुक करायला पाहिजे. दहाचा प्रयोग अकरा वाजून गेल्यावर सुरू होत नाही म्हटल्यावर त्यानी आरडाओरडा करून थिएटर डोक्यावर घ्यायला हवे होते. पण ते शांत होते.

माझी व्यथा वेगळीच होती. अंजलीचा ह्या संस्थेमधील पहिलाच प्रयोग. तो जर रद्द झाला तर तिच्यावर अपशकुनी म्हणून ठपका ठेवला जाणार. कारण संध्या थिएटरच्या आत्तापर्यंतच्या इतिहासात असं कधी घडले नव्हते.

बेळगावचा एकच प्रयोग करून चित्तरंजन परत जाणार होता व त्याचं काम पुढील दौऱ्यात वामन पटवर्धन करणार होते. बेळगाव, सावंतवाडी, म्हापसा, डिचवली, फोंडा, मडगाव, पणजी सर्व दौरा व्यवस्थित पार पडला. शेवटचा प्रयोग सावंतवाडी जवळच्या शिरोड्याला होता. दुसरे दिवशी संक्रांत. थंडी सर्व दौऱ्यात होतीच. पण त्या दिवशी अफाट थंडीही पडली त्यामुळे प्रयोग अगदी नुकसानीत गेला. दौऱ्यात कमावलेले सर्व गेले होते.

शिरोड्याच्या प्रयोगाच्यावेळी, सर्व मुख्य कलावंतांची सोय मी आजगांवला अंजलीच्या घरीच केली होती. अशा तऱ्हेनं अंजलीची वर्णी मी मोठमोठ्या कलावंतात लावली.

-०-

असाच एक अविस्मरणीय बेबंदशाहीचा दौरा लागलीच मार्चमध्ये झाला. सातारा, कराड, कोल्हापूर, सांगली चार प्रयोगांचा दौरा पण कधीही विसरू न शकणारा. ह्या दौऱ्यात वत्सला देशमुख, रेखा, सूर्यकांत, वसंत शिंदे, चित्तरंजन बापू, गोपाळ बकरे, राजा कामतेकर असे सर्वच एकापेक्षा एक कसलेले कलावंत. सर्व प्रयोग हाऊसफुल्ल होत होते. शेवटचा सांगलीचा प्रयोग अगदी दृष्ट लागण्यासारखा झाला. तो प्रयोग इतका रंगला की ह्या आधीच्या आणि नंतरच्या दौऱ्यातही असा प्रयोग कधी रंगला नव्हता. अगदी न विसरण्यासारखा. रंगदेवता त्या दिवशी सर्वांवर प्रसन्न होती.

आम्ही पुण्याला गेलो तेव्हा अंजनीच्या आत्या, माई पुण्याला त्यांच्या मुलाकडे आल्या होत्या. त्यांच्या मुलांनी सहकारनगर पद्मावतीला स्वतःचं घर घेतले होते. तो कोथरूड सोडून तिथे राहायला आला होता. माईने मला विचारले. मंगळसूत्राची-

साडीची सोय झाली का? मी 'नाही'- म्हणून सांगितले. पण पाऱ्याला गेलो तर तिथले माझे मित्र काही तरी सोय करतील. आम्ही तिघंही पाऱ्याला गेलो. तिथे लोकांशी दोन चारदा ह्या विषयावर चर्चा माईसमोर झाल्या. पण पाऱ्याच्या मित्रमंडळीनीही असमर्थता दाखवली. आम्ही परत पुण्याला जायचा निर्णय घेतला. जाता जाता पंढरपूरला पांडुरंगाचं दर्शन घेऊन जाऊ या असं ठरवून आम्ही पंढरपूरला माझ्या मित्राकडे जालिंदर वाडेगावकरकडे उतरलो. त्याचंही लग्न नुकतच झालं होतं. तिथे पंढरपूरला आल्यावर माईंनी सांगितले, "मी लग्न पांडुरंगासमोर पांडुरंगाच्या देवळात लावून देते. भटजी बघा, मला तुमच्याकडून कसली अपेक्षा नाही. ना मंगळसूत्राची, ना साडीची. मला खात्री आहे. विश्वास आहे. तुम्ही अंजनीला जन्मभर व्यवस्थित साथ द्याल." मी चाटच झालो. मी माझ्या दुसऱ्या मित्राला– शिवदास क्षीरसागरला बोलावले. त्याच्यावर देवळातल्या लग्नासाठी भटजी बघण्याची जबाबदारी सोपवली. जालिंदरच्या बायकोने, कुसुमने आणि अंजलीने बाजारातून काळ्या पिवळ्या मण्यांची पोत आणून मंगळसूत्र ओवून तयार केले. आम्ही दोघांनी पहाटे उठून चंद्रभागेवर जाऊन आंघोळी केल्या. ठरल्याप्रमाणे आम्ही दोघं, माई, जालिंदर, त्याची बायको कुसुम, शिवदास सर्व पांडुरंगाच्या देवळात गेलो. भटजी तिथे हजर होता. त्यांनी पांडुरगाच्या गळ्यातले दोन हार काढून आणले आणि आमच्या हातात दिले. ना मंत्र, ना कन्यादान. त्यांनी फक्त एकमेकाच्या गळ्यात हार घालायला लावले. अशा तऱ्हेनं ना साडी, ना सोन्याचे मंगळसूत्र, नाही लग्नसोहळा, नाही वरात— अशा तऱ्हेनं आमचं लग्न पंढरपूर येथे पांडुरंगाच्या मंदिरात पांडुरंगासमोर त्याच्याच साक्षीनं झालं. तो दिवस होता चैत्र शुद्ध प्रतिपदा गुढीपाडवा सन १९६४.

माईंनीच आम्हा सर्वांना हॉटेलमध्ये नेऊन जेवायला दिले आणि त्या अंजनीला माझ्या स्वाधीन करून पुण्याला निघून गेल्या. केवढा विश्वास त्यांचा माझ्यावर होता. आम्ही दोघं परत पारे येथे गेलो. तिथे वस्तादांनी आमच्यासाठी एक स्वतंत्र खोली दिली. तिथेच आता त्या खोलीत आम्हा उभयंताच्या संसाराचा पहिला दिवस सुरू झाला. त्या खोलीच्या माळवदावर उघड्या आभाळाखाली आमची लग्नानंतरची पहिली सुहागरात साजरी झाली.

-o-

त्या पाऱ्याच्या नाटक कंपनीत डॉ. कैलास, मुंबईची माणसं ही नाटकं पूर्वीच बसली होती. त्यात अंजलीला काम देऊन त्याचे प्रयोग कुंभारी, अकले, घेरडी अशा ठिकाणी तिकीट लावून केले. झाशीची राणी हे नाटक बसवले. त्याचा पहिला प्रयोग पारेगावात करायचा ठरवले. पण स्थानिक कलावंताच्या आपसातल्या भांडणामुळे तो

प्रयोग झालाच नाही. इतर आजुबाजूच्या खेड्यात प्रयोग करण्याची त्यांची तयारी दिसेना. मग आम्हीच दोन पात्री प्रयोग करायचे ठरवले. आणि १४ मे १९६४ रोजी अक्षय तृतीयेच्या दिवशी आम्ही दोघांनीच पारे येथेच गावासमोर द्विपात्री झांशीची राणी ह्या नाटकाचा पहिला प्रयोग केला. ह्या प्रयोगानंतर आम्ही पारेगाव सोडण्याचा विचार केला. संसारासाठी लागणारी जी काही स्टोव्ह, घागर, तवा अशीच काही भांडी आम्ही घेतली होती. ती एका पोत्यात भरून रसूलकडे ठेवून आम्ही पारे सोडले. आणि दादा डोंगऱ्यांकडे गेलो. तिथे त्यांना सर्व हकीगत सांगितली. दुसरे दिवशी तिथे त्यांनी आणि तिथेच असलेल्या पठाण हवालदारांनी पुढाकार घेऊन आमची द्विपात्री झांशीची राणीचा प्रयोग चावडी समोर आयोजित केला. मागे सिनेमाचा पांढरा पडदा. त्या एका पडद्यावर आम्ही सादर केलेला द्विपात्री नाट्य प्रयोग सर्वांना खूप आवडला. तिथे आम्हाला तीस रुपये बक्षीसही मिळाले. मग आम्ही ठरवले. आपण असाच प्रयोग करीत गावोगाव फिरू या. तिथून आम्ही जवळ्याला बाबू गोंधळीकडे उतरलो. तिथेही चावडीसमोर प्रयोग केला. फक्त दहा रुपये मिळाले. असेच प्रयोग करीत आम्ही गावोगाव फिरलो. कितीही लहान गाव असले तरी तिथे जाऊन गाव पाटील, पोलीस पाटील यांना भेटायचे आणि त्यांना सांगायचे आम्ही गावासमोर झांशीची राणी नाटकाचा प्रयोग करतो. आम्हा दोघांची फक्त जेवणा-राहण्यासाठी सोय करा. गावात दवंडी द्यायची आणि दोन गॅस बत्त्या लावा. प्रयोग बघून गावकरी काय बक्षीस देतील तेवढेच आम्ही घेऊ, असं सांगत रोज पायी प्रवास करीत कधी पांच मैल, कधी सात-आठ मैल चालत आमच्या बॅगा डोक्यावर घेऊन पुढच्या गावाला जात होतो. असेच पायी प्रवास करीत आम्ही नागजला पोहोचलो. तिथे सूर्यवंशी गुरूजी भेटले. त्यांनी डॉ. कुंभारे आणि एक टेलर ह्यांनी प्रयोगाची जुळवा-जुळव केली. गावच्या मारुतीच्या देवळात प्रयोग ठेवला गेला. प्रयोग खूपच रंगला. बक्षीसही तीस-चाळीस रुपये मिळाले. त्या गावकऱ्यांनी दुसऱ्या प्रयोगाचा आग्रह केला. आम्हा दोघांना सोन्याची द्वारका नाटक पाठ होते. आम्ही त्यांना सांगितले एक दिवस आम्हाला सवड द्या. परवा आम्ही पौराणिक नाटक कृष्ण सुदामा सादर करू. त्यांनीही ते मान्य केले. आम्ही दुसरे दिवशी तो कसा करायचा ह्याची दोघांनी दिवसभर रिहर्सल केली. पण ज्या दिवशी प्रयोग करायचा त्याच दिवशी पंडीत नेहरू गेले. २७ मे १९६४.

नवीन कृष्ण सुदामा नाटक करायचे म्हणून एक दहा बाय पंधराचा प्लेन पडदा तयार केला. कृष्णाचा किरिट वगैरेसाठी जमवलेले पैसे खर्च केले. नेहरू गेल्यामुळे दहा दिवस राष्ट्रीय दुखवटा म्हणून दहा दिवस कुठेही गेलो तरी प्रयोग होणार नव्हता. इथं उतरायची सोय एका ब्राह्मणाच्या वाड्यात केली होती. मग आम्ही

दहा दिवस तिथेच राहायचे ठरवले. आता होता जेवणाचा प्रश्न? पहिले दोन-तीन दिवस सूर्यवंशी गुरुजींनी सोय केली. नंतर आम्ही चार दिवस चणे चुरमुरे खाऊन राहिलो हे त्या भटजींनी पाहिले. आणि त्यांनी आमच्या जेवणाची सोय केली. त्या दिवसात आम्ही कृष्ण-सुदाम नाटकाच्या तालमी घेत राहिलो.

दुखवटा संपला आणि प्रयोग परत त्याच देवळात करायचा ठरला आणि संध्याकाळी विरोधी लोकांनी सांगितले नेहरू गेलेत, आम्ही प्रयोग करून देणार नाहीत. प्रयोग झाला नाही. आम्ही दुसऱ्या दिवशी पुढील गाव गाठले. आता आमच्या जवळ दोन नाटकं तयार होती. कुठे एकच प्रयोग, तर कुठे दोन्हीही प्रयोग होत होते. जेवून खाऊन रोज दहा-पंधरा रुपये मिळत होते.

असे प्रयोग करीत असता घाटनांद्रे गावात पोहचलो. पहिला प्रयोग झाशीची राणी झाला. सारा गाव खूश होता. तिथेच एक तमाशा मंडळ शेकू शिवा घाटनांद्रेकर म्हणून, त्या भागात अतिशय नावाजलेला फड. त्या मंडळांनी आमचा तो प्रयोग पाहिला. ह्या इथे दुसरा कृष्ण सुदाम नाटकाचाही प्रयोग झाला. त्या तमाशाचा मालक आमच्यावर इतका खूश झाला, त्यांनी आम्हाला पांच रुपये बक्षीस दिलेच पण त्याचा तमाशा ज्या ज्या गावात होत होता तिथे तिथे तो गावातील लोकांना सांगायाचा, आम्ही पंधरा-वीस जण हा तमाशा करतो पण आपल्या भागात कोकणातले दोघं नवरा-बायको दोघातच झाशीची राणी, कृष्ण सुदाम नाटक प्रत्येक गावागावात करत फिरत आहेत. आपल्या गावात ते आले तर त्यांचा कार्यक्रम जरूर पाहा. दोघेही अतिमहान कलावंत आहेत.'' इतका तो आमच्या नाटकामुळे भारावून गेला होता.

आमच्या ह्या दोन्ही नाटकाचं वैशिष्ट्य म्हणजे आम्हीही दोन्हीही नाटकं संगीत करायचो आणि विशेष म्हणजे जिथे प्रयोग करणार त्याच गावातले जे असतील ते आणि असतील तसे पेटी-तबला वादक घेऊन. अशा प्रयोगात काही काही वेळा खूप गंमती घडायच्या. आमचं सर्व नाटक व्यवस्थित बसलेले असून त्या पेटी-तबला वादकांच्या मागे आम्हाला जायला लागायचे. त्यांचा ह्यात काहीही दोष नसायचा. ते गावच्या भजनात वाजविणारे असायचे. आमच्या सुरात त्यांना पेटी वाजवता येत नसायची. ते आपले त्यांच्या नेहमीच्या पट्टीत पेटी वाजवायचे. आणि आम्ही आमच्या सुरात गायचो. काही काही वेळा असंही होत असे ते वादक अतिशय शास्त्रशुद्ध वाजवणारे तयारीचे वादक असायचे. तिथे आम्ही कमी पडायचो. पण आमचे प्रयोग अतिशय चांगले होत असल्यामुळे त्याची उणीवच प्रेक्षकांना कधी जाणवली नाही. कृष्ण सुदाम नाटक काही काही गावात दोन-तीन वेळा गावकरी करायला लावायचे.

त्यावेळी आम्ही जेवणखाण, राहण्याची व्यवस्था, पेटी तबलावाल्यांची सोय

त्यांनी करायची आणि एका प्रयोगाचे मानधन फक्त पंचवीस रुपये द्यायचे. असे ठरवून टाकले होते.

तासगाव तालुक्यातील चिंचोली येथील खराडे आणि त्याचा मित्र यांनी आमचे दहा-बारा प्रयोग घेतले. आणि ते तिकीट लावून दोन चार गावात केले. त्यावेळी त्यांनाही सर्व खर्च जाऊन तीनचारशे रुपये मिळाले.

दिघंचीला तर कृष्ण सुदामचे चावडीवर, वरच्या पेठेत, खालच्या पेठेत, माळ्याच्या मळ्यात, महिला मंडळाचा असे वेगवेगळ्या ठिकाणी सात-आठ प्रयोग झाले.

गणपती उत्सवात पंढरपूरला तीन-चार हजार पब्लिक समोर आम्ही प्रयोग केला. त्यावेळी सांगोला पंचायत समिती तर्फे सांगोल्यालाही कृष्ण सुदाम प्रयोग सार्वजनिक गणपती उत्सवात झाला. त्यावेळी तिथल्या टुरींग टॉकीजचे मालक मणेरी यांनी दहा रुपये बक्षीस दिले आणि सांगितले, "ह्या दोन कलावंताच्या प्रयोगामुळे आज आम्हाला पब्लिक नसल्यामुळे शो बंद ठेवावा लागला."

दोन पात्रात झाशीची राणी आणि कृष्ण सुदाम नाटक आम्ही करतो म्हटल्यावर पहिल्यांदा कोणाचा विश्वासच बसायचा नाही. परत आमच्याकडे एका पडद्याशिवाय नैपथ्यही काहीच नसायचे. स्टेजवर एकच प्लेन पडदा लावायचा आणि त्याच्यापुढे नाटक करायचे आणि त्याच पडद्यामागे मेकअप-ड्रेपरी बदलायचो. त्यामुळे पहिला प्रयोग होईपर्यंत, आमच्याकडे कुणी लक्ष द्यायचे नाही. जेमतेम केली तर जेवणाची सोय करायचे. आम्ही पैशाची अपेक्षा करीत नसल्यामुळे नाईलाजास्तव दोन बत्त्या लावून प्रयोग करायला तयार व्हायचे. प्रयोग झाल्यावर मात्र अतिशय चांगली व्यवस्था होत होती.

झाशीची राणी नाटकात राणी, सुंदर दासी, दिवाण, शंभू, नानासाहेब पेशवे, कॅप्टन अेलीस ही एवढी पात्रं आणि कृष्ण सुदाम नाटकात, कृष्ण, सुदाम, सुदामाची बायको, कालयवन, चामुंडा, मानप्रिय, ही सर्व पात्रं आम्ही दोघंच आलटून पालटून मेकअप-ड्रेपरीसह करायचो. एवढं करून स्टेज एक मिनिटही रिकामं राहणार नाही याची खबरदारीही आम्ही घ्यायचो. कित्येक वेळा प्रेक्षकात पैजा लागायच्या. ही दोन पात्रं नाहीत. हे चार-पाच जण आहेत. इतकी हुबेहूत सोंगं आम्ही मेकअप करून दोन मिनिटात बदलत होतो. पैजा लावणारे नाटक संपल्यावर मुद्दाम आत येऊन खात्री करून घ्यायचे.

असे एकापेक्षा चांगले अनुभव अनुभवत असताना अती वाईटही भरपूर अनुभव अनुभवले आहेत.

-०-

एकदा तर आम्ही सकाळी आठ ते सायंकाळी पाच वाजेपर्यंत सत्तावीस मैल

म्हणजे जवळ जवळ चाळीस किलोमीटर चाललो आणि तेही आमचं सामान डोक्यावर घेऊन. ह्या सत्तावीस मैलांच्या प्रवासात तीन-चार गावं लगाली होती. पण प्रत्येक गावात बाजरीवर कसला तरी रोग पडल्यामुळे माणसांना फेपरं येऊन ती आजारी पडत होती. प्रत्येक गावात सांगायचे. 'आवं पावणं, तुमाला असं काही झालं तर तुम्हाला कोण पाहील? तुम्ही थांबूबी नका आन पानी बी पीवू नका.' सत्तावीस मैल चालल्यानंतर शेवटी आम्ही नेलकरंजी गावात पोहोचलो. नेहमीप्रमाणे आम्ही मारुतीच्या देवळात उतरलो. ह्या दोन पात्रीच्या प्रवासात आम्ही एक नियम पाळला होता. शक्य तो कुणाच्या घरी उतरायचे नाही. सरळ मारुतीच्या देवळात उतरायचं. फारतर एका कोपऱ्यात पडदा लावून आडोसा करायचा. सतरंजी हातरायची आणि तिथे मुक्काम करायचा. रात्री झोपताना ट्रंकेला आणि आमच्या सर्व सामानाला कुलपाची साखळी लावून ती साखळी मी माझ्या कमरेला बांधून झोपायचो. सकाळी उठून गावच्या नदीवर नाही तर ओढ्यावर जाऊन सगळे प्रातर्विधी उरकून कपडे धुवून वाळवूनच परत देवळात यायचो. तोपर्यंत सामान साखळी अडकवून कुलूप लावून मारुती स्वाधीनच ठेवलेले असायचे. त्यावेळी प्रत्येक ओढ्या-नद्यांना पाणी वाहत असायचे. जिथे ओढा नदी नसेल तिथे कुणाच्या शेतावर मोट चालू असेल तिथे जायचो. तर नेलकरंजीला पोचल्यावर अंजलीला देवळात बसवले आणि आधी दुकानातून शेंगदाणे गूळ घेऊन आलो. देवळाच्या शेजारच्या घरातून पाणी आणले. दिवसभर एवढे चालणे सबंध दिवस जेवण नाही. काही नास्तापाणी नाही. त्यामुळे बसल्या बैठकीला आम्ही एक किलो शेंगदाणे संपवले आणि परत नेहमीप्रमाणे पाटील सरपंचाना गाठून रात्री प्रयोगाची जुळवाजुळवही केली. देवळाच्या सभा मंडपाचे स्टेज केले. देवळासमोरच्या पटांगणात सारा गाव जमला होता. दोन बत्त्या लावल्या होत्या. झाशीची राणीचा प्रयोग रंगत चालला होता. आणि अचानक वारा वादळ-पाऊस सुरू झाला. जमलेला सारा गाव उठून गेला. ज्यांच्या बत्त्या लावल्या होत्या त्यांनी बत्त्यांही नेल्या. पाऊसवाऱ्याचा धिंगाणा चालूच होता. शेवटी त्या मारुती समोरील मिणमिणत्या दिव्याच्या प्रकाशात आम्ही दोघंच राहिलो.

-०-

असंच जेव्हा पंढरपूरच्या आजूबाजूच्या गावातून फिरत असताना खर्डी गावच्या पाटलांनी आमचा प्रयोग पाहिला होता आणि आम्हाला निमंत्रण दिले. परवा खर्डीला या 'मी तुमची संमदी वेवस्था करतो,' आम्ही तिथे गेलो. त्यांनी गावच्या तराळाला सांगून आमची शाळेच्या खोलीत उतरायची सोयही केली होती. दुपारी दोन-तीन वाजून गेले. कुणाचाच पत्ता नाही. गावात दवंडीही दिली गेली होती. त्या

गावच्या हॉटेलात भेळ भत्त्याशिवाय काहीही नव्हते. भेळभत्ता म्हणजे चुरमुरे-शेव-एक कांदा आणि एक मिरची. ते खाऊन आम्ही तिथे राहिलो. संध्याकाळ झाली. ना त्या तराळाचा पत्ता ना त्या पाटलाचा पत्ता.. आम्ही आमच्या जवळचा छोटा दिवा लावून त्या खोलीत बसून होतो. गावातल्या पोराथोरांनी शाळेसमोर नाटक पाहण्यासाठी गर्दी केली. पाटील नाही, लाईटची व्यवस्था नाही, मग आम्ही प्रयोग कसा करणार? गावातील चाबरट पोरांनी आम्हाला खिडकीतून रेती दगड मारायला सुरुवात केली. आम्ही दिवा मालवला आणि एका कोपऱ्यात आडोशाला बसून राहिलो. मग कधी तरी गर्दी कमी होऊन सारं शांत झालं. तेव्हा आम्हाला समजले त्या पाटलाच्या शेतावर वस्तीवर त्याच पाटलाच्या भावाचा खून झाला आहे. आम्ही सकाळी लवकरच ते गाव सोडलं आणि पुढलं गाव जवळ केले. संगेवाडी! मारुती मंदिरमध्ये अंजलीला तिथे बसवून गावात सरपंचाना गाठले. त्यानीही काही आढेवेढे न घेता प्रयोगाचे मनावर घेतले. त्यांचे दुकान होते. त्या दुकानाजवळच एक छोटी खोली होती. तिथे त्यांनी आमची उतरायची सोय केली. जेवणाची सोय करतो म्हणून सांगितले. पण त्या दिवशी संकष्टी होती. म्हणून आम्ही त्यांना सांगितले, आता आम्ही जेवणार नाही. रात्री फक्त सोय करा. आम्ही फिरत असताना मला मिळालेला गणपती आमच्याबरोबरच होता. संध्याकाळी मी आंघोळ करून पूजेला बसलो होतो. एवढ्यात गावचा तराळ फडक्याने झाकलेले टोपले घेऊन आला आणि म्हणाला, सरपंचांनी जेवण पाठविले आहे. आम्ही नाटक झाल्यावर जेवणार होतो. माझी पूजा झाली. मी अंजलीला म्हणालो आपण नंतर जेवणार पण देवाला आत्ताच नेवैद्य दाखवू या. तिने ते फडक्यात बांधलेले टोपले उघडले तर त्यात चतकोर चतकोर पोळी भाकरीचे तुकडे, तुकड्यावरच थोडी चिमूटभर भाजी, नाही तर चटणी, लाल तिखट. ती चाटच झाली. पण माझ्या लक्षात आले. त्या तराळाने गावात घरोघरी फिरून ते जेवण जमवले होते. देवाची इच्छा म्हणून मी ते टोपलेच देवासमोर ठेवून त्याचा नैवेद्य देवाला दाखवला, अंजलीच्या डोळ्यात पाणी आले. कालच्या गावचा तसा प्रकार म्हणून उपास आणि आज हा असा प्रकार.

मारुतीच्या देवासमोर बत्त्या लागल्या गेल्या. लोकांची नाटक बघायला गर्दी जमायला लागली. आणि तो तराळ आला आणि म्हणाला, "चला, पाटलांनी नऊ वाजता नाटक सुरू करायला सांगितले आहे." आम्ही निर्णय घेतला होता. नाटक करायचं नाही तसा त्या तराळाजवळ मी निरोप दिला, "पाटलांना म्हणावं आम्ही नाटक करणार नाही." पाटलांना निरोप मिळताच तो पोलीस पाटलासह तिथं आला आणि म्हणाला, "तुम्हाला नाटक करावंच लागेल, सारा गाव बाया पोरांना घेऊन

नाटक बघाया जमायला लागला हाय. नाटक नाही केलं तर आमच्याशी गाठ आहे.'' मी अंजलीला खोलीत दार लावून बसवले आणि त्यांना सांगितले. आम्ही नाटक करायलाच इथे आलो आहोत तुम्ही नव्हता म्हणून सरपंचाकडे गेलो, त्यांना मी सांगितले, 'आमच्या दोन माणसांची जेवणाची सोय, राहण्याची सोय करा. दोन पेट्रोमॅक्स बत्त्या लावा आणि गावात दवंडी द्या. नाटक पाहून लोक काय चार-आठ आणे बक्षिस देतील ते आम्ही घेऊ. सकाळी आमचा उपास म्हणून आम्ही जेवण नको म्हणालो, रात्री जेऊ म्हणून सांगितले, तर तुमच्या सरपंचानी तराळाकडून गावात घराघरातून अन्न जमवून आमच्या समोर आणून ठेवले. पाटील, आम्ही कलावंत आहोत. भिकारी नाही. त्याचवेळी त्यांनी सांगितले असते जेवणाची सोय होणार नाही. तरी आम्हाला राग आला नसता, ह्या प्रकरणी आम्हा कलावंतांचा तुम्ही गावकऱ्यांनी अपमान केला आहे. आणि म्हणूनच आम्ही आता नाटक करणार नाही.'' खूप बाचाबाची झाली. अंजली आतमध्ये पुरी घाबरली हाती. सरपंचांना बोलावले गेले. साऱ्या गावाने त्याला शिव्या घातल्या. आम्ही प्रयोग केला नाही. दिलेल्या अन्नाला नमस्कार करून त्यातला एक एक घास देवाचा प्रसाद म्हणून खाल्ला. सकाळी लवकर उठून पुढला मुक्काम गाठला.

लागोपाठ दोन दिवसाच्या अशा प्रसंगामुळे अंजली पार खचून गेली होती. मी तिला धीर देत होतो. देव आपली परीक्षा बघत आहे. पुढील मुक्कामापासून परत सुरळीत सुरू होईल. सात मैल चालत माळ्याची वाडी म्हणून गावात पोहोचलो. गावात देऊळ नाही, चावडी नाही, पाटील नाही, काही नाही. होती एक शाळा. ती शाळा म्हणजे फक्त एक खोली. एक शिक्षक. पण शाळा मात्र चौथीपर्यंत होती. आम्ही त्या शाळेत गेलो. शिक्षकांनी अतिथ्य म्हणून आधी एका विद्यार्थ्याला घरी पाठवून गूळ-पाणी आणून आधी आम्हाला दिले. आम्ही त्याना इथे येण्याचे प्रयोजन सांगितले. त्या शिक्षकांनी सर्व शांतपणे ऐकून घेतले. ते ऐकून तो म्हणाला, 'तुम्ही इथं बसा, मी आलोच पंधरा वीस मिनिटांत.' सांगितल्याप्रमाणे तो खरंच दहा मिनिटात परत आला. आणि म्हणाला, चला आपण आमच्या घरी जाऊ या. तिथे तुम्ही आंघोळ जेवण करा. तोपर्यंत मी गावकऱ्यांना विचारून घेतो. आम्ही त्यांच्या घरी गेलो. त्याच्या बायकोने हसत मुखाने आमचं स्वागत केले. गरम पाणी तापवून अंजीच्या अंगाला तेल लावून तिला नहायला घातले. पुरणपोळीचे जेवण केले. हा सारा प्रकार काय आहे काही कळेना. तो शिक्षक वारकरी सांप्रदायाचा विठ्ठलभक्त होता. आम्ही भर बारा वाजता त्याच्या शाळेत गेलो होता. मी माझं नाव पांडुरग विठ्ठल घांग्रेकर सांगितले. त्यामुळे त्या शिक्षकाची समजूत खरोखरच विठ्ठल रखुमाई

आपली परीक्षा पाहायला अशा रूपात आले आहेत. म्हणून त्यानी मोठ्या मनोभावाने मोठ्या भक्तीभावाने आमचे अतिथ्य केले होते.

माळ्याच्यावाडीत फक्त चौदाच माळ्याची घरं. तो शिक्षक म्हणाला नाटकाला पन्नास शंभर सुद्धा माणसं जमणार कठीण. मग तुम्हाला काय मिळणार? आम्ही त्यांना सांगितले, "अहो, तुम्ही आम्हा कलावंताचे एवढे मनोभावे आतिथ्य केले आहे. आम्हाला काहीही मिळाले नाही तरी चालेल पण आम्ही आमची कला तुम्हाला दाखवूनच जाणार." आम्ही कृष्ण सुदाम हेच नाटक तिथे केले. मास्तरांच्या सांगण्याप्रमाणे खरंच बायका मुलांसह सर्व प्रेक्षक साठ सत्तर आमच्या समोर होते. प्रयोग खूप रंगला होता. मागच्या दोन दिवसाचा मनस्ताप पार नाहीसा झाला होता. त्या शिक्षकाने आमच्यात नवीन उर्मी जागवली होती. सकाळी आम्ही आन्हिक मास्तरांकडेच उरकले. जेवल्याशिवाय पुढच्या गावाला ते उभयता जाऊ देईनात. आम्ही जेवण केले आणि सामान घेण्यासाठी शाळेत गेलो. तिथे त्या चौदा घरातून जवळ जवळ वीस एक पायली ज्वारी शाळेत जमा झाली होती.

आमचं सामान आम्ही डोक्यावरून नेतो. मग ही ज्वारी आम्ही कशी नेणार? मी त्या मास्तरांना म्हणालो, "ही ज्वारी तुम्हीच ठेवून घ्या आणि आम्हाला काय द्यायचे ते द्या." त्याचं म्हणणे, लोकांनी इतक्या प्रेमाने तुम्हाला हे दिले आहे ते इथे विकू नका. त्यांच्या भावना दुखावल्या जातील. पाहिजे तर मी तुम्हाला पुढल्या गावाला सोडायला बैलगाडीची व्यवस्था करतो. आणि त्यांनी खरंच तशी व्यवस्था केली. त्यांच्या सांगण्यावरून तिथूनच पाच मैलावर असलेल्या गावात त्या दिवशी आठवड्याचा बाजार होता. त्यांनी आम्हाला तिथे नेऊन सोडले. त्या बैलगाडीवाल्यानेच ती ज्वारी बाजारात विकून आम्हाला सत्तर एक रुपये आणून दिले.

सांगली जिल्ह्यातील खानापूर भागात आम्ही फिरत होतो. उन्हाळ्यातून पायी प्रवास. कोकणातल्या भात खाणाऱ्या अंजलीला भात बघायला सुद्धा मिळत नव्हता. भाजी भाकरी, चटणी भाकरी, कधी तरी क्वचित चपाती, झणझणीत जेवण. कधी नुसते शेंगदाणे-गूळ तर कधी चुरमुरे-चणे. असेच आम्ही एकदा आयरेवाडीला मारुतीच्या देवळात उतरलो. प्रयोग करायचे ठरले. पण जेवणाची सोय झाली नाही. सर्व गावकरी शेतीच्या कामासाठी शेतावर गेलेले. गावात हॉटेल नाही. किराणामालाच्या दुकानात थोडे चुरमुरे फुटाणे मिळाले ते विकत घेतले आणि देवळात खात बसलो. त्याच देवळात एक घिसाडी जोडपं उतरले होते. त्यांनी आम्हाला चणे चुरमुरे खातना पाहिले. त्या घिसाड्याच्या बायकोने त्यांच्या त्या भट्टीवरच तवा ठेवला आणि दोन भाकऱ्या थापून, त्यावर तेल तिखट घालून आम्हाला दिल्या. माणुसकीचा केवढा हा

सुंदर नमुना? मला वाटतं, गरीबांच्याच काळजात परमेश्वराचे अस्तित्व असावे! भुकेल्याला जात-पात-धर्म काही काही कळत नाही हेच खरं.

खानापूरच्या आजूबाजूला फिरत असता असेच एकदा खानापूरच्या एस.टी.स्टँडवर विश्रांतीसाठी थांबलो असताना अंजलीच्या पोटात दुखायला लागले. तास दोन तास झाले थांबेना आणि एकाएकी तिच्या अंगावर जायला लागले. मी पार घाबरून गेलो. काय करावे काही कळेना. मी तिला तिथेच बसवून बलवडीच्या पोपट गवळी टेलर, की ज्यांनी आता खानापुरात टेलरींगचे दुकान सुरू केले होते तिथे गेलो. त्याला सर्व हकीगत सांगितली. तेवढ्यात त्याची बहीण कलावती तिथे आली. तिला घेऊन मी एस.टी.स्टँडवर आलो. मग ठरले, बैलगाडी करून बलवडीला त्यांच्या घरी जायचं. बलवडीला गेल्यावर पोपटच्या आईने आपल्या मुलीप्रमाणे अंजलीची औषधपाण्यासहित सर्व सोय केली. चार दिवस त्यांच्याच घरी आम्ही थांबलो होतो. चार दिवसानंतर तिथे राहून आजूबाजूला प्रयोग केले. ती पूर्ण बरी झाल्यावर आम्ही आमच्या पुढच्या प्रवासाला निघालो.

काही ठिकाणी कोणी प्रयोगाची जबाबदारी घेत नसत. पण तिथे शंभर सव्वाशे माणसं बसतील अशी बंदिस्त जागेची सोय असेल तर आम्हीच दोन बत्त्या भाड्यानी घेऊन चार आणे तिकीट लावून प्रयोग करायचो. असेच आम्ही खानापूर तालुक्यातील लेंगरे या गावी पोहचलो. नेहमीप्रमाणे मारुतीच्या देवळात मुक्कामाला गेलो. देऊळ बंदिस्त होते. एकच दरवाजा होता. इथे कोणी प्रयोगाची आणि आमची सोय करण्याची जबाबदारी घ्यायला तयार होईना. ह्याच गावात भाऊसाहेब मालुसरे यांच्या कंपनीत असताना कंपनीचा दहा पंधरा दिवस इथे मुक्काम होता. गाव रसिक होतं. मग आम्हीच त्या देवळातच दोन बत्त्या भाड्याने आणून प्रयोग करायचे ठरवले. मीच गावात दवंडी दिली. भजनी मंडळी पेटी तबला वाजवायला तयार झाली. नाटक झाशीची राणी. पण समोर प्रेक्षक फक्त सात. काय करायचं? प्रयोग करणे भाग होते. कारण दोन बत्त्याचे दीड रुपया भाडे द्यायचं होतं. पण आम्हीही सात प्रेक्षक म्हणून खचलो नाही. दोघांनी अगदी जीव ओतून काम केले. सात प्रेक्षकांना प्रयोग आवडला. त्या सात प्रेक्षकांनी आणि पेटीवाला तबलजीनी, "उद्या परत हाच प्रयोग करा. त्याची जबाबदारी आम्ही घेतो. तुमची जेवणाचीही सोय करतो," असे सांगितले आणि दुसरे दिवशी परत झाशीची राणी नाटकाचा प्रयोग आम्ही त्याच देवळात केला. देऊळ खचाखच भरले होते. तिथे दोन तीन प्रयोग फारच चांगले झाले.

पुढच्या मुक्कामा करता आम्ही चालत असता, वाटेवर मला एकाएकी खूप ताप भरला. पुढील गावाच्या अलीकडेच मारुतीचे का कसले तरी देऊळ होते. तिथेच

आम्ही थांबलो. माझा ताप खूपच वाढला. तिथेच झोपायची पाळी आली. मी त्या तापात काहीही बडबडत होतो. अंजलीची चांगलीच पाचावर धारण बसली. तिचा धीर सुटला. ती घाबरून रडू लागली. संध्याकाळ झाली तरी ताप उतरेना. आता रात्री यांना काही जास्त झालं तर? एकटीचं कसं होणार? ह्या भीतीने तिला काही सुचेना. दिवसभर चहा नाही, जेवण नाही. पण तशा प्रसंगी देवासारखाच एक गावकरी देवाचा दिवा लावायचा तिथे आला. त्याने आमची चौकशी केली. आणि मोठ्या आस्थेनं त्याने आम्हाला गावात नेले. आणि शाळेच्या खोलीत आमची सोय केली. जणू काही देवच आमच्या मदतीला धावून आला होता. अशीच एक खानापूर तालुक्यातील हिवरे गावची गंमत. ह्या गावातले बहुतेक तरुण शिक्षण घेऊन मास्तर झालेले. हिवरे म्हणजे मास्तरांचं गाव असं त्या भागात प्रसिद्ध. त्या भागात फिरत असताना किती तरी ठिकाणी ह्या गावचे शिक्षक भेटायचे. ते आम्हाला सांगायचे, ‘‘आमचं हिवरे गाव नाट्य रसिक आहे. दिवाळीला तुम्ही आमच्या गावी या. आमच्या गावाचे सगळे शिक्षक त्यावेळी गावाला येतात.’’ आम्ही नरक चतुर्दशीच्या दिवशीच सकाळी दहा एक वाजता तिथे गेलो. ग्रामपंचायतीत चौकशी केली. त्यांनी आमची उतरायची सोय ग्रामपंचायतीतच केली. सोय करणार ग्रामसेवक, सोय करून गेला तो एक वाजून गेला तरी आलाच नाही. तेवढ्यात एक गावकरी तिथे आला. त्याने आमची चौकशी केली. ‘‘आम्ही कलावंत आहोत. रात्री नाटकाचा प्रयोग करणार आहोत. ग्रामसेवकांनी इथे उतरायची सोय केली आणि पोलीस पाटील, सरपंचांना सांगून बाकीची व्यवस्था करतो म्हणून सांगून गेला आहे. पण अजून आलाच नाही.’’ असं आम्ही सांगितलं.

‘‘अरे, दिवाळीच्या सणाचा दिस, आमच्या गावचे पाव्हणं आणि अजून उपाशी? चला माझ्या बरोबर’’ तो म्हणाला. आम्ही त्याच्याबरोबर त्याच्या घरी गेलो. त्याने बायकोला सांगितले. पावण्यांना फराळ दे. त्यांच्या बायकोचं आणि त्यांचं काय भांडण झालं होतं काय कुणास ठाऊक! त्याच्या बायकोनं रागारागानं एका मोठ्या परातीत करंज्या लाडू वगैरे सर्व फराळाचे डबे ओतले आणि परात आमच्या समोर आपटली. एकीकडे नवऱ्याला तिच्या शिव्याही चालू होत्या आणि हा पठ्ठा आम्हाला सांगत होता ‘‘तिच्याकडे लक्ष देऊ नका. तुम्ही खावा. ती हे समदं प्रेमाने करते हाय. खा तुम्ही.’’ नाईलाजास्तच एक एक घास खाल्ला आणि त्याचा निरोप घेऊन परत ग्रामपंचायतीत आलो. पुढे रात्री प्रयोग झाला. आमची नेहमीप्रमाणे सोयही चांगली झाली.

अशा प्रवासात आम्हा दोघांच्या सोबतीला आणि कुणी असावे म्हणून आम्ही

जवळ्याच्या बाबू गोंधळीला बरोबर घेतला. कारण तो उत्कृष्ट पेटी तबला वादक होता. पण महिनाभरातच त्याला आम्ही घरी परत पाठवला, कारण त्याचं दारूचं व्यसन काही सुटेना.

पुढे पंढरपूर भागात फिरत असता असाच आमचा जुना मित्र, आमच्या लग्नाचा साक्षीदार, नाट्यवेडा कलावंत- शिवदास क्षीरसागर आमच्या बरोबर आमच्या प्रमाणेच हाल अपेष्टा सोसत आमच्या सुखदुःखात एकरूप होऊन ह्या नाटकाच्या पद-यात्रेत सामील झाला होता. अगदी निरपेक्ष बुद्धीने. फक्त आमच्या प्रेमाखातर म्हणा नाहीतर नाटकाच्या वेडामुळे म्हणा. तो आल्यामुळे आमच्या नाट्यप्रवास सुखकर झाला. त्याने अंजलीवर सख्ख्या बहिणीसारखा जीव लावला होता. तोही आमच्या प्रमाणे निर्व्यसनी, चेष्टा मस्करी करणारा होता. तीनचार महिन्यांनी तोही त्याच्या घरच्या अडचणीमुळे घरी गेला. लग्नानंतर डोक्यावर सामान घेऊन पायी प्रवास करीत हे असे दोन पात्री नाटकाचे प्रयोग करीत आम्ही जवळ जवळ वर्षभर फिरत होतो. नंतर आजगावला अंजलीच्या घरी गेलो. आमच्या दोन पात्री प्रयोगाचा प्रताप ऐकून सर्वांनाच आश्चर्य वाटले. खरंतर ही प्रेरणा आम्ही तीन शिलेदारांनी सादर केलेल्या सौभद्र नाटकापासून घेतली होती. तीन पात्रात नाटक करण्यापेक्षा दोन पात्रात संपूर्ण नाटक करणे तसे आव्हानच होते. पण आम्ही दोन पात्रात कसा प्रयोग करतो याचे कुतूहल सर्वांनाच होते. शेवटी दादा मुंगीनी सावंतवाडीच्या एका नाटकाच्या ग्रुपला हाताशी धरून एका देवळाच्या वरच्या हॉलमधे आम्हाला कृष्णसुदाम प्रयोग करायला लावला. तावडेबुवा मुद्दाम संगीताच्या साथीला आले होते. तसे प्रेक्षक निमंत्रितच होते. पण इथेही प्रयोग लोकांना आवडला. आमचं खूप कौतुक झाले. दादा मुंगीनी आम्हा उभयंताचे खूप कौतुक केले. नाना बांदेकर म्हणाले, "अरे, मी जो विरोध करीत होतो, तो घांग्रेकरांची परीक्षा घेण्यासाठी. गुलाबीला दिलेल्या शब्दासाठी मीच तर त्याला पुण्यापासून हुडकून इथंपर्यंत आणला."

-०-

अंजलीला तिच्या आईजवळ ठेवून मी पुण्याला गेलो. आणि इंदूताईकडेच उतरलो. तिला खूपच आनंद झाला. ती म्हणाली सुद्धा, लग्न झाल्यावर ताईला विसरलाच होय. साधारण एक महिना पुण्यात होतो. इथे असताना राजाभाऊ कामतेकर, भरत नाट्यमंदिर, मनोरंजन, वगैरे संस्थांमध्ये फिरून एकूण नाट्यव्यवसायाचा अंदाज घेत होतो. इथेच भाऊसाहेब मालुसरेही भेटले. त्यांनी त्यांच्या कंपनीत आम्ही उभयंतांनी यावे म्हणून खूप आग्रह केला. पण मागच्या

एकूण व्यावहारिक अनुभवामुळे मी त्यांना नकार दिला. ह्याच वेळी एक दिवशी नाना बांदेकरांच्या कंपनीतल्या सिंधू, कुसुम, विमल आणि बेळगावच्या लीला चंद्रगिरी त्यांचा मुलगा अनिल हे भेटले. पुण्यात जोशी म्हणून कोणी व्यक्तीनं पुण्याच्या वाटवे ह्याच्या ओळखीनं त्यांच्या नाटकात काम करण्यासाठी त्यांना आणले होते. त्या जोशींनंच लिहिलेलं सूस्म बुद्धी कृष्ण ह्या नाटकाच्या चार महिने नुसत्या तालमी चालल्या होत्या. प्रयोग काही होत नव्हता. ते सर्वजण कंटाळून गेले होते. त्या मुली म्हणाल्या, ''भाऊ, आम्हाला घेऊन तुम्ही कंपनी सुरू करा.''

आजगावच्या अंजलीच्या घरात सर्वजण मला भाऊच म्हणायचे. ह्या भाऊचा असा किस्सा— आण्णा आजगावकरचा मुलगा दिनेश तीन चार वर्षाचा असेल. त्यालाही माझा त्या घरात खूप लळा लागला होता. मी त्याला गमतीनं म्हणायचो, ''काय भाऊ, बरं हाय नव्हं.'' त्यामुळे तो मला भाऊ म्हणायला लागला. मग त्याच नावाने घरातील सर्वच मला हाका मारू लागले. अजूनही आजगावात सर्वच मला भाऊ म्हणूनच हाका मारतात.

त्या मुलींनी मला कंपनी सुरू करा म्हणून आग्रह केला खरा पण माझ्याही डोक्यात त्यावेळी तीच कल्पना होती. पण मी बोलून दाखवली नाही. मी त्यांना म्हणालो, ''त्या जोशींनी चार महिने पुण्यात खोली घेऊन तुमची जेवणाखाण्यासह सर्व सोय केली. गेले चार महिने तुम्ही त्यांच्या नाटकाच्या तालमी करता आहात. अशावेळी मी तुम्हाला इथून नेले तर त्यांची कंपनी मी फोडल्यासारखे होईल. ह्या विषयावर तुम्ही त्यांच्याशी स्पष्ट बोला. तो प्रयोग करत नसेल तर आपण कंपनीचा तसा विचार करू. ते सुद्धा तुम्ही सर्व आधी तुमच्या घरी जा. मग मी तिथून तुम्हाला घेऊन कंपनीचा विचार करीन.''

त्यांचे ते नाटक झाले नाही. त्या सर्व आपआपल्या घरी गेल्या. मी आजगावला जाऊन अंजलीशी ह्या विषयावर बोलणी केली. आणि स्वत:ची कंपनी काढायचा आम्ही निर्णय घेतला. त्या तिघी मुली, आम्ही दोघं, लीला चंद्रगिरी, अनिल गाडगीळ, आम्हा सर्वांची गोकुळचा चोर, झाशीची राणी, सोन्याची द्वारका, संशय कल्लोळ ही नाटक बसलेलीच होती. पण त्याला लागणारी ड्रेपरी- पडदे आमच्याकडे नव्हते. नाना बांदेकरांकडे ते सामान आता पडूनच होतं. मग माईंच्या मध्यस्तीने ते सामान मिळवले. पण कंपनी सुरू करायला पैशाची सोय होत नव्हती. आणि आता पाऊसही तोंडावर आला होता. त्यामुळे कोकणात कंपनी सुरू करण्यात अर्थ नव्हता. मग मी सांगली जिल्ह्यातील तासगाव तालुक्यातील अंजनी ह्या गावी गेलो. भाऊसाहेब मालुसऱ्याच्या आदित्य

नाट्य समाज ह्या कंपनीत मी ह्याच गावात भरती झालो होतो. नंतर आम्ही करीत असलेल्या दोन पात्री नाट्य प्रयोगाच्यावेळी इथल्याच दोन दुकानदारांनी आमचे चार प्रयोग ऐंशी रुपयात घेऊन नारायण पाटलांच्या वाड्यात केले होते. पहिल्या प्रयोगालाच त्याचे पैसे वसूल झाल्यामुळे ते खूश होते. त्या ओळखीनं मी तिथे गेलो. त्या सर्वांना विश्वासात घेऊन त्यांना आमच्या नव्या कंपनीची कल्पना दिली. आणि त्यांच्याकडून दोनशे रुपये घेऊन आजगावला आलो. ह्या दोनशे रुपयात मी त्यांना पाच प्रयोग देण्याचे कबूल केले होते. मागच्याप्रमाणे राहण्या-जेवणाची सोय तेच करणार होते.

ठरल्याप्रमाणे आम्ही सर्व मंडळींना घेऊन अंजनी गावात हजर झालो. त्यांचे प्रयोग पार पडले. तिथल्या आठ दहा दिवसाच्या मुक्कामात तिथलाच एक गोविंद कुलकर्णी म्हणून मुलगा आमचे कंपनीत आला. त्यानंतर आम्ही सावळजला आलो. तिथे एका बंदिस्त वाड्याच्या पटांगणात आम्ही प्रयोग सुरू केले. उत्पन्न झाले नाही. पण न डगमगता मुक्काम पुढे हलवला. अशा तऱ्हेने चार पाच महिने कंपनी रडतखडत चालवली आणि गोंदावले मुक्कामी कंपनी बंद करण्याचा निर्णय घेऊन परत आजगावला गेलो. कंपनी सावळजला असताना अशीच एक घटना घडली. उत्पन्न होत नव्हते. काय करावे हा प्रश्न होता. एक दिवस प्रयोग संपवून आम्ही कंपनीच्या बिऱ्हाडी आलो. उत्पन्न नाही म्हणून मी माझ्यावरच खूप संतापलो होतो. तो सापडलेला गणपती बरोबरच होता. त्या रागाच्या भरात मी त्या गणपतीलाच म्हणालो, "अरे, तू बरोबर असून काय उपयोग? थांब, तुला उद्या त्या विहिरीत फेकूनच देतो." दोन मिनिटात सिंधूच्या अंगात वारं आलं काय कळले नाही. पण गोरी असलेली सिंधू एकदम शेंदूर लावल्यासारखी लाल दिसायला लागली. तिनं माझं मनगट धरले. आणि त्या गणपतीसमोर नेले. आणि मला म्हणाली, "मला फेकून देतोस? अरे पहिल्यांदा मी तुझ्याकडे आलो तेव्हा तू मला दुसऱ्याला देऊन टाकलेस आणि आता आलो तर मला फेकून द्यायला निघालास? दे, दे फेकून दे. मग रडत बसू नकोस, पश्चात्ताप करू नकोस." मी चक्क त्या सिंधूच्या पायावर डोके टेकून, नाक घासून माफी मागितली. ह्या प्रकाराने मला रडू कोसळले. खरंच, माझ्या मागे हा एवढा मोठा परमेश्वर उभा असताना मी का घाबरत होतो? चूक आपलीच होती. तो वाडाच आडबाजूला खबदाडात होता. त्यामुळे लोक यायला घाबरत होते. मी माफी मागितली. त्यावेळी त्या वाऱ्यानं सांगितले, "तुला मुलगा झाला की त्याचं नाव जगन्नाथ ठेव."

आजगावला असताना अंजलीला दिवस गेल्याचे समजले. आता एकट्यानंच काही तरी करायला पाहिजे म्हणून तिला तिथेच ठेवून परत पुण्याला परत आलो. पुण्यात आल्यावर मनोरंजन संस्थेत गेलो. ही संस्था मुंबई-पुण्याच्या नाटक कंपनीची, ऑर्केस्ट्रा, तमाशा आशा सर्व करमणुकीच्या कार्यक्रमाची मॅनेजमेंट करणारी संस्था. तिथे पूर्वीच्या ओळखीमुळे ताबडतोब काम मिळाले. एका नाटकाच्या चार दिवसाच्या बुकिंगचे दहा पंधरा रुपये मिळायचे. असाच बुकिंगवर बसलो असता रेखा मेकअप सर्व्हिसचा बबन शिंदे भेटला. त्याने लीला गांधीच्या नृत्याचे पंचवीस कार्यक्रमाचे कॉन्ट्रॅक्ट घेतले होते आणि त्या कार्यक्रमाच्या दौऱ्यात नियोजनासाठी तो खास मला भेटायला तिथे आला होता. व्यवहाराचा काही प्रश्न नव्हता. शिवाय तो माझा मित्रच होता. प्रश्न होता अशा कार्यक्रमाची मॅनेजमेंट मी कधी केली नव्हती. शिवाय लीला गांधींबद्दल मी बरंच काही ऐकलं होतं. त्या खूप फटकळ आहेत. खूप घाणेरड्या शिव्या देतात वगैरे वगैरे. शिवाय लीला गांधींच्या नृत्यदर्शनाचे कार्यक्रम तोपर्यंत फक्त गणेश उत्सवात वगैरे होत होते. आणि आम्हाला ते आता थिएटर्स शो करायचे असं बबन शिंदे म्हणत होता. तसा बबन खूप डोकेबाज, धाडसी, कल्पक बुद्धीचा पण कमनशिबी.

आताही तो गणेश उत्सवात उघड्यावर होणारा हा नृत्याचा कार्यक्रम बंद थिएटर्समध्ये तिकीट लावून करायचे धाडस करीत होता. ह्याच्या मागचं खरं कारण त्यांना लीलाबाईंना घेऊन "सोळावं वरीस धोक्याचे" नाटक काढायचं होतं. ते नाटक त्यांनी खास लिहून घेतले होते. दत्ता डावजेकरांचे संगीत होते. भरत नाट्य मंदिराला सतत पंधरा दिवस त्याचे प्रयोग करायची त्याची योजना होती.

माझ्यावर सोपवलेल्या जबाबदारीप्रमाणे मी बार्शी पासून ह्या कार्यक्रमाला सुरुवात केली. ते कुर्डूवाडी, पंढरपूर, फलटण, सातारा, कराड, विटा, जत, तासगाव, मिरज, सांगली, कोल्हापूर, बेळगाव करून कोकणात फोंडा, कणकवली, मालवण, कुडाळ, सावंतवाडी, शिरोडा, वेंगुर्ला असा भला मोठा एक महिन्याचा दौरा आखला आणि सर्व प्रयोग यशस्वी करून दाखवले. उत्पन्नही बऱ्यापैकी होत होते. पण "सोळावं वरीस धोक्याचं" नाटकात लीलाबाईंची भूमिका बसवायला बबन शिंदेनी पाठवलेल्या बी माजनाळकर, महाजन, दळवी ह्या लोकांवर अती विश्वास ठेवल्यामुळे तो दौरा चांगला जाऊनही बबन शिंदेला पैसे राहिले नाहीत. ह्या सबंध दौऱ्यात लीला गांधी, त्यांचे मॅनेजर रोंगे आणि असलेले सर्वच कलावंतांनी मला उत्तम साथ दिली. मी जे लीलाबाईंबद्दल ऐकले होते त्याचा कुठेच अनुभव आला नाही. कदाचित त्यांचा स्पष्टपणा लोकांना आवडला नसावा.

बबन शिंदेचं कुणावरही अती विश्वास टाकणे आणि एकदा विश्वास टाकल्यानंतर परत त्याकडे जातीनं न पाहाणे हेच त्याच्या अपयशाचं कारण असावं. ज्या "सोळावं वरीस धोक्याचं" नाटकासाठी एवढा आटापिटा केला होता ते नाटकही त्याच्या हातातून गेले होते. ज्याच्यावर त्याने विश्वास ठेवला त्यांनीच त्याला फसवले होते. परंतू मग नाटकासाठी असो किंवा त्याच्या रेखा मेकअप सर्व्हीस ह्या वेशभूषेपासून मेकअप, नेपथ्य पुरवणाऱ्या व्यवसायापर्यंत फसवणाऱ्या कोणाशीही त्याचे वैर नसायचे. झालेल्या नुकसानाला सामोरे जात तो तितक्याच उत्साहाने पुढील योजना आखत असे.

सावंतवाडीच्या प्रयोगाला अंजनी मुद्दाम आली होती. ह्या दौऱ्यात मला मिळालेल्या पैशातून मी अंजलीला अडीच तोळ्याचे मंगळसूत्र केले. त्यावेळी सोनं पंचाहत्तर रुपये तोळा होते. हा दौरा संपल्यावर मी आजगावला आलो आणि परत कंपनी सुरू केली. ह्या वेळी कंपनीत अंजली नव्हती. सिंधू, कुसुम, विमल, आणि यशवंत अण्णाची भाची जयश्री, अनिल गाडगीळ, पुण्याचे वाटवे, पेटीसाठी तावडेबुवा, पेणहून माझे चुलत काका केशवकाका आले होते. ते तबलजी होते. कंपनीचा पहिला मुक्काम दोडामार्गाला झाला. इथे खेळ चालू असताना मालवणच्या आबा डिगे यांनी साठ चाळीस या बेसवर आमचे प्रयोग घेतले. त्यांनी दोडामार्गातून कंपनी मालवणला नेली. मालवणला चार एक प्रयोग करून मसुऱ्याला हलवली. मालवणला त्यांचे स्वतःचे झापाचे ओपनथिएटर नाट्यगृह होते. तसेच नाट्यगृह मसुऱ्यालासुद्धा होते. मसुऱ्याला उत्पन्न चांगले होत होते. पण चार पाच प्रयोगानंतर अचानक पाऊस आला. शेजारच्या नदीचे पाणी त्या झापाच्या थिएटरमध्ये शिरले. सारे सामान भिजून गेले. खेळ बंद झाले. आबा डिग्यांनी मग कंपनी देवबागला त्यांच्या घरी नेली. घरासमोरच्या पटांगणात वाळूचे स्टेज होते. जवळ अथांग समुद्र. सर्व सामान वाहवून प्रयोग सुरू झाले. पण उत्पन्न नाही. तिथे कंपनी असतानाच अंजली प्रसूत होऊन आम्हाला मुलगा झाला हे समजले. तीस एप्रिल १९६६. हा अवेळी आलेला पाऊस अधून मधून पडतच होता. त्यामुळे ते दुसरीकडे मुक्काम हालवायला तयार होईनात. तशातही आम्ही पंधरा वीस दिवस प्रयोग करतच होतो. कंपनी बंद करायला पैसे नाहीत. शेवटी जयश्रीला आजगावाला पाठवून अंजलीला हौसेने केलेले मंगळसूत्र गहाण टाकून पैसे आणून, सर्वांना घरी पाठवून कंपनी बंद केली. माझे काका माझ्या बरोबर आजगावला आले. त्यांना पेणला पाठवायचे तर पन्नास-शंभर रुपये लागणार होते. त्याची जमवाजमव करेपर्यंत आठ दिवस

गेले. माझ्या मुलाचं बारसं अंजलीच्या आईनं आणि माईनं मोठ्या हौसेने केले. मुलाचं नाव जगन्नाथ ठेवले गेले. हे जगन्नाथ नाव ठेवायचं कारण म्हणजे सावळजला कंपनी असता सिंधूच्या अंगात आलेल्या गणपतीच्या वाऱ्यानं सांगितले होते 'तुला मुलगा झाला की त्याचं नाव जगन्नाथ ठेव' पण त्याचा मामा मात्र त्याला सुनील म्हणून हाका मारायचा, त्यामुळे पुढे तेच नाव कायम झाले.

विशेष म्हणजे अंजलीच्या गरोदरपणी माझ्या मोठ्या बहिणीनं, सुशिलानं तिचे डोहाळजेवण मोठ्या हौसेनं केले. ते सुद्धा गोवंडीला तिला नेऊन. त्या समारंभात ताईही हजर होती. थोडक्यात आमच्या घराने तिचा स्वीकार केला होता. कारण कुणालाही न सांगता, कुणाला न विचारता हे लग्न केले होते मी परजातीच्या मुलीबरोबर. आमच्या घरच्या सर्वांनाच लग्न झाल्यानंतर पत्राने मी असं लग्न केले म्हणून कळवले होते.

-o-

ह्या सर्व प्रकारात केशवकाकांना अर्धांगवायूचा झटका येऊन सबंध डावी बाजू, हात-पाय लुळे पडले. काय करावे कळेना. पेणला त्यांच्या, भावांना म्हणजे माझे काका विनूकाका, हरिभाऊंना असे असे झाले म्हणून पत्रांने कळवले.

ह्याचवेळी शिरोडा पंचक्रोशीत (वीज) लाईट येऊ घातली होती. मी वायरमन असल्यामुळे शिरोड्याच्या दादा परब यांच्याकडे लेबर कॉन्ट्रॅक्टने काम सुरू केले. पंधरा दिवसांनी केलेल्या कामाचे पैसे हातात आले. ह्या पंधरा दिवसात केशवकाकांना आंघोळ घालणे, लघवीला-संडासला नेणे ही सर्व सुश्रूषा अंजलीची आई व मामी करत होत्या. खरं पाहायला गेले तर केशवकाका त्यांचे कोण होते? तरीही त्या माऊलींनी आपल्या घरातल्या नातेवाईकाप्रमाणे त्यांची सेवा केली, अशा जेव्हा घटना घडतात त्यावेळी मला नेहमी वाटतं, त्या माणसाचे मागील जन्माचे तसे काही ऋणानुबंध असावेत. मला पैसे मिळताच मी त्याला आधी पेणला त्याच्या भावाकडे सोडून आलो.

-o-

ऑगस्ट ६६ ते एप्रिल ६७ पर्यंत मी आजगावलाच होतो. शिरोडा, आजगाव ह्या गावातील बहुतेक घरात मीच लाईट फिटींग केली. पहिली सुरुवात दादा परबकडे केली. पण नंतर शिरोड्याचे प्रसिद्ध व्यापारी आण्णा खटखटे ह्यांचेकडे भरपूर काम केले. लेबर कॉट्रॅक्टने मी काम करायचो. सबंध पंचक्रोशीत नवीनच लाईट येणार असल्यामुळे मुंबईपासून त्या भागातले वायरमन तिकडे आले होते. त्यांचा लेबर दर एका पॉंईटला दोन रुपये होता. आणि माझ्या

कामाच्या पद्धतीमुळे मला एका पॉईंटला अडीच रुपये मजुरी मिळत होती. ही वायरींगची कामं करत असताना आजगावच्या रवळनाथ मंदिराचे मोठे काम मिळाले. दसऱ्याला देवाची यात्रा होती. त्यामुळे आठ दिवसात काम पुरे करून यात्रेला देऊळ प्रकाशमान करण्याचा सर्वांचा मानस होता. एम. एस. ई. बी. बोर्डाची लाईट नाही आली तर जनरेटर लावून लाईट चालू करण्याचे ठरले. ते आठ-दहा दिवस मी रात्रंदिवस काम करीत होतो. राजा आजगावकर, बाळू नातू, शशी सुतार वगैरे माझ्या बरोबरीनं जागत होते. आणि ठरल्याप्रमाणे जनरेटर लावून का होईना यात्रेत देवळात लाईट प्रकाशमान झाला. देवाच्या कृपेनं केलेल्या कामात कुठेही फॉल्ट नव्हता. देवाच्या दयेनेच भरपूर कामं मिळत होती. म्हणून मी ठरवले, कुठल्याही देवाच्या मंदिरात फिटींगचे पैसे घ्यायचे नाही. महादेवमंदिर, सूर्यमंदिर, रवळनाथ, श्रीवेतोबा अशा मंदिरातून कामं केली पैसे न घेता. देवाची सेवा म्हणून ही काम करीत असता इलेक्ट्रीसिटी बोर्डाच्या मुख्य साहेबांपासून ते लाईनमनपर्यंत सर्वांची चांगली मैत्री झाली होती. ही कामं करीत असताना अधून मधून नाटकाचा किडा वळवळत असायचा.

-०-

शिरोड्याच्या वाचनालयाच्या मदतीसाठी देवमाणूस नाटक करायचे ठरले. आण्णा खटखटे यांनीच पुढाकार घेऊन हे ठरवले होते. आण्णा खटखटे म्हणजे शिरोड्यातील मोठे प्रस्थ. त्यांच्यातर्फे मी वायरींगची काम करत असल्यामुळे त्यांचा माझ्यावर खूप जीव जडला होता. तर त्या देवमाणूस नाटकात मला दादाची प्रमुख भूमिका, अंजली-रागिणी, सिंधू-नंदिनी, कांता असोलकर-सुहास, मोहन ओटवणेकर-अनिल आणि मोहन अरोंदेकर- विलास– असे त्या भागातील प्रसिद्ध कलाकारांना घेऊन हा प्रयोग बसवला होता.

त्यावेळी आजगावचेच नावाजलेले नट, मोठमोठ्या कंपन्यातून काम केलेले अनंत वाटवे तिथेच स्थाईक झाले होते. ते मुद्दामच माझं काम बघायला आले होते. कारण त्यांनी दादाची भूमिका व्यावसायिक रंगभूमीवर त्यावेळी गाजवली होती. नाना बांदेकरांच्या कंपनीत त्या नाटकात मी दादाच्या भावाची विलासची भूमिका करायचो. आता दादाची प्रमुख भूमिका मी प्रथमच करीत होतो.

प्रयोगाच्या दिवशी मला फणफणून ताप भरला. प्रयोग वाचनालयाच्या मदतीसाठी कॅनव्हसिंग केल्यामुळे रद्दही करता येण्यासारखा नव्हता. मी अण्णा खटखटे यांना म्हणालो, अनंत वाटवेना उभं करून प्रयोग पार पाडू या. पण त्यांनी नकार दिला आणि म्हणाले तुलाच प्रयोग करायचा आहे. त्यांनी शेवटी

संध्याकाळी डॉक्टर आणून मला इंजेक्शन द्यायला लावले. तशाही परिस्थितीत मी ते काम केले.

प्रयोगाला सर्व जाणकार प्रेक्षक होता. सर्वांनी त्या प्रयोगाचे कौतुक केले. अर्थात देवदयेनं प्रयोगही खूप रंगला. अनंत वाटवे यांनी तर सांगितले, 'माझ्यापेक्षाच काय, पण देव माणूस नाटकाच्या ओरीजनल ग्रुप मधील हंसराज कोरडेपेक्षा मला तुझं काम आवडले.' रागिणीही अती उत्तम वठवली अंजलीने.

आण्णा खटखटे यांनी एक दिवस आम्हा उभयंतांना त्यांच्या घरी जेवायला बोलावले. अंजलीची ओटी भरून तिला साडी दिली.

या वायरमनच्या कामामुळे शिरोडा-आजगावच्या बहुतेक घराघरात मी पोहोचलो होतो. त्यामुळे त्या भागात माझी लोकप्रियता खूप वाढली होती. आणि अजूनही इतके वर्षानंतरही अजून ती तशीच टिकून आहे.

-०-

आता माझा मुलगा सुनिल वर्षांचा झाला होता. गावात लाईट येऊनही सात आठ महिने झाले होते. कामाचा जोरही ओसरत चालला होता. मग परत कंपनी सुरू करण्याचे डोक्यात आले. पण पावसाळा तोंडावर आला होता. मग मी कमी पावसाळ्यात सोलापूर जिल्ह्यात जाऊ या असं मनाशी ठरवून परत सरळ पारे गावाला गेलो. तिथली काही माणसं आणि आपली जुनी मंडळी घेऊन त्या भागात प्रयोग करायचे ठरवले. पारे गावात कंपनीसाठी रिकामे घर ठरवले. दोन चार दिवस तालमीसाठी सोय केली आणि आजगावला जाऊन सर्व नाटकाचे सामान आणि माणसं घेऊन पाऱ्यासारख्या एका अगदी लहान खेड्यात आलो. आता कंपनीत सिंधू, कुसुम आणि त्याची लहान बहीण बेबी, विमल ह्या चार मुली आणि गजा कुडाळकर, अनिल गाडगीळ, ही दोनच पुरुष पात्रं आणि आम्ही उभयता मुलाला घेऊन आलो होतो. तिथली आनंदा पाटील, वामन पंडीत आणि दोन तीन पात्रं घेऊन त्याच्या तालमी घेतल्या जात असताना पहिल्या सुरुवातीला पावसाची कुठे अडचण यायला नको म्हणून मंगळवेढा येथील सुंदर टॉकीज पंधरा दिवसासाठी भाड्याने ठरवले. उतरायची सोय त्या थिएटर मध्येच केली. आणि पहिला मुक्काम मंगळवेढ्याला नेला. पारेगाव ते मंगळवेढा जवळ जवळ चाळीस मैल अंतर होते. प्रवासाची तशी काहीही सोय त्यावेळी नव्हती. मग चार बैलगाड्या ठरवून पारेगाव सोडले. मंगळवेढ्याचा पहिलाच मुक्काम एकदम तोट्यात गेला. मग परत पारेगावच्याच बैलगाड्या मागवून मुक्काम हलवून पारेगावजवळच घेरडीला आणला. इथे मात्र उत्पन्न

बऱ्यापैकी होत होते. इथे जवळ-जवळ महिनाभर मुक्काम होता. पावसाळा असल्यामुळे कधीतरी एखाद- दोन दिवस पावसामुळे प्रयोग बंद ठेवाला लागायचे.

घेरडीचे श्रीमंत दादा डोंगरे गावचे सरपंच. अतिशय दिलदार आणि कलावंतांची कदर करणारा माणूस. अहो, ह्या खेड्यातल्या माणसाने प्रभातच्या अयोध्येचा राजा ह्या सिनेमात भूमिकाही केली होती. उंचीपुरी देहयष्टी, दिसायला देखणे, घेरडी सारख्या खेड्यात मोठा वाडा, भरपूर शेतीवाडी, नावाप्रमाणे श्रीमंत दिलदार अत्यंत लोकप्रिय व्यक्ती. त्यांच्याच वाड्यात आमचे नाटकाचे प्रयोग होत होते. त्यांचा धाकटा भाऊ अरविंदकाका डोंगरे. त्यांचं वाड्यासमोरच किराणा मालाचं दुकान होते. हे अरविंदकाकाही अत्यंत रसिक, सहकार्य करणारे. त्यांच्याच दुकानात आमची तिकीट विक्री असायची.

मार्च १९६७ ते जुलै १९७० इतके दिवस अगदी न थांबता कंपनी चालवली. सुरुवातीला दहा पंधरा माणसात सुरू केलेली कंपनी काही दिवसात पस्तीस माणसांपर्यंत वाढली. ह्या काळात आजगावहून आलेली सिंधू, कुसुम, बेबी, विमल, अनिल गाडगीळ, गजा कुडाळकर, जिवा गडी, आम्ही उभयता आणि नंतर ह्या भगातील माऊलीकर, जयसिंग वाणी, पंढरपूरचा श्रीराम गोकाककर, जेम्स, शंकर परदेशी, अरविंद कुलकर्णी, बाबू गोंधळी, बाळू रसाळ, इस्माईल शेख, दावूद जमदाडे आणि कोकणातून आलेले अप्पा नेमळेकर, रमेश नेमळेकर, अंजलीचा भाऊ सुरेश, आजगावला मला मारणारा गजा आजगावकर असा सर्व कलावंताचा ग्रुप पगारी होता. ह्या काळात गोकुळचा चोर, झाशीची राणी, सोन्याची द्वारका, मुंबईची माणसं, एखाद्याचं नशीब, स्वामिनी, संशय कल्लोळ, देवमाणूस, उमाजी नाईक, डॉ. कैलास, एकच प्याला, कान्होपात्रा, बेबंदशाही, एक होता म्हातारा, वेगळं व्हायचंय मला, बाळ चिलया, पाटलाची औलाद, देवावर मात अशा नाटकाचे प्रयोग करीत होतो. त्यासाठी लागणारी सर्व ड्रेपरी, पडदे सर्व सामान हळूहळू झाले होते. हातपेटी, पायपेटी, ढोलकी, तबला हे स्वत:चे होते. सुरुवातीला स्पीकर भाड्याने घेत होतो. पण नंतर तोही मालकीचा झाला. सुरुवातीला गॅसच्या बत्त्या भाड्याने घ्यायचो. नंतर त्याही घेतल्या गेल्या. नंतर नंतर प्रत्येक गावात वीज आल्यामुळे लाईटचं सामान घेतलं गेले. इतकंच काय स्टेजसाठी लागणारे बल्या, बांबू हे मांडवाचं सामान आणि हजार दीड हजार प्रेक्षक बसतील इतकी कनात- सर्व सामान स्वत:चे झाले होते. सुरुवातीला बैलगाडीतून सामान हलवायचो. तेच सामान न्यायला ट्रक लागू लागला. ह्या चार वर्षात पारे, मंगळवेढा, घेरडी, शेगाव, ढफळापूर, जत, जवळे, भोसे,

सांगोला, नाझरे, नागज, खानापूर, खरसुंडी, झरे, आटपाडी, दिघची, गादेगांव, चिंचोली, करकम, भंडीशेगाव, तांदूळवाडी, वेळापूर, भोसे, मोंडलिंब, मोहोळ, वैराग, भूम असा कंपनीचा मुक्काम कुठे पंधरा दिवस, कुठे महिना, कुठे कुठे दोन दोन महिने चालायचा. त्यावेळी सुरुवातीला स्त्रिया-मुलांना चार आणे आणि पुरुषांना आठ आणे असा तिकीटाचा दर असायचा. नंतर नंतर तो दुप्पट झाला.

आम्ही ज्या भागात कंपनी घेऊन फिरत होतो तो सर्व भाग तमाशाचा शौकीन, त्यामुळे आमच्या प्रयोगाला स्त्रिया-मुलांचीच गर्दी असायची. त्या भागातले लोक आम्हाला म्हणायचे— तुमच्या नाटकात ढोलकी वाजत नाही, बाई नाचत नाही, त्यामुळे तुमच्या नाटकाला पुरुषांची गर्दी होत नाही. आम्ही करत असलेल्या नाटकात तसा प्रसंग कुठेच आम्ही दाखवू शकत नव्हतो. मग मीच विचार केला, आपल्याला असं कुठलं तमाशा प्रधान नाटक बसवता येईल का? आणि नाचणाऱ्या कुठून आणायच्या. आमच्याकडे असलेल्या मुलींना तो प्रकार माहीतही नव्हता. मग मीच नाटक लिहायचे ठरवले. नाटकाची कसलीही कथा डोक्यात नव्हती. पण नाटकाचे नाव मात्र निश्चित केले. 'पाटलाची औलाद' आणि नाटक लिहायला सुरुवात केली. पाटील म्हटलं की बाई-बाटली असा समज सिनेमामुळे त्या काळी सर्वत्र पसरलेला होता. हे सर्व टाळून चांगलीच माणसं समाजात आहेत असं कथानक आपण ठरवू या. मग पाटलांची भाऊबंदकी, विचार अविचाराचा संघर्ष त्याचे होणारे विपरीत परिणाम, असं कथानक डोळ्यासमोर ठेवून नाटक लिहिले. ह्यात गाणी होती, लावणी, सवाल जबाब होते. तरीही तमाशा नव्हता. तमाशा फडच फुटल्यामुळे फक्त तमाशाचा मालक, नाचणारी मुलगी आणि नाच्या अशी तीनच पात्रं त्या नाटकात मी रंगवली. नाटक रहस्यमय असे लिहिले गेले. नाटकाचे वाचन प्रथम कंपनीच्या मंडळी समोरच केले. सर्वांना नाटक आवडले. पण नाचणाऱ्या तमासगिरीची भूमिका कंपनीतील कुणीही मुलगी करायला तयार होईना. अर्थात त्यांचा कोणाचाही तो दोष नव्हता. सर्वच मुली कोकणातल्या घरंदाज. तमाशा माहीत नाही आणि तमाशा हलक्या लोकांची कला. मुख्य म्हणजे कोणालाच नाचता येत नव्हते आणि मी लिहिलेल्या नाटकात ती नाचणारीच मुख्य. तिच्याभोवतीच शेवटी कथा जाते. बाकी सर्व पात्रं– पाटलीण, तिची मोलकरीण, सर्व पुरुष पात्रं तयार होती. त्या नाचणारीप्रमाणेच, नाच्याचं काम करायला कुणी तयार होईना. वेळ पडली तर मी ते काम करायची तयारी ठेवली होती. ह्या नाटकाच्या वेळी कंपनी घेरडीतच होती. मी जवळ्याच्या बाबू गोंधळीला त्याच्या ऐल्ली नावाच्या नाचीसह

कंपनीत आणले. त्या नाटकातील फुटलेल्या फडाच्या मालकाच्या भूमिकेला बाबू गोंधळीलाच उभा केला आणि त्या ऐल्ली नाचीला बकुळेच्या मुख्य भूमिकेला उभी करून तालमी सुरू केल्या. त्या ऐल्लीला लिहिता वाचता येत नव्हते आणि तिचा नाच म्हणजे नुसते हात पाय हलवणे. चार-पाच गाणी वेगवेगळी, पण सर्व गाण्याला नाच तोच. ना भाव ना अभिनय. दुसरे म्हणजे ती तंबाखू खाऊन कुठेही पिचकाऱ्या मारायची. गावात कुठेही हॉटेलमध्ये गप्पा मारत बसायची. आमच्या कंपनीच्या मुली, नाटकाशिवाय कंपनीचं बिऱ्हाड सोडून कुठेही जात नव्हत्या. त्या तमाशातल्या पोरीमुळे, गावातील माणसं आम्हाला नाव ठेवायला लागली होती. तालमी चालू असताना कंपनीतल्या स्त्रियांना ती भूमिका करायचा मोह होत होता. पण धाडस होत नव्हते. मग मीच अंजलीला समजावले आणि ही भूमिका तूच कर म्हणून सांगितले. तू कलावंत आहेस, कलावंताला कुठलीही भूमिका करता आली पाहिजे. ती म्हणाली, 'मी भूमिका करेन, पण नाचाचं काय?' मी तिला सांगितले त्याची काळजी तू करू नकोस. नाच बसून घ्यायची जबाबदारी माझी आणि तुझ्या मनाप्रमाणे नाच बसल्याशिवाय आपण प्रयोग करायचा नाही.

ती तयार झाली. ती भूमिका अप्रतिम करणार याची मला खात्री होती. म्हणून मी फक्त तिच्या नाचावर मेहनत घ्यायचे ठरवले. नाचातले मला काहीएक कळत नसताना मी धाडस करीत होतो. नाच बसल्यावर मुद्दाम दादा डोंगरे यांना तालीम बघायला घेऊन आलो. त्यांनीही तिला प्रोत्साहन देऊन तिची भीती घालवली आणि पहिला प्रयोग घेरडीतच बाजार पटांगणात लावला. आश्चर्य म्हणजे नेहमीपेक्षा तिप्पट गर्दी नाटकाला झाली. ह्या नाटकापासून तिकीट दरही दुप्पट झाले. दादा डोंगऱ्यांनी अंजलीला शंभर रुपये बक्षीस दिले. ते म्हणाले, 'एकच प्यालामधील सिंधू, कान्होपात्रामधील कान्होपात्रा अशा भूमिका करणाऱ्या मुलीनं आज एका तमासगिरीची भूमिका तितक्याच ताकतीनं केली आहे. हे खरे कलावंत आहेत.' विशेष म्हणजे ह्या नाटकातील सर्व गाणी चालीसह मीच लिहिली. नाटकाची नांदीच अशी केली– एक कडवं नाटकाच्या नांदीप्रमाणे आणि दुसरं कडवं तमाशातल्या गणाप्रमाणे. पहिल्या घेरडीच्या प्रयोगाच्या वेळी बाबू गोंधळी ढोलकीला. ती तमासगिराची भूमिकाही तोच करत होता. अंजलीच्या पायात चाळ (घुंगरू) बांधले पण ते न-वाजणारे आणि वाजणारे घुंगरू बाबू गोंधळीच्या हाताला बांधले आणि वर कोट घातल्यामुळे ते लोकांना दिसलेच नाहीत. नाटक लोकांना खूप म्हणजे खूप आवडले. ह्या नाटकामुळे कंपनीचं उत्पन्नही वाढले.

नंतर असंच एक काल्पनिक नाटक 'देवावर मात' म्हणून दुसरं नाटक लिहिले. त्यात देवाचा सूड घेण्याची प्रवृत्ती निर्माण झालेल्या सुशिक्षित बेकराची व्यथा रंगवली होती. विष्णू, यम, नारद, ब्रह्मदेव, यमदूत, अप्सरा अशी सर्व पौराणिक पात्रं आणि एक देवाचा सूड घेणारा माणूस. नाट्यसंगीतापासून कीर्तन, लावणी, भांगडा, ट्विस्ट असा सर्व प्रकार त्यात होता. तेही असं रहस्यमय नाटक. हे नाटक खूप खूप म्हणजे खूपच लोकप्रिय झाले. अशा तऱ्हेनं त्या भागानेच मला लेखक केले. ह्या चार वर्षात सुरुवातीला कंपनी दहा पंधरा असलेली मंडळी नंतर तीस पस्तीसपर्यंत गेली. सर्व पगारी. ह्या तीन चार वर्षांच्या कंपनीच्या फिरतीतही बरे-वाईट अगदी लक्षात राहण्यासारखे अनेक अनुभव आले आणि ते जर मी इथे सांगितले नाहीत तर वाचकांना कसे कळणार?

मुख्य म्हणजे घेरडी, सांगोला तालुक्यातले हे गाव आणि तिथले ते श्रीमंत दादा डोंगरे. हे गाव जणू कंपनीचं माहेरच म्हणावे लागेल. त्या भागात असताना दिवाळी म्हणा, शिवारात्रीची यात्रा म्हणा, आम्हाला त्या गावाने बैलगाड्या, ट्रक पाठवून पुन्हा पुन्हा प्रयोग करायला निमंत्रित केले. बेबंदशाही नाटक ह्याच गावात असताना आम्ही बसवले. त्याला लागणाऱ्या ड्रेपरीसाठी दादा डोंगरे यांनीच त्याकाळी सात आठशे रुपये उसने दिले. पाटलाची औलाद, देवावर मात ह्या नाटकांचा पहिला प्रयोग करत होतो ती जागा ह्या नाटकाला पुरणार नाही म्हणून तो प्रयोग बाजार पटांगणात करायचा ठरला. तर दादा डोंगरे आणि त्यांचे धाकटे बंधू अरविंदकाका डोंगरे यांनी आम्हाला सांगितले, तुम्ही फक्त प्रयोग चांगला करण्याचा प्रयत्न करा बाकी त्या प्रयोगाची पब्लिसिटी, बाजार पटांगणात स्टेज उभारणे, कनात लावणे, तिकीट विक्री सर्व आम्ही पाहतो. त्यावेळी तिथे छोटे पीर पाटील, पोलीस पाटील होते. ह्या सर्वांनी ही जबाबदारी उत्तम रीतीने पार पाडली. ह्या प्रयोगापासूनच त्यानी तिकीटाचे दर चार-आठ आणे होता, तो आठ आणे, रुपया केला. ह्या पहिल्या प्रयोगाला सहा सातशे रुपये उत्पन्न झाले.

कोयनेचा मोठा भूकंप झाला त्यावेळी आमचा मुक्काम सांगली जिल्ह्यातील जतला होता. इथे कंपनीच्या बिऱ्हाडाची सोय राजवाड्यातील हत्तीच्या, घोड्यांच्या पागेत होती. मध्यरात्री नंतर भूकंप झाला तेव्हा आम्ही प्रयोग करून येऊन नुकतेच जेवून झोपलो होतो. ह्या पागावर पत्रे होते. त्यामुळे भूकंपाचा जेव्हा हादरा बसला तेव्हा त्याचा आवाज खूप मोठा भयावह होता. आम्ही सगळेच भीतीनं बाहेर धावलो. लाईट नाही. तो दुसरा हादरा बसला. ह्या भानगडीत

आमचा दीड दोन वर्षाचा मुलगा आतच राहिला आहे हे आमच्या लक्षातच आले नाही. मग त्याला घेऊन बाहेर आलो. तोपर्यंत परत मोठा आवाज होऊन वाड्याचा दिंडी दरवाजा कोसळला. लोकांना माहीत नव्हते, की आम्ही घोड्याच्या पागेत उतरलो आहोत. सकाळी सर्वत्र वाऱ्यासारखी बातमी पसरली. नाटक कंपनी वाड्यात सापडली. पण दिंडी दरवाजा पडल्यामुळे त्यांना आत येता येत नव्हते आणि आम्हालाही बाहेर जायला मार्ग नव्हता. दुपारी सर्व शांत झाल्यावर गावकऱ्यांनी पडलेला दिंडी दरवाजा बाजूला करून आत प्रवेश केला. आम्ही सर्व सुखरूप आहोत असं पाहिल्यावर सर्वांचंच टेन्शन गेले.

गंमत म्हणजे तोपर्यंत सर्वत्र बातम्या अशा पसरल्या की, वाड्याचा भाग भूकंपाने पडला. ज्या वाड्यात नाटक कंपनी उतरली होती ती सर्व खलास झाली. अशा अफवा सर्वत्र पसरत होत्या. ही बातमी घेरडीला श्रीमंत डोंगऱ्यांच्या कानापर्यंत पोहचली. त्यांनी ट्रक घेऊन माणसं पाठविली. असतील तशा परिस्थितीत सामानासह सर्वांना घेरडीला घेऊन या असं त्यांनी सांगितले. आम्ही सर्व सुखरूप आहोत हे पाहून त्या सर्वांना आनंद झाला.

जतच्या ह्या प्रसंगानंतर कंपनी ढपळापूरला गेली. जत तालुक्यातील हे गाव असल्यामुळे तिथे प्रयोग करण्यासाठी लागणारे सरकारी परवाने काढण्यासाठी तहसील ऑफीसमध्ये मामलेदारांकडे अर्ज केला. लागणाऱ्या फीची चलन भरली. पण त्यांनी मला सांगितले सातशे रुपयाचं सेव्हींग सर्टिफिकेट घेतल्याशिवाय परवाना मिळणार नाही. मी त्यांना म्हणालो, "साहेब, चार-आठ आण्यात तिकीट लावून आम्ही लोकांना चांगली नाटकं दाखवतो आहोत. रोजचे उत्पन्न दिड-दोनशे रुपये जेमतेम असते. त्यात पंचवीस माणसांचे जेवणखाण, पगार, तिथला स्थानिक खर्च, लाईट-स्पीकर भाडे हे भागवताना आमची मारामार होत आहे आणि तुम्ही म्हणता सातशे रुपयांची सेव्हींग सर्टिफिकेट घ्या. मी एवढी रक्कम देऊ शकत नाही."

त्यांनी आम्हाला परवाना देण्याचे नाकारले. म्हणाले, तुम्हाला कंपनी चालवायला मारामार होत आहे तर बंद करा कंपनी. मग मी बिना परवान्याने प्रयोग सुरू केले. दुसऱ्या दिवशी प्रयोग चालू असताना पोलीस येऊन प्रयोग बंद करा म्हणाले, मी त्यांना सांगितले, "मी प्रयोग बंद करू शकत नाही. कारण समोर ही लोकं तिकीट काढून प्रयोगाला आली आहेत. तुम्हाला काय पंचनामा करायचा तो करा. पाहिजे तर नाटक संपल्यावर मला धरून न्या. पण मी प्रयोग बंद करणार नाही." त्यांनी गावच्या पोलीस पाटलांना बोलावून पंचनामा केला.

मी दुसऱ्या दिवशी सकाळी सांगलीला गेलो आणि झाल्या प्रकाराची लेखी तक्रार प्रत्यक्ष भेटून कलेक्टर साहेबांना दिली. त्यांनी ती वाचली आणि मला सांगितले. तुम्ही परवान्यासाठी भरलेल्या फीच्या चलनाची प्रत तुमच्याजवळ ठेवा आणि प्रयोग चालू ठेवा, मी काय करायचे ते बघतो.

माझ्या तक्रारीचा परिणाम असा झाला– त्यांनी त्या मामलेदारांना सस्पेन्ड केले आणि आम्हाला सांगली जिल्ह्यात कुठेही फिरा आणि प्रयोग करा म्हणून लेखी परवानगी दिली. एक पैसाही फी न भरता.

पुढे ते मामलेदार वर्ष दीड वर्ष माझी विनंती करीत होते, 'मला माफ करा आणि तुम्ही केलेला तो अर्ज मागे घ्या.'

मला वाटतं त्यावेळी सांगली जिल्ह्याचे कलेक्टर शिंदे म्हणून कोणी होते.

दादा डोंगऱ्यांचं म्हणणं होतं आम्ही सर्व इथेच घेरडीतच स्थायिक व्हावे आणि त्यावेळी पोलीस पाटील, तलाठी, भाऊसाहेबांना हाताशी धरून त्यावेळच्या कसल्याशा सरकारी योजने अंतर्गत तीन एकर जमीन माझ्या नावे करूनच देण्याचा प्रयत्न त्यांनी केला. पण मीच त्यावेळी नाटकाच्या नादाने त्यांना नकार दिला पण आज त्या गोष्टीचा पश्चात्ताप नाही पण खेद होत आहे.

आम्ही ह्या भागात असतानाच घेरडी गावाजवळच असलेल्या मुसलमानाच्या जमिनीत एक भलं मोठं शिवलिंग प्रगट झाले होते. एका गुराख्याला त्या ओसाड पठारावर भर उन्हात एका ठिकाणी पाण्याची ओल दिसली म्हणून त्याने तिथे आपल्या काठीनंच खणले तर त्या जागेत पाण्याचा झराच वाहू लागला. तो पाहण्यासाठी सारा गाव जमला. सर्वांना आश्चर्य वाटले. मग गावातील जाणकारांच्या मदतीनं दादा डोंगऱ्यांनी पुढाकार घेऊन अजून खणून पाहिले तो चार फुटावर मोठे शिवलिंग सापडले आणि त्यातून तो पाण्याचा झरा वाहत होता. अशा तऱ्हेनं तिथे महादेवाचे लिंग प्रगट झाले. मग तिथे महाशिवरात्रीला यात्रा सुरू करायचे ठरले. आम्ही त्या वेळी सांगोल्याला होतो. स्वत: दादा डोंगरे, छोटे पीर पाटील ट्रक घेऊन आम्हाला न्यायला आले. आम्हाला नाही म्हणता येईना. जत्रेत स्टेज, लाईट सर्व सोय त्यांनी करून दिली. कान्होपात्रा नाटक करायचे ठरलं. नाटक सुरू होऊन दोन अंक होत आले होते आणि अचानक वारा, वादळ पाऊस जोरात सुरू झाला. सर्व आमच्या मदतीला धावले. पण त्या माळावर कसलाही आडोसा नसल्यामुळे सर्व सामान भिजून गेले. शेवटी सर्व सामान बैलगाड्यात भरून आम्हाला शाळेत नेऊन सोडले. तिथेच दोन-तीन दिवस शाळेतच राहून सर्व सामान धुवून वाळवून आम्ही पुढच्या प्रवासाला निघालो.

नाझरे हे सांगोला तालुक्यातलेच गाव. पूर्वी मी चंद्रकांत शेटेबरोबर चिणक्याला होतो. तिथून नाझरे हे गाव फक्त एका कोसावर आणि तेव्हापासून तिथले पोलीस पाटील तुकाराम पाटील माझ्या चांगले परिचयाचे. ह्या गावात रामोशी नाईकांची बऱ्यापैकी वस्ती होती. पूर्वी ह्याच रामोशांनी ह्या गावात आलेल्या टुरींग टॉकीजचा तंबू जाळून टाकला होता. कारण काय तर, त्यांना फुकट सिनेमाला सोडले नाही म्हणून. तेव्हापासून ह्या गावात तमाशा, सर्कस, सिनेमा गेली पंधरा वर्षात आला नव्हता. भाऊसाहेब मालुसऱ्यांच्या कंपनीत असताना दोन-तीन वर्षांपूर्वी मी ह्या गावात आलो होतो. पण त्यावेळी तुकाराम पाटलाच्या राहत्या वाड्यातच आम्ही प्रयोग करीत होतो. त्यामुळे या नाईक मंडळीचं काही चालले नाही. आम्हीही बाहेर कनात लावूनच प्रयोग करणार म्हटल्यावर पाटील म्हणाले, "अरे, ह्या नाईक मंडळींचा भरवसा नाही. म्हणून मी तुला कंपनी आण म्हणून सांगत नाही." मी त्याना म्हणालो, "पाटील, अहो पंधरा वर्षांचा काळ लोटला आहे. आता ते ह्या गोष्टी विसरूनही गेले असतील आणि अशा त्यांच्या भीतीनं गावात कसलेही कार्यक्रमच करायचे नाहीत हेही चूक आहे. मला वाटतं, पाटील, त्यांच्या पुढाऱ्यांशी आपण पाहिजे तर ह्या विषयावर बोलून घेऊ या. आपण प्रयत्न करू या." तेव्हा पाटील म्हणाले, "ठीक आहे. उद्या तुम्ही या. मी त्यांच्या पुढाऱ्यांना बोलावून घेतो."

दुसरे दिवशी मी ठरल्यावेळी गेलो. तेव्हा त्यांचे पाच सहा पुढारी तिथे हजर होते. सर्व व्यवस्थित बोलणी झाली. मी त्यांना म्हणालो, "पूर्वी कुणाच्या चुकीमुळे आपल्या गावावर लागलेला हा डाग पुसून टाकण्याची ही संधी आली आहे. ती आपण दवडू नका." ते म्हणाले, "आम्ही ह्या गावाचे नाईक रामोशी आहोत. आमचा तो हक्क आहे."

"अहो, पण आम्ही तो नाकारत नाही. आमच्या कंपनीचा जितके दिवस मुक्काम असेपर्यंत आम्ही तुम्हाला प्रत्येक नाटकाला पंचवीस फ्री पास देऊ. तुम्ही आलटून पालटून ते सर्वांना द्या." त्यानी हे पाटलांसमोर मान्य केले. आम्ही कंपनी घेऊन तिथे आलो. पहिला प्रयोग गोकुळचा चोर लावला. गर्दी बऱ्यापैकी होती. मी नेहमीप्रमाणे दोन बेल होईपर्यंत बाहेर बुकींगवर होतो. नंतर बाळू रसाळना बुकींगवर बसवले आणि मी आत गेलो. मेकअप करून तिसरी बेल दिली आणि नांदी सुरू केली. इतक्यात बाळू रसाळ धोतराच्या सोग्यात सर्व गल्ला भरून धावतच आले. चांगलेच घाबरले होते. थरथर कापत होते. धोतरच ओलं व्हायचं बाकी होतं. मला म्हणाले, "पाच-पंचवीस रामोशी कुऱ्हाडी घेऊन

आलेत. आम्हाला फुकट सोडा म्हणतात. नाही तर कन्नात पेटवून देऊ म्हणतात.''

मी आमच्या चार माणसांना बोलवून आधी कनात काढून घ्यायला सांगितले. दोन अडीचशे रूपये गल्ला आमच्या हातात आला होता. वादावादी करून प्रयोग बंद करायला लागला तर पैसे कसे परत करता येतील? म्हणून कनातच काढून घेतली आणि प्रयोग सुरू केला. दोन अंक सर्वांना नाटक पाहून दिले आणि तिसऱ्या अंकाच्या सुरुवातीला मी स्टेजवर गेलो आणि सर्वांना उद्देशून सांगितले, ''ही कंपनी आपल्या भागातली नाही. आम्ही कोकणातून आमची कला दाखवायला ह्या भागात फिरत आहोत. ज्यावेळी अशा गावातून आम्ही फिरतो ते लाकूड फाट्यापासून प्रत्येक गोष्टीला पैसे मोजावे लागतात. आपणच विचार करा. लाईट, स्पीकर भाडे, पस्तीस माणसांचे जेवण, चहापाणी, पगार याला किती पैसे लागत असतील. शिवाय ह्या सर्वाला सरकारी परवानासाठी फी लागते. आठ आणे रुपया तिकीटानी किती पैसे जमत असतील? मागे असाच कोणी सिनेमाचा तंबू पेटवून दिला होता आणि तेव्हापासून आजपर्यंत आपल्या गावात सिनेमा, नाटक, तमाशा, सर्कस कधीही आली नाही. आपल्या तुकाराम पाटलांनी आम्हाला ह्याची पुरेपूर जाणीव करून दिली होती. आपल्या गावातील नाईक मंडळींचा कार्यक्रम फुकट पाहणे हक्क आहे. आम्हालाही ते मान्य आहे. पण ही सर्व मंडळी रोजच नाटकाला फुकट आली, तर आम्ही आमचा खर्च कसा भागवायचा? त्यासाठी त्यांच्या पाच सहा पुढाऱ्यांना बोलावून प्रत्येक नाटकाला पंचवीस पास द्यायचे कबूल केले. त्यांनीही ते मान्य केले आणि म्हणूनच आम्ही इथे आलो. ठरल्याप्रमाणे आम्ही त्यांना आजही पंचवीस पास दिले. तरीही आपण कुऱ्हाडी घेऊन आमचं स्वागत करायला इथं आलात. आम्ही आपल्या सर्वांना फुकट सोडले, नाहीतर कनात पेटवून देतो म्हणालात. म्हणून ती पेटवण्यापूर्वीच आम्ही ती काढून घेतली आणि उघड्यावर हा प्रयोग सुरू ठेवला. आम्ही उद्याचा दिवस अजून एक प्रयोग करू आणि आपले गाव सोडून निघून जाऊ. पण पुढे जिथे जिथे जाऊ तिथे तिथे हा झालेला प्रकार सांगत राहू. आपल्या गावाचं नाव खराब होऊ नये असं जर वाटत असेल तर उद्याच्या प्रयोगाला सर्वांनी तिकीट काढून यावे. आपल्याला हे मान्य असेल तरच ठरल्याप्रमाणे पंधरा दिवस आम्ही इथे थांबू आणि जर आजच्यासारख्याच उद्या प्रकार घडणार असेल तर आम्ही निघून जाऊ. आपल्या गावच्या नाईक मंडळींनी आम्हाला एवढे सहकार्य करावे. आपण पुरुष माणसं तालुक्याला अगर बाहेर कुठेही जाऊन तमाशा सिनेमा पाहतो. पण आपल्या आया बहिणींनी, पोराबाळांनी कुठे

जायचं? आणि ह्याचसाठी असे ग्रामीण भागात नाटक करीत आम्ही फिरत आहोत. तेव्हा आपल्या गावच्या आया बहिणींना, पोराबाळांना ही करमणुकीची आलेली संधी घेऊ द्यावी. पाहिजे तर आम्ही शेवटच्या दिवशी ह्या नाईक मंडळीसाठी उमाजी नाईक नाटक सर्वांसाठी फुकट दाखवू. उद्या आम्ही आपल्यासमोर झाशीची राणी नाटक सादर करणार आहोत. तरी आपण ह्या सर्वांचा विचार करावा.'' असं सांगून लागलीच नाटकाचा तिसरा अंक सुरू केला. दुसऱ्या दिवशी तेच रामोशी आमची कनात राखत होते. कुणालाही फुकट सोडायचे नाही असं सांगत होते. अगदी पोलीस पाटील, सरपंच, तलाठी, गावपाटील यांना सुद्धा. अशा तऱ्हेनं पंधरा दिवस व्यवस्थित पार पडलो. त्यांना सांगितलेल्या शेवटच्या दिवशी उमाजी नाईक नाटक लावले, पण त्याही प्रयोगाला त्यांनी कुणालाही फुकट येऊ दिले नाही. उलट दोन अंकानंतर मी उमाजी नाईकाची भूमिका करत होतो म्हणून माझा फेटा बांधून सत्कार केला.

हेच जर आम्ही पहिल्या दिवशी कुणालाही फुकट सोडणार नाही असा निर्णय घेतला असता तर त्यांनी कनात पेटवायला कमी केले नसते. शेवटी रामोशीच ते. पण त्याना आम्ही परिस्थितीची जाणीव करून दिली. त्यांच्यातला माणूस जागा केला आणि म्हणूनच ही किमया झाली.

-०-

मंगळवेढा तालुक्यातील भोरुयाला मुक्काम होता. डॉ. कैलास नाटकाचा प्रयोग होता, स्टेजवर कालिंदी, हरबा, आई, डॉक्टर कैलास, रेखा यांचा सीरियस सीन रंगात आलेला आणि प्रेक्षक हसत होते. आम्हाला काहीच कळेना. प्रत्येक जण आपआपल्या वेशभूषेकडे पाहात होता आणि जेव्हा मागे वळून पडद्याकडे पाहिले तर आमचा दीड वर्षाचा मुलगा सुनील रंगपटातील रंग तोंडाला फासून, पावडर डोक्यावर ओतून पडदा वर करून प्रेक्षकांकडे पाहतो आहे. तो पेटीवाल्यांजवळ विंगमध्ये बसला होता. तो केव्हा आत गेला कुणाच्याच लक्षात आले नाही. अशा तऱ्हेनं त्या सीरियस प्रवेशाचा फज्जा झाला.

ह्या मुक्कामात असताना एक दिवस दुपारी चार वाजल्यापासून सहा वाजेपर्यंत धुवाधार पाऊस पडत होता. आम्ही सर्व मंडळी, वाड्याचे मालक, सरपंच गप्पा मारत बसलो होतो. आजचा प्रयोग कसा होणार? ह्या विचारात असताना पाऊस थांबला. सरपंच म्हणाले आता पाऊस येणार नाही. खुशाल प्रयोग करा. स्पीकर चालू करून प्रयोगाची जाहिरात करा. आपण कान्होपात्रा प्रयोग करू या असं सांगून मी तांब्या घेऊन दोन नंबरला जवळच असलेल्या

ओढ्याच्या काठी विधीला बसलो. आमचा लाऊड स्पीकर चालू झाल्याचं ऐकायला येत होते. तोच एक सहा साडे फूट उंचीचा म्हातारा-धोतर, अंगात मोठी घाटी पैरण, डोक्याला पटका, हातात खांद्यापर्यंत उंचीची काठी तो म्हातारा माझ्यासमोर येऊन बसला. मी त्याला म्हणतोय, काय पावणं ही काय थट्टा करताय. अहो इथे कुठे बसलात? असं मी त्याला म्हणेपर्यंत त्याने माझ्या समोरचा तांब्या उचलला आणि गटागटा सारं पाणी पिऊन टाकले. मी आपला आहो आहो करतच राहिलो. तोपर्यंत तो उठला. त्याचे एक पाऊल माझ्यासमोर, दुसरं पाऊल ओढ्याच्या पलीकडे. त्या ओढ्याचं पात्र कमीत कमी तीस चाळीस फूट. आता तो पलीकडे आणि मी अलीकडे. त्याच्या चेहऱ्यावर मिस्किल हास्य. मी पाहातच राहिलो. पटकन मी ओढ्याच्याच पाण्याने ढुंगण धुतलं आणि कपडे सावरीत त्याच्याकडे पाहात पाहात परत बिऱ्हाडी निघालो. त्याचेकडे पाहत पाहत मागे मागे चाललो असताना मोठ्या कडूलिंबाच्या झाडावर आपटलो. मला वाटलं त्यांनीच मला मागून धरले आणि मी मोठ्याने ओरडलो, घाबरलो आणि धावतच कंपनीच्या बिऱ्हाडी आलो. माझी ती अवस्था पाहून सर्वच घाबरले. मला पाणी पाजले.

मग सर्व हकीगत मी सर्वांना सांगितली, तेव्हा ते सरपंच म्हणाले, ‘‘काही घाबरू नका. तो ह्या पंचक्रोशीचा रक्षक आहे. अवं, तो तुमच्या तांब्यातले पाणी पिवून तृप्त झाला बघा. आज तुमच्या नाटकाला बघा कशी फुल गर्दी होते ती आणि खरंच, त्याआधी एवढा पाऊस पडूनही आमच्या प्रयोगाला त्या मुक्कामातले सर्वात जास्त उत्पन्न झाले.

दिघंचीच्या मुक्कामी असताना भाऊबीजेच्या दिवशी आम्ही माढ्याला ‘एखाद्याचं नशीब’ हा प्रयोग कॉन्ट्रॅक्टने दिला होता. दिवाळी असल्यामुळे दिघंचीचा प्रयोग करून आम्ही एस. टी. ने सामान घेऊन माढ्याला जाणार होतो. पण माण नदीला पूर आल्यामुळे एस. टी. च्या गाड्या बंद झाल्या होत्या. पाऊस नव्हता पण नदी दुथडी भरून वाहत होती. मोठ्या काहिलीमधून लोकांची ये-जा चालू होती. मग आम्ही दिघंची ते माढा बैलगाडीने जायचे ठरवले. दिघंचीचा प्रयोग संपला. आमची जेवणं झाली आणि आम्ही रात्री दोन वाजता सामानासह नदीवर आलो. त्या नाटकाला लागणारे सामान आणि त्यात काम करणारे कलावंत एवढेच घेऊन आम्ही जाणार होतो. एक गॅसबत्तीच्या उजेडात सामानासह माणसं त्या काहिलीत बसली. एक गाडीवान, मी आणि दाऊद म्हणून आमचा कंपनीचा माणूस तिघंही नदीच्या पात्रात उतरलो. भर रात्री दोन वाजता– तसा पूर ओसरला होता. पाणीही गळाभर होते. पण त्या पाण्याला अतिशय ओढ होती.

आम्ही तिघं माणसांसह ती काहील ढकलत पलीकडे नेत होतो. पाण्याला ओढ असल्यामुळे पाय टेकत नव्हते. आम्हाला पोहतच ती काहील ओढत पलीकडे न्यावी लागत होती. काहीलीतली सर्व जण घाबरली होती. इतक्यात दाऊदचा काहीलचा हात सुटला आणि तो पाण्याच्या ओढीमुळे गटांगळ्या खायला लागला. तो प्रवाहाबरोबर वाहत चालला. त्याला वाचवायला जावं तर ती काहील वाहत जाणार. मग तो गाडीवान आणि मी दोघांनीच जोर लावून काहील पलीकडे नेली. दाऊदही खाली फर्लांगभर जाऊन नदीच्या पलीकडे काठावर आला. अशा तऱ्हेनं धाडस करून बैलगाडीने कंपनी माढ्याच्या रस्त्यानं मार्गस्थ झाली. आम्ही माढ्यात पोहचलो तेव्हा सायंकाळचे पाच वाजले होते. आमची वाट पाहून तिथली मंडळी प्रयोग रद्द करण्याचा विचारात होती. आम्ही पोहोचायला अजून अर्धा पाऊण तास उशीर झाला असता तर प्रयोग झाला नसता. पण देवदयेनं प्रयोग व्यवस्थित पार पडला. प्रयोग झाल्यावर त्या बैलगाड्यातून आम्ही परत दिघंचीला आलो.

-०-

करंकम मुक्कामात अंकुश जाधवची ओळख झाली. करकंमला राहण्याची सोय मारुती मंदिराशेजारी होती. मंदिराच्या मागे एक भली मोठी विहीर होती. सर्व पुरुष कलावंत देवळातच झोपायचे. देवळाजवळच एक बंदिस्त जागा होती. त्या जागेत मातीचं स्टेज करून आम्ही प्रयोग करीत होतो. उत्पन्नही बऱ्यापैकी होत होते. तर हा अंकुश जाधव शिक्षक होता. त्यानी मोडलिंब दरोड्यावर 'राया मी डाव जिंकला' म्हणून नाटक लिहिले होते आणि त्याचे व्यावसायिक रंगभूमीवर बरेच प्रयोग झाले होते. आमचे प्रयोग पाहून तो खूश होता. त्याचे ते नाटक आमच्या कंपनीत आपण बसवतो म्हणून तो मागे लागला होता.

ह्या गावात कंपनीचा वाढदिवस आला म्हणून आम्ही सत्यनारायणाची पूजा करायची ठरवली. कंपनीत पुरुष पात्रात नेहमी कुजबूज चालायची, घांग्रेकर स्वत: मुख्य भूमिका करतात म्हणून त्यांचंच सर्वत्र इंप्रेशन पडते. त्या दिवशी अशीच कुजबूज मी स्वत: ऐकली. आणि माझा रागाचा पारा सटकला. आता खरं सांगायचं तर माझा स्वभाव अतिशय रागीटच. त्यामुळे मला सर्व भिऊनच असायचे. ज्या दिवशी कंपनीचा वाढदिवस त्याच दिवशी ही घटना घडली. मी त्या रागाच्या भरात स्वत: पूजेला न बसता अंजलीच्या भावाला पूजेला बसवले. आणि सर्व कलावंताना सांगितले— आज आपण डॉ. कैलास प्रयोग करीत आहोत. ह्या प्रयोगास मी करीत असलेली डॉक्टरची भूमिका कोणीही करावी.

त्याची भूमिका मी करायला तयार आहे. प्रथम कोणीही तयार होईना. पण मग गजा कुडाळकर तयार झाला. हा प्रयोग आधी इथे झाला होता. दुसरा प्रयोग असूनही गर्दी भरपूर होती. पहिला अंक संपला, प्रेक्षकात कुजबूज सुरू झाली. मी काहीही न बोलता काय काय होतं ते पहायचे ठरवले होते. दुसरा अंक सुरू झाला. गजा कुडाळकरची भूमिका मी पार पाडत होतो आणि तो डॉक्टर कैलासची भूमिका करत होता. प्रेक्षकातून आवाज, ''हा डॉक्टर कैलास नको. आम्ही घांग्रेकराचे काम पहायला आलो आहोत.'' काही प्रेक्षक रंगपटाला आले. आणि म्हणाले पाहिजे तर इथे नाटक थांबवा आणि ती भूमिका तुम्ही करा. मी त्यांना सांगितले तोही कलावंत आहे. त्याच्या पद्धतीनं तो ती भूमिका करत आहे. आणि आता अर्ध्या नाटकात मी ती भूमिका करून कलावंताचा अपमान करणार नाही. ह्यावेळी माई कंपनीतच होत्या. नाटक झाल्यावर माई मला खूप रागावल्या. मला म्हणाल्या, ''मालक झाला म्हणून कसेही वागता काय?''

''अहो पण माई, त्याची नेहमी तीच कुजबूज चालते.''

''हे पहा, तुम्ही मालक आहात. आता लेखकही झाला आहात. तुम्हाला जे नाटकातले कळते ते कंपनीत एकाली तरी कळते का? त्यांनीही मालकाने सांगितलेलीच भूमिका करायला पाहिजे. आणि सकाळी कंपनीचा वाढदिवस म्हणून सत्यनारायणाची पूजा घातलीत आणि पूजेला सुरेशला बसवलंत. एवढी कसली मस्ती आली तुम्हाला? का तुम्हाला कोणी बोलत नाही म्हणून वाटेल तसे वागता काय?'' मी माझी चूक कबूल केली. मी त्यांच्या पाया पडून माफी मागितली. त्यांनी रागाच्या भरात मला एक ठेवूनही दिली. आणि म्हणाल्या, ''उद्या पुन्हा पूजा घाला आणि देवाची माफी मागा.''

-o-

आमच्या कंपनीचा शेवटचा मुक्काम उस्मानाबाद जिल्ह्यात भूम इथे होता. ज्या वाड्यात आम्ही प्रयोग करत होतो, तो वाडा नाट्यगृहाला अगदी योग्य होता. वाड्याला एकच दरवाजा. तालुक्याचं गाव असल्यामुळे उत्पन्नही चांगले होत होते. ह्या वाड्याला रोज दहा रुपये भाडे होते. तिथले नरसू माळी म्हणून ठेकेदार होते. त्यांच्यातर्फे आम्हाला तो वाडा मिळाला आणि राहण्याची उत्तम सोय झाली होती. इथला एक न विसरण्यासारखा किस्सा. 'पाटलाची औलाद' नाटकाचा प्रयोग होता. ह्या नाटकाला मामलेदार वगैरे तहसीलची मंडळी मुद्दाम आली होती. प्रयोगही हाऊसफुल होता. नाटक सुरू झाले. पहिला प्रवेश संपला आणि त्या नाटकात लक्ष्मीची भूमिका करणारी सिंधू आजगांवकर

रडायला लागली. मी तिला म्हणालो तुला आईची आठवण येते का? ती म्हणाली, नाही. अन् मग रडते कशाला? झालं काय? तेव्हा ती म्हणाली, 'समोर प्रेक्षकात बसलेला एक माणूस मला सारखा डोळा मारतो आहे.' मी म्हणालो, 'काहीतरीच काय सांगतेस? इतकी वर्षे आपण फिरतो आहोत पण असं कधी घडले नाही आणि आजच? मला वाटते, तुझा काहीतरी गैरसमज होतो आहे. किंवा तो कुणी बेवडा दारूड्या असेल. कदाचित त्याला डोळ्याचं व्यंग असेल.' 'नाही नाही तो मलाच डोळा मारून खुणावत आहे.' मग मी म्हणालो, 'हे बघ, आता पुढचा प्रवेश तुझा-माझाच आहे. पाहू दे मला काय प्रकार आहे तो.' आमचा प्रवेश सुरू झाला. ती आपली नेहमीप्रमाणे तिची भूमिका करीत होती. आणि खरंच तिनं दाखवलेला तो माणूस तिला डोळा मारून खुणावत होता. मी नाटक थांबवले. तिला आत जायला सांगितले आणि स्टेजवरून डोअरकीपरला हाक मारली, 'दाऊद! ह्यासमोर बसलेल्या माणसाला तिकीटाचे पैसे परत दे आणि त्याला आधी बाहेर काढ.' आणि प्रेक्षकांना उद्देशून म्हणालो, ''ह्या नाटकात काम करणाऱ्या सर्व मुली घरंदाज आहेत. तेव्हा त्यांची कुणीही छेडछाड केलेली खपवून घेतली जाणार नाही. हा समोर बसलेला माणूस त्या पोरीला डोळे घालून खुणावत आहे. मला वाटतं त्याला आया बहिणी असतील ना? तेव्हा त्याला बाहेर काढल्याशिवाय आम्ही नाटक सुरू करणार नाही.'' असं सांगून नाटकाचा अंकाचा पडदा पाडायला लावला. तोच मामलेदार आत आले. आणि मला म्हणाले, 'तो माणूस पंचायत समितीचा सभापती आहे.' मी त्या रागाच्या भरात त्यांना म्हणालो, 'सभापती असो, नाहीतर आमदार असो, तो बाहेर गेल्याशिवाय प्रयोग सुरू होणार नाही.'

'अहो, तो उद्या तुमचा इथे प्रयोग होऊ देणार नाही. तुमचा प्रयोग परवाना रद्द करायला लावेल.' मी त्यांना म्हणालो, 'त्याने तसं करून दाखवावे. मी हा सारा प्रकार वर्तमानपत्रात देतो. मग बघू या काय होतं ते.' शेवटी प्रेक्षकांनीच त्याला बाहेर काढला आणि प्रयोग सुरू झाला.

दुसऱ्या दिवशी सर्व गावात ही चर्चा सुरू होती. त्यामुळे आमच्या कंपनीची सर्व गावभर पब्लिसिटी झाली. आणि गावातील प्रतिष्ठित प्रेक्षकही आमच्या नाटकाला येऊ लागले. तो सभापती कुठे निघून गेला, तो कंपनी गावात असेपर्यंत परत आला नाही.

-o-

आता जून महिना चालू होता. ह्या वर्ष दोन वर्षात कोणालाच घरी जायला

मिळाले नव्हते. त्यामुळे सर्व मुलींना आता घराकडची ओढ लागली होती. अंजलीची आई मध्यंतरी कंपनीत येऊन महिना दीड महिना राहून गेली होती. तशा माई पण दोन तीन महिने कंपनीत होत्या. मग आम्ही कंपनी काही दिवस बंद ठेवायचा निर्णय घेतला. भूमलाच एका ओळखीच्या ठिकाणी महिना पंधरा रुपये भाड्याने खोली घेऊन सर्व सामान त्या खोलीत ठेवले. आता सर्वांना घरी पाठवायचे म्हणजे पैशाची सोय करणे गरजेचे होते. मग तिथलाच नाटकवेडा माणूस देशमुख हे स्टॅप व्हेन्डर होते. त्यांनी आमच्या एक दोन नाटकात भूमिकाही केल्या होत्या. त्यांच्याकडूनच आठशे रुपये उसने घेऊन सर्वांना घरी पाठवले. आम्हीही घरी गेलो.

नंतर आम्ही उभयता पुण्याला आलो. माईही त्यावेळी त्यांच्या मुलाकडे पुण्याला होत्या. दिवसेंदिवस कंपनी चालवणे कठीण झाले होते. कारण गावातील राजकारण. त्या राजकारणाचा आम्हाला त्रास होत होता. आम्ही ज्या गावात जाणार तिथे असलेल्या पोलीस पाटील, सरपंच ह्यांनाच हाताशी धरून प्रयोग करावे लागत होते. मग त्यांच्या विरोधात असलेली मंडळी आमचा प्रयोग चालू असताना दगडफेक करायचे, कानाती फाडायचे, सरकारी परवाना काढायला गेले की वाटेल तितके अडवून पैसे घेतले जायचे. पोलीस परवाना स्पीकर परवाना— प्रत्येक ठिकाणी अडवणूक चालायची. त्यामुळे आम्ही कंपनीच कायमची बंद करण्याचा निर्णय घेतला. आणि पुण्यात स्थाईक होण्याचे ठरवले. माईंच्या ओळखीनं पदमावतीला सुवर्ण सोसायटीत तीस रुपये भाड्याने खोलीही मिळाली. आणि आता खऱ्या अर्थानं आमचा संसार सुरू झाला. मुलाला पुण्याला आणला. मी परत मनोरंजनमध्ये बुकिंगसाठी जायला लागलो. संध्या थिएटरचे दौरे परत सुरू केले. पुण्याला आल्यावर आप्पासाहेब इनामदारांची ओळख झाली. त्यांच्या 'चला आळंदीला' व 'थांबा थोडं दामटा घोडं' ह्या लोकनाट्यात मला भूमिका मिळाली. त्यांच्या कलासंगमच्या कलापथाकातही आम्ही उभयतांना कामे मिळत गेली. अंजलीला लीला गांधीच्या नाटकातही भूमिका मिळाली. तिच्याकडून लीलाबाईंनी त्यांच्याबरोबरीनं नाच बसवले. छोटा गंधर्व, केशव नावेलकर ह्यांच्या कंपनीतून तिला भूमिका मिळत गेल्या. सुहासिनी देशपांडेची आणि तिची चांगलीच मैत्री झाली. अरुण सरनाईक, उषा चव्हाण, निळू फुले ह्यांच्याबरोबर 'बेल भांडार' सारखं नाटक मिळाले.

पुण्यात असेपर्यंत मला जेव्हा नाटकाचे काम नसेल त्यावेळी मी वायरमनची कामंही करायचो. मित्र मंडळ कॉलनीतले वेलणकर नगरचे मोठे काम मिळाले.

सरदेसाई सारख्या मोठ्या इलेक्ट्रीक कॉन्ट्रॅक्टरकडेही कामं मिळत गेली.

शिवराज्याभिषेकाला साडे तीनशे वर्षे पुरी झाली म्हणून महाराष्ट्र सरकार मोठ्या प्रमाणात हा उत्सव साजरा करणार आहे असं समजल्यामुळे मी संध्या थिएटर्सचे मालक राजाभाऊ कामतेकराना सांगितले, आपण नवीन ग्रुपमध्ये आग्र्याहून सुटका बसवू या. उद्देश हा की, नाटकाचे बजेट कमी असेल तर सरकारकडून प्रयोग मिळवणे सोपे जाईल. आणि संध्या थिएटर्स ह्या नावाजलेल्या संस्थेला प्रयोग नक्की मिळतील. त्यांनाही ते पटले. ते नाटक त्यांनीच दिग्दर्शन करावे असा सल्ला मी त्यांना दिला. राजस साठे, मनिषा साठे, चितळे, भावे, नंदू लोंढे अशी सर्व मंडळी जमवून तालमीही सुरू झाल्या. स्वत: ते औरंगजेबची भूमिका पूर्वीपासून करतच होते आणि एक दिवस चित्तरंजन कोल्हटकर तालीम बघायला आले. त्यानी राजाभाऊंना सांगितले, मी ह्या नाटकात उमरखानची भूमिका करतो. राजाभाऊंनी त्याला होकार दिला. आठ दिवसांनी सर्वच उलथापालथ झाली. चित्तरंजन बापूंनी सूर्यकांत, वसंत शिंदे, रेखाच्या बदली मुंबईची सुमन आरेकर ह्यांना घेऊन प्रयोग सुरू केल्यामुळे आपोआपच प्रयोगाचे बजेट वाढले. आणि गव्हर्नमेंटच्या बजेटमध्ये आम्ही प्रयोग देऊ शकलो नाही. अर्थात हे कलावंत आल्यामुळे प्रयोग अतिशय चांगला होत होता. आम्ही त्याचे पंचाहत्तर प्रयोगही केले. पण संस्थेला फायदा असा काही झाला नाही. त्यात चित्तरंजन बापूंच्या सांगण्यावरून ऐतिहासिक नाटकाला पूर्वापार चालत आलेले पेंटीग केलेले पडदे न वापरता नुसते साधे वेगवेगळ्या रंगाचे प्लेन पडदे वापरून प्रयोग सादर केले. त्यामुळे कलावंत प्रयोग चांगला करत असून सुद्धा नेपथ्यामुळे ते प्रयोग प्रेक्षकांवर प्रभाव पाडू शकत नव्हते. दुसरे असं, ह्यावेळेला मोहन वाघ यांच्या चंद्रलेखा संस्थेचं-गरूडझेप- नवीन नाटक मोठ्या दिमाखात आले होते.

गोव्यात प्रयोग हाऊसफुल होऊन, नाटकाचा प्रयोगही चांगला होत असून, लोक म्हणत होते– काय फालतू पडदे घेऊन आले.

ह्या नाटकाचे प्रयोग चालू असताना एक महानाट्य घडले. दहा प्रयोगाच्या कोकण-गोवा दौऱ्याला जोडूनच अकरावा प्रयोग पुण्याच्या धोका नावाच्या कॉन्ट्रॅक्टरने घेतला होता. आम्ही दौरा आटपून सकाळी अकरा वाजता पुण्याला आलो. पुण्याचा बालगंधर्वचा प्रयोग रात्री साडे नऊ वाजता होता. मी आठ नंतर थिएटरमध्ये हजर झालो. साडे आठ वाजता चित्तरंजन बापू आले आणि मला म्हणाले, ''माझा निरोप तुझ्या मालकांना सांग, तोपर्यंत मी तोंडाला रंग लावणार नाही.'' मी तो राजाभाऊंना सांगितला. राजाभाऊ लागलीच त्यांना रंगपटात

भेटायला गेले. त्यांनाही त्यांनी सांगितले. "माझ्या नावाची संध्या थिएटरला गरज नाही. मी आजचा प्रयोग करतो आहे. पुढल्या प्रयोगापासून मी काम करणार नाही." पण झालं काय? वर्तमानपत्रात जाहिरातीत माझ नाव नाही. तेव्हा राजाभाऊ म्हणाले. "आपण दौऱ्यावर होतो. आजचा प्रयोग दिलेला आहे. जाहिरात त्यांनी केली आहे, आणि मी पेपरही पाहिला नाही. मला काहीच माहिती नाही." त्या दिवसाचा प्रयोग पार पडला. पुढे चारच दिवसांनी भरत नाट्य मंदिरात प्रयोग होता. राजाभाऊंनी मला विचारले, "अरे पांडुरंगा. उद्या भरतनाट्य मंदिरातच बुकींग सुरू होत आहे. प्रयोगाचे काय करायचे?" मी म्हणालो, "आपण प्रयोग करायचा." "अरे पण चित्तरंजनचे काय?"

मी त्यांना सांगितले, "तुम्ही त्यांच्या घरी जाऊन भेटून बघा काय म्हणतात ते. आपण जाहिरातीत तर त्यांच नाव घातले आहे."

राजाभाऊ त्यांच्याकडे जाऊन भेटून आले, पण काहीही उपयोग झाला नाही. उलट, "मी काम करणार नाही म्हणून सांगितल्यावर तू माझं नाव का घातलंस" म्हणून त्यांनाच झापलं. पण त्यांच्या जागी दुसरा कलाकार उभा करून आम्ही प्रयोग केला आणि तो प्रयोग हाऊसफुल झाला.

नंतर चार सहा दिवसांनी मी मनोरंजनमध्ये गेले असता मनोहर कुलकर्णीला ही हकीगत सांगितली. तेव्हा ह्या साऱ्या गोष्टींचा ऊलगडा झाला. बालगंधर्वच्या त्या प्रयोगाच्या आधी चार दिवस सर्व वर्तमानपत्रात जाहिरात आली. त्या जाहिरातीत नेहमी सूर्यकांत, चित्तरंजन, वसंत शिंदे, रेखा वगैरे आणि राजा कामतेकर अशी नाव असायची पण ह्या जाहिरातीत सूर्यकांत, वसंत शिदे, सुमन आरेकर, मनिषा साठे, अंजली घांग्रेकर, चित्तरंजन, नंदू लोढे आणि राजा कामतेकर अशी नावं आली होती. जाहिरात पाहून चित्तरंजन बापूंच्या बायकोनेच मनोरंजनमध्ये जाऊन सांगितले. "उद्याच्या जाहिरातीत ह्यांचे नाव घालू नका. म्हणून नंतरच्या जाहिरातीत आम्ही त्यांचं नाव घातले नाही."

आम्ही दौरा संपवून घरी आलो आणि ती जाहिरात भावे ह्या कलावंतानी पाहिली आणि त्यांनी तत्परतेने बापूंच्या घरी जाऊन दाखवली आणि सांगितले जाहिरातीत तुमचं नाव नाही आणि या कारणावरून काही चौकशी न करता बापूंनी त्या प्रयोगात काम न करण्याचा निर्णय घेतला. ही गोष्ट नंतर मनोहर कुलकर्णींनी बापूंच्या लक्षात आणून दिली. पण ह्याचा काही उपयोग झाला नाही. त्या नंतर सूर्यकांतनी प्रयत्न केला पण राजाभाऊ कामतेकर आणि बापूंमधली विनाकारण झालेली तेढ कमी झाली नाही.

मी बापूंकडून कसलेही आणि कुठल्याही भूमिकेचे मार्गदर्शन घेतले नाही हे खरं, पण त्यांच्या विविध प्रकारच्या भूमिकांचा– स्वामिनी नाटकातील शंकर, पुण्यप्रभाव मधला नुपूर, एकच प्याला मधील सुधाकर, तळीराम; भावबंधनमधील घनश्याम, कामण्णा; दुरितांचे तिमिर मधला सदू गवळी, बेबंदशाही मधील खंडोजी अशा अनेक भूमिकांचा माझ्यावर चांगलाच प्रभाव पडला होता आणि एकलव्याप्रमाणे त्यांना मी गुरू मानून तशाप्रकारे भूमिका करण्याचा प्रयत्न करीत होतो. काही वेळा माझ्या भूमिका पाहून प्रेक्षकही म्हणायचे, "चित्तरंजन कोल्हटकरची छाप पडलेली दिसते."

पुण्याला आल्यावर १९७१ साली आम्हाला कन्यारत्न झाले. ह्या कन्यारत्नाच्या वेळी अंजलीने सातव्या महिन्यापर्यंत नाटकातून भूमिका केल्या. त्यावेळी मी सरदेसाई कॉन्ट्रॅक्टरकडे काम करीत होतो. पुण्याच्या हॉस्पिटलमध्ये डिलिव्हरी झाली. ह्यावेळी माईंची सून नंदा मदतीला धावली. दहा दिवसांनी बाळंतिणीला घरी आणावे लागणार हे गृहीत धरून मी काम करत होतो. पण अचानक पाचव्या दिवशी तिला डिस्चार्ज देण्यात आला. त्यामुळे माझी चांगलीच फजिती झाली. शेवटी धावाधाव करून सरदेसाई साहेबांकडून अॅडव्हान्स घेतला. आमच्या शेजारीच राहणाऱ्या निंबाळकर यांचेकडून पलंग मागून घेतला. आणि अशा तऱ्हेनं सर्व सोई केल्या. अगदी बाळंतिणीला तेल लावून अंघोळ घालणाऱ्या बाईपर्यंत. ह्या सर्व भानगडीत मला रोज हॉस्पिटलमध्ये जायला मिळत नव्हते. पण त्यामुळे अंजलीचा विनाकारण गैरसमज झाला. 'मुलगी झाली म्हणून मी नाराज आहे.' पण माझ्या मनात असे अजिबात नव्हते. मी मनातून अतिशय खूश होतो. घरात दुसरं कोणी नसताना मी माझं हे कर्तव्य कसं निभावणार ह्या विचारात होतो. माझ्याच सांगण्यावरून मुलीचं नाव सुगंधा ठेवण्यात आले. पण ते नाव अंजलीला आवडले नाही. त्यावेळी त्यांनी माझ्या भीतीने म्हणा किंवा कशाने म्हणा, कोणी विरोध केला नाही. पहिला मुलगा त्यावेळी पाच वर्षांचा होता. पण तो आजगावला आजीकडे होता. 'एक मुलगा आणि एक मुलगी देवाने आपल्याला दिली आहेत. आपण इथेच थांबू या, असा विचार माझ्या मनात आला. मी तो अंजलीला बोलूनही दाखवला. पण तिला वाटायचं, अजून एखादं मूल असावे. मी म्हटले, दोन मुलांचं संगोपन ह्या नाटकाच्या व्यवसायामुळे आपल्याला नीट करता येत नाही. मग आणखी मुलांची जबाबदारी कशाला वाढवू या? तिलाही ते पटले. मग वाद सुरू झाला— ऑपरेशन कुणी करून घ्यायचे. मी म्हणायचो मीच करून घेतो. आणि ती म्हणायची माझंच करू या.

पण त्यावेळी ती लीला गांधीच्या कंपनीत होती. तिला लावणी, नाच शिकायला मिळत होता. म्हणून मीच विचार केला. तिचं ऑपरेशन करून तिला त्रास झाला तर? त्यापेक्षा आपणच करू या. मग एक दिवस मी दवाखान्यात जाऊन नसबंदी करून आलो. देवाच्या दयेनं मुलाच्या वेळेला जसे वायरमनचे भरपूर काम मिळाले होते तसेच मुलीच्यावेळी भरपूर काम मिळत होते. सरदेसाई, महाजन, जोशी, सहस्त्रबुद्धे अशा वेगवेगळ्या कॉन्ट्रॅक्टरकडे कामं मिळत गेली. आणि विशेष म्हणजे माझ्या कामामुळे म्हणा, नाहीतर स्वभावामुळे म्हणा, ह्या सर्वांशी अतिशय घरोब्याचे संबंध जुळून गेले.

पुण्यात असताना आप्पासाहेब इनामदारांच्या संस्थेबरोबर प्रथमच औरंगाबाद जिल्ह्यातील सोयगाव येथे रामनवमी उत्सवासाठी गेलो. सोयगांव मराठवाड्यातील तालुक्याचं गाव. ह्या सोयगावचे श्रीमंत लोटू पाटील यांना नाटकाचा अतिशय नाद, स्वत: उत्कृष्ट गाणारे कलावंत. गेली कित्येक रामनवमी उत्सवात मुंबई पुण्याचे नामवंत कलावंत– अगदी नानासाहेब फाटक, मास्टर दत्ताराम, मीनाक्षी, हिराबाई बडोदेकर, भार्गवराम आचरेकर, पेंढारकर, विमलाबाई कर्नाटकी अशा कलावंतांना आणून ते मोठमोठी नाटकं सादर करीत असत. त्या नाटकाला लागणारे पडदे, ड्रेपरी, ऑर्गन, तबले सर्व सामान त्यांचेकडे होते. ह्याच राममंदिरात जयराम शिलेदार आणि जयमालाबाईच लग्न त्यानी लावून दिले. हे राममंदिर म्हणजे सोयगावचे अति उत्तम नाट्यगृह होते. आम्ही गेलो तेव्हा लोटू पाटील हयात नव्हते. पण त्यांचा मुलगा नारायण पाटील यांनी वडिलांनी चालू केलेला रामनवमी उत्सव चालू ठेवला होता. ह्या लोटू पाटलांमुळे ह्या गावाला आपोआपच नाटकाचा वारसा मिळाला होता. अप्पासाहेब इनामदारांच्या कलासंगमचे 'चला आळंदीला' आणि 'थांबा थोडं दामटा घोडं' अशा दोन नाटकाचे आम्ही तिथे प्रयोग केले. कलासंगम संस्थामध्ये अरुणा भट, रजनी भट, त्यांचे वडील, स्वत: आप्पासाहेब, त्यांचा मुलगा प्रकाश इनामदार, हिरालाल जैन, शाळीग्राम, मोहन अडसूळ, बाळासाहेब साळुंके, नित्यन्याय जयमाला काळे असा मस्त ग्रुप जमला होता. ह्यावेळी इथल्या नाट्य मंडळाची ओळख झाली.

दुसऱ्या वर्षी त्यांनी परत आप्पासाहेबांना रामनवमी उत्सवासाठी बोलावले. पण आप्पासाहेबांच्या इतर कामामुळे त्यांना यावेळी ते जमत नव्हते. म्हणून त्यांनी आम्हा उभयतांना दोन पात्री प्रयोगासाठी तिकडे पाठविले. आम्ही तिथलेच पेटीवाले, तबलजी साथीला घेऊन झाशीची राणी, आणि कृष्णा सुदाम हे दोन

प्रयोग त्यांचे उत्सवात सादर केले. ह्या प्रयोगाच्या तिथल्या नाट्यमंडळाच्या आणि नारायण पाटलांच्या आग्रहाखातर मीच लिहिलेले 'संगीत देवावर मात' हे नाटक त्यांचा ग्रुप आणि आम्ही दोघं मिळून फक्त पाच सहा दिवसात बसवले आणि त्याचा पहिला प्रयोग त्या राममंदिरातच केला. ह्या नाटकात त्यांच्या मंडळाचे आण्णा चौधरी, अमृत चौधरी, सारंग मापारी असे कलावंत काम करत होते. हे नाटक लोकांना इतके आवडले की त्याचे ओळींने आठ दिवस तिथे तिकीट लावून प्रयोग केले. ओळींने सात आठ प्रयोग झाल्यामुळे नाटक चांगलेच रंगत होते.

ह्याचवेळी जळगाव जिल्ह्यातील पारोळा नगरपालिकेला शंभर वर्षे पुरी झाली म्हणून आमचा दोन पात्री झाशीच्या राणीचा प्रयोग ठरवला गेला. पारोळा हे झाशीच्या राणीचे आजोळ. अजूनही तिथे त्यांचा गढीवजा किल्ला तिथे आहे. राणीचे वंशज आवर्जून नाटकाला आले होते. नाटक खूप रंगले होते. त्यावेळी सुगंधा फक्त अकरा महिन्याची होती. पण प्रयोगाच्यावेळी तिला सोयगावचे कलावंत सांभाळत होते. आमच्या दोन पात्री प्रयोगाचे लोकांना खूप कुतूहल वाटत होते. शेवटच्या सीनला राणीच्या वंशजाना आसू आवरले नाहीत. आमच्या झाशीच्या राणीच्या प्रयोगाचे इतके इंप्रेशन लोकावर पडले, की तिथल्या सिनेमा थिएटर्सच्या मालकांनी आमचा 'देवावर मात'चा प्रयोग सिनेमा थिएटर्समध्ये तिकीट लावून लावला. तिथेही ह्या प्रयोगाने लोकांना वेड लावले.

सोयगांवच्या नाटक मंडळीचा 'देवावर मात' नाटकाचा प्रयोग आजूबाजूच्या गावात करण्याचा आग्रह होता. पण आप्पासाहेबांचा कलापथकाचा दौरा आणि अंजलीचा, सुरेखा जोशी ह्यांचा दौरा पहिल्यानेच ठरला असल्यामुळे आम्ही पुण्याला निघून आलो.

त्यावेळी जिकडे तिकडे गणपती उत्सवात साखर कारखाने, एम.एस.ई.बी., रेल्वे स्टेशन, पाटबांधारे खाते, मोठमोठे डॅम अशा ठिकाणी नाटकांना, लोकनाट्यांना भरपूर मागणी असायची. आम्ही पण आमच्या दोन पात्री झाशीच्या राणी नाटकाचे प्रयोग करायचे ठरवले. आम्ही दोघं, पेटीवाले, तबलजी आणि एक जण असा पाच जणांचा ग्रुप तयार केला. आणि जळगाव जिल्ह्यातच गणेशउत्सवाच्या कार्यक्रमात प्रयत्न केला; पण दोन पात्रात झाशीची राणी आणि तीन अंकी नाटक? लोकांचा विश्वास बसेना. तो बसणेही शक्य नव्हते. कारण अशा प्रकारचे प्रयोग त्यानी कधी बघितलेही नव्हते. आणि ऐकले नव्हते. तरी मी चिकाटीने गिरणाकॉलनी, धरणगांव, गणेश उत्सव मंडळ कजगाव, आणि नगरपालिका पाचोरा असे तीन प्रयोग ठरवले. पहिला प्रयोग कजगांवला होता.

त्या उत्सव मंडळाने उत्साहाच्या भरात ह्या आमच्या नाटकाची जीपला बोर्ड स्पीकर लावून पुण्याच्या नाटक कंपनीचा ऐतिहासिक दणदणीत नाट्यप्रयोग झाशीची राणी म्हणून आजूबाजूच्या खेड्यापाड्यातून जाहिरात केली. जवळ जवळ तीन ते चार हजार प्रेक्षक समोर होते. बसायला जागा पुरत नव्हती म्हणून लोक झाडांवर, घरावर, गुरांच्या गोठ्यावर बसले होते. पण स्पीकर व्यवस्था नीट नव्हती. एकच माईक आणि तोही हातात घेऊन बोलायचा. तोच माईक स्टँडवर लावून ठेवलेला प्रेक्षकांना ऐकायला जाणे शक्य नव्हते. ह्या साऱ्या गोंधळात पहिला अंक संपला. संयोजकाना माईकबद्दल सांगूनही काही सोय होत नव्हती. त्यात आम्ही दोघंच ड्रेस मेकअप बदलून वेगवेगळ्या भूमिका करीत होतो. कुणालाच काय नाटक चालले आहे कळत नव्हते. त्या गोंधळातच दुसरा अंक सुरू झाला. आणि समोरचा गुरांचा गोठा माणसांच्या वजनाने कोसळला. एकच गोंधळ. आधीच ऐकायला येत नाही म्हणून गोंधळ सुरू होता. त्यात आणखी हा गोंधळ. पण ह्या सर्व भानगडीत एक जाणकार प्रेक्षक होता. साहेबराव पाटील. तो पुढे आला. त्याचं त्याच गावात दुरिंग टॉकीज होतं. नाटकामुळे सिनेमा बंद होता. त्यांनी त्यांचा स्पीकर आणून लावला. आता लोकांना व्यवस्थित ऐकायला येऊ लागल्यामुळे लोक शांत झाले. पण तोपर्यंत नाटक संपले होते. त्या मंडळांने आमचा काहीही दोष नसताना आम्हाला, आमच्या प्रयोगाला नावं ठेवली. आम्हा उभयतांना रडूच आले. आम्हाला जेवणही जाईना. दुसरे दिवशी जवळच पाचोऱ्याला प्रयोग होता. रात्रीच्या प्रयोगाच्या गोंधळाची बातमी आमच्या आधी तिथे पोहोचली होती. आणि त्या मंडळांने आजचा प्रयोग रद्द आहे. म्हणून जागोजाग बोर्डही लावून टाकले होते.

कजगावला आम्ही मानधन घेतले नाही. त्यांना सांगितले धरणगावचा प्रयोगानंतर आम्ही पाहिजे तर परत येतो. आणि आमचा दोन पात्राचं कृष्ण सुदाम हा प्रयोग करतो. पण स्पीकर व्यवस्था चांगली ठेवणार असाल तरच प्रयोग करू आणि तो आवडला तर मानधन घेऊ. असं सांगून आम्ही पाचोऱ्याला आलो. त्यांनी प्रयोग रद्द झाल्याचा बोर्डच आम्हाला दाखवला. तुमचा कजगावच्या प्रयोगाचा रिपोर्ट आम्हाला समजला. मी ज्यांच्या बरोबर प्रयोग ठरवला होता त्या कुलकर्णी साहेबांकडे घरी गेले. त्यांना झाला प्रकार सांगितला पण तेही ऐकायला तयार होईनात. मग त्यांना विनंती केली. आम्हा कलावंतांवर विश्वास ठेवा, स्पीकरची चांगली व्यवस्था ठेवा. चांगले स्टेज-माईक लावा आणि एवढं करूनही प्रयोग आवडला नाही. तर आम्हाला मानधन देऊ नका. आमच्या जेवणाचा

खर्चही आम्ही देऊ. आशा तऱ्हेनं त्यांच्या हातापाया पडून तो प्रयोग करायचे ठरले. त्याचवेळी त्या कुलकर्णी साहेबांनी मला एक पत्र दाखवले त्या पत्रात लिहिले होते. 'दोन पात्रात हे नाटक होऊच शकत नाही. हे नवरा-बायको फालतू प्रयोग करून लोकांना फसवत आहेत.' मी ते पत्र वाचून झाल्यावर खरा काय प्रकार आहे तो माझ्या लक्षात आला. मी त्या कुलकर्णी साहेबांना म्हणालो, ''मी कुणाकडून ॲडव्हान्स घेतला नाही. परत सांगतो आहे प्रयोग आवडला तर मानधन द्या. आता ह्यात फसवण्याचा प्रश्न येतोय कुठे? तो म्हणतो आम्ही प्रयोग फालतू करतो. आता प्रयोग चांगला का फालतू हे बघितल्याशिवाय कसे कळणार? ह्या माणसाने आमचा प्रयोग पाहिलाही नाही.''

हा पेन्टर काळे! पाचोऱ्यात त्याचा लाऊड स्पीकरचा धंदा. सोयगावला त्याचीच स्पीकर व्यवस्था होती. पण तिथे तो आला नव्हता. त्यांनी ठेवलेली बाई पूर्वी शिरगोपीकरांच्या आनंद संगीत नाटक कंपनीत होती म्हणे. मी जेव्हा प्रयोग ठरवायला त्या भागात गेलो त्यावेळी त्याला भेटलो होतो. त्यावेळी माझ्याजवळ ''त्या प्रयोगाची मॅनेजमेंट मी करतो. माझ्या ओळखीनं तुम्हाला सात-आठ प्रयोग मिळवून देतो. तुम्ही फिरू नका. सर्व व्यवस्था मी करतो.'' असं म्हणाला. पण मी ते मान्य केले नाही आणि म्हणून त्यानी कजगाव, पाचोरा, धरणगाव येथे पत्र पाठवून हा प्रयोग करू नकोचा सल्ला दिला होता. पाचोरा नगरपालिकेच्या उत्सवात त्याचा स्पीकर नव्हता हे आमचं नशीब.

मी संध्याकाळीच रात्री प्रयोगाला स्पीकर लावणाऱ्याला गाठला आणि त्याला विश्वासात घेऊन सर्व प्रकार सांगितला. त्याला मी म्हणालो, ''मित्रा, आम्हा दोन कलावंतांची अब्रू तुझ्या हातात आहे.'' तो म्हणाला, ''तुम्ही काळजी करू नका. माझ्याकडून तुम्हाला संपूर्ण सहकार्य मिळेल. माझा माणूस खास सुपर कंपनीचा स्टेज माईक आणायचा मुंबईला गेला आहे तो संध्याकाळपर्यंत नक्की येईल. तो आला नाही तर मी जास्त माईक लावून वेळ मारून नेईन.''

नगरपालिकेचं ते ग्राऊंड तुडुंब भरले. माईकवाल्याने त्याच्या परीने सर्व प्रयत्न केले होते. दोन बेल झाल्या तरी त्याच्या माणसाचा पत्ता नव्हता. संयोजकांनी प्रयोग सुरू करायला सांगितला. देवावर हवाला ठेवून मी तिसरी घंटा वाजवली. आम्ही नांदी सुरू केली खरी. पण मनात धास्ती होती. स्पीकर काय करतो कोण जाणे. कारण कजगावच्या प्रयोगाचा आम्ही चांगलाच धसका घेतला होता. आमची काहीही चूक नसताना आम्हाला अपयश पत्करावे लागले होते. पण देव पावला. नांदी सुरू झाली आणि स्पीकरवाल्याचा मुंबईचा माणूस माईक घेऊन

आला. त्यांनी मला कानात येउन सांगितले नवा माईक आला, पाच मिनिटात लावतो. त्याचा माईक लावून होईपर्यंत आम्ही नांदी म्हणत राहिलो आणि आम्ही सर्वस्व पणाला लावून दोन पात्री झाशीची राणी हा प्रयोग सादर केला. पहिल्या प्रवेशातच आम्ही प्रेक्षकांना ताब्यात घेतले. नाटक खूप रंगत होते. माईकने चांगली साथ दिली होती. दोन अंकानंतर संयोजकांनी आमची पाठ थोपटली. आमची माफी मागितली. मी स्टेजवर जाऊन झालेला सर्व प्रकार प्रेक्षकांना सांगितला, "आज तुमच्या समोर आम्ही सादर करीत असलेला प्रयोग कुलकर्णी साहेबांनी आमच्यावर विश्वास ठेवला म्हणून होत आहे. नाहीतर पेंटर काळेच्या सांगण्यावरून हा प्रयोग रद्द करण्यात आला होता." विशेष म्हणजे दारू पिऊन पेंटर काळे नाटक पहायला हजर होता. अशा तऱ्हेनं संघर्ष करून आम्ही तो गणेशउत्सव पार पाडला. पण ह्या संघर्षामुळे पुढे जो पर्यंत आम्ही गणेश उत्सवात कार्यक्रम करीत होतो तोपर्यंत कधीच अडचणी आल्या नाहीत. उलट जळगाव, धरणगांव, कजगाव, पाचोरा, विचुर, पालखेड डॅम, नांदगाव अशी गावं कायम आमच्या कार्यक्रमाची वाट पाहात असत. अर्थात त्यावेळी आम्ही दोन पात्री कार्यक्रम न करता पाटलाची औलाद, देवावर मात, देवाघरचा न्याय अशा नाटकाचे प्रयोग करीत राहिलो. ह्या गणेश उत्सवाच्या निमित्ताने माझ्याकडून देवाघरचा न्याय हे नवीन नाटक लिहिले गेले. ह्या पुण्याच्या मुक्कामात किसन बेहलेकर, बी. राज, वासुदेव दीक्षित, दिलीप मुळे, कुसुमताई देव, परमार वगैरेचा ग्रुप जमला होता. दरवर्षी गणेश उत्सवात प्रयोग करताना सामानाच्या बॅगा, पेटी, तबला, पडदे सार सारं सामान घेऊन रेल्वेचा प्रवास म्हणजे दिव्य होते. पण अशा वेळी आमचे सर्व कलावंत हमाल मिळाला नाही. तर डोक्यावर बॅगा, पडद्याचे गठ्ठे घ्यायला मागे पुढे पहात नसत.

-०-

आयुष्यात कधीही विसरली जाणार नाही अशा घटनेपैकी ही एक घटना. मला जेवताना किंवा काही खाताना ठसका लागायचा. सुरुवातीला मी दुर्लक्ष केले. पण नंतर खूप त्रास व्हायला लागला. छातीतही दुखायला लागले. म्हणून मी ससूनमध्ये डॉक्टरांना दाखवले. त्यांनी मला घशाचा कॅन्सर झाला म्हणून सांगितले. मी कोणाजवळ काही सांगितले नाही. पण ही गोष्ट लीला गांधीचे मित्र रोगे यांना कळली. त्यांचा माझाही चांगलाच परिचय होता. त्यांनी मला स्वत: पुण्याचे प्रसिद्ध डॉक्टर पै यांचेकडे नेले. त्यांनी तपासल्यावर तेच सांगितले अन्न नलिका आणि श्वास नलिकेच्या मध्ये कॅन्सरची गाठ झाली आहे. त्यानी मुंबईला

टाटामध्ये जाण्याचा मला सल्ला दिला. त्याचवेळी आम्हा उभयंतांना बाबूराव गोखलेंच्या कंपनीत वऱ्हाडी माणसांच्या नाटकात भूमिका मिळाल्या होत्या. नाटकाच्या तालमी स्वत: बाबूराव घेत होते. आणि आठ-दहा प्रयोगाचा दौरा नागपूर भागात ठरला होता. माझी मन:स्थिती ठीक नव्हती. छातीतही दुखत होते. अजूनही मी कुणाला सांगितले नव्हते. घरातसुद्धा. मनात विचार आला दौऱ्यात जास्त त्रास झाला तर? म्हणून मी बाबूरावांनाच सांगितले, माझ्या छातीत दुखत आहे. माझ्या जागी दुसऱ्या कोणाला तरी घ्या. अंजली काम करेल. मला दौऱ्याला जमणार नाही. मग मी सरळ एकटाच मुंबईला टाटा कॅन्सर हॉस्पिटला गेलो. तिथे घशाचा एक्सरे काढला गेला. त्यांनीही कॅन्सर म्हणूनच रिपोर्ट दिला. ऑपरेशन करावे लागेल म्हणून सांगितले. त्यासाठी तारीखही दिली. माझी चांगलीच पाचावर बसली. तरीही मी कुणाला काही सांगितले नाही. अंजली बाबूराव गोखल्यांच्या दौऱ्यावर गेलेली. मुंबईला ऑपरेशनच्या जायच्या आधी एक दिवस माझा मेव्हणा सुरेशला विश्वासात घेऊन सारं सांगितले. त्याला सांगितले, समजा माझे काही बरे वाईट झाले तर आयुष्यभर अंजलीला तुलाच सांभाळावी लागेल. तोही हबकून रडत होता. त्यालाही सांगितले, सध्या तू हे कोणालाही सांगू नकोस.

आता ऑपरेशन म्हटल्यावर तिथे नातेवाईकाची सही लागणार म्हणून ॲडमिट व्हायच्या आधी एक दिवस माझ्या धाकट्या बहिणीकडे कलाकडे गेलो तिला सर्व सांगितले. ती स्वत: मुंबई म्युनिसिपालटीच्या नाक कान घसा हॉस्पिटलमध्ये नर्स असूनही हे ऐकून ती रडत होती. ऑपरेशसाठी आदल्या दिवशीच मला ॲडमिट करून घेतले. दुसऱ्या दिवशी सकाळी दहा वाजता ऑपरेशन होणार होते म्हणून रात्री जेवण दिले नाही. सकाळी साडे नऊलाच स्ट्रेचरवरून ऑपरेशन रूमपर्यंत घेऊन गेले. मी देवाचं नाव घेत गप्प पडून होतो. तोपर्यंत डोंबिवलीची बहिण सुशीला, तिचे यजमान कामतेकर, त्यांचा पुतण्या विलास सर्व तिथे हजर झाले होते. कलानेच त्याना फोन करून बोलवून घेतले होते. कलाचे यजमान सुरेशभाईपण आले होते. बारा वाजले तरी जे डॉक्टर ऑपरेशन करणार होते ते आले नव्हते. मी ऑपरेशन रूमच्या बाहेर त्या स्ट्रेचर गाडीवर. दोन वाजले तरी डॉक्टर आले नाहीत. मग कलाने हॉस्पिटलच्या मुख्य डॉक्टरांना भेटून सर्व हकीगत सांगितली. आणि डिस्चार्ज घेऊन तिनं मला घरी नेलं. दुसरे दिवशी मला घेऊन त्यांच्या हॉस्पिटलमध्ये गेली. आणि मुख्य डॉक्टरांना माझे रिपोर्ट दाखवले. त्यांनी मला तिथे ताबडतोब ॲडमिट करून घेतले. आणि दुसरे

दिवशी माझे ऑपरेशन झाले. ती गाठ कॅन्सरची नाही. कुठे तरी मार लागून रक्त साखळल्याची आहे, असा रिपोर्ट त्या डॉक्टरांनी दिला. मला अजूनही वाटतं ही सारी माझ्या गजानन महाराजांची कृपा. त्याशिवाय हा चमत्कार घडलाच नाही.

ह्या माझ्यावरच्या संकटासाठी माझ्या बहिणीने ताईने गाणगापूरला सेवेला राहिली असतानासुद्धा सोळा सोमवारचे व्रत केले होते. त्याच्या उद्यापनाला मुद्दाम आम्हाला बोलावले होते. मी, अंजली आणि सुगंधा तेवढ्यासाठी गाणगापूरला गेलो होतो.

पुण्यात असताना केशव नावेलकरची ओळख झाली. केशव नावेलकर उत्कृष्ट तबलजी. मोठमोठ्या संगीत नाटकांना, मोठमोठ्या नावाजलेल्या गाणाऱ्यांना ते साथ करीत असत. त्यांची बायको इंदू नावेलकर ही पण नाटकात काम करायची. तेही एकच प्याला, भावबंधन अशा नाटकाचे प्रयोग नावाजलेल्या कलावंतांना घेऊन नेहमी लावायचे. त्या प्रयोगाचे दौरे काढायचे. त्यांच्या त्या प्रत्येक दौऱ्यात आम्हा उभयतांना ते काम देत असत. त्यामुळे त्यांचा माझा चांगलाच घरोबा जमत गेला. त्यांच्या ओळखीची इलेक्ट्रिकची कामे ते मलाच करायला सांगत होते. आम्हाला मध्येच नाटकाचे प्रयोग करायची सणक यायची. मग मी मला परवडेल अशा नाईटवर काम करणाऱ्या वासू दिक्षित, दिलीप, हिरालाल जैन, त्याची बायको, कुसूम देव, माझी मेव्हणी मंदा आणि सोयगावचे आण्णा चौधरी, सारंग मापारी, अमृत चौधरी असे काहीजण घेऊन, जामनेर, पाचोरा, चोपडा ह्या तालुक्यात पाटलाची औलाद, देवावर मात, कृष्णसुदाम हे प्रयोग करीत जवळ जवळ डिसेंबर १९७२ ते मे १९७३ असे सहा महिने आम्ही त्या भागात फिरलो पण शेवटी घरी येताना आमच्या पदरी काही राहिले नाही. उलट सोयगांवकरांचे पाच सहाशेचं कर्जच आम्ही करून आलो.

पुण्यात असताना 'तिने असा काय गुन्हा केला?' ह्या नाटकात मला काम मिळाले. त्यात सिनेस्टार दादा साळवी, सिनेतारका वत्सला देशमुख, ज्योती चांदेकर, गोविंद कुलकर्णी वगैरे नावाजलेले कलावंत काम करीत होते. त्यात दादा साळवी आणि माझा एक प्रवेश होता. तो प्रवेश झाला की दादा साळवी माझी पाठ थोपटत असत. ह्या प्रयोगाच्या दौऱ्यात सिनेतारका रंजना आपल्या आई, वत्सलाबाई देशमुखांबरोबर एक दोनदा आली होती. त्यावेळी ती कॉलेजमध्ये शिकत असावी. तिलाही माझे काम खूप आवडले होते. त्यावेळी व्ही. शांताराम बापू, पिंजरा सिनेमाची जुळवाजुळव करीत होते. रंजनाने शांताराम बापूंना माझे नाव सुचवले होते. त्यांचा मनुष्य पुण्याला येऊन प्रयोगही बघून

गेला. त्यानी मला पिंजऱ्यातल्या भूमिकेबद्दल विचारले तेव्हा आप्पासाहेब इनामदारांचा 'चला आळंदीला' ह्या नाटकाचा चौदा प्रयोगांचा दौरा ठरला होता. म्हणून मी त्यांना नकार दिला. त्या नाटकाच्या वेळी गोविंद कुलकर्णी व प्रोड्यूसर यांचे काहीतरी बिनसले आणि ते नाटक बंद झाले. तो प्रोड्युसरच त्या नाटकाचा लेखक होता. त्यांचा भाऊ पण त्या नाटकात काम करीत होता. ते नगर जिल्ह्यातील पारनेरचे होते.

-०-

आमच्या 'पाटलाची औलाद' नाटकाचे प्रयोग आम्ही पुण्याच्या आजूबाजूला लावण्याचा प्रयत्न केला पण आम्हाला कधी यश आले नाही. एकदा तर भीमा कोरगांवला प्रयोग लावला होता. आम्ही प्रथमच बाबूराव गोखल्यांची बस भाड्याने ठरवून तिथे गेलो. नाटकाची सर्व तयारी झाली. आता तिकीट विक्री सुरू करणार तोच अचानक धो धो पाऊस सुरू झाला तोही पावसाळा नसताना. सर्व सामान भिजून गेले. लोकांची गर्दी चांगली होती. पण आमच्या नशीबानं आम्हाला दगा दिला. विशेष म्हणजे तो पाऊस त्या गावातच अर्धा तास पडला. नदीच्या पलीकडे पाऊस नव्हता. ह्यावेळी ते पारनेरचे प्रोड्यूसर मुद्दाम प्रयोग बघायला आले होते. आमची ही फजिती पाहून त्यांनी तिथल्या हॉटेलचे आमचे जेवणाचे बिल भरले व आमची अब्रू राखली. नंतर त्यांचे पैसे आम्ही दिले, ही गोष्ट निराळी.

ह्या गणपती उत्सवात पुण्यात असेपर्यंत आमच्या बरोबर काम करणाऱ्या कलावंतापैकी किसन बेल्हेकर, परमार, दिलीप मुळे ह्यांची आमची चांगलीच मैत्री जमली. अजूनही ती तशीच आहे.

-०-

असाच एक पुण्याचा नाटक वेडा ग्रुप आणि आम्ही असाच एक दौरा दरम्यान जळगाव भागात केला.

माझ्या भाचीचं, रोहिणीचं, डोंबिवलीला लग्न ठरले. मी रिकामाच होतो. म्हणून बहिणीचा ब्लॉक रंगवायची जबाबदारी मी घेतली. तिथे असताना माझ्या चुलत बहिणीचे– शकुंतलाचे– यजमान आप्पा जोशी यांनी मला एका नोकरीची ऑफर आणली. त्या काळात मला पुण्यात कुठलंच काम नव्हते. आप्पासाहेब इनामदार पण प्रकाशला घेऊन मुंबईच्या नाट्यसंस्थेत गेले होते. अंजलीची मात्र गोव्यात कोकणातील नाटकात भरपूर कामं चालू होती. आम्ही पुण्यात असताना अंजलीचा भाऊ सुरेश पण आमच्याकडे रहात होता. त्यांचं लग्न झाल्यावरही ते आमच्याकडे काही दिवस होते. मग ते आमच्या जवळच खोली घेऊन स्वतंत्र

राहिले. पुण्यातील माझी अस्थिर परिस्थिती लक्षात घेऊन मी ती नोकरी करायचे ठरवले. नोकरी अशी होती की, ज्या विषयाचा ज्या कामाचा माझा काडीमात्र संबंध नव्हता. आणि पगार मिळणार होता फक्त साडेतीनशे रुपये. तरीही मी ते काम पत्करले. कारण पुण्याच्या खोलीचा करार केव्हाच संपला होता. पण घरमालकांनी मुलांची परीक्षा होईपर्यंत आम्हाला मुदत वाढवून दिली होती. खरं तर त्या मालकाची सून गरोदर होती. पण त्यांनी आमच्या खोली समोरच झोपडी उभारून त्यात त्यांना ठेवले होते. आमच्या मुलांच्या परीक्षा संपल्या. आम्ही पुणे सोडून डोंबिवलीला बिऱ्हाड हालवले. पुण्याला असतानाच माझ्या एका मेव्हणीचं मंदाचं लग्न झालं होतं. ती मुंबईला राहात होती. तिचा नवरा प्रिमियर मध्ये होता.

मी ज्या कंपनीत नोकरी पत्करली होती ती एक केमिकल कंपनी होती. तिथे चुनखडीवर ॲसिड सोडून त्या लिक्वीडचे कॅल्शियम क्रोड्याडीत का कायसे बनवले जात होत. माझी तिथे सुपरवायझर म्हणून वर्णी लागली होती. तीन शिफ्टमध्ये काम चालायचं. तिन्ही शिफ्टचे सर्व नोकर जेमतेम दहा-बाराच होते. तीन सुपरवायझरसह मी नेहमी रात्रपाळी मागून घेत होतो.

बहिणीच्या ओळखीनं मुलाला विवेकानंद विद्यालय दत्तनगर येथे तर मुलीला लिटील चाईल्ड स्कूलमध्ये ॲडमिशन मिळाली. ज्या केमिकल कंपनीत मी काम करत होतो ती भागीदारांची होती. त्यांनी मला डोबिंवली पश्चिमला अगदी रेल्वे स्टेशन जवळ प्रशस्त तीन खोल्यांची एक जागा राहण्यासाठी दिली होती. महिना भाडे दीडशे रुपये– त्यातले पंचाहत्तर रुपये भाडे कंपनी भरणार होती. आणि पंचाहत्तर मी भरायचे होते. मला पगार साडेतीनशे फक्त पण अंजली नुकताच कोकणात दौरा करून आल्यामुळे प्रपंच चालवण्याची काळजी नव्हती.

स्वामी विवेकानंदमध्ये मुलाला सुनीलला ॲडमिशन घेताना डोनेशन एक हजार रुपये मागितले होते. पण त्या संस्थेच्या संचालिका सुधाताई साठे यांना मी माझी परिस्थिती सांगितली. 'पाहिजे तर शाळेच्या मदतीसाठी नाट्यप्रयोग करीन पण आता डोनेशन द्यायला पैसे नाहीत.' त्यांनी ते मान्य केले. अशा तऱ्हेनं नको तेवढं धाडस करून पुण्यात बसलेले बस्तान सोडून डोबिंवलीला आलो. डोबिंवलीच्या कलावंताचा तपास सुरू झाला. इथे जे कलावंत होते ते मोठ्या नावजलेल्या संस्थांमधून काम करणारे कलावंत होते. आम्हाला न परवडणारे. अशात एक कलावंत भेटला. सीताकांत अडफडकर. ह्याचे रामनगरमध्ये टेलरचे दुकान होते. ते मूळ गोव्याचेच म्हणून नाटकवेडा माणूस. त्यांच्याच ओळखीने डोंबिवलीमधील रमेश भिडे, शेणाई मास्तर अशा नाटक वेड्यांची ओळख झाली. मग त्यांना

घेऊन गणेश उत्सवासाठी 'पारिजात मी तुझ्या अंगणी.' गोव्यातील लेखक रेडकरचे नाटक बसविले. गणेश उत्सवात त्याचे पाच प्रयोग झाले. असेच दरवर्षी नवे नवे कलावंत घेऊन पाटलाची औलाद, स्वर्गहरण, बदला मारिजायझो ही मी लिहीलेली नाटके बसवून गणेश उत्सवात प्रयोग करत राहिलो. सुशिल थिएटर्सचे मालक सुभाष शिंदे आणि त्यांचे मित्र मंडळ सर्व माझ्या भूमिकेवर अतिशय खूश होते. ह्या प्रयोगाचे व्यवस्थापक श्रीराम खांडेकर, गुप्ते हे होते. राम खांडेकर अतिशय बुद्धिमान. त्यांच्या जिभेवर तर सरस्वतीच वास करीत होती. एकदा आण्टीच्या दौऱ्यात त्यांनी मला कोल्हापूरच्या कामुतरकर ह्या लेखकाचे 'देशील का आदेश' हे नाटक वाचायला दिले. तीस चाळीस पात्रं आणि दहा पंधरा वेगवेगळी दृश्यं असलेले हे नाटक दामाजीच्या जीवनावरचे होते. राम खांडेकरांच्या मनात आण्टीच्याच ग्रुपमध्ये, सुशील थिएटर्सच्याच बॅनरखाली ते करायचे होते. पण 'देशील का आदेश' हे नाव धंद्याला योग्य नाही म्हणून कोल्हापूरच्या दौऱ्यात खांडेकर मला घेऊन त्या लेखकाकडे गेले आणि त्या नाटकाचे नाव 'झाला महार पंढरीनाथ' असे ठेवून करायचे ठरवले. त्यासाठी त्यांनी त्या लेखकाला ॲडव्हासही दिला. मी नाटक वाचल्यावर मला काही ते आवडले नाही. तसं मी खांडेकरला स्पष्ट सांगितले.

ह्याच कोल्हापूरच्या दौऱ्याच्या वेळी एक अतिशय वाईट दुर्घटना घडली. कोल्हापूरच्या नाना जोशींच्या पारिजात लॉजवर आमचा आण्टीचा ग्रुप आणि मुंबईचाच 'मंतरलेली चैत्रवेल' नाटकाचा ग्रुप उतरला होता. त्यावेळी कंपन्या कोल्हापूरला मुक्काम करून सांगली, कराड, सातारा, इचलकरंजी, बेळगाव असे प्रयोग करत. आम्ही बेळगावचा प्रयोग करून पहाटे चार-साडे चारला कोल्हापूरात लॉजवर येऊन झोपलो. आणि अर्ध्या पाऊण तासातच कोल्हापूरचाच बी. माजगावकर लॉजवर आला आणि नाना जोशीला सांगू लागला आण्टीची बस पेटली. बरेच कलावंत जळून मेले. नाना जोशी त्याच्यावर खूप भडकला. 'अरे, सकाळी काय पिऊन आलास काय? अरे, आताच आण्टी ग्रुप येऊन झोपला आहे.' माजगावकर जीव तोडून सांगत होता, "अहो नाना, माझ्या शेजारीच राहणारा एस.टी. चा ड्रायव्हर पुण्याहून आला. त्याने मला उठवले आणि सांगितले पेठ नाक्यावर नाटकाची एक बस जळून खाक झाली." हे ऐकून आम्हीही जागे झालो आणि बाहेर आलो. मग लक्षात आलं रात्री प्रयोग साताराला होता 'मंतरलेली चैत्रवेल'चा. तो आटपून कोल्हापूरला येताना ही दुर्घटना घडली होती. आम्ही सर्वच– नाना जोशींसह आमची बस घेऊन घटनास्थळी

गेलो. शांता जोग, जयराम हर्डीकर असे आठ नऊ जण जळून खाक झाले होते. बसचा नुसता सांगाडा धगधगत होता. असा दुर्दैवी अपघात नाट्य व्यवसायात प्रथमच घडला होता.

हे प्रयोग चालू असताना मी डोंबिवलीतील हौशी कलावंताना घेऊन 'देवावर मात' हा प्रयोग बसवून स्वामी विवेकानंद शाळेच्या मदतीसाठी डोंबिवलीच्याच भरत नाट्य मंदिर मध्ये सादर केला. हा प्रयोग पहायला आण्टी व्यवस्थापक खांडेकर मुद्दाम तिथे आले होते. ह्या प्रयोगांने त्या शाळेला दोन तीन हजार मिळवून दिले. अशा तऱ्हेने विवेकानंद संस्थेच्या संचालिका सुधाताई साठे यांना दिलेला शब्द पुरा केला. हा प्रयोग पहायला मी ज्या केमिकल कंपनीत काम करीत होतो त्याचे मालक काळे पण आवर्जून हजर होते.

ज्या केमिकल कंपनीत मी काम करत होतो तिथे मी फक्त सहा सात महिनेच काम केले. पण त्या अवधीत तिन्ही मालकांची माझ्यावर पूर्ण मर्जी बसली होती. मीही माझी ड्यूटी आण्टीचे प्रयोग सांभाळून चोख करीत होतो. पण का कुणास ठाऊक त्या केमिकल कंपनीत मी काम करताना मला सारखा भास होत होता म्हणा, किंवा माझ्याच मनाचा तसा खेळ चालू होता म्हणा की, तिथल्या धगधगत्या भट्ट्यांच्या ज्वाला मला बोलवत आहेत. पण मी गजानन महाराजांचे नामस्मरण करीत रहायचो.

असाच मी एकदा काम करीत असताना अॅसिडच्या भरलेल्या टाकीचा पाईप निघाला. दहा एक हजार लिटरची ती भरलेली टाकी वाहून जाईल म्हणून मी तो पाईप बसवण्याचा प्रयत्न केला. पाईप बसवला. पण अॅसिडने मला पूर्ण आंघोळ घातली होती. पण ते अॅसिड साधंच होते म्हणून मी बचावलो होतो. फक्त माझी शरीराची डोक्यापासून पायापर्यंत सर्व कातडी काळी झाली होती. पण नंतर आठ दिवसांनी परत होती तशी झाली.

ह्या प्रसंगानंतर अशीच एक घटना. शाळेच्या पटांगणात खेळ खेळताना माझ्या मुलाचा– सुनीलचा– हात मोडला. पोफळे हॉस्पिटलमध्ये नेल्यावर एक्सरे-प्लॅस्टर सर्व सोपस्कार झाले. पण आमच्या नशीबानं ते डॉक्टर पोफळे चांगले भेटले. त्यावेळी ते रोटरी क्लबचे अध्यक्ष होते. त्यांनी त्यांचे सात आठशे रुपये बिल हप्ताहप्त्यानी तुम्हाला जसे जमेल तसे द्या म्हणून सवलत दिली म्हणून निभावले.

असाच दुपारी बारा ते आठ ही पाळी करीत असताना संध्याकाळी लाईट गेले. कामगारांचे काम थांबले होते. त्या काळोखात आतून बाहेर येताना अचानक त्या भट्टीचा भडका उडाला. आणि त्या ज्वालांच्या झोतात मी भाजला गेलो.

अंगावरचे पँट शर्ट पूर्ण जळून गेले. डोक्याचे सर्व केस, डोळ्यांच्या भुवया जळून गेल्या. शरीराची डावी बाजू व पूर्ण चेहरा होरपळून गेला. पण त्यावेळी माझ्या नशीबानं दुसरा सुपरवायझर तिथे हजर होता. त्याने मला माझ्याच सायकलवरून माझ्याच सांगण्यावरून माझ्या बहिणीच्या घरी कामतेकरांकडे नेऊन सोडले. माझा तो अवतार पाहून माझ्या बहिणीच्या यजमानांनी मला ओळखलेच नाही. माझ्याबरोबर आलेल्या सुपरवायझरने सर्व प्रकार त्यांना सांगितला. मग मात्र सर्वांची घाबरगुंडी उडाली. त्यांनी लगेच त्यांच्या फॅमिली डॉक्टर रिजबूडना बोलावयाला मुलाला पाठवला. तो सुपरवायझर कंपनीच्या मालकांना सांगायला गेला. सगळ्यांची धावपळ सुरू होती. डॉक्टर कुठे व्हिजिटला गेले होते. त्यांना यायला वेळ लागला. तेवढ्या वेळात बहिणीने आणि तिच्या मुलानं माझ्या भाजलेल्या जागी बर्नाल लावले. डॉक्टर आले आणि म्हणाले ही कंपनीत घडलेली घटना आहे. काही कमी जास्त झालं तर? तेवढ्यात कंपनीचे एक मालक तिथे आले. त्यांनी डॉक्टरांना सांगितले 'तसं काही होणार नाही. ती सर्व जबाबदारी आमची असेल.' डॉक्टरांनी एक इंजेक्शन दिले आणि ते निघून गेले. मला वाटतं ते झोपेचं इंजेक्शन असावे. माझा भाचा राजेंद्र आमच्या घरी जाऊन निरोप देऊन आला. मामा रात्री येणार नाही. तो रात्रपाळी पण करणार आहे. रात्री अकरा वाजता डॉक्टर ठोसर कसल्यातरी औषधाची भरलेली मोठी बाटली घेऊन परत आले. त्यांनी लावलेले सर्व बर्नाल स्पिरीटच्या बोळ्यानं पुसून काढायला लावला आणि त्यांनी आणलेल्या औषधात कापूस भिजवून त्याच्या घड्या भाजलेल्या सर्व जागेवर ठेवायला सांगितल्या. रात्रभर त्या कापसाच्या घड्या सुकून देऊ नका. त्या औषधाने कुठेही फोड आले नाहीत. होणारी आगही थांबली होती. दुसरे दिवशी माझ्या भाच्यानेच मला आमच्या घरी आणून सोडले. ह्या प्रकाराच्या वेळी छाया आमच्याकडेच होती. आमच्या खोलीवर तिघंही मालक येऊन गेले. ह्याचवेळी माझ्या चुलत भावाचे– विनूकाकांच्या मुलाचं– लग्न डोबिंवलीला होते. माझा तो विद्रूप चेहरा घेऊन मी लग्नाला गेलो होतो. आणि पंधरा दिवसात मी बरा झालो. पण डोक्याचे केस, भुवया, पापण्याचे केस आले नव्हते. मग मी रोज शिवांबु डोक्यापासून पायापर्यंत लावायला सुरवात केली. त्यामुळे महिना भरातच भाजलेले सर्व डाग गेलेच पण डोक्याचे केस, भुवया, पापण्यांचे केस सर्व हळूहळू परत आले. पुढे काही दिवसांनी ती नोकरी सोडली. आण्टी दौरेही जोरात चालू झाले होते.

-०-

गुढीपाडव्याच्या दिवशी मी घरी पूजा करीत होतो. तेव्हा पेपरमधील जाहिरात पाहून छाया मला म्हणाली, "भाऊ, तुम्ही नवीन नाटक लिहिलेत आणि आम्हाला सांगितले पण नाहीत." आणि तिनं ती पेपपरमधील जाहिरात मला दाखवली. महाराष्ट्र टाईम्सला अर्धा पान जाहिरात होती. "आण्टीच्या यशस्वी प्रयोगानंतर सुशील थिएटर्स मुंबई सादर करीत आहे महान धार्मिक संगीत नाटक 'झाला महार पंढरीनाथ'. प्रथम प्रयोग आषाढी एकादशीच्या शुभ मुहूर्तावर. लेखक पांडुरंग घांग्रेकर. कलावंत सिनेतारका आशू, संजीवनी बिडकर, मोहन कोठीवान आणि आण्टीचे सर्व यशस्वी कलाकार" ती जाहिरात बघून मीही चाट झालो. मी लागलीच ठाण्याला जाऊन निर्माते सुभाष शेट यांना भेटलो आणि त्यांना सांगितले, "जाहिरातीत लेखक म्हणून चुकून माझं नाव आलं आहे, ते म्हणाले खांडेकरांनीच सांगितले, 'मास्तर हे नाटक लिहीत आहेत' आणि म्हणूनच मी जाहिरात द्यायला होकार दिला. मी डोंबिंवलीला खांडेकरांच्या घरी गेलो. पण तो घरी नव्हतो. मी घरी गेलो तेव्हा छायाने माझ्या हातात पाकीट दिले. पाकीटात एक चिठी होती. "आज पाडव्याच्या मुहूर्तावर सर्व पेपरना 'झाला महार पंढरीनाथ' ची जाहिरात दिली आहे. आणि आता हे नाटक तुम्हीच लिहिणार आहात. तसं सुभाष शेटना सांगितले आहे. म्हणून पाडव्याच्या शुभ मुहूर्तावर हा लेखनासाठी दोनशे रुपये ॲडव्हान्स दिला आहे."

पुढे चार दिवसांनी आण्टीचा दौरा अकलूज, सोलापूर, बार्शी ह्या भागात होता. त्यावेळी खांडेकर भेटले, तेव्हा त्यांना मी म्हणालो, "अहो खांडेकर, मी जी नाटकं लिहिली आहेत, ते माझ्या कल्पनेचे विषय होते. आणि हा विषय सत्य घटनेवर आहे. आता एप्रिल संपला आणि तुम्ही आषाढी एकादशीला प्रयोग करायचं म्हणता. अहो, हे कसं जमणार?" तो म्हणाला, "मास्तर, नाटक तुम्हीच लिहिणार आहात. फार तर तुमचं लिखाण पुरं झाल्यावर आपण प्रयोग करू. पण नाटक तुम्हीच लिहायचे आहे."

सोलापूरला लागोपाठ दोन दिवस आण्टीचे प्रयोग होते. पहिला प्रयोग झाल्यावर मी सकाळी उठून पंढरपूरला गेलो. हेतू हा की अशा शुभकार्याअगोदर पांडुरंगाचं दर्शन घ्यावे व दामाजीबद्दल काही माहिती मिळते का पाहावे. पांडुरंगाच्या दर्शनासाठी मंदिरात गेलो. पण दर्शनासाठी मोठी लाईन होती. म्हणून दूरूनच दर्शन घेऊन निघालो. इतक्यात एक पोलीस इन्सपेक्टरानी मला हटकले आणि म्हणाले, "रात्री सोलापूरच्या आण्टी नाटकातील दारूड्या मास्तर तुम्हीच ना? एकदम झकास काम केलेत, चला पांडुरंगाचं दर्शन घ्यायचं आहे ना? त्यांनी

सरळ मला पांडुरंगाच्या गाभाऱ्यात नेले. मी पांडुरंगाच्या पायावर मस्तक ठेवले आणि मनात त्याला म्हणाले 'देवा तुझ्यावर नाटक लिहिण्याची जबाबदारी घेत आहे. ती नीट पार पाडून घे.' आणि आश्चर्य मी देवापुढे पैसे वगैरे काहीही ठेवले नाही तरी तिथल्या बडव्यांनी मला अगदी हाक मारून प्रसाद म्हणून नारळ दिला.

मी कीतर्नकार निजामपूरकरांना भेटलो. त्यांना सर्व सांगितले, त्यांनी सांगितले, 'दामाजी संत नव्हते. त्यामुळे त्यांचे चरित्र कुठल्याही संत वाङ्मयात नाही. ते बिदरबादशहाचे अतिशय विश्वासू नोकर. मंगळवेढ्याचे ठाणेदार होते. पण सत्शील, पांडुरंगाचे निस्सीम भक्त होते. त्यांच्याच हाताखालच्या मुजुमदारांनी त्यांच्या विरोधात बिदरशाहीत तक्रार केली आणि पुढला इतिहास घडला.'' मी ही अशी माहिती गोळा करीत पंढरपूरहून सोलापूरला निघालो आणि नाटकाची सुरुवात सुचली. दामाजीची पत्नी सावित्री पहाटे उठून तुळशीची पूजा करत आहे आणि म्हणत आहे, 'उठा उठा हो भक्त जन, चंद्रभागे करूनी स्नानं' अशी भूपाळी सोलापुरापर्यंत येईपर्यंत तयार झाली.

त्या दौऱ्यातले शेवटचे दोन प्रयोग पुण्याला होते. त्यानंतर मे महिन्यात आशू, मोहन कोठीवान ह्यांचे सिनेमाचे शूटींग होते. त्यामुळे मे महिन्यात आण्टी प्रयोग होणार नव्हते. पुण्याच्या प्रयोगानंतर मी चार दिवस पुण्याला इंदूताईकडे थांबलो होतो. इथेही असाच काहीसा चमत्कार घडला.

विजय जोशीला मी ह्या नाटकाबद्दल सर्व हकीगत सांगितली. त्याने औंध रोडला त्याच्या मित्राकडे पळणीटकर यांचेकडे मुद्दाम मला नेले. तिथे कोल्हापूरचे चिलये महाराज आले होते. ते महाराज मला म्हणाले, 'उद्या सकाळी ये, पण एकटा ये.' माझ्या उंचीची ती मूर्ती पांढरा कुडता असा वेश, यांना महाराज कसं म्हणाचे. ही माझी शंका विजय जोशीजवळ बोलूनही दाखवली. त्यावर तो म्हणाला, हा अवलीया आहे.. शंकर महाराजांचे अनुयायी. तू उद्या जरूर जा. मी दुसरे दिवशी सकाळी तिथे गेलो. तर महाराज एका स्टोव्हवर पातेले ठेवून चण्याची (हरभऱ्याची) उसळ करत होते. त्यात तिखट, मीठ मुठीनंच टाकत होते. तिथे त्यांच्यासमोर एक आठ-दहा वर्षाची मुलगी आणि तिची आई बसली होती. त्या मुलीला पोटदुखीचा त्रास होता. मी गेल्यावर मलाही तिथे बसायचा हुकूम झाला. थोड्या वेळाने त्या मुलीला आणि मला दोघांना दोन बशा भरून ती त्यांनी केलेली चण्याची उसळ खायला दिली. ती उसळ इतकी तिखट होती की पहिल्या घासातच मला आई आठवली. पण ती मुलगी मात्र मिटक्या मारत खात होती. हाय हूय करीत ती मी एकदाची संपवली. महाराज सारखे म्हणत

होते, "चला चला, लवकर लवकर संपवा." मग त्यांनी मला ओंजळ करायला लावली. त्या ओंजळीत त्यांनी साखर ओतली आणि म्हणाले, असाच जाऊन ही साखर मारुतीपुढे ठेवून ये. भर बारा वाजता, ऊन रखरखत होते. पायात चप्पल नाही आणि अनवाण्या पायांनी मारुती मंदिर शोधत होतो. त्या डांबरी रस्त्यावर पायाला मस्त चटके बसत होते. त्या औंध मार्गावर देऊळ लवकर सापडेना. अर्धा पाऊण तास ओंजळीत साखर घेऊन ज्याला त्याला विचारीत मी फिरत होतो. अखेर मारुतीचं मंदिर सापडले. त्यांनी सांगितल्याप्रमाणे मारुतीपुढे साखर ठेवली. नमस्कार केला आणि परत त्या पळणीटकरांकडे आलो. त्या महाराजांनी माझ्या हाती दोन उदबत्त्या दिल्या. काड्यापेटी दिली आणि सांगितले, 'अरे, मारुतीला साखर ठेवलीस पण उदबत्ती लावायची राहिली. जा उदबत्ती लावून ये.' परत अनवाणी पावलांनी मारुतीच्या देवळात जाऊन उदबत्ती लावून आलो. आता देऊळ शोधावे लागले नाही. पंधरावीस मिनिटातच मी परत आलो. मी परत आलो तर पळणीटकर पती पत्नी महाराजांच्या अंगावर बाथरूममध्ये गार पाण्याच्या बादल्या भरभरून ओतत होते. आणि महाराज 'आग होते आग होते,' म्हणून ओरडत होते, 'अरे, माझी नाही त्या पोराच्या अंगाची आग आग होत आहे. त्यावर पाणी ओता.' त्यांनी मला हाताला धरून त्या बाथरूममध्ये ओढले. आणि स्वत: माझ्या अंगावर पाण्याच्या बादल्या ओतायला सुरुवात केली. अंगावरच्या कपड्यासह मला त्यांनी भिजवून टाकले आणि स्वत: ओलेत्यानेच बैठकीच्या खोलीत कोचावर जाऊन बसले. पळणीटकरांनी मला नेसायला धोतर दिले. माझे कपडे उन्हात वाळत घातले. मी धोतर नेसून महाराजांच्या समोर जाऊन बसलो. अर्धा पाऊण तास झाला तरी काहीच बोलले नाहीत. डोळे मिटून स्वस्थ बसून होते. मग एकदम मला म्हणाले, "काढ, रुपया काढ" माझ्याजवळ रुपया सुट्टा नव्हता म्हणून मी दहा रुपयांची नोट पुढे केली. पण त्यांनी ती घेतली नाही. ते म्हणत होते- कोराकरीत रुपया आण. मग त्या पळणीटकर वहिनीनीच एक रुपयाची कोरी करकरीत नोट माझ्या हातात दिली. मी ती नोट महाराजांना दिली. महाराजांनी ती नोट कपाळाला लावून परत मला दिली आणि म्हणाले, "आता पळ, तुझं काम झाले." मला काहीही समजले नाही. कसले काम नी काय? मी कपडे बदलले आणि सरळ विजय जोशीकडे गेलो. झाला प्रकार त्याला सांगितला. आणि दुसरे दिवशी डोबिंवलीला गेलो.

-०-

ठरल्याप्रमाणे आषाढी एकादशीला प्रयोग करायचा म्हणून पात्रांची जमवाजमव

सुरू झाली. आण्टीचे दिग्दर्शक केशवराव मोरेच हे नाटक दिग्दर्शन करीत होते. प्रकाश घांग्रेकर, मधुवंती दांडेकर, प्रसाद सावकार, योजना भाटे, चंद्रकांत कोळी अशी सर्व कलावंत माणसे त्यात काम करीत होते. आम्ही उभयतांही त्यात महत्त्वाच्या भूमिकेत होतो. अखेर पंढरीनाथ बेर्डे ह्यांना घेऊन तालमी सुरू झाल्या.

आषाढी एकादशी, सकाळी अकरा वाजता रवींद्र नाट्यमंदिरात पहिला प्रयोग आणि दुपारी चार वाजता शिवाजी मंदिर. दोन्ही प्रयोग हाऊसफुल होते. त्याच दिवशी रात्री नऊ वाजता दिनानाथ पार्ले येथे प्रयोग कॉन्ट्रॅक्टरनी दिला होता. दुसरे दिवशी सकाळी अकरा वाजता शिवाजी मंदिर आणि दुपारी चार वाजता गडकरी रंगायतन हेही प्रयोग हाऊसफुल होते. नाटक प्रेक्षकांना आवडले. समीक्षकांनी चांगले रिपोर्ट दिले. ज्यांनी मला हे नाटक लिहिण्यास भाग पाडले ते राम खांडेकर मात्र ह्या नाटकाला व्यवस्थापक म्हणून नव्हते. त्यांना ह्या नाटकात भागीदारी पाहिजे होती. आणि तीही बिना पैशाने आणि निर्मात्यांना कुठलाच व्यवहार भागीत करायचा नव्हता. म्हणून ते व्यवस्थापक म्हणूनही राहिले नव्हते. नंतर काही दिवस मी ते काम माझ्या भूमिका सांभाळून करीत होतो. नंतर ते व्यवस्थापक होते. त्यामुळे त्यांनी पाहिजे तितके लक्ष सुशिल थिएटर्सच्या आण्टी आणि 'झाला महार पंढरीनाथ' ह्या नाटकाकडे दिले नाही. जर ह्या प्रयोगाच्या वेळी खांडेकरच व्यवस्थापक असते तर आण्टी प्रमाणेच ह्याचेही भरपूर प्रयोग झाले असते. त्यानंतर आजपर्यंत ते खांडेकर मला कधीही भेटले नाहीत. पण त्यांच्या अट्टाहासापायी हे नाटक माझ्याकडून लिहिले गेले हे मला मान्यच करावे लागेल.

-०-

आण्टी, पंढरीनाथचे प्रयोग चालू असतानाच बहिणीच्या सांगण्यावरून सुनीलची मुंज तिच्याच घरात करून घेतली. स्वामी विवेकानंद दत्तनगर शाळेच्या जवळच आम्ही राहात होतो. आम्ही नाटकात काम करतो म्हटल्यावर आणि सुनील-सुगंधा त्याच शाळेत शिकत असल्यामुळे शाळेच्या संचालिका सुधाताई साठे यांनी त्यांच्या शाळेत एक बाल नाट्य बसवून देण्याचा मला आग्रह केला. ते बालनाट्य सुधाताई करमकर ह्यांच्या लिटील थिएटर्सच्या स्पर्धेत पाठवायचे होते. तोपर्यंत माझा बालनाट्याशी कधीच संबंध आला नव्हता. पण त्यांच्या आग्रहाखातर मी त्यांनीच निवडलेले झोपडी हे नाटक बसवले. अर्थात त्याला बक्षीस मिळाले नाही. पण ह्यानंतर बालनाट्याशी, बाल रंगभूमीची माझी नाळ

इतकी जुळून गेली ती आजपर्यंत कायम टिकून आहे.

पुढच्या वर्षीच्या स्पर्धेसाठी मीच पुढाकार घेऊन ज्योतीराव कदमचे 'केल्याने होत आहे रे' हे नाटक बसवले. ह्यावेळी ह्या स्पर्धेत पंचाहत्तर शाळांनी भाग घेतला होता. म्हणून सुधाताईनी ठाणे, पार्ले आणि मुंबई अशा तीन केंद्रावर पहिली प्राथमिक फेरी घेऊन त्यातल्या दोन दोन नाटकांची अंतिम फेरी रवींद्र नाट्य मंदिरात घेतली. विशेष म्हणजे ह्या तिन्ही केंद्रावर 'केल्याने होत आहे रे' हे बाल नाट्य झाले. मुंबई केंद्रावर स्वत:च शिरोडकर हायस्कूलच्या मुलांनी ते बसवले होते. ठाणे केंद्रात आमचा पहिला नंबर आल्यामुळे आम्ही अंतिम फेरीत पोहोचलो होतो. त्या फेरीत सहा नाटकांमध्ये ज्योतीराव कदमनी बसवलेले नाटकही आले होते. ह्या अंतिम स्पर्धेत आम्ही पहिला नंबर पटकावला. ह्यावेळी ज्योतीराव कदमनी त्यासाठी खूप हुज्जत घातली. त्यावर सुधाताईंनी त्याला स्पष्ट शब्दात सांगितले, "घांग्रेकरांनी तुझंच नाटक बाल नाट्य म्हणून सादर केले. पण तू नाटकासाठी अवाढव्य नेपथ्याचा खर्च करून त्या तुझ्याच नाटकाचा तमाशा केलास" त्या साऱ्या प्रकारामुळे आमचा उत्साह वाढला. मग सुधाताई साठे, शाळेच्या मुख्याध्यापिका कुलकर्णी मॅडम, दिपाली काळे मॅडम, पेंडसे मॅडम, शाळेच्या पालक समितीतले मेहंदळे, लेले, अशा सर्वांनी मिळून 'कला संस्कार' म्हणून डोंबिवलीत संस्था स्थापन केली. आणि पहिल्याच वर्षी संस्थेच्या वतीने डोंबिवलीतील शाळांची बालनाट्य स्पर्धा आयोजित केली. टिळक हायस्कूल, जोशी हायस्कूल, धनाजी नाना विद्यालयपासून म्युनिसिपल विद्यालय सारख्या सर्व शाळांनी आम्हाला चांगला प्रतिसाद दिला. ह्या स्पर्धेत मी लिहिलेले 'ताटी उघडा ज्ञानेश्वरा' हे बालनाट्य सादर केले. त्यात त्यावेळी ज्ञानेश्वराची भूमिका करणारी पल्लवी आठल्ये आज नाट्यचित्रपट सृष्टीत ऐश्वर्या नारकर म्हणून नावारूपाला आली आहे. त्यानंतर पेंडसे मॅडमनी लिहिलेले 'हेची दान देगा देवा', मी लिहिलेले 'हुतात्मा, जमंत जगावेगळी' अशी बालनाट्यं बसवली गेली व लिटील थिएटर्स स्पर्धेत आम्ही दरवर्षी सादर करीत गेलो. त्यामुळे कलासंस्कार संस्था चांगलीच नावारूपाला आली. आकाशवाणीवर आमच्या सर्व नाटकांना संधी मिळालीच आणि ती बालनाट्ये आकाशवाणीवर त्यावेळी गाजली. पण ही संधी आम्हाला आकाशवाणीच्या माधव कुलकर्णी यांनी दिली. ही बसवलेली सर्व बालनाटकं घेऊन लागोपाठ दोन तीन वर्षे दिवाळीच्या सुट्टीत जळगाव जिल्ह्यातील रावेर, चिनावल, सावदा, फैजपूर साखर कारखाना, भालोद, हंबर्डी, निभोरा, भुसावळ जवळील साखरी अशा ठिकाणी सर्व विद्यार्थ्यांना घेऊन जाऊन

त्या भागात बालनाट्यं दाखवली. ह्या दोन्ही दौऱ्याच्या वेळी आमचा सुनील नाटकात काम नसताना सुद्धा आमच्या बरोबर असायचा. त्याचप्रमाणे पल्लवी आठल्येची आई पण आमच्या मदतीला यायची. त्यावेळी असलेली शीतल कापशीकर, पल्लवी आठल्ये, भट, मृदुला दंडडे, वेलणकर, संतोष काळे, रोहित काळे, खांडेकर, देशपांडे हे जुळे भाऊ अशा सर्व वीस एक मुलामुलींचा ग्रुप मस्त जमला होता. ज्या ज्या ठिकाणी आम्ही ह्या बालनाट्याचे प्रयोग केले त्या त्या ठिकाणी ह्या सर्व मुलांचं खूप कौतुक होत होते. लहान मुलं सुद्धा इतकी चांगली नाटकं सादर करू शकतात हे पाहून त्या शाळा, ती गावं, अगदी भारावून जात होती.

-०-

माझे आण्टी, झाला महार पंढरीनाथ, छावा हे प्रयोग चालूच होते. मध्यंतरी योजना भाटेला घेऊन आम्ही देवावर मात हे नाटक तिच्याच संस्थेच्या वतीने सुरू केले. योजना त्यात नारदाची भूमिका करत होती. पण काही कारणाने तीन, चार प्रयोगातच ते नाटक बंद झाले.

ह्यावेळी भास्कर चौधरी यांचे 'मरी जायझो' हे नाटक माझ्याकडे दिग्दर्शनासाठी आले. लेवा भाषेतील हे पहिलेच नाटक, विषय होता, हुंडा बंदी. नाटकाचा विषय मला आवडला होता. पण सादरीकरणाच्या दृष्टीनं त्यात नाट्य नव्हते. म्हणून लेखकाच्या संमतीने मी ते मला पाहिजे तसे परत लिहून काढले. पहिला प्रयोग रवींद्र नाट्य मंदिरात झाला. लेवा समाजातील रसिकांनी नाटकाच्या नावावरून त्याला चांगलीच गर्दी केली होती. हे दोन अंकी नाटक इतके रंगेल अशी आम्हालाही कल्पना नव्हती. त्यात रागिणी सामंत, रमेश भिडे, वामन पटवर्धन, बबन चव्हाण आणि आम्ही उभयता भूमिका करीत होतो. त्याचा दुसरा प्रयोग जळगावला बालगंधर्व खुले नाट्यगृहात झाला. हा प्रयोग हाऊल फुल होता. जळगाव जिल्हातील त्यावेळचे आमदार मधुकरराव चौधरी, जी.टी. महाजन, हरिभाऊ जवरे असे अनेक आमदार, खासदार त्यांच्या भाषेतील पहिलेच नाटक म्हणून आवर्जून उपस्थित होते. आम्ही सर्व मुंबईची मराठी बोलणारी माणसं, लेवा भाषेतील ते नाटक सादर करीत होतो. आणि तेही त्यांच्या राजधानीत, त्यांच्या भागात पहिला अंक झाल्यावर मध्यंतराच्या सत्कार समारंभाच्या वेळी माननीय मधुकररावांनी ह्या गोष्टीचा मुद्दाम उल्लेख केला. ते सत्कार करता म्हणाले, 'ही कलावंत सर्व मंडळी मराठी बोलणारी, मुंबईची माणसं घेऊन घांग्रेकरांनी आमच्या भाषेतले हे नाटक बसवण्याचे धाडस केले आहे. हे शिवधनुष्य

त्यांनी अतिशय ताकदीनं यशस्वीरीत्या घेतले आहे. शहरात राहणाऱ्या आमच्या लेवा समाजाच्या लोकांनासुद्धा आपली भाषा नीट बोलता येत नाही. पण ह्या सर्व कलावंतांनी ती अतिउत्तमरित्या सादर केली. मी ह्या प्रसंगी घांग्रेकरांना असे आव्हान करतो की त्यांनी आमच्या भाषेतील आमच्या समाजाच्या लोकांना घेऊन एखादं मराठी नाटक बसवावे.' माझ्या सत्काराला उत्तर देताना मी तिथेच सांगून मोकळा झालो, 'माननीय मधुकररावांनी मला तशी संधी द्यावी. मी अवश्य त्यांच्या लोकांना घेऊन नाटक बसवीन.'

काही कारणाने भास्कर चौधरींनी ह्या नाटकाचे ठाणे आणि डोंबिवली असे आणखी दोनच प्रयोग करून ते बंद केले.

पण गणपती उत्सवात मीच ते प्रयोग करायचे ठरवले. आणि परत जळगाव जिल्ह्यातच गेलो. चार प्रयोग झाले. फैजपूरच्या मधुकर सहकारी साखर कारखान्यावर प्रयोग होता. पहिल्या दिवशी पावसामुळे प्रयोग झाला नाही. पण त्यांनी दुसऱ्या दिवशी तो प्रयोग केला. त्यामुळे कारखान्याच्या अधिकाऱ्यांशी ओळख झाली. त्यात फायदा असा झाला बालनाट्याच्या दुसऱ्या दौऱ्याच्या वेळी आमची राहण्या जेवणाची सोय तिथे झालीच पण त्यांच्या सहकार्याने कारखाना, हंबर्डी, बामणोद असे प्रयोगही झाले.

योजना भाटेचे नंतर तेच नाटक 'स्वर्गहरण' म्हणून मामा पेडणेकरांनी सुरू केले. ह्यावेळी त्यात नारद चंद्रकांत कोळी करत होता. शिवाय विजय साळवी, राजा चव्हाण, वगैरे त्यात काम करत होते. रवींद्र नाट्य मंदिर, गडकरी नाट्य गृह, दिनानाथ पार्ले, शिवाजी मंदिर असे प्रयोग लावले गेले. पहिले तीन प्रयोग झाले. शिवाजी मंदिराचा प्रयोग उत्पन्न असून रद्द केला गेला. आणि पुढे ते नाटक बंदच केले, त्याचं कारण जेव्हा मला समजले तेव्हा मला आश्चर्यच वाटले. त्यावेळी छावा हे नाटक मोहन वाघ ह्यांच्या चंद्रलेखा आणि मामा पेडणेकरांच्या संस्थेत भागीदारीत काढले होते. त्यावेळी मोहन वाघांनी मामांना अट घातली होती म्हणे ह्या पुढील नाटक तुझ्या संस्थेच्या बॅनर खाली काढायचे असले तरी मला विचारल्याशिवाय काढायचे नाही. छावामध्येही मी काम करत होतो. मोहन वाघांचं आणि घांग्रेकरांचे चांगले संबंध आहेत, आणि त्यांचंच नाटक आपण काढत आहोत. तेव्हा मोहन वाघ काही हरकत घेणार नाहीत, पण जाहिरात वाचून ते मामांना म्हणाले 'मला सांगितल्याशिवाय तू नाटक का काढलंस?' 'घांग्रेकरांचं हलकं फुलकं नाटक परत तुमच्या पठडीतले नाही. म्हणून मी तुम्हाला विचारले नाही.' 'अरे, पण सांगितलेस सुद्धा नाहीस' मामांनी

वाईटपणा नको म्हणून ते नाटक बंद केले.

-०-

'दीप जळे वादळात' ह्या नाटकाच्यावेळी ते नाटक डोंबिंवलीत आमच्या भागात राहणारे मयेकर म्हणून नाट्य कलाकार रहात होते. पूर्वी त्यांनीही निर्माता म्हणून ह्या धंद्यात अनुभव घेतलेला होता. त्यांना हे नाटक आवडले. ते म्हणाले आपण दोघात हे नाटक काढू या. मलाही तो मोह झाला. आम्ही त्या नाटकाचे नाव 'रामजानकी' असे ठेवून प्रयोग करायचे ठरवले. मग आम्ही उभयता, मयेकर, वामन पटवर्धन, बबन चव्हाण, रवीकांत तुळसकर अशी पात्रं घेऊन तालमी सुरू केल्या. ह्याचवेळी अंजलीच्या ओळखीचे वेतोऱ्याचे रमेश गोगटे यांची माझी ओळख झाली. त्यांचच स्वतःचं ओपनएयर नाट्यगृह वेतोऱ्यालाच होते. त्यांच्या सांगण्यावरून आम्ही पहिला प्रयोग त्यांच्याच थिएटर्समध्ये करावयाचे ठरवले. त्यासाठी लागणारे नेपथ्य गोगटे करणार होते. मग वेतोरा येथेच पहिला मुहूर्ताचा प्रयोग केला. त्याला जोडून माणगाव, शिरोडा, अचरा अशा ठिकाणी प्रयोग लावले. नाटक लोकांना खूप आवडले. पण दौरा यशस्वी झाला नाही. कलावंतांच्या ठरलेल्या नाईटही भागवता आल्या नाहीत. माझ्यावरच्या प्रेमापायी म्हणा, नाहीतर नाटकाच्या प्रेमापायी म्हणा, जागोजाग लावलेले सर्व प्रयोग नाईट न घेता पार पाडले. त्यांनी पुढेही ते नाईटचे पैसे कधी आमच्याजवळ मागितले नाहीत. पण हे प्रयोग करीत असताना काही विचित्र घटना घडल्या. शिरोडा येथे प्रयोगाच्यावेळी आम्ही आजगावला अंजलीच्या घरीच उतरलो होतो. शिरोड्याला प्रयोग करून आलो. जेवणे झाली. बाकी कलावंत झोपले आणि मामी (अंजलीची आई) मला म्हणाल्या, "बाहेरच्या खोलीत दादा आजारी आहे" दादा म्हणजे यशवंत आण्णाचा मोठा भाऊ, मामीचा चुलत दीर. आम्ही बघायला गेलो तेव्हा तो एका कोपऱ्यात भिंतीला टेकून बसलेला होता. खरं सांगायचं तर तो त्याचवेळी गेला होता. पण आलेल्या कलावंतासमोर रात्रीचा तो गोंधळ नको म्हणून मामीला मी खोटेच सांगितले. त्याला झोप लागली आहे. सकाळी उठल्यावर सर्वांना ते समजलेच. त्याचा अंत्यविधी उरकून आम्ही पुढच्या प्रयोगासाठी रवाना झालो.

दरम्यान घडलेल्या वाईट घटना आणि दौराही अपयशी झाल्यामुळे मी खूपच अडचणीत आलो.

-०-

अधूनमधून छावा नाटकाचे प्रयोग चालू होते. असेच एक दिवस पहाटेच

मधुकर सहकारी कारखाना फैजपूर जिल्हा जळगावचे सचिव भागवत कोल्हे डोंबिवलीला आमच्या घरी आले. त्यांनी मला सांगितले मी मधुकर साखर कारखान्याच्या वतीने आलो आहे. आमच्या कामगार कलावंताचे एक नाटक तुम्ही बसवावे आणि त्यासाठी माझ्याबरोबर कारखान्यावर चलावे. आमचा छावा नाटकाचा दौरा दोन दिवसांनी होता. म्हणून मी त्यांना हा दौरा झाला की येतो म्हणून सांगितले.

दौरा आटपून मी फैजपूरला कारखान्यावर गेलो. 'मरिजायझो' नाटकाच्या वेळी तसा कारखान्याच्या अधिकारी वर्गाचा परिचय झालेला होता. नाटक कोणते बसवायचे ही जबाबदारी त्यांनी माझ्यावर सोपवली. तशी त्यांनी ह्यापूर्वी 'लग्नाची बेडी' 'अंगाई' वगैरे नाटकं बसवली होती. मी माझ्या 'रामजानकी' ह्या सामाजिक नाटकाची कथा त्यांना ऐकवली. एकाच घरात चालणारे, दोन स्त्री पात्रं असलेले एका शापित वास्तूतच कथानक असलेले ते नाटक त्यांना आवडले. त्यांच्या नेहमीच्या कलावंतांची एक मीटिंग कारखान्याचे एम.डी. सप्रे साहेबांसह आयोजित केली. तिथे पात्रांची निवडही करण्यात आली. त्यातल्या रामजानकी ह्या प्रमुख भूमिकेसाठी चंद्रकांत फेगडे, साधना फेगडे, गोपाळ पाटील, आनंदा फेगडे, भारती फेगडे, गोपाळ इंगळे, अरुण जोशी, विलास चौधरी अशी सर्व कलावंताची निवड होऊन लागलीच तालमीला सुरुवात झाली. आता होता तो भाषेचा प्रश्न. ती सर्व पात्रं बोलायची नाटकाचेच संवाद पण त्यात त्यांचा लेवा भाषेचा हेल येत राहायचा. हा त्यांचा दोष नव्हता ती त्यांची मातृभाषा होती. मग मी त्यांची बसून शुद्ध भाषेचीच तालीम घेत राहिलो.

इतक्यात महाराष्ट्र सांस्कृतिक मंडळाच्या राज्यनाट्य स्पर्धांची बातमी पेपरला वाचली. मी कोल्हे साहेबांना म्हणालो, "आपण एवढी मेहनत घेऊन नाटक बसवत आहोत. कारखाना त्यासाठी खर्चही करीत आहे. तेव्हा आपण हे नाटक स्पर्धेला नेऊ या." कोल्हे साहेबांनी एम. डी. सह संचालक मंडळासमोर हा विषय मांडला. तेव्हा कारखान्याचे चेअरमन जे. टी. महाजन हे होते. त्यांनीही लागलीच मंजुरी दिली. ताबडतोब त्याची अमलबजावणीही झाली. मी स्वत: मुंबईला सांस्कृतिक संचालयात जाऊन प्रवेश अर्ज भरला.

आता सर्वांचाच हुरूप वाढला होता. कारखान्याच्या मॅनेजमेंटने मनावर घेतले. त्या नाटकासाठी इनामदारांच्या घराच्या भव्य सेट तयार करण्यासाठी मुंबईच्या साहित्य संघ मंदिरातून मोहन आणि रमेश राऊळ ह्या पेंटर बंधूंना आणि प्रदिप मेस्त्रीला आणले. जळगाव केंद्रावर अनागरी नाटकाच्या स्पर्धेत

त्यावेळी ओझर, बुलडाणा, धुळे, जळगाव ह्या भागातून सत्तावीस मातब्बर संस्थानी भाग घेतला होता. कारखान्याच्या कामगारांचा पहिलाच प्रयत्न होता. प्रयोगाच्या दिवशी कारखान्याने चार एक ट्रक कामगार प्रेक्षकांना नाटक पहायला नेले होते.

ह्या प्रयोगाच्या आधी आम्ही दोन चार वेळा त्या नाटकाच्या रंगीत तालमी घेतल्या होत्या. मुंबईच्या नंदलाल रेळेकडून पार्श्वसंगीत करून आणले होते. प्रकाश योजनेसाठी नवे कोरे डिमर- स्पॉट खरेदी केले.

स्पर्धेच्या प्रयोगाला सर्व संचालक मंडळ हजर होते. नाटकाचा पडदा उघडल्याबरोबर नाटकाच्या नेपथ्याचं प्रेक्षकांवर चांगलेच इंप्रेशन पडले. बालगंधर्व खुले नाट्यगृहात हजार- दीड हजार प्रेक्षकांसमोर या सर्व नवख्या कामगार कलावंतांनी जीव ओतून काम केले. नाटक तिसऱ्या नंबरावर आले. अंतिम फेरी पुण्याला भरत नाट्य मंदिर इथे होती. तिथे तीन केंद्रावरून आलेली नऊ नाटकं आता फायनलला होती.

इथे आमचं काम फसले. आमचे नाटक कुठेच नंबरात आले नाही. पण जानकीचे काम करणाऱ्या साधना फेगडेला अभिनयाचे प्रथम क्रमांकाचे सुवर्ण पदक पारितोषिक, प्रसिद्ध अभिनेत्री ज्योत्स्ना भोळे ह्यांचे हस्ते मिळाले.

अंतिम फेरीत नंबर न येण्यास आम्हीच कारणीभूत झालो होतो. पुण्याला भरत नाट्य मंदिरात प्रयोग होणार म्हणून कोल्हे साहेबांनी अति उत्साहाच्या भरात कारखान्यात काम करणाऱ्या सर्व कामगारांकडून पुण्यात राहणाऱ्या त्यांच्या नातेवाईकांचे पत्ते जमा करून सर्वांना पुण्याच्या प्रयोगाची तारीख कळवली होती. आम्ही सर्व आदल्या दिवशीच सर्व साहित्यानिशी पुण्यात हजर झालो. आमच्या सर्व कलावंतांची सोय त्यांच्या नातेवाईकांकडे केली होती. माझा ह्याला विरोध होता. कारण कलावंत त्यांच्या नातेवाईकांकडे राहणार म्हटल्यावर ते त्यांच्या भाषेत बोलणार आणि तसेच झाले. दोन दिवस सर्व कलावंत आपल्या नातेवाईकांबरोबर लेवा भाषेत मनोसोक्त बोलत राहिले. आणि त्याचा परिणाम प्रयोगावर झाला.

ह्या प्रयोगाला कारखान्याचे चेअरमन जे. टी. महाजन आपल्या संचालकांना घेऊन जातीने हजर होते. त्यांना ह्या नाटकाची कथाच काय, नाटकच खूप आवडले होते.

प्रयोग पुण्यात. परीक्षक, पुणे रेडिओ स्टेशनचे डायरेक्टर भागवत साहेब आणि दुसरे दोघेही पुण्याचेच. नाटक जसजसे रंगत गेले, तसे तसे त्या कलावंताचे लेवा भाषेचे हेल वाढतच गेले. शेवटी त्यांची ती मातृभाषाच होती. आणि त्याचा

परिणाम असा झाला.

कारखान्याला आता नाटकाची चांगलीच गोडी लागली होती. कोल्हे साहेबांनी ह्या रामजानकी नाटकाचे प्रयोग स्वत: पुढाकार घेऊन कारखाना परिसरात पंधरा सोळा ठिकाणी केले आणि तेही फुकट, नुसत्या कलावंतांच्या जेवणावर.

ह्या स्पर्धेच्या प्रयोगानंतर मी परत छावाच्या प्रयोगात व्यस्त झालो. ह्यावेळी रघु पालकर करीत असलेली दाग ह्या नाटकातील पोस्टमनची भूमिका मला करावी लागली. हेही हॉट नाटक त्यावेळी खूप गाजले होते. रघू पालकरला कुठल्या तरी दुसऱ्या नाटकाचा पंधरा दिवस दौऱ्याला जायचे होते. म्हणून तो येईपर्यंत त्यांची भूमिका मी करावी म्हणून मला त्यांनी गळ घातली. त्यासाठी तो प्रयोग बघायला मला घेऊन गेला. सखाराम भावेंनी दिग्दर्शन केलेल्या ह्या नाटकात रविराज, राजन महाडीक, शशी जोशी, रणजीत मसूरकर, नयनतारा, मंदा देसाई, मोंडकर असे सर्व नावाजलेले कलावंत होते.

तसे सर्व कलावंत माझ्या परिचयाचे होते. पण मला आता बिना रिहर्सल शिवाय ही भूमिका करायची होती. तशी भूमिकाही मोठी होती. तो पोस्टमन कानडी, म्हणून त्या भाषेचा हेल सांभाळत आणि ऐन प्रयोगात वाक्य बोलायचे विसरते, पण नयनताराने सांभाळून घेतले आणि प्रयोग यशस्वी झाला. नंतर त्या नाटकाचे मी अधूनमधून पंचवीस एक प्रयोग केले.

असंच गोरा कुंभार नाटकात मास्टर गंगाराम बापूच्या बदली गोरा कुंभारच्या बायकोच्या वडिलांचं काम करावे लागले होते. त्यावेळी प्रकाश घांग्रेकर, नारायण बोडस, फैय्याज यांनी मला सांभाळून घेतले.

-o-

मधुकर सहकारी कारखान्याने दुसऱ्या वर्षी राज्यनाट्य स्पर्धेत भाग घ्यायचे ठरवले. त्यासाठी दिलीप परदेशीचं 'तळहातीच्या नाजूक रेषा' हे नाटक बसवायचे ठरवले होते. दिग्दर्शनासाठी त्यांनी मलाच बोलावले. आता परत कलावंतांची निवड, ह्यावेळी कोल्हे साहेब आणि परचेस ऑफिसर एस. आर. चौधरी ह्यांनी आपआपल्या मुलींना, तर शेती अधिकारी के. यु. चौधरी यांनी आपल्या पत्नीला ह्या नाटकात भाग घ्यायला लावले. तालमी सुरू झाल्या. नाटकाचा सेट रंगवण्यासाठी पेंटर राऊळ बंधूंना परत बोलावले गेले. ह्या वेळचे नेपथ्य दृष्ट लागण्याइतके सुंदर आणि भव्य झाले होते.

ह्या तालमी चालू असतानाच कारखान्याची निवडणूक झाली. जे. टी. महाजन यांचे पॅनल पडले आणि मधुकरराव चौधरी यांचे पॅनल निवडून आले.

‘तळहातीच्या नाजूक रेषा’ नाटकाच्या सेटवरच मधुकरराव चौधरी यांचेसह सर्व नव्या संचालक मंडळाचा स्वागत समारंभ पार पडला. कोल्हे साहेबांचे मोठे बंधू हिरामणभाऊ कोल्हे कारखान्याचे नवे चेअरमन झाले. हे चेअरमनही सांस्कृतिक विषयाचे चांगली आवड असलेले जाणकार होते.

राज्य नाट्य स्पर्धेसाठी हे नाटक बसवताना मी छावाचे, मृत्यूंजयाचे वगैरे प्रयोग असले की ते सांभाळून ते नाटक बसवत होतो. आता इतक्यात प्रयोग नाहीत असे छावा मृत्यूंजय नाटकाचे मॅनेजर बाळ पेंडणेकर यांनी सांगितल्यामुळे मी स्पर्धेच्या प्रयोगाला हजर राहण्याचे कारखान्याला कबूल केले. एक दिवस सहज महाराष्ट्र टाईम्स पेपर वाचत होतो. त्यात छावा नाटकाच्या तीन प्रयोगांची जाहिरात पाहिली. मी लागलीच कंपनीच्या मालकांना, मोहन वाघना कळविले, मी राज्य नाट्य स्पर्धेच्या एका नाटकाची जबाबदारी घेतली असल्यामुळे ह्या तीन प्रयोगाला मी हजर राहू शकत नाही. माझी भूमिका आगरकर करू शकतो.

तळहातीच्या नाजूक रेषा राज्य नाट्य स्पर्धेत पार पुसल्या गेल्या. नाटक कुठेच नंबरात आले नाही. पण नेपथ्याचे प्रथम क्रमांकाचे व चंदु फेगडेला अभिनयाचे प्रथम क्रमांकाचे बक्षीस मिळाले.

स्पर्धेचा प्रयोग करून मी मुंबईला गेलो. आठ दिवसांनी शिवाजी मंदिर, गडकरी, आणि दिनानाथ असे तीन छावाचे प्रयोग लागले. मी आधीच बाळ पेडणेकरला जाऊन भेटलो. आणि विचारले मी उद्याच्या प्रयोगात काम करायचे की नाही? त्यांनी सांगितले परवाचे प्रयोग आम्ही भागवले. पण आता तुम्हीच काम करायचे. मी शिवाजी मंदिराच्या प्रयोगाला गेलो. पहिला अंक संपला आणि मोहन वाघ रंगपटात आले. आणि मला म्हणाले, “आताच्या आता रंग पूस आणि चालू लाग! मला कळवतोस, ‘मी प्रयोगाला हजर राहू शकत नाही. दुसऱ्याला काम द्या, चल चालू लाग’. मी त्यांना म्हणालो मी कलावंत आहे. आता नाटकातील माझ्या भूमिका पार पाडूनच मी रंग पुसीन. फार तर आजच्या प्रयोगाची नाईट मला देऊ नका. मला कळले की त्यांचा कुणीतरी गैरसमज करून दिला होता. बाळ धुरींनी त्यांना शांत केले. मी तो प्रयोग केला. पण पुढच्या प्रयोगाला हजर राहिलो नाही. मी ते नाटकही सोडून दिले.

-०-

तळहातीच्या नाजूक रेषा बसवण्यापूर्वी महाराष्ट्र साखर संघाच्या एका मिटींगला बोलावले होते. त्यावेळी साखर संघाचे एम. डी. मोहन मराठे हे होते. ह्या मिटींगला महाराष्ट्रातील सहकारी कारखान्याचे बहुतेक सर्व प्रतिनिधी हजर

होते. मिटींग समोर विषय होता सरकारी राज्य नाट्य स्पर्धेप्रमाणे मला सहकारी साखर कारखान्यांच्या स्वतंत्र कामगार स्पर्धा आणि स्वतंत्र क्रीडा स्पर्धा आयोजित करण्याबाबत! कामगारांच्या कलागुणांना, क्रीडा गुणांना प्रोत्साहन देण्यासाठी ह्या अशा सहकारी साखर कारखाना अंतर्गत स्पर्धा घेण्याबाबत ह्या मिटींगमध्ये सर्वानुमते एक वर्ष नाटकाच्या आणि एक वर्ष खेळाच्या स्पर्धा घ्याव्या असा निर्णय घेण्यात आला. पहिल्या वर्षीचं नाट्यस्पर्धेचं यजमानपद मधुकर साखर कारखान्याने स्वीकारले. कारखान्याने ह्या स्पर्धेची, स्टेजची आणि येणाऱ्या संस्थांच्या प्रयोगिक अडचणींची जबाबदारी माझ्यावर सोपवली. त्यासाठी शेती अधिकारी बोरोलेसाहेब, चीफ इंजिनीयर आर. डी. पाटीलसाहेब, कोल्हे साहेब, एस. आर. चौधरी, एन. जी. राणेसाहेब आणि स्वत: एम. डी. सप्रेसाहेब जातीनं लक्ष घालत होते. ह्या स्पर्धेत महाराष्ट्रातील वारणा, वसंतदादा, दौलत, अकलूज, संजीवनी, ज्ञानेश्वर अशा तेरा साखर कारखान्यांनी भाग घेतला होता. स्पर्धेच्या दृष्टीने स्टेजची उंची कमी होती. रंगपट, संडास-बाथरूम सर्व अद्यावत अशी रंगभूमी कारखान्याने उभी केली. सर्व अधिकारी एकजुटीने काम करीत होते. ड्रॉपचा पडदा, डिमर, स्पॉट सर्व तयारी चोख केली गेली.

ह्या तेरा नाटकात अपराध मीच केला हे नाटक तीन कारखान्यांनी बसवले होते. एका कारखान्याने तर फिरता रंगमंच आणला होता. येणाऱ्या सर्व स्पर्धकांची राहण्या-जेवण्याची कुठलीही आबाळ होऊ नये म्हणून त्यासाठी शेती अधिकारी के. यु. चौधरीच्या अधिकारात एक स्वतंत्र कमिटी नेमली होती. ह्या तेरा प्रयोगाचे दोन रुपये तिकीटाने बहात्तर हजार रुपये उत्पन्न आले. रोज यात्रेसारखी आजूबाजूच्या गावातून ट्रकने, ट्रॅक्टर, मोटार सायकली, बैलगाड्याने बायका-मुलांसह प्रेक्षक अलोट गर्दी करीत होते. ह्या स्पर्धेमुळे कारखाना परिसरातील प्रेक्षकांना चांगली चांगली नाटकं पाहण्याची पर्वणीच लाभली. विशेष म्हणजे 'अपराध मीच केला' ह्या नाटकाच्या तीनही प्रयोगांना तुफान गर्दी केली होती. आम्ही आमचं 'तळहातीच्या नाजूक रेषा' ह्या स्पर्धेत सादर केले. पण इतर चांगल्या नाटकांपुढे त्याचा निभाव लागला नाही. पण हेच नाटक चिपळूण जवळच्या पोफळी-अलोऱ्याला स्पर्धेत पाहिले आले.

ह्या सर्व प्रकारानंतर कोल्हे साहेबांनी कारखान्याच्या संचालक मंडळासमोर कारखान्याच्या सांस्कृतिक मंडळासाठी घांग्रेकराना कायमस्वरूपी ठेवून घ्यावे असा प्रस्ताव मांडला. सर्वांनी तो मान्यही केला. मला संचालकांच्या मिटींगसमोर मुलाखतीना बोलावले गेले. मी निश्चित काय करायचे हे त्यांनाही सांगता येत

नव्हते आणि मी तिथे कायमस्वरूपी राहून काय करायचे असा माझ्या समोरही प्रश्न होता. म्हणून मी त्यांना एक पर्याय सुचविला. 'आपण मला पाच-सहा महिनेच ठेवावे. या पाच सहा महिन्यात महिन्याच्या एक ते दहा तारखेला मी मुंबईतील माझे काम बघीन आणि दरमहा अकरा ते तीस तारखेला कारखान्याचे काम पाहीन. ह्यासाठी कारखान्याने माझी राहण्या-जेवणाची सोय करावी आणि मला हजार बाराशे रुपये द्यावे. ह्या पाच सहा महिन्यात मी जर आपल्या अपेक्षा पुऱ्या करू शकलो तरच मला कायमस्वरूपी ठेवून घ्या. आणि जर मी आपल्या अपेक्षा पुऱ्या करू शकलो नाही तर तुम्हालाही पुढे अडचण नको.' माझ्या ह्या प्रस्तावानं सर्व संचालक मंडळ अवाकच झाले. त्यानी माझा प्रस्ताव त्वरित मान्य केला. कोल्हेसाहेबांनी तर मला वेड्यातच काढले.

ह्यात माझी अडचण वेगळीच होती. मी नाटक लिहू शकत होतो. नाटक बसवू शकत होतो. पण हा विषय शाळा कॉलेज मध्ये कसा शिकवणार होतो? कारण तोपर्यंत बालनाट्य शिबिर किंवा नाट्यशिबिर कसे घेतात, ते कसे असते हे पण मला माहीत नव्हते. मग मी तिथे रोज काय करणार होतो? हा माझ्यापुढे प्रश्न होता. पण हे कोणाला सांगूनही खरं वाटले नसते. कारण जो नाटक लिहू शकतो, वेगवेगळ्या नाटकाच्या प्रयोगात भूमिका करतो, नाटकं उत्तम तऱ्हेनं बसवू शकतो. नेपथ्य, प्रकाश योजना, मेकअप, पार्श्वसंगीत, नाटकाच्या सर्व अंगाची ज्याला माहिती आहे असा मी.

-०-

मी अकरा तारखेला हजर होतो असे सांगून डोंबिवलीला आलो. ह्यावेळी सुधाताई साठ्यांनी मला त्यांच्याबरोबर त्यांच्याच कामासाठी टिळक नगर मध्ये राहात असलेल्या विश्वास मेहेंदळे यांचे घरी गेले. त्यांनी माझी त्यांच्यासमोर अशी स्तुती केली, अशी प्रशंसा केली की त्यांनी मला लागलीच औरंगाबादला सांस्कृतिक संचालनालयाच्या वतीनं आयोजित केलेल्या नाट्य प्रशिक्षण शिबिरासाठी प्रशिक्षक म्हणून जायला सांगितले. कुठल्या विषयावर बोलणार म्हटल्यावर मी सांगून गेलो. 'ग्रामीण विभाग आणि नाट्य समस्या' त्यांनाही तो विषय आवडला. आणि मी दुसऱ्या दिवशी औरंगाबादला रवाना झालो.

औरंगाबादला लक्ष्मण देशपांडे यांना भेटलो. तेच त्या शिबिराचे संयोजक होते. आम्ही शिबिरात पोहोचलो. त्यावेळी तिथे मेकअप ह्या विषयावर प्रात्याक्षिकासह नाना जोगळेकर ह्यांचे मार्गदर्शन चालू होते. ते त्यांचे व्याख्यान ऐकून माझा आत्मविश्वास वाढला आणि त्यांच्या नंतर मी मोठ्या आत्मविश्वासाने ग्रामीण

भागातील नाट्य समस्या, तिथल्या अडचणी, स्त्री भूमिकेसाठी येणाऱ्या अडचणी, आणि तिथे घडणाऱ्या गंमती, साहित्याच्या उणिवा, त्यातून काढण्यात येणारे मार्ग असं सर्व शिबिरार्थ्यांसमोर मांडले. विशेष म्हणजे हे माझे लेक्चर लक्ष्मण देशपांडे यांनी रेकॉर्डींग करून घेतले. त्या दिवशी त्यांनी मला आणि नाना जोगळेकरांना ठेवून घेतले. त्यावेळी ते 'वऱ्हाड निघाले लंडनला' चा प्रयोग करण्याच्या तयारीत होते. आम्हाला तास दोन तास तो प्रयोग करूनही दाखवला. त्यांच्या कल्पनेप्रमाणे तो प्रयोग त्याना मेकअप-ड्रेपरीसह करायचा होता. त्यावरच आम्हा तिघांची खूप चर्चा झाली. आम्ही दोघांनीही त्यांना सांगितले– ह्या तुमच्या प्रयोगाला मेकअप ड्रेपरीची आवश्यकताच नाही. ह्या तुमच्या प्रयोगात इतकी पात्रं आहेत. कुणा कुणाचा मेकअप दाखवणार आणि ड्रेपरी वापरणार? तुमच्या अभिनयातून ही सारी पात्रं लोकांच्यासमोर विविध रूपात उभी होत आहेत. त्यांनाही ते पटले.

मी परत डोबिंवलीला आलो ते नाट्य प्रशिक्षकाचा अनुभव घेऊन. ह्या शिबिरातच चिंतामणी पाटील ह्या जळगांवच्या शिबिरार्थ्याची माझी ओळख झाली. त्याला शिबिरात मी केलेले मार्गदर्शन, शिबिरार्थ्यांना बोलतं करण्याची पद्धत खूप आवडली होती.

विश्वास मेहेंदळे यांना शिबिर कंडक्ट करणाऱ्यांकडून सारे रिपोर्ट आले होते. त्यानी मला सांस्कृतिक संचानालयाच्या ऑफीसमध्ये मुद्दाम बोलावून हे सांगितले, तुम्ही शिबिरार्थ्यांना जिंकलंत. धन्यवाद!

-०-

ठरल्याप्रमाणे अकरा तारखेला मी मधुकर सहकारी कारखान्यावर हजर झालो. औरंगाबादच्या शिबिराने माझा आत्मविश्वास वाढला होता. आणि कारखान्यासमोर बाल नाट्य स्पर्धा घेण्याचा प्रस्ताव मांडला. शाळांतील परिस्थिती, सांस्कृतिक चळवळी विषयी त्यांची एकूण आस्था जाणून घेता येईल. हा उद्देश स्पर्धेसाठी येणाऱ्या खर्चाची संचालकाकडून मंजुरी मिळवली.

कारखाना परिसरातील यावल रावेत तालुक्यातील सर्व शाळांतील स्पर्धेत नियोजन केले. त्यासाठी नियमावलीसह सर्व शाळांना परिपत्रक पाठवले गेले. कारखान्याच्या वतीनं प्रथमच असा उपक्रम राबवला जात होता. काही शाळांना कोल्हे साहेबांनी मला बरोबर घेऊन भेटीही दिल्या. तरीही दोन्ही तालुक्यांतून फक्त सात आठ प्रवेशिका आल्या. त्यात कुणी नाट्य प्रयोग, मोठ्यांच्या एकांकिका बसवून आणल्या होत्या. बाल नाट्याच्या प्रकाराविषयी बहुतेक स्पर्धक

अनभिज्ञ होते. स्पर्धा फैजपूरच्या म्यूनिसिपल हायस्कूलच्या स्टेजवर घेतली गेली. बक्षीस समारंभ माननीय मधुकरराव चौधरी यांच्या हस्ते कारखान्याच्या सर्व संचालकांच्या उपस्थितीत पार पडला.

ह्या समारंभात मनोगत व्यक्त करताना मधुकरराव चौधरी म्हणाले, 'आपल्या साखर कारखान्यांनी साखर कारखान्याच्या परिसराचा सांस्कृतिक विकास व्हावा. आपल्या भागातील लहान थोर कलावंताच्या सुप्त कलागुणांना वाव मिळावा. त्यांना पायाभूत मार्गदर्शन व्हावे ह्यासाठी स्वतंत्र सांस्कृतिक विभाग सुरू करून एक अतिशय महत्त्वाचे पाऊल उचलले आहे. ह्याबद्दल मी ह्या संचालक मंडळाचे अभिनंदन करतो. ह्या सांस्कृतिक विभागामुळे आपल्या साऱ्या परिसराची आणि कारखान्याची जवळीक निर्माण केली जाईल. आपल्या शेतकरी बंधूंचा आणि कारखान्याचा स्नेहबंध वाढेल. आणि म्हणूनच मी सर्व शिक्षण संस्था व तरुण मित्र मंडळांना आव्हान करतो आपण ह्याचा अवश्य फायदा करून घ्यावा आर्थिक विकासाइतकीच आपल्या भागाला सांस्कृतिक विकासाची गरज आहे.

''महाराष्ट्रातील कुठल्याही साखर कारखान्यात असा स्वतंत्र सांस्कृतिक विभाग नाही. ह्या सांस्कृतिक विभागाने असे काम करावे की जळगाव जिल्ह्यातच नाही तर उभ्या महाराष्ट्रात ह्या सांस्कृतिक मंडळाचे पर्यायाने मधुकर सहकारी कारखान्याचे नाव होईल. आणि मला खात्री आहे. आपण सर्वांनी ह्याचा फायदा घेतला, ह्या सांस्कृतिक चळवळीला सहकार्य केलेत तर माझे आपल्या भागाविषयी इतके वर्षाचे स्वप्न नक्की साकार होईल. कारखान्याने ह्या कामासाठी नेमलेले श्री. पांडुरंग घांग्रेकर ह्यांचा माझा चांगलाच परिचय आहे. ते उत्तम नाटककार आहेत. आम्ही त्यांना आमच्या कुटुंबात सामावून घेत आहोत. मला खात्री आहे, हा पांडुरंग आपल्या भागाचीच नाही तर जळगाव जिल्ह्याची नवीन सांस्कृतिक पंढरी निर्माण करील.''

दर महिना अकरा तारखेपासून महिना अखेरपर्यंत असे मी कारखान्यावर जवळ जवळ वर्षभर काम करीत होतो. ह्या काळात माझी व्यवस्था काखान्यात गेस्ट हाऊसवर केली जायची. गेस्ट हाऊसवर सेवक शंकर कॉलनीत लोकप्रिय होता. त्याची माझी आता चांगलीच दोस्ती जमली होती. माझी व्यवस्थाही तो उत्तम ठेवत होता.

कारखान्याच्या रावेर, यावल तालुक्यातील हौशी कलावंत कारखाना कलावंत, सर्व अधिकारी आणि कारखाना कामगार ह्यांना नाट्य परिषदेची आजीव सभासद करून अखिल भारतीय मराठी नाट्य परिषदेची शाखा फैजपूरला

सुरू केली. दीपक चांदोरकारांनी तिथल्या कलावंतांना डावलून ज्यांचा नाटकाशी काही संबंध नाही असे शंभर सभासद करून शाखा सुरू केली. पण त्यामुळे बाकीचे सर्व नाट्यकलावंत दुखावले गेले. आणि त्याचा परिणाम नाट्य परिषद शाखा जळगाव आणि स्थानिक कलावंत कधीही एकत्र आले नाहीत. आणि नाट्य परिषदेचं कार्यही काही झाले नाही.

-०-

अखिल भारतीय मराठी नाट्य परिषद मध्यवर्ती शाखेच्या संचालक मंडळाच्या निवडणुका जाहीर झाल्या. त्यासाठी प्रभाकर पणशीकरांनी मला मुद्दाम मुंबईला फोन करून बोलावून घेतले होते. ते म्हणाले, आपण ह्यावेळी राजाराम शिंदे यांना अध्यक्ष करायचे आहे. तेव्हा या वेळी तूही उभा रहा. मी त्यांना म्हणालो, पंत, मला कोण निवडून देणार? त्यावेळी तिथे जुने जाणते नाट्य व्यवस्थापक चित्रेकाका होते. ते म्हणाले, त्याची काळजी तू करू नकोस. पुणेकरांनाही तुझी उमेदवारी मान्य आहे. तुझी फैजपूर शाखेची मतं तुझ्या हातात आहेत. बाकी जबाबदारी आमची. ह्या निवडणुकीत मी निवडून आलो. आता मी अखिल भारतीय मराठी नाट्य परिषद मध्यवर्ती संघटना मुंबई ह्या कार्यकारिणीवर संचालक म्हणून काम पाहू लागलो. राजाराम शिंदे ठरल्याप्रमाणे अध्यक्ष आले.

-०-

"डोंगर म्हातारा झाला" ह्या नाटकानंतर कोल्हेसाहेबांनी माझी कारखान्याचा एम्प्लॉइ म्हणून कायमची नेमणूक करून घेतली. कॉलनीत मला खोली देण्यात आली. पहिले पाच सहा महिने सी टाईपमध्ये गेस्ट हाऊससाठी राखून ठेवलेल्या टू-रूम किंचनचा ब्लॉकमध्ये माझी सोय करण्यात आली. तिसऱ्या मजल्यावर प्रशस्त हवेशीर जागेत मी एकटाच रहात होतो. माझा मी स्वयंपाक हाताने करायचो. ह्या बिल्डिंगमधली पी. डी. पाटील, एन. जी. राणे, के. यू. चौधरी, महाजनसाहेब, दशपुत्रे सर्वांनीच मला आपलेपणाने वागवले. ह्या जागेचा मी वेगळ्या तऱ्हेनं उपयोग करून घेतला. कारखाना कॉलनीतील सर्व कामगारांच्या मुला मुलींना रोज संध्याकाळी गणपती अथर्वशीर्ष, महिम्न, रामरक्षा, ओंकाराचे विविध प्रकार शिकवायला सुरुवात कली. वीस पंचवीस मुलं-मुली रोज येत होती. ह्या प्रकारामुळे मी कॉलनीतील घराघरात पोहोचलो. सर्व कॉलनीवासीयांची मनं मी जिंकली. ह्या सर्व मुलांचा मी काका झालो तर बाकीच्यांचा सर झालो होतो. सुटी असली की सारी मुलं दिवसभर माझ्याच खोलीवर असत. कधी कधी सुट्टीच्या दिवशी ह्या सर्व बालगोपालांना घेऊन जवळच असलेल्या आमराईत

जायचो. जाताना माझ्यासह सर्वजण डबे घेऊन जात होतो. दिवसभर गप्पा गोष्टी, खेळ, गाणी अशा सगळ्या प्रकारात दिवस कधी संपायचा कळायचाच नाही. घरी येताना सर्व जण एकदम आनंदात असायचो. त्यांच्या त्या आनंदात माझ्याइतकाच त्यांच्या पालकांचाही आनंद सामावलेला असायचा. माझ्या ह्या अशा वागण्यामुळे प्रत्येकाला मी त्यांच्या कुटुंबातलाच एक घटक वाटू लागलो होतो.

आता माझं बस्तान इथे चांगलेच बसत चालले होते. मी आता इथे कायम झाल्यामुळे डोबिंवलीची आम्ही सुरू केलेली कलासंस्कार ही संस्था मी सुधाताई साठेंच्या ताब्यात दिली. अगदी शिल्लक पैशांसह. त्यांनी त्यासाठी त्या संस्थेची जबाबदारी दिपाली काळे बाईंवर सोपवली. आणि काळे बाईंनीही ती जबाबादारी आजपर्यंत अगदी सांभाळली आहे.

-०-

नाट्य प्रशिक्षण शिबिराचे प्रमुख म्हणून अलोक चौधरी होते पण त्यांचं प्रशिक्षण वरच्या लेव्हलचे असायचे. आणि तेही जास्त जास्त इंग्रजी मधून. त्यामुळे त्यांचंच मार्गदर्शन शिबिरार्थ्यांना बोअर व्हायचे. ह्या उलट गोव्याच्या जोशी आणि मी शिकवत असलेले शिबिरार्थ्यांना सोपं, समजेल असं आणि करमणूकप्रधान वाटायचे. शिबिराच्या समारोपाच्या दिवशी शिबिरार्थ्यांनी आपल्या मनोगतात तसं बोलूनही दाखवले. ह्या शिबिरात कारखान्याच्या कलावंतानाही मी संधी दिली होती.

ह्या शिबिरामुळे नाट्य प्रशिक्षण शिबिराबद्दल माझा आत्मविश्वास खूप वाढला.

दरवेळी काहीतरी नवीन करून दाखवायचे ह्या माझ्या स्वभावाप्रमाणे मी मीच लिहिलेले संगीत 'झाला महार पंढरीनाथ' हे नाटक प्रोजमध्ये बसवायचे ठरवले. ह्या नाटकासाठी कारखाना वाटेल तेवढा खर्च करायला तयार होता. ह्या नाटकातील काही गाणी मी प्रोज नाटक करताना पार्श्वसंगीत म्हणून वापरी. त्यातले ट्रीक सीन आणखी वाढवले. नाटक इतके चांगले बसवले की आतापर्यंत बसवलेल्या सर्व नाटकांपेक्षा हे खूपच भव्यदिव्य असे सादर झाले. कारण आता कारखान्याचे कामगार कलावंत चांगलेच पारंगत झाले होते. ह्या नाटकाचा पहिला प्रयोग कारखान्याच्याच रंगमंचावर मुधकरराव चौधरी ह्यांच्या उपस्थितीत पार पडला. प्रयोगानंतर मधुकररावांनी रंगपटात येऊन सर्व कलावंताचे मनापसून खूप कौतुक केले.

ह्या वर्षी साखर संघाने परत नाट्य स्पर्धा आयोजित करण्यासाठी मिटींग बोलावली. कारखान्याच्या वतीनं चेअरमन आणि मी ह्या मिटींगला हजर होतो. श्रीपूरच्या साखर कारखान्याचे चेअरमन शिवाजीराव पाटील साखर संघाचे अध्यक्ष

होते. त्यांच्याच अध्यक्षतेखाली ही मिटींग होती. बहुतेक कारखान्याचे प्रतिनिधी ह्या सभेला हजर होते. साखर कारखाना अंतर्गत नाट्य स्पर्धेसाठी प्रत्येक कारखान्याकडून दोनशे रुपये वर्गणी घेऊन ह्या स्पर्धा आयोजित केल्या जात होत्या. तसा ठराव पहिल्या मिटींगमध्येच झाला होता. त्यातून परीक्षकांचे मानधन, बक्षीस वगैरे खर्च केला जात होता. ही सर्व जबाबदारी साखर संघाचे लेबर ऑफीसर श्री. दत्तात्रय हाडये हे पाहात असत. ही स्पर्धा सहकारी साखर कारखाना कामगार नाट्य स्पर्धा म्हणून् आयोजित करण्याचे ठरले होते. पण शिवाजीराव पाटलांची मुलगी सिने अभिनेत्री स्मिता पाटील हिचे नुकतेच निधन झाल्यामुळे ही स्पर्धा तिच्या नावाने घ्यावी असा प्रस्ताव ह्या मिटींग मध्ये दत्तात्रय हाडये यांनी मांडला. ह्या प्रस्तावाला बहुतेक कारखाना प्रतिनिधींचा विरोध होता. पण तसं सांगण्याचे धाडस प्रत्यक्ष मिटींगध्ये कुणी करत नव्हते. मी धाडस करून साखर संघाचे एम. डी. श्री. मोहन मराठे ह्यांना मिटींग मध्येच चिठी देऊन सर्वांचा विरोध कळवला. जर ह्या स्पर्धेला स्मिता पाटीलचे नाव दिले तर स्पर्धेत कोणी भाग घेणार नाहीत. ही स्पर्धा बंद पडेल. त्यांनी त्याच चिठीच्या मागे लिहून मला कळवले, 'तू विरोध करून वाईटपणा घेऊ नकोस.' हे मोहन मराठे माझ्या चुलत बहिणीचे सख्खे दीर होते.

शेवटी व्हायचे तेच झाले. स्मिता पाटील नाट्यस्पर्धा ह्या नावाने स्पर्धा घ्यायचा निर्णय मिटींगमध्ये झाला. ह्या स्पर्धेचे यजमानपद शंकरराव मोहिते पाटील अकलूज ह्या साखर कारखान्याने स्वीकारले. ह्या स्पर्धेत आम्ही नवीन बसवलेले 'झाला महार पंढरीनाथ' हे प्रोज नाटक सादर केले. ह्या स्पर्धेत मधुकर, तात्यासाहेब कोरे यांचा वारणा, अकलूज, वसंतदादा सांगली अशा पाचच कारखान्यांनी भाग घेतला. आमच्या नाटकाला दुसरा नंबर मिळाला. ह्यानंतर ह्या स्पर्धा बंद पडल्या.

-०-

असाच एक आगळा वेगळा कार्यक्रम राबवण्याची कल्पना डोक्यात आली. यावल रावेर तालुक्यातील भजनी मंडळांची, भक्ती दिंडी स्पर्धा घ्यायची. त्यासाठी प्रत्येक भजनी मंडळाने पौराणिक धार्मिक विषयावर एक चित्ररथ ट्रॅक्टर, ट्रक कुठल्याही वाहनावर सजवून आणायचा आणि त्याला अनुसरून भजन, अभंग, भक्तिगीते म्हणायची. ह्या उपक्रमासाठी कारखान्याने पंचवीस-तीस हजार रुपयाच्या खर्चाला मंजुरी दिली. ही स्पर्धा ज्ञानेश्वर पुण्यतिथीला सावद्याला घ्यायची ठरली. ह्यासाठी सावद्याला आण्णासाहेब देशमुखांच्या मध्यस्तीने जायंट

ग्रुप सावद्याचे सहकार्य मिळाले. ह्या ग्रुपने सावद्यात होणाऱ्या स्पर्धेसाठी जागोजागी स्पर्धकांसाठी पिण्याच्या पाण्याची सोय, मेडीकलची गरज भासल्यास डॉक्टरांची उपलब्धता, दोन ठिकाणी तर चहाचीही व्यवस्था केली होती. ह्या स्पर्धेला यावल रावेर तालुक्यातून मोठा प्रतिसाद मिळाला. भजनी मंडळांबरोबर काही सांस्कृतिक मंडळांनी, काही शिक्षण संस्थांनीही मोठ्या उत्साहाने भाग घेतला होता. निभोरा, विवरे, वाघोदा, सावदा, भालोद, पाडळसा, फैजपूर, कुंभारवेडा, उदखेडा, चिनावल अशा कितीतरी गावातून भक्ती दिंड्या वेगवेगळ्या वाहनातून वेगवेगळी पौराणिक, धार्मिक, जिवंत दृश्ये साकारून ह्या स्पर्धेत उतरल्या होत्या. आम्ही आमच्या कारखान्याचीही उस तोडणाऱ्यांची एक दिंडी ट्रकमध्ये पंढरपूरच्या पांडुरंगाच्या देवळाचा देखावा सजवून स्पर्धेला आणली होती. काही दिंड्यामध्ये शंभर सव्वाशे स्त्रिया, मुली डोक्यावर कलश घेऊन आणि शंभर दीडशे पुरुष टाळ मृदुंग घेऊन आल्या होत्या. अशा पंधरा सोळा दिंड्या दुपारी एक वाजता सावद्याच्या बाजार समितीच्या पटांगणातून निघाल्या त्या रात्री बारा वाजताच सावदा नगर प्रदक्षिणा करून संपल्या. ही भक्ती दिंडी स्पर्धा पाहण्यासाठी आजूबाजूच्या परिसरातून जवळ जवळ पंचवीस एक हजार जनसमुदाय आला होता. ह्या भक्ती दिंडी सोहळ्यासाठी पोलीस स्टेशनची परवानगी काढताना तिथल्या पोलीस इन्स्पेक्टरांना विनंती केली होती. ह्या दिंडी सोहळ्याला आपल्या पोलीस स्टेशनचा बंदोबस्त आम्हाला पाहिजे. पण तो आपल्यासह सर्वांचा सिव्हिल ड्रेसमध्ये असावा आणि आश्चर्याची गोष्ट म्हणजे त्यानी ते मान्य केले. स्वत: पोलीस इन्स्पेक्टर पायजमा, झब्बा, पांढरी टोपी, कपाळाला वारकरी संप्रदायाचा गंध टिळा, गळ्यात तुळशीची माळ घालून एका दिंडीत सामील झाले होते. सर्व दिंड्यामध्ये भाग घेणारे वारकरी स्पर्धक अडीच हजार होते. दुपारी एक ते रात्री बारापर्यंत सावदा नगर टाळ मृदुंगाच्या गजरात हरीनामाने दुमदुमून गेले. ह्या स्पर्धेची शिस्तबद्धता आणि नियोजन पाहून सावदेकरांनी जागोजाग रांगोळ्या घालून दिंड्याचे पंचारती ओवाळून, पुष्पवृष्टी करून स्वागत केले. सावद्यातील मुसलमान बंधूंनी तर आपल्या मोहल्यात ह्या दिंड्याचे स्वागत केलेच पण सर्व स्पर्धकांना चहापाण्याची व्यवस्थाही केली. ह्या भव्य दिंडी सोहळ्यामुळे कारखान्याचे सर्व संचालक मंडळ भारावून गेले. कारखान्याच्या सांस्कृतिक मंडळाचे कार्य गावागावात, घरात पोहचले. कारखान्याच्या अधिकारी वर्गाने माझे मनापासून कौतुक केले. सर्व अधिकारी जातीनं ह्या सोहळ्याला आपण होऊन कुठे काही कमी पडू देत नव्हते. हे सारं श्रेय त्यांच्या सहकार्यामुळेच

मला मिळाले होते. पुढे एक महिना ह्या भक्ती सोहळ्याची चर्चा गावागावांतून आणि कारखाना कामगारांतही चालू होती.

ह्या भक्ती दिंडी सोहळ्याचा कारखान्याच्या संचालक मंडळावर इतका प्रभाव पडला की त्यानी सर्व कामगार कलावंत आणि सांस्कृतिक मंडळासाठी झटणाऱ्या सर्व अधिकाऱ्यांचा जाहीर सत्कार करायचे ठरवले. त्या सत्कारासाठी मी सिनेनाट्य अभिनेता बाळ धुरी आणि सिनेतारका जयश्री गडकर ह्यांना प्रमुख पाहुणे म्हणून आणले. हा सत्कार समारंभ माननीय मधुकरराव चौधरी ह्यांच्या अध्यक्षतेखाली मोठ्या उत्साहात पार पडला. प्रत्येक कलावंताला आणि अधिकाऱ्यांना दहा ग्रॅम चांदीचं नाणं भेट म्हणून देण्यात आले. ह्याच समारंभात पाहुण्यांच्या हस्ते दिंडी स्पर्धेसाठी बक्षीस समारंभ उरकून घेतला.

सावद्याच्या भक्ती दिंडी सोहळ्याच्या यशानंतर पुढे सतत चार वर्ष यावल, न्हावी, फैजपूर अशा ठिकाणी दिंडी स्पर्धा आयोजित करून यशस्वी पार पाडल्या.

ह्या दिंडी स्पर्धेची खरी कसोटी होती यावलला. कारण पन्नास टक्के मुसलमान वस्ती, परत कुठूनही दिंड्या फिरवायच्या तर त्यांच्या मशिदीवरून जाण्याशिवाय दुसरा मार्ग नाही. पण नानासाहेब देशपांडे यांनी मार्ग काढला. सर्व दिंड्या त्यांच्या मनोहर उद्यानातूनच निघणार होत्या. त्यांनी त्यांच्या मुलाला, शशीला, पंचवीस एक नारळ घेऊन पहिल्या मशिदीजवळ उभे रहायला सांगितले. नानासाहेबाच्या हस्तेच दिंड्याना ओवाळून दिंड्या नगर प्रदक्षणेसाठी बाहेर पडल्या. नानासाहेब पुढे मशिदीजवळ गेले आणि त्यांच्या मौलवी-मुल्लांना आणि काही त्यांच्या प्रतिष्ठितांना नारळ देऊन आपल्या दिंड्यांचं स्वागत करायला लावले. अशा तऱ्हेनं त्यांनी तो सोहळा निर्विघ्नपणे पार पाडला.

आषाढी एकादशीला यावल येथे लिटील फ्लॉवरच्या विद्यार्थ्यांना घेऊन अशीच दिंडी दर वर्षी सातत्याने काढत होतो. ती प्रथा शाळेचं नाव बदलले तरीही तिथल्या सुनंदा नेवे बाई अजूनही चालवत आहेत.

-०-

सावद्याच्या जायंट ग्रुपने "या डोळ्यांची दोन पाखरे" हे नाटक जायंट ग्रुपच्या मदतीसाठी बसवायचे ठरवले. आणि ते बसवून देण्याची जबाबदारी त्यानी माझ्यावर सोपवली. त्यासाठी त्यांनी कारखान्याकडून तशी परवानगी घेतली. त्यावेळी चेअरमन होते प्रभाकर चौधरी. त्यांनी त्यांच्या संचालक मंडळासमोर मला बोलावून सांगितले. "यावल रावेत तालुक्यातच नव्हे तर जळगाव जिल्ह्यात

कुठेही सांस्कृतिक कामाच्या संदर्भात सहकार्यासाठी तुम्हाला बोलवणे आले. तर तुम्ही जरूर जायचे.'' सावद्याच्या त्यांच्या नाटकात सावद्यातील हौशी कलावंत वसंत होले सर, सौ. संध्या कुलकर्णी, सौ. मंगला देशमुख, कुमार देशमुख, आण्णासाहेब देशमुख, जोशी असे कलावंत काम करत होते. हे देशमुख पूर्वीच्या सावदा संस्थानचे राजे होते. ह्या त्यांच्या नाटकासाठी कारखान्याने सेटींग, मेकअप, लाईट असे सर्व सहकार्य केले.

ह्या वर्षी राज्य नाट्य स्पर्धेत नागरी आणि अनागरी अशा दोन्ही स्पर्धेत कारखान्याने भाग घेण्याचे ठरवून ऐतिहासिक नाटक झाशीची राणी आणि मरी जायझो अशी दोन नाटके बसवायचे ठरवले. उद्देश हा होता कारखान्याच्या जास्त जास्त कामगारांना त्यात भाग घेता यावा. झाशीची राणी नाटकात साधना फेगडे, चंद्रकांत फेगडे, विलास चौधरी, उल्का पाटील, दिप्ती नेहते, सुजाता महाजन, नीलिमा तळेले, उज्वला दशपुत्रे, नीलिमा चौधरी, उल्हास महाजन, संदीप चौधरी, वसंत तायडे, पुंडलीक माळी, युवराज चौधरी, मुकुंदा भंगाळे तर मरि जायझो नाटकात सुनंदा नेहते, पुष्पा चौधरी, अनंदा फेगडे, अरुण जोशी, पी. डी. नेहते, प्रकाश विसपुते सर, विश्वनाथ निळे अशांना घेऊन दोन्ही नाटकं बसवली. नेहमीप्रमाणे राऊळ पेंटरना मुंबईहून बोलावून घेतले.

झाशीची राणी हे जुने नाटक जुन्या पद्धतीप्रमाणे वेगवेगळ्या सीनचे पडदे करून त्यावर करण्यात आले तर मरि जायझो हे दोन अंकी नाटक आधुनिक पद्धतीप्रमाणे फ्लॅट सीनवर केले. मरि जायझो हे जळगाव केंद्राच्या अनागरी स्पर्धेत पहिले आले. आणि प्रकाश विसपुते, अरूण जोशी, सुनंदा नेहते यांना अभिनयाची पारिताषिके मिळाली. ह्या नाटकाच्या दिग्दर्शनाचेही पारितोषिक आम्हाला मिळाले.

औरंगाबाद केंद्रावर नागरी स्पर्धेत सादर केलेले झाशीची राणी नाटक अतिशय चांगले होऊनही कुठेच नंबरात आले नाही.

त्यावेळी मी जर 'मरि जायझो' नागरी स्पर्धेत आणि झाशीची राणी अनागरीत केले असते तर दोन्ही नाटके नंबरात निश्चित असती.

ह्या प्रयोगात नंतर परत एकदा कारखान्याच्या राजकारणामुळे, कारखान्याचे सचिव भागवत कोल्हे यांना राजीनामा देऊन कारखाना सोडावा लागला. पण त्यांची नगर जिल्ह्यातील कडा सहकारी कारखान्यात एम. डी. म्हणून नेमणूक झाली. तिथे गेल्यावर त्यांनी आपली नाटकाची आवड भागवण्यासाठी तिथेही सांस्कृतिक मंडळ स्थापन केले. आणि मंडळींना कारखाना कामगार किती चांगले नाटक सादर करतात हे दाखवण्यासाठी मधुकर कारखान्याचे 'झाला महार

पंढरीनाथ' हे नाटक मुद्दाम तिथे सादर केले. आणि त्यानंतर त्या कामगारांच्यात रामजानकी नाटक स्वत: बसवले.

'झाला महार पंढरीनाथ' चा प्रयोग मलकापूरला लेवा समाज मंडळासाठी केला गेला.

'मरि जायझो' आणि 'झाशीची राणी' हे रावेर कॉलेजच्या इमारत निधीच्या मदतीसाठी रावेरला झाले. ह्या नाट्य चळवळीला जिल्हाभर चांगलाच प्रतिसाद मिळत होता.

ह्या बेबंदशाही प्रयोगाच्या वेळी डोंबिवलीच्या आमच्या ग्रुपमधील पल्लवी आठल्ये, आमच्याकडे आली होती. तिनंही बेबंदशाही नाटकाच्या कारखान्याच्या प्रयोगात संतुमाईची भूमिका केली. ह्या प्रयोगात आयत्या वेळी अंजलीला येसूबाई आणि मला खंडोजीची भूमिका करायला लागली. ह्या नाटकासाठीही कारखान्याने पंधरा वीस हजार रुपये ड्रेपरीसाठी व इतर साहित्यासाठी खर्च केले होते. उद्देश हा होता की, कारखाना परिसरात त्याचे जागोजागी प्रयोग करून कारखान्याप्रमाणेच आपल्या भागातील इतर कलावंत चांगले मार्गदर्शन मिळाल्यावर किती चांगला प्रयोग करू शकतात हे लोकांना कळावे. पण ह्याचे फक्त कारखाना आणि रावेर असे दोनच प्रयोग झाले. कारण ह्या प्रयोगाच्यावेळी कारखान्याचे अधिकारी पडदे बांधण्यापासून कपड्याच्या घड्या घालण्यापर्यंत सर्व काम करत होते. आणि नाटकात काम करणारी सर्व मंडळी मात्र स्वत:ला नटसम्राट समजून बसून राहात होती. नाटकाचे पडदे सोडाच पण नाटकांतील भूमिकांच्या कपड्याच्या घड्याही ते घालत नव्हते. म्हणून मीच ठरवलेली ही योजना कारखान्याला बंद करायला लावून ह्या नाटकाचे प्रयोग करणे बंद केले.

-०-

पहिल्यापासून, म्हणजे आम्ही कंपनी बंद करून बिऱ्हाड केल्यापासून, आम्ही दरवर्षी मे महिन्याच्या सुट्टीत आजगावला कोकणात जायचो. अंजलीही तिकडच्या नाटकाच्या सीझनमुळे तिकडेच असायची. अर्थात ती घरी कधीच नसायची. नव्या गावात नव्या नाटकाच्या तालमी आणि प्रयोग सारखे चालू असल्यामुळे ती चुकून कधी तरी घरी येत असे. मी कारखान्याच्या सांस्कृतिक विभागात कामावर हजर झाल्यापासून वर्षभरात कधीही अधेमधे रजा न घेता ती रजा एकदम मे महिन्याभरात घेत होतो. तशा मे महिन्यात शाळाही बंद असायच्या.

नाही म्हणायला नाट्य परिषदेच्या मिटींगसाठी मुंबईला अधून मधून जायला लागत होते. त्यावेळी डोंबिवलीला घरी जायला मिळायचे.

डोंबिवलीला असताना आमच्याकडे सुनीलचा मित्र राजू पटेल बरेच दिवस राहिलाच होता. तो आमच्याकडे असतानाच त्याचं लग्न झाले. त्यानी मग दुसरीकडे डोंबिवलीतच खोली घेतली. तो गेला आणि अंजलीचा नात्यातला नारायण परब आमच्याकडे राहायला आला. ह्या राजू पटेल बरोबर आमचा सुनील नवरात्रात त्यांच्या मित्रांच्या ग्रुपबरोबर दांडीया, गरबा खेळायला जायचा. म्हणून मी त्यांच्यासमोर प्रस्ताव मांडला. तुम्ही हा गरबा, दांडिया शिकवायला कारखान्यावर याल का? त्यांनी ते मान्य केले. आता हा नवीनच उपक्रम मी कारखाना परिसरात राबवणार होतो.

रावेरच्या महिला मंडळाच्या अध्यक्षा, डॉक्टर आठवले यांच्या मिसेस सौ. आठवले आणि यावल महिला मंडळाच्या अध्यक्षा सौ. मृणाल सराफ यांच्या सहकार्याने दोन्ही ठिकाणी चार चार दिवसांची दोन शिबिरं आयोजित केली. ह्या शिबिराबाबतीत मी अगदीच अनभिज्ञ होतो. ह्या शिबिरासाठी प्रशिक्षक म्हणून स्वतः सुनील, राजू पटेल, त्याची बायको, वर्षा पटेल, डॉक्टर नितीन शहा आणखी दोघं जण आले होते. यावलचे शिबिर रमाबाई देशपांडे वाचनालयात तर रावेरचे शिबिर महिला मंडळाच्या स्वतःच्या हॉलमध्ये घेण्यात आले. दोन्ही शिबिरांना अपेक्षेपेक्षा जास्त चांगला प्रतिसाद मिळाला. त्यामुळे दोन्ही शिबिरं सकाळी नऊ ते एक फक्त कॉलेज-शाळांच्या मुलीसाठी, दोन ते सहा मोठ्या महिलांसाठी आणि रात्री आठ ते अकरा लहान थोर मुलांसाठी– अशा तीन सत्रात घ्यावी लागली. रावेरच्या शिबिरात पहिल्या दिवशी मी फक्त ते कसे शिकवतात ते पहात राहिलो. त्याचा प्राथमिक बेस मी त्याच दिवशी आत्मसात केला. आणि दुसरे दिवसापासून मी त्यांना शिकवायला मदत करू लागलो. ह्या चार दिवसात हा गरबा, दांडीया, मी पूर्ण आत्मसात केला. यावलला मीही प्रशिक्षक म्हणून शिकवायला लागलो. दोन्ही ठिकाणी चार दिवसात शिबिरार्थ्यांना काय शिकवले याचे प्रात्याक्षिक आम्ही दाखवले. दोन्ही शिबिरात साडेचार ते पाचशे शिबिरार्थ्यांनी ह्याचा लाभ घेतला. ह्या शिबिरामुळे माझ्याकडे आणखी एका कलेची भर पडली. ह्या शिबिरामुळे रावेर-यावल मधील नवरात्र उत्सवात ह्या ग्रुपना खूप मागण्या आल्या.

-०-

मला वाटतं गजानन महाराजांची माझ्यावर पूर्ण कृपा असावी. कारण मी आयोजित करीत असलेले प्रत्येक उपक्रम यशस्वीरीत्या पार पडत होते. दासनवमीच्या निमित्ताने असाच एक नवीन उपक्रम राबवायचा ठरवला. त्यासाठी कारखाना कॉलनी, रावेर, यावल येथे पंचवीस मनाचे श्लोक पाठांतर स्पर्धा पाचवी ते

नववीच्या विद्यार्थ्यांसाठी आयोजित केल्या. प्रतिपदा ते दासनवमी मनाचे श्लोक म्हणत रोज सकाळी सात वाजता प्रभा फेऱ्या आयोजित केल्या. सरदार जी. जी. हायस्कूल आणि कलाबाई अग्रवाल कन्याशाळा ह्या दोन्ही रावेरच्या हायस्कूलच्या मुख्याध्यापकांनी अगदी मनापासून सहकार्य केले. दोघांनी रोज दोन दोन वर्ग आणि चार चार शिक्षक प्रभात फेरीसाठी नेऊन नऊ दिवस हा उपक्रम अतिशय चांगल्या तऱ्हेनं पार पाडला. दास नवमीच्या दिवशी पंचवीस मनाचे श्लोक पाठांतर स्पर्धेतही तीस एक विद्यार्थ्यांनी भाग घेतला. त्या दिवशी दोन शिक्षकांनी आपाआपल्या हायस्कूलमध्ये रामदासांबद्दल माहिती दिली.

यावलला मात्र एकच दिवस दासनवमीच्या दिवशी सरस्वती विद्यालय, साने गुरुजी विद्यालय, कन्याशाळा, आणि लिटील फ्लॉवर प्राथमिक शाळा अशा सर्वांची एक भव्य प्रभात फेरी काढण्यात आली. जय जय रघुवीर समर्थांच्या घोषणा आणि मनाच्या श्लोकांनी यावल दुमदुमुन गेले. अशा प्रकारच्या प्रभात फेऱ्या ह्या भागात प्रथमच निघाल्यामुळे सर्वांनाच ते कुतूहल वाटले.

ह्या यावलला दासनवमीच्या कार्यक्रमापूर्वी अशीच एक घटना घडली. ह्या पूर्वी दिवाळीच्या सुटीत दलाल मॅडमनी वाचनालयाच्या हॉलमध्ये एक दहा दिवसाचेबालनाट्य शिबिर आयोजित केले होते. त्यामुळे सरस्वती विद्यालयाच्या मुख्याध्यापकांसह सर्व शिक्षकांचा परिचय झाला होता. म्हणून मीही दासनवमीच्या प्रभात फेरीची योजना घेऊन आधी त्याच शाळेत गेलो. ह्यावेळी मुख्याध्यापक होते पद्माकर सराफ. त्यांनी कार्यक्रम नाकारण्यासाठी काहीही कारण सांगायला सुरुवात केली. 'आमच्या अध्यक्षांना असले काही आवडत नाही.' मी त्यांना म्हणालो, 'अहो, शाळेचे मुख्याध्यापक तुम्ही आहात ना? तुमची तयारी असेल तर अध्यक्ष कशाला नको म्हणतील?' ह्यांचे परत तेच पालुपद, 'अध्यक्षांना विसरल्याशिवाय मी काहीही करू शकत नाही.' 'ठीक आहे मला तुमच्या अध्यक्षांना भेटवा. मी त्यांनाच विचारतो,' मीही हट्टालाच पेटलो. त्यांनी शाळेचे दुसरे शिक्षक बी. जी. कुलकर्णी यांना सांगितले, 'यांना अध्यक्षांकडे घेऊन जा.' मला मनोहर उद्यान इथे नानासाहेब देशपांडे यांचेकडे नेले आम्ही तिथे जाईपर्यंत मुख्याध्यापकांनी अध्यक्षांना फोनवर सर्व सांगितले होते. आम्ही तिथे गेलो तेव्हा धोतर नेसलेल्या एक उघड्या व्यक्तीनं माझं स्वागत केलं. मनोहर उद्यानाच्या प्रशस्त मोठ्या आवारात बैठंच पण प्रशस्त घराच्या बैठकीच्या खोलीत मला बसवले गेले. मी रागातच होतो. मी त्यांना म्हणालो, 'मी पांडुरंग घांग्रेकर, मधुकर सहकारी साखर कारखान्याच्या सांस्कृतिक विभाग प्रमुख' त्यावर ते

म्हणाले, 'हे पहा, आपण आमच्या घरी पहिल्यांदाच आला आहात. आधी चहा पाणी घेऊ या आणि मग बोलू या.' एवढ्यात बी. जी. कुलकर्णी चहापाणी घेऊन हजर झाले. चहापाणी झाले आणि मी विषयाला हात घातला, 'मी कारखान्याच्याच वतीनं दासनवमीनिमित्त यावल रावेर तालुक्यातील विद्यार्थ्यांच्या मनाचे श्लोकांच्या पाठांतर स्पर्धा आणि मनाचे श्लोक म्हणत प्रभात फेऱ्या काढायचे ठरवले आहे.'

त्यांचा प्रश्न 'कशासाठी?'

'सांस्कृतिक चळवळीचा एक भाग म्हणून आणि समाज जागृतीसाठी.'

'अहो, इथे पन्नास टक्के मुसलमान वस्ती आहे. इथे याचा काय उपयोग?'

'नानासाहेब! अहो मग इथेच याची जास्त गरज आहे. तो समाज जागाच आहे. जाग आणायची गरज आहे आपल्या लोकांना.' ह्या माझ्या वाक्यावर नानासाहेब खळाळून हसले. आणि म्हणाले, 'द्या टाळी!'

'बी. जी., पद्माकरला सांग, नानासाहेबांनी प्रभात फेरीला परवानगी दिली आहे.'

नंतर आमची चर्चा इतकी रंगली की स्वत: नानासाहेबांनी मला सुचवले की, प्रभात फेरीनंतर मुलांना रामदासस्वामीविषयीं माहिती देण्यासाठी आपण काही शिक्षक शिक्षिका तयार करू या. पाहिजे तर जे शिक्षक तयार असतील त्यांना माझ्याकडे पाठवा. मी त्यांना ती माहिती देतो. पाहिजे तर त्यांना आपण लिहून देऊ. ह्या पहिल्याच भेटीत आमची इतकी मैत्री झाली की पुढे तर मी त्यांच्या कुटुंबातील एक मेंबर झालो. ठरल्याप्रमाणे त्यांनी चार पाच शिक्षक-शिक्षिका तयारही केल्या. प्रत्येकाला वेगवेगळ्या गोष्टी रूपात त्यांनी रामदास स्वामी, समजावले. भक्ती दिंडीप्रमाणे हा पण कार्यक्रम यशस्वी झाला.

-०-

आम्ही उभयता सुनीलच्या लग्नाची बोलणी करायला पुण्याला गेलो. त्यांचा तसा प्रेमविवाहच होता. तरीही आम्ही मुलीच्या आईवडिलांशी बोलणी करायला त्यांच्याच नात्यातले मध्यस्थ दादा जोशी यांना घेऊन गेलो. त्यांचा या लग्नाला मुळीच विरोध नव्हता. मी सुनीलला आधीच सांगितले होते, 'प्रेम म्हणजे पोरखेळ नव्हे. तारुण्याच्या भरात एक तरुण एक तरुणी एकत्र येणे म्हणजे प्रेम नव्हे, पुढे पश्चात्ताप करायला लागू नये म्हणून मी तुला हे सांगतो आहे.' पण त्याचा विचार पक्का होता. मुलीच्या आईवडिलांसमोर आम्ही बाजू स्पष्ट मांडली, 'आमचा विवाह आंतरजातीय झाला आहे.' वगैरे वगैरे स्पष्ट सांगितले कारण लग्नानंतर उगीच गैरसमज नको. 'मुलापेक्षा तुमची मुलगी जास्त शिकलेली आहे. तेव्हा सारा विचार तुम्ही करायचा

आहे.' त्याना सर्व मान्य होते. त्यानी हुंड्याच्या, बाकीच्या देण्याघेण्याच्या व्यवहाराचा प्रश्न उपस्थित केला. आम्ही त्यांना स्पष्ट सांगितले आम्ही आपल्याशी नातं जोडायला आलो आहोत, व्यवहार ठरवायला नाही. आम्हाला हुंडा वगैरे काहीही नको. तरीही त्यांनी आम्ही लग्नाचा सर्व खर्च करतो म्हणून सांगितले. लग्न पुण्यातच करायचे ठरले. आम्ही त्यासाठी डोंबिवलीहून खास बस करून आलो होतो. माझ्या सर्व बहिणी, शेजारी, मित्र परिवार, सर्वजण लग्नाला हजर होते. शिवाय पुण्यातील आमचे नातेवाईक, इंदूताई जोगळेकर कुटुंब, राजाभाऊ कामतेकरांचा परिवार, आमचा मित्र परिवार, चित्तरंजन कोल्हटकर, राजस साठे, नावेलकर, मृत्युंजयकार शिवाजी सावंत अशी नाटकवाली मंडळीही लग्नाला हजर होती. लग्न व्यवस्थित पार पडले. डोंबिवलीला आल्यावर सत्यनारायणची पूजाही उरकून घेतली. ह्यावेळी डोंबिवलीतील सर्व परिचित, सुनीलच्या कारखान्याचे मालक, सुनीलचे साहेब मुळगावकर, त्यांचे सहकारी सर्व पूजेला येऊन वधूवरांना आशीर्वाद देऊन गेले. ह्यावेळी आमच्या मुलीने सुगंधाने-नुकतीच दहावीची बोर्डाची परीक्षा दिली होती. ती पास झाली पण मार्क कमी पडले होते. मग तिला अकरावीसाठी धनाजी नाना विद्यालयात ॲडमिशन मिळाली.

सुनील मॅट्रीक झाला तेव्हा त्याला कॉलेजमध्ये जायचे होते. पण मी त्याला आय. टी. आयला पाठविण्याचा प्रयत्न केला. तिथे जमले नाही म्हणून सिताकांत अडफडकरच्या ओळखीने डोंबिवलीतच मुळगावकर इंजिनियर कंपनीत ॲप्रेंटीस म्हणून कामाला लावला. त्यांनीही त्याला आय. टी. आयच्या नियमात बसवून परीक्षा द्यायला लावली. हे मुळगावकर म्हणजे सुहासिनी मुळगावकरांचे यजमान. थोडक्यात तेही नाटकवाले. ते चांगले तबलजी पण होते. सुनील एका नाटकवाल्याचा मुलगा म्हणून त्यांचेकडे आपलेपणाने लक्ष दिले. आय. टी. आयच्या दोन वर्षांनंतर त्यांनी त्याला तिथेच नोकरीला ठेवून घेतले. तिथे तो उत्कृष्ट डायमेकर झाला होता.

-०-

अखिल भारतीय मराठी नाट्य परिषदेच्या कार्यकारिणीवर असताना संगीतकार यशवंत देवांचा परिचय झाला. तेही त्यावेळी त्या कार्यकारिणीवर होते. बोलता बोलता ते म्हणाले होते, मी सुगम संगीताची शिबिरं घेतो. ते लक्षात ठेवून मी त्यांची सावदा आणि यावल अशा दोन ठिकाणी तीन तीन दिवसाची शिबिरं आयोजित केली. त्या शिबिराला चांगला प्रतिसाद मिळाला. सावद्याचे शिबिर आण्णासाहेब देशमुख यांचे सहकार्याने घेतले. त्यांच्या वाड्यात उतरायची सोय केली होती. यशवंत देवांबरोबर त्यांच्या दुसऱ्या पत्नी करुणाताई पण असायच्या. हे शिबिर सावदा नगर पालिकेच्या हॉलमध्ये घेतले होते. तर यावलचे शिबिर महिला मंडळाच्या सहकार्याने नानासाहेब

देशपांडे ह्यांच्या मनोहर उद्यानामध्ये घेतले गेले. ह्या शिबिरासाठी त्यांना तबल्याची साथ करायला वाघोदा हायस्कूलचे भालचंद्र रूले सर असायचे.

अशी त्यांची सुगम संगीताची शिबिरं लागोपाठ तीन वर्ष रावेर, सावदा, यावला, दिपनगर, जळगाव अशा ठिकाणी आयोजित केली. तसेच त्यांचे सुगम संगीताचे कार्यक्रमही फैजपूर कारखाना, रावेर, यावल, जळगाव, दिपनगर येथे घडवून आणले. ह्या शिबिराच्या निमित्ताने नानासाहेब देशपांडे कुटुंबीय, यशवंत देव, करुणाताई, आमचे कुटुंब स्नेहांच्या धाग्यात कायमचे बांधले गेले कधीही न तुटणाऱ्या. नानासाहेब देशपांडे म्हणजे यावलमधील खूप मोठी असामी. अतिशय लोकप्रिय. वाचनाचा जबदरस्त नाद, राजकारण, इतिहास ह्यांचा गाढा अभ्यास, स्वत:चा पाच हजार पुस्तकांचा संग्रह. कुठली माहिती कुठल्या पुस्तकात, कुठल्या पानावर सापडेल इतकी स्मरणशक्ती. एकदा यशवंत देव आणि नानासाहेबांची शंकराचार्य आणि रजनीश ह्यावर चर्चा इतकी रंगली की तीन तास केव्हा गेले हे पण समजले नाही. नानासाहेबांच्या सहवासात मला कला, अध्यात्म, इतिहास ह्यांची खूप माहिती मिळाली. गरबा, दांडिया शिबिराची माहिती मिळण्यासाठी नरसिंह मेहताचे पुस्तक वाचायला दिले.

महर्षी व्यासांनी गणपतीकडून जे भागवत लिहून घेतले, ती रम्य जागा यावलला आहे. जगदगुरू व्यासांचे भव्य मंदिर उभे व्हावे हे नानासाहेबांचे स्वप्न त्यांच्या हयातीत पूर्ण झाले नाही पण आज मात्र त्या जागेवर भव्य देखणे मंदिर उभे झाले आहे.

-०-

सुनीलच्या लग्नानंतरही त्याचा दांडीया, गरबा प्रशिक्षकांचा ग्रुप मी लागोपाठ दोन वर्ष बोलवला होता. ह्यावेळी सावदा आणि कारखाना अशी दोन शिबिरं आणि पुढे वाघोदा हायस्कूलला अशी शिबिरं आयोजित केली.

वाघोदा हायस्कूलला शिबिर घेण्याचे कारण वेगळेच होते. प्रकाश विद्यालय वाघोदा हे लेवा गुजर समाजाचे हायस्कूल. ह्या गावात त्यांचाच समाज जास्त. ह्या समाजाच्या मुलींवर त्यावेळी खूप बंधनं होती. त्यांच्या शिक्षणावर मर्यादा. त्यांनी शाळेच्या सांस्कृतिक कार्यक्रमातून भाग घेण्यास बंदी. अशा समाजाच्या हायस्कूलमध्ये प्रकाश विसपुते, रामदास बैरागी, भालचंद्र रूले असे काही कलाप्रेमी शिक्षकही होते. मुख्याध्यापकांना कलेची आवड होती. त्या मुख्याध्यापकांनी त्या तिघाही शिक्षकांना कारखान्यावर आयोजित केलेल्या शिक्षकांच्या शिबिरात आवर्जून पाठविले होते. भालचंद्र रूलेसर यशवंत देवांच्या प्रत्येक सुगम संगीताच्या शिबिराला आमच्याबरोबर

असायचेच. कारखान्याच्या आयोजित केलेल्या बालनाट्य स्पर्धेत भाग घेण्यासाठी ह्या तिघा शिक्षकांनी अतिशय मेहनत घेऊन श्रीकृष्णाच्या जीवनावरील एक बालनाट्य बसविले होते. तेही पाचवी-सहावीच्या मुलींना घेऊन. शाळेत त्याची रंगीत तालीम घेताना त्यांनी त्या मुलींच्या पालकांना ते पाहायला बोलावले. ते पाहून ते पालक खूप भडकले. त्यांनी त्या शिक्षकांची पार आई माई उद्धरली. आमच्या मुली तुम्हाला काय तमाशातल्या वाटल्या काय? वगैरे वगैरे अगदी नको नको ते बोलले. ते शिक्षक दुसरे दिवशी माझ्याकडे आले आणि मला म्हणाले, 'असं असं झालं. तेव्हा आम्ही भाग घेत नाही.'

मी त्यांना म्हणालो,'तुम्ही वाईट वाटून घेऊन नका. ही चळवळ राबवताना आपल्याला अशा अनुभवांना बरोबर घेऊनच पुढे जायचे असते. काही काळ जाऊ दे. आपण त्यांनाही ह्या चळवळीत भाग घ्यायला भाग पाडू.' आणि ह्याचसाठी शाळेला चार दिवस सुटी असल्याचे पाहून मुख्याध्यापकांना विश्वासात घेऊन चार दिवसांचे गरबा दांडियाचे शिबिर त्याच शाळेच्या पटांगणात घ्यायचे ठरवले. मुख्याध्यापकांनी आठ दिवस आधी नोटीस फिरवून सगळ्या विद्यार्थ्यांना तशी माहिती दिली. फक्त पन्नास साठ मुलांनी व इतर समाजाच्या पाच मुलींनी नावं दिली. पण ते शिबिर यशस्वी करण्यासाठी आम्ही वाघोदा गावाजवळील चिनावल, मस्कावद, दसनूर ह्या विद्यार्थ्यांना ह्या शिबिराला बोलावले. साधारण तीन एकशे मुलं-मुली बाहेरून येतील असा आमचा अंदाज होता. पण ह्या तीन चार हायस्कूलची संख्या पाचशेच्या वर गेली. शाळेच्या अध्यक्षांच्याच हस्ते मुद्दाम आम्ही हा शिबिराचे उद्‌घाटन केले. शाळेच्या ग्राऊंडवर बाहेरच्या शाळांची एवढी मुलं-मुली पाहून सारे गावकरी अवाक झाले. आम्ही उभयता आणि मुंबईहून आलेला सुनीलचा ग्रुप ह्यांनी पहिल्या दिवशी सर्व मुलांची पावलं तयार करून घेऊन पहिला हात बसवला. सकाळी नऊ ते पाच हे शिबिर होते. ऊन अतिशय कडक होते. मग आम्ही सर्व प्रशिक्षक आणि शिबिरार्थ्यांबरोबर आलेले त्या त्या शाळेचे शिक्षक ह्यांनी मीटींग घेऊन शिबिराची वेळ सकाळी सात ते अकरा आणि दुपारी तीन ते पाच अशी केली. आश्चर्याची गोष्ट म्हणजे बाहेरून येणाऱ्या सर्व शाळांचे शिबिरार्थी सकाळी सातच्या आत डबे घेऊन ग्राऊंडवर हजर असायचे. पहिल्या दिवशी संध्याकाळी वाघोदा हायस्कूलचे इतर संचालक आणि काही पालक येऊन आम्हालाच विचारायला लागले, 'आजूबाजूच्या शाळेच्या मुली शिकत आहेत. मग आमच्या मुली का नाहीत?' तेव्हा त्यांना मुख्याध्यापकांनी, बैरागी आणि विसपुते सरांनी झालेला मागचा सारा प्रकार सांगितला. 'नोटीस काढून सर्वांना सांगितले होते. आपल्या मुलींनी पालकांच्या भीतीने भाग घेतला नाही.'

मी त्यांना म्हणालो, 'अहो, सर्व शाळा शिक्षणाच्या बाबतीत, कला-क्रीडांच्या बाबतीत पुढे जात आहेत तेव्हा आपल्यालाही आपल्या समाजाला पुढे जाण्याची संधी द्यायला पाहिजे.' ह्याचा परिणाम असा झाला– दुसरे दिवशी वाघोदा हायस्कूलच्या सर्व मुलींना आम्हाला ह्या शिबिरात भाग द्यावा लागला. अशा तऱ्हेनं ह्या शिबिरात शिबिरार्थ्यांची संख्या आठशेच्यावर गेली. ह्या शिबिराच्या समारोप समारंभात वेगवेगळ्या ग्रुपनी शिबिरात शिकवलेल्या गरबा दांडियाचे प्रात्याक्षिक करून दाखवले. न भूतो न भविष्यती असे हे शिबिर झाले. ह्या शिबिराचे एकंदर पावित्र्य पाहून ज्या पालकांनी बालनाट्याच्यावेळी शिक्षकांची आईमाई उद्धरली त्यांनी त्या शिक्षकांची माफी मागितली. आणि सांगितले, 'आमच्या महिलांनाही हे शिकवा.'

नंतर अशी गरबा दांडीयाची शिबिरं आम्ही उभयता, आमची मुलगी सुगंधा, कारखाना कॉलनीतील आम्हीच शिकवून तयारी केलेली दोन चार मुलं यांनी खिरोदा, कुंभारखेडा, पाल, विवरे, निभोरा, चिचोली, अट्रावद, केऱ्हाळे, हंबर्डी, सांगवी, नायगाव, जामनेर, जाकठी, चौपडा, थोर गव्हाण अशा वेगवेगळ्या गावातून पंचेचाळीस शिबिरांतून बारा तेरा हजार मुला-मुलींना, स्त्रियांना दांडीया-गरबा शिकवला. आम्ही शिकवत असलेल्या दांडीया आणि गरबा पाहून गुजराथच्या स्वामीनारायण पंथाच्या मुख्य शास्त्री महाराजांनी सांगितले, 'हा गरबा दांडीया कृष्णाच्या रास क्रीडेमधील वर्णन केलेप्रमाणे पारंपरिक वाटतो. या गरबा दांडीयामध्ये अनेक अनेक विविध प्रकार पहायला मिळाले. पण सध्या चालू असलेल्या आमच्या समाजात आणि इतरत्र खेळला जाणारा हा खेळ बाजारी वाटतो. त्यांच्या खेळात एकच प्रकार पहायला मिळतो. ह्या खेळातले पावित्र्य इथे पहायला मिळाले. तेव्हा हा गुजराथचा गरबा आणि दांडीया अशा तऱ्हेनं शिकवणाऱ्या प्रशिक्षकांना मनापासून धन्यवाद.'

-०-

मुलाचं– सुनीलचं लग्न करून सून घरात आणली. तीही त्या मुंबईच्या प्रशिक्षकांबरोबर शिबिरात गरबा दांडीया शिकवायला लागली. पण वर्षानंतर तिने आपले गुण उधळायला सुरुवात केली. सासू-सुनेचं पटेनासं झाले. तिच्या मनाचा काही थांगपत्ताच लागत नव्हता. मध्ये तिला कसले भास होतात म्हणून सांगायची. अगदी वेड्यासारखी वागायची. तिच्या आईवडिलांना बोलावून हा काय प्रकार आहे तो दाखवला. मी फैजपूरहून त्यासाठी घरी येत होतो. असा एकदा घरी आलो असताना रमेश भिडे भेटला. तो म्हणाला, "मास्तर, मी ज्या खानावळीत जेवतो त्याच खानावळीत वहिनी (म्हणजे अंजली) येऊन जेवतात. घरी कुणी नाही का?" मी काय समजायचे ते समजलो आणि अंजलीला घेऊन फैजपूरला गेलो. ह्यातले

सुनीलला काहीच माहीत नव्हते. आम्हीही ते त्याला समजून दिले नाही. सुगंधाचं आता बारावीचं वर्ष असल्यामुळे तिला तिथून हलवता येत नव्हते. पण ती बारावी पास झाल्यावर नाईलाजास्तव तिला मला फैजपूरला न्यावे लागले. तिला फैजपूर कॉलेजमध्ये ॲडमिशन मिळाली. लोक आपल्या पाल्याला खेड्यातून उच्च शिक्षणासाठी शहरात पाठवतात. पण मी माझ्या मुलीला डोंबिवलीसारख्या शहरातून फैजपूरसारख्या खेड्यात घेऊन आलो होतो. आणि तेही तिचे दादा-वहिनी डोंबिवलीत राहात असताना.

सुनीलला लग्नाच्या आधी माझ्या मानलेल्या मुलीचे छायाचे लग्न ठरले. आम्ही उभयतांनीच तिचं कन्यादान केले. तिचा नवरा रमेश कुडाळकर, हा माझा मित्र मेकअपमन विलास कुडाळकराचा धाकटा भाऊ. त्यालाही वडील नसल्यामुळे मुलाकडून विलास आणि त्याची पत्नी ह्यांनी उभयता मुलाचं यजमानपद स्वीकारले होते. लग्न कुडाळ येथे कुडाळेश्वर मंदिरात मोठ्या थाटात पार पडले.

-o-

समूहनृत्याची आपल्याला अधिक माहिती मिळावी म्हणून प्रभाकर साठेंच्या ओळखीने मुंबईचे नृत्य दिग्दर्शक सदानंद राणे यांना बोलावून त्यांचे समूहनृत्याचे आठ दिवसांचे शिबिर वाघोदा हायस्कूललाच आयोजित केले. ह्या शिबिरासाठी लिटिल फ्लॉवर शाळेच्या दहा मुली रोज यावल ते वाघोदा एस. टी. ने ये जा करीत होत्या. सुगंधानेही ह्या शिबिरात शिबिरार्थी म्हणून भाग घेतला होता. ह्या शिबिरामुळे आम्हालाही खूप गोष्टी शिकायला मिळाल्या. त्याचा उपयोग आम्ही घेत असलेल्या शिबिराला आम्हाला झाला. अशी सहा दिवसांची शिबिरं खिरोदा डी. एस. कॉलेज, जामनेर, दिपनगर, अशा सहा-सात ठिकाणी घेतलेल्या शिबिराचा तीन चारशे मुला-मुलींनी लाभ घेतला.

ह्या आठ वर्षात दहा दहा दिवसांची बालनाट्य प्रशिक्षण शिबिरं यावल, बामणोद, सातोद, न्हावी, साकरी, डांभूर्णी, सांगवी, रावेल, पाल, विवेरे, खिरोदा, निभोरा, चिनावल, खिर्डी, जामनेर, दिपनगर, जळगाव, चोपडा अशा विविध गावांहून सत्तावन्न शिबिरात चार साडेचार हजार विद्यार्थ्यांनी प्रशिक्षण घेतले. ह्या बालनाट्य शिबिरात थोडासा योगाभ्यास, ओंकार आणि प्रत्येक शिबिरार्थ्यांला गणपती अथर्वशीर्षाचे पुस्तक देऊन त्यांच्याकडून सक्तीनं पाठांतर करून घेतले जायचे.

तसेच नाट्यवाचन, वक्तृत्व, बालनाट्य, एकांकिका, एकपात्री अभिनय, मनाचे श्लोक पाठांतर, गरबा-दांडीया, समूह नृत्य, भक्ती दिंडी, सुगम संगीत अशा स्पर्धा दरवर्षी सातत्याने घेत राहिलो.

भक्तीदिंडी स्पर्धा सावद्याच्या यशानंतर सतत चार वर्ष यावल, न्हावी,

फैजपूर अशा ठिकाणी आयोजित करून यशस्वी केल्या.

यावलच्या महिला मंडळाच्या मदतीसाठी त्याच महिलांना घेऊन पद्मश्री धुंडीराज हे नाटक बसवून सिनेमा थिएटरमध्ये त्याचा प्रयोग केला.

बाहेरच्या कलावंतांना घेऊन, आम्ही उभयतांनी त्यांच्याबरोबर काम करून 'पुत्रवतीभव' आणि 'स्वर्गहरण' ही नाटक बसवून बामणोद, यावल, चोपडा अशा ठिकाणी त्याचे प्रयोग केले शाळेच्या मदतीसाठी.

असाच एक प्रयोग एखाद्याचे नशीब नाटकासाठी प्रकाश विद्यालय वाघोद्याच्या रंगमंचावर केला. हा प्रयोग त्याच शाळेचे दोन शिक्षक रामदास बैरागी आणि प्रकाश विसपुते, फैजपूरच्या दोन मुली नीलिमा तहेले, सोनल तळेले, युवराज चौधरी आणि स्वत: मी अशांनी भूमिका केल्या. हेही नाटक लोकांना खूप आवडले.

हे सर्व करताना कारखान्याच्या संचालक मंडळांनी, प्रमुख अधिकाऱ्यांनी, कामगार कलावंतानी आणि कारखान्यातल्या सर्वच कामगारांनी जितके सहकार्य मला केले, तितकेच सहकार्य जळगावच्या चिंतामणी पाटील, सुनील कानडे, शरद पांडे, साधना पाटील, संजय पवार, योगेश शुक्ल, भुसावळचे मधु देव, सौ. गद्रे मॅडम, दिपनगरचे दादा बोरोले, सौ. शैला सावंत, रावेर तालुक्यातील सावद्याचे खासदार डॉक्टर गुणवंत सरोदे, सौ. शामलाबाई सरोदे, आण्णासाहेब देशमुख, बाबा पाटील, खिरोद्याच्या अध्यापक विद्यालयाचे एल. डी. चौधरी, विद्याताई देशपांडे, तळेले सर; यावलच्या दलाल मॅडम, मृणाल सराफ, सौ. नीला नाईक, सुनिता नेवे, चौपड्याचे जगदीश पाटील, सुशिलाबेन शहा यांनीही केले.

खासदार डॉ. गुणवंतराव सरोदे यानी तर मला आपला घरचाच माणूस म्हणून जवळ केला होता. किती तरी गोष्टी त्या उभयतांनी मला विश्वासाने सांगितल्या होत्या. विचारल्याही होत्या. ह्या सर्वच कुटुंबानं मला अतिशय प्रेम दिलं. अजूनही ते कमी झालेले नाही.

माननीय मधुकरराव चौधरी ह्यांच्या पत्नी सौ. कुसूमताई तर मला आपला सख्खा दीर समजून, भावजी म्हणूनच हाका मारायच्या. आपल्या जीवनातील सुख-दु:खाच्या सर्व गोष्टी मोठ्या विश्वासाने मला सांगायच्या.

अध्यापक विद्यालय खिरोदाचे प्राचार्य एल. डी. चौधरी यांनी डी. एड. कॉलेजच्या विद्यार्थ्यांसाठी माझा जास्त जास्त उपयोग करून घेतला.

-०-

नाट्य परिषदेच्या मुंबई येथील नाट्य संमेलनापासून मी सातत्याने शिक्षणात संगीत, नाट्यशास्त्र सक्तीचे असावे, त्यासाठी शाळेत पन्नास मार्कांचा पेपर असावा,

हा विषय शाळेच्या चित्रकला विभागाच्या शिक्षकांना शिकवून त्यांना पूर्ण ट्रेन करून त्यांच्याकडे सोपवावा– असा ठराव सातत्याने मांडला. कित्येकवेळा डॉक्टर श्रीराम लागू, चित्तरंजन कोल्हटकर, मधुशेट नेराळे, शाहीर साबळे अशा मोठमोठ्या कलावंतानी ह्या ठरावाला पाठिंबा देऊन माझे कौतुक केले. अनुमोदन देऊन त्या ठरावावर सह्या केल्या. पण आतापर्यंत नाट्य संमेलनात अशा प्रकारचे ठराव वर्षानुवर्षे नुसतेच मांडले गेले पण कुणीही अध्यक्षांनी सरकार दरबारी पाठपुरावा केला नाही. शाळेत हा विषय इतर विषयांप्रमाणेच अत्यंत गरजेचा आहे. ती काळाची गरज आहे, असे सर्वच पुढाऱ्यांपासून मोठमोठ्या कलावंतापर्यंत सर्वांनाच वाटते. पण नुसते वाटून काय उपयोग? ह्यावर गांभीर्याने कुणीच विचार करायला तयार नाही म्हणा किंवा कोणाला वेळ नाही म्हणा, पण हे सत्य आहे!

कारखान्याच्या सांस्कृतिक विभागाचे काम करताना जसे चांगले अनुभव आले तसे वाईट प्रसंगालाही तोंड द्यावे लागले होते. माझे हितचिंतक जितके होते तितकेच मला पाण्यात पाहणारेही होते. पण मी माझ्या कामाचा आनंद सातत्याने घेत राहिल्यामुळे त्याचा मला कधी त्रास जाणवला नाही.

एकदा मा. शरद पवारांच्या हस्ते कारखान्याच्या नव्या प्रशासन इमारतीचा पायाभरणी समारंभ मा. मधुकरराव चौधरी यांचे अध्यक्षतेखाली कारखान्यावर आयोजित केला होता. त्या समारंभाच्या नियोजनासाठी स्वत: मधुकरराव चौधरी यांनी कारखान्यावर सर्व संचालक, अधिकारी यांची मीटिंग घेतली. त्यावेळी मलाही बोलावले होते. स्वत: मधुकररावांनी सर्व समक्ष ईश्स्तवन, स्वागत गीत आणि येणाऱ्या पाहुण्यांना ओवाळायला पाच सुवासिनी ही जबाबदारी माझ्यावर सोपवली होती.

परंतु ठरल्या पद्धतीने ती पार पडली नाही. पाहुणे आले, कारखान्याच्या अधिकाऱ्यांच्या स्त्रियांनीच त्यांना ओवाळले. कार्यक्रम व्यवस्थित पार पडला. पण आता अपमान झाला होता तो संचालक मंडळाचा स्त्रियांचा!

चार सहा दिवस गेले आणि माजी चेअरमन हिरामणभाऊ कोल्हेंनी मला सांगितले तुम्हाला मधुकररावांनी खिरोद्याला बंगल्यावर बोलावले आहे. त्यांनी मला त्यांच्याच गाडीतून खिरोद्याला बंगल्यावर नेले. तिकडे जातानाच त्यांनी गाडीत मला कल्पना दिली, 'परवाच्या समारंभातील ओवाळणी प्रकरण गाजत आहे. त्या पाचही संचालकांनी तुमचा राजीनामा मागितला आहे आणि तसे झाले नाही तर त्यांनी संचालक पदाचा राजीनामा साहेबांजवळ दिला आहे. तेव्हा झालेला सर्व सत्य प्रकार साहेबांना (मधुकररावांना) सांगा.' मी गेलो तेव्हा साहेब घुश्श्यातच होते. मी सर्व घडलेली हकीगत त्यांना सांगितली. चेअरमन साहेबांनी मला बोलावून ते म्हणाले

की, ‘कारखान्याचा चेअरमन मी आहे. बाळासाहेब (मधुकररावांना सर्व बाळासाहेब म्हणत असत) नाहीत. इथे फक्त माझं ऐकायचे, साहेबांचे नाही.’ त्यावेळी मीही चेअरमनला म्हणालो होतो, ‘यापुढे मी तुमचं ऐकेन पण आता नाही.’

साहेबांनी (मधुकररावांनी) मला जायला सांगितले, तुम्ही तुमचे काम चालू ठेवा. मी पाहतो काय करायचे ते. नंतर मला समजले साहेबांनी त्या संचालकांना आणि चेअरमनलाही घरी बंगल्यावर बोलावून सांगितले, घांग्रेकर गेले तर हा कारखान्याच्या नावात भर टाकणारा सांस्कृतिक विभाग बंद होईल. कारखान्याला संचालक मिळतील पण असा वेडा कलावंत मिळणार नाही. पण ह्याचा परिणाम मला पुढील काळात भोगावा लागला.

नानासाहेब देशपांडे यांना हा सारा प्रकार समजला. त्यांनी खासदार डॉक्टर सरोदे यांना मला घेऊन यायला सांगितले. मी डॉक्टरांना घेऊन त्यांच्याकडे गेलो. तासभर त्यांची एकांतात काय चर्चा झाली ती मला माहीत नाही. नंतर नानासाहेबांनी मला सांगितले आपल्याला आमदार जी. टी. महाजन यांना भेटायचे आहे. तेव्हा त्यांची वेळ ठरवून घ्या. मी अरुण जोशीच्या मध्यस्थीने त्यांची वेळ ठरवून त्या दोघांची भेट न्हावीलाच त्यांच्या सोसायटीच्या ऑफीसमध्ये घडवून आणली. तिथेही त्यांची अशीच एकांतात काही चर्चा झाली. पुढे कारखान्याच्या निवडणुकीत जी. टी. महाजन आणि गुणवंतराव सरोदे एकत्र आले होते आणि मधुरराव चौधरी यांचे पॅनेल पडून जी. टी. महाजनांचे पॅनल निवडून आले होते.

ह्या निवडणुकीपूर्वी मधुकररावांनी मला बंगल्यावर बोलावून विचारले होते तू सर्व गावागावातून फिरतोस, ह्या निवडणुकीबद्दल लोकांचं काय मत आहे. त्यावेळी मी त्यांना स्पष्ट सांगितले होते, ‘आपल्याबद्दल लोकांचं मत चांगले आहे. पण आपल्या मुलाबद्दल, शिरीषबद्दल मत चांगले नाही. त्याला वगळून आपण आपलं पॅनेल उभं केलं तर नक्की निवडून येईल.’ पण त्यांना ते पटले नसावे.

१४ जानेवारी १९९३ मकर संक्रांतीच्या दिवशी मी यावलला नानासाहेब देशपांडे ह्यांचेकडे तिळगूळ द्यायला गेलो. दोघांच्या दिलखुलास दोन एक तास गप्पा झाल्या. संक्रांत तिळगुळापासून ते सुवासिनी वाटतात त्या सुगडांच्या वाणापर्यंत चर्चा रंगली. नेहमीप्रमाणे आग्रहाचे चहापान झाले. एकमेकांना तिळगूळ देऊन गळाभेट झाली. मी परत कारखान्यावर घरी जायला निघालो. नित्यनेमाप्रमाणे मनोहर उद्यानाच्या दिंडीपर्यंत ते पोचवायला आले आणि ते मला म्हणाले, ‘काय महाराज, आता परत भेट कधी?’ नेहमी ‘परत भेटू या’ म्हणणारे नानासाहेब आज असे का म्हणाले! हे त्यावेळी माझ्या लक्षात आले नाही. पुढे चार-पाच दिवसांनी बी. जी. कुलकर्णी सर

कारखान्यावर संध्याकाळी आमच्या घरी येऊन मला म्हणाले, 'नानासाहेबांनी तुम्हाला उद्याच्या उद्या जळगांवला त्यांच्या तिथल्या घरी भेटायला बोलावले आहे. काही महत्त्वाचे काम आहे. सकाळीच त्यांना जळगावच्या घरी मी सोडून आलो.'

मी दुसऱ्या दिवशी रजा टाकून जळगावला त्यांच्या घरी त्यांना भेटायला गेलो. तर समजले नानासाहेबांना हॉस्पिटलमध्ये अॅडमिट केले आहे. मी तसाच त्या हॉस्पिटलमध्ये गेलो. तर नानासाहेबांचे ब्रेनहॅमरेज होऊन कोमात गेले होते. त्यांचं माझ्याकडे काय महत्त्वाचे काम होते हे सांगायला ते परत उठलेच नाहीत. त्याची प्राणज्योत विझेपर्यंत मी तिथेच होतो.

पंचवीस जानेवारीच्या आदल्या दिवशी रात्रभर मी, त्यांचा मुलगा रमण आणि रमणचा मित्र पण नानांचा अतिशय चाहता– आम्ही तिघंच तिथे यांच्याजवळ रात्रभर जागे होतो. पहाटे पाच साडेपाच वाजता माझ्या मनात काय आले कोणास ठाऊक. मी रमणला म्हणालो तू नानांना मोठ्याने हाक मारून बघ. त्याने त्यांना मोठ्याने नाना म्हणून हाक मारली. नानांनी फक्त अंऽअंऽ करून हुंकार दिला पण तो हुंकार दिवा मालवण्यापूर्वीचा एक क्षणाचाच होता. नंतर सारं शांत झाले होते.

त्यांची बॉडी यावलला मनोहर उद्यानला आली. नाना गेल्याची बातमी हा हा म्हणताना तालुक्यात पसरली. मनोहर उद्यानात स्त्री-पुरुषांची ही गर्दी झाली होती. त्यात हिंदु, मुसलमान, बौद्ध– सर्व समाजाची माणसं होती.

अंत्यसंस्कार पार पडले. आणि मी कारखान्यावर आलो. मला माझे अश्रू आवरता येत नव्हते. त्यावेळी मी इतका रडलो की माझे आई-वडील गेले तेव्हाही मी इतका रडलो नसेन. माझे मार्गदर्शक, माझा आधारस्तंभ, आमच्या कलेचे कदर करणारे, अतिशय अभ्यासू व्यक्तिमत्व असलेले, कलंदर नानासाहेब गेले. कधीही परत न येणाऱ्या प्रवासाला. ह्या दुःखातून सावरायला मला जरा वेळच लागला.

-०-

मधुजीवन सांस्कृतिक विभाग ह्या मधुकर सहकारी साखर कारखान्याने राज्य नाट्य स्पर्धेत भाग घ्यायचे बंद केले होते. पण आता डोक्यात आणखी गरुडझेप घ्यायचे विचार सुरू होते. त्यासाठी १९९३ साली बृहन् महाराष्ट्र मंडळ दिल्लीतर्फे दिल्लीत घेण्यात येणाऱ्या अखिल भारतीय मराठी स्पर्धेत भाग घ्यायचे आम्ही ठरवले. त्यांच्या नियमात महाराष्ट्र आणि गोवा इथून भाग घेणाऱ्या संस्थांनी संगीतच नाटक सादर करावे आणि बाकीच्या सर्व राज्यांना गद्य नाटक करायची परवानगी होती.

आम्ही 'झाला महार पंढरीनाथ'चं संगीत बसवून भाग घ्यायचे ठरवले. त्यासाठी कारखान्याच्या बाहेरची पण कारखाना परिसरातील गाणारे प्रभुदत्त मिसर,

खिरोद्याच्या धनाजी नाना विद्यालयाच्या संगीत शिक्षिका सौ. गद्रे मॅडम यांची मुलगी कुमारी अपर्णा गद्रे, जयंत भागवत याना नाटकात घेतले. सुनंदा नेहते, चंद्रकांत फेगडे, रवि सोनवणे हे गाणारे नव्हते. तरीही त्यांच्याकडून त्यांच्या भूमिकांची गाणी बसवून घेतली. आजवरच्या कारखान्याच्या परंपरेप्रमाणे सर्वांगाने परिपूर्ण असे नाटक बसवले. त्याचा एक रंगीत तालमीचा प्रयोग जळगांवला जी.डी.सी.बॅकेच्या हॉलमध्ये खास निमंत्रितांसाठी केला.

दिल्ली प्रयोगासाठी नेपथ्यासह सर्व सामान ट्रकने नेले. आणि आम्ही कलावंत रेल्वेने गेलो. प्रयोगाच्या आदल्या दिवशीच आम्ही सामानासह दिल्लीला पोहोचलो होतो. आयोजकांनी बाहेरून येणाऱ्या सर्व संस्थांची जेवणाखाण्याची, निवासाची सोय उत्तम ठेवली होती.

ह्या दिल्लीच्या स्पर्धेच्या प्रयोगात वरील गाणारी पात्रं आणि उल्का पाटील, अरुण जोशी, अनंदा फेगडे, के. यू. चौधरी. मुकुंदा भंगाळे, पुंडलिक माळी, युवराज चौधरी, राजा मिसर, विलास चौधरी, वसंत तायडे, पी.डी. नेहते कारखान्याच्या अशा कलावंतानी आणि स्टेजच्या मागील नेपथ्य, पार्श्वसंगीत, प्रकाश योजना सर्वच मंडळींनी आपआपली बाजू मन लावून सांभाळली. उणीव होती संगीतासाठी ऑर्गन वाजवणाऱ्याची. वाजवणारा मिळाला पण ऑर्गन मिळाला नाही. शेवटी हातपेटी आणि तबला ह्यावंरच प्रयोग सादर केला.

पेटी वादकांनी प्रयोगाच्या वेळी मुजुमदाराचं दुसऱ्या अंकातील गाणं पहिल्या अंकात वाजवायला पुरवात केली. पण मुजुमदारचं काम करणारा चंद्रकांत फेगडे पहिल्या अंकातीलच गाणं म्हणत होता. पण दोन सेकंदात चूक पेटीवाल्याच्या लक्षात आली. आणि मग त्याने लागलीच पहिले गाणे सुरू केले. सुदैवाने सारा प्रकार प्रेक्षकांपर्यंत पोचला नव्हता. कारण नाटकाचे नेपथ्य, वेशभूषा, रंगभूषा, पार्श्वसंगीत, प्रकाश योजना आणि मुख्य म्हणजे ह्या नाटकाचे कथानक ह्या साऱ्यांचा प्रभाव प्रेक्षकावर इतका जबरदस्त पडला होता की ही चूक लक्षातच आली नाही.

आमच्या सुगंधाने पार्श्वसंगीत वाजवण्याची अतिशय महत्त्वाची कामगिरी चोख बजावली होती. विशेष म्हणजे तिनं हे काम पहिल्यांदाच केले होते.

ह्या प्रयोगाला कारखान्याचे चेअरमन दादासाहेब मा.जे.टी.महाजन, खासदार डॉ.गुणवंतराव सरोदे, बृहन् महाराष्ट्र साखर संघाचे एम.डी.मा. मोहन मराठे– सर्व जातीने हजर होते. नाट्यगृह तुडुंब भरले होते. प्रयोग खूपच रंगला होता. चेअरमनसाहेब एकदम खूश होते. त्यांनी सर्व कलावंताचं इतके कौतुक केले की त्यांनी तिथेच सांगितले, 'कारखान्यावर गेल्यावर ह्याचे आधी व्हिडीओ शुटींग करून घ्या. कारण

आजच्या आपल्या ह्या प्रयोगाने कारखान्याच्या आजवरच्या कारकीर्दीत इतिहास घडवला आहे.'

ह्या प्रयोगानंतर आम्ही सर्वजण आग्रा, मथुरा, हरिद्वार, हृषिकेश सर्व पाहून कारखान्यावर परत आलो. खरं म्हणजे येताना हा प्रयोग ग्वाल्हेर, झांशी, भोपाल, इंदूर इथे करण्याचा मानस होता. पण काही कारणास्तव ते जमले नाही. ह्याला जोडूनच सांगलीला होणाऱ्या राज्य नाट्य संगीत स्पर्धेतही भाग घेतला होता पण लेबर ऑफीसरांच्या राजकारणामुळे तोही होऊ शकला नाही.

दिल्लीच्या प्रयोगाच्यावेळी, काही पात्रांची वाक्यं उलट सुलट झाली होती. आणि दिल्लीहून परतीच्या प्रवासात त्याच्यावर विनाकरणच कलावंत चर्चा करत होते. ह्या चर्चेचा परिणाम अखेर वादावादीत झाला. वादविवाद कारखान्याचे कलावंत आणि ह्या प्रयोगासाठी घेतलेल्या बाहेरच्या कलावंतात सुरू होता. खरं तर कारखान्याच्या एका कलावंताच्या उलटसुलट वाक्यामुळे नाटक घसरत होते. पण बाहेरच्या कलावंतानी ती चूक झाकण्यासाठी आपली वाक्यं बरोबर बोलून नाटक मार्गी लावले होते. हे समोर बसून पार्श्वसंगीत देणाऱ्या सुगंधाने, तबला पेटीवाल्यांनीही पाहिले होते. पण कारखान्याचे कलावंत ते मानाला तयार नव्हते. चूक कोणाची असली तरी प्रयोग चांगला झाला हे ते विसरले होते. बाहेरचे कलावंत घेतले नसते तर दिल्लीला प्रयोगही झाला नसता आणि मला वाटतं ह्या वादविवादामुळेच सांगलीच्या स्पर्धेचा प्रयोग होऊ शकला नसावा.

ह्या स्पर्धेचा निकाल दसऱ्याच्या आधी दोन दिवस होता. ह्या स्पर्धेत महाराष्ट्र आणि गोव्यातून नऊ संगीत नाटके आली होती. तर इतर राज्यातून चौदा गद्य नाटके आली होती.

कारखान्याने मला निकाल ऐकण्यासाठी दिल्लीला पाठविले. कारण सर्वांना खात्री होती, आपले नाटक कुठेतरी नंबरात असणारच झालेही तसेच. दिग्दर्शन, लेखन, रंगभूषा आणि नेपथ्याला प्रथम क्रमांक; संगीताचे द्वितीय क्रमांक आणि उत्कृष्ट अभिनयाची अरुण जोशी, चंद्रकांत फेगडे, प्रभुदत्त मिसर, अपर्णा गद्रे, उल्का पाटील ह्यांना विशेष बक्षिसे आणि नाटकाला मात्र तिसरा क्रमांक मिळाला. ही एवढी बक्षिसे जाहीर होताना मला सारखे प्रेक्षागृह ते रंगमंच धावावे लागत होते.

निवेदकांनी जेव्हा नाटकाच्या क्रमांकाचा निकाल वाचायला सुरुवात केली तेव्हा सर्व प्रेक्षागृहातून आवाज उठला. 'झाला महार पंढरीनाथ' पुंडलिके वरदे हरि विठ्ठल.'' तेव्हा ते निवेदकही म्हणाले तुमच्या मताशी मी सहमत आहे पण आपण ह्या स्पर्धेसाठी जे परीक्षक नेमले आहेत त्यांनी दिलेला निकाल आपल्याला मान्य

करावयाचा आहे.

प्रथम क्रमांक सांगलीच्या शारदा नाटकाला, द्वितीय क्रमांक एका गद्य नाटकाला आणि तृतीय क्रमांक 'झाला महार पंढरीनाथ'ला देण्यात आला आहे.

ह्या स्पर्धेची बक्षिसे एकेकाळच्या प्रसिद्ध अभिनेत्री वनमाला ह्यांचे हस्ते देण्यात येत होती. माझ्या दृष्टीनं हा फार भाग्याचा दिवस होता. कारण मी लहान असताना पेणला व्ही. शांताराम ह्यांच्या बनवासी ह्या सिनेमाचे चित्रीकरण होते, त्यात विश्वास कुंटे, वनमाला वगैरे कलावंत काम करत होते. त्यात वनमालाबाई आदिवासीच्या भूमिकेत होत्या. त्यात त्यांच्या चार आदिवासी नागड्या मुलात मीही काम केले होते. आणि इतक्या वर्षांनी त्याच वनमालाबाईंच्या म्हणजे त्यावेळच्या माझ्या आईच्या हातून आज, मीच लिहिलेल्या नाटकाची पारितोषिकं मी भारताच्या राजधानीत स्वीकारत होतो.

ही सारी बक्षिसं मी चक्क पोत्यात भरून, विजयादशमीच्या दिवशी जणू काही सीमोल्लघंन करून घेऊन आलो होतो. ह्या विजयादशमीच्या मुहूर्तावर कारखान्याचा बॉयलर प्रज्वलनाचा कार्यक्रम चालू होता. स्वत: चेअरमनसाहेब मा.जे.टी.महाजन कामगारांना मार्गदर्शन करीत होते. सर्व संचालक मंडळही अनायासे उपस्थित होते. मी ती सर्व बक्षिसे समारंभाच्या ठिकाणी मुद्दाम एका टेबलावर मांडून त्या स्पर्धेचा रिझल्ट एका कागदावर लिहून लेबर ऑफीसरना दिला आणि हा निकाल चेअरमनना कळवायला सांगितला. पण समारंभ संपून गेला तरी 'झाला महार पंढरीनाथ' नाटकाच्या दिल्लीला मिळालेल्या यशाचा कुठे उल्लेख झाला नाही. ही गोष्ट माझ्या मनाला खूप खटकली. कौतुक माझं करायला नको होते. पण ज्या कामगारांनी आपले काम सांभाळून हे यश मिळवण्यासाठी इतकी मेहनत केली त्यांचं काय? ज्या चेअरमन साहेबांनी दिल्लीला तिथेच सर्व कलावंताचे भरभरून कौतुक केले, व्हिडीओ शूटींगचा आग्रह धरला त्या चेअरमनसाहेबांनी याची जराही दखल घेऊ नये याचे मला आश्चर्य वाटले.

नंतर मीही वेगळी भूमिका घेतली. कारखान्याने मला कारखान्याच्या सांस्कृतिक विभाग प्रमुख म्हणून हुद्दा द्यावा ह्यासाठी मी कारखान्याचे संचालक दिवाकर चौधरी आणि खासदार डॉक्टर गुणवंत सरोदे ह्यांच्या मध्यस्थीने हा विषय संचालक बोर्डासमोर मांडला. पण त्याचा काहीच उपयोग झाला नाही. आणि त्याचं कारण लेबर ऑफीसर. ह्यांनी कामगार नेता अरुण महाजन, शेती अधिकारी कोळंबे वगैरे लोकांचा गैरसमज करून दिला होता. घांग्रेकरांना इतर विभाग प्रमुखांइतकाच पगार पाहिजे. त्यांच्याप्रमाणे त्याना ए टाईपमध्ये राह्यला जागा पाहिजे, वगैरे वगैरे. तसं

बघायला गेले तर मी माझा आनंद माझ्या कामातून मनसोक्त घेत होतो. ह्या माझ्या कामावर खूश होऊन गावा-गावातून, घरा-घरातून माझ्यावर प्रेमाचा वर्षाव होत होता. गावा-गावांतून अशी अनेक प्रेमाची नाती– मग ती शिक्षकांच्या घरातून असोत, शिबिरार्थ्यांच्या कुटुंबातून असोत– कारखान्याच्या कामगारांच्या घरातून किंवा माननीय मधुकरराव चौधरी, खासदार डॉक्टर गुणवंतराव सरोदे, संचालक दिवाकर सर, विवऱ्याचे सुकदेव भिका राणे ही प्रेमाची नाती जुळली होती. विशेष म्हणजे कारखाना सोडून इतकी वर्ष झाली तरी ती अजून तशीच टिकून आहेत. त्यामुळे आमचं सारं कुटुंब तृप्त होतं.

मला हा हुद्दा कारखान्याने द्यावा ह्यामागे एकच हेतू होता. त्यामुळे कारखान्याचा मोठेपणा सिद्ध झाला असता. माझा मान वाढला असता. पण हेच काहींना नको होते. त्यासाठी काही जण चेअरमन पासून संचालकांच्या पुढे पुढे करून, त्यांच्या कानाला लागून हे होऊन देत नव्हते. ह्याचा निषेध म्हणून मी वर्षभर केस दाढी काढली नव्हती. पण माझं काम मात्र मी प्रामाणिकपणाने करतच होतो.

ह्या सर्व प्रकारात नानासाहेब देशपांडे यांना जाऊन वर्ष झाले. त्या दिवशी त्यांच्या पुण्यस्मरणासाठी त्यांना श्रद्धांजली म्हणून मी त्यांच्या वास्तूत एक गाण्याचा कार्यक्रम आयोजित केला. त्यासाठी खिरोद्याच्या धनाजी विद्यालयाच्या संगीत शिक्षिका सौ. गद्रे मॅडम, सावद्याचे प्रा. बाबा पाटील आणि त्यांच्या सहकारी मंडळींनी माझ्याकडून एक पैसाही न घेता स्वखर्चाने यावलला आपल्या साथीदारांसह येऊन तो कार्यक्रम केला. त्यावेळी पद्माकर सराफ, पी.आर.पाटील ह्या नानासाहेबांच्याच सरस्वती विद्यालयाच्या शिक्षकांनी स्मरणिकाही काढली होती.

चोपड्याचे आमदार अरुणभाई गुजराथी ह्यांच्या मिसेसनी चालवलेल्या भगिनी मंडळाच्या डॉक्टर सुशिलाबेन शहा ह्यांनी लिहिलेले नाटक राज्यनाट्य स्पर्धेसाठी बसवून दिले. इतर ठिकाणची शिबिरंही चालूच होती. अशा परिस्थितीतही नवीन धाडस, नवीन नवीन उपक्रम मी शोधतच होतो.

-०-

अखिल भारतीय मराठी नाट्य परिषदेच्या दुसऱ्या निवडणुकीतही मी निवडून आलो होतो. विशेष म्हणजे ह्या निवडणुकीत राजाराम शिंदेच्या पॅनलचे पुण्याचे विद्वांस आणि मी आम्ही दोघंच निवडून आलो. बाकी सर्व मच्छिंद्र कांबळीच्या पॅनलचे आले. मच्छिंद्र कांबळी अध्यक्ष झाला. त्या पॅनलबरोबरही माझे संबंध चांगले जमले. तसा मी या व्यवसायात अजातशत्रू होतो, अजूनही आहे. माझे ना कोणाशी कधी मतभेद झाले, ना वैर. ही माझ्यावर देवाचीच कृपा म्हणायची. ह्या पॅनलमध्ये

असताना मालवण, बारामती इथल्या नाट्य संमेलनाच्यावेळी संमेलनापूर्वी चार दिवस आधी नाट्य परिषदेतर्फे मला पाठविले गेले होते.

असाच नाट्य परिषदेच्या संचालकांच्या मीटींगला गेलो असता नाट्यदर्पण संस्थेचे सुधीर दामले भेटले. तशी त्यांची माझी पूर्वीपासून मैत्री होती. गिरगावातील त्यांच्या ऑफीसमध्ये नाट्य विषयावर मी किती वेळा त्यांच्याशी चर्चा केलेली होती. ह्या त्यांच्या संस्थेतर्फे दरवर्षी होणाऱ्या नाट्यदर्पण रजनीमध्ये ह्यावेळी त्यांनी मलाही संधी द्यावी म्हणून मी त्यांच्याजवळ हट्ट धरला. त्यावर ते म्हणाले, पंचवीस वर्षात आपण ग्रामीण भागातील कार्यक्रमाला परवानगी दिली नाही. 'अहो, म्हणूनच यंदाच्या पंचवीसाव्या वर्षीच्या कार्यक्रमात मी परवानगी मागत आहे.'

ते मला म्हणाले, 'तुझ्या कार्यक्रमात काय असणार?' 'मी शांती, क्रांती भ्रांती ही नृत्ये सादर करणार. ह्या नृत्यात पाचवी-सहावीची पंचवीस एक मुलं-मुली असणार. मी त्यांना घेऊन येणार आणि घेऊन जाणार. आमची फक्त राहण्याची सोय तुम्ही करावी.' शेवटी त्यांनी नाही– हो करता परवानगी दिली. मी कारखान्यावर आल्यावर त्यावेळच्या कारखान्याचे सचिव पी.डी.पाटील ह्यांच्या कानावर ही गोष्ट घातली. आणि यावलच्या महिला मंडळासमोर संपूर्ण योजना मांडली. ह्या कार्यक्रमासाठी लागणारे ड्रेस, मुंबईचा जाण्यायेण्याचा प्रवास खर्च, जेवणाचा खर्च प्रत्येक विद्यार्थ्यांच्या पालकांनी करावा लागेल. आतापर्यंत मी त्या मंडळासमोर मांडलेली प्रत्येक योजना नाकारली नव्हती. ती योजना यशस्वी करण्यासाठी त्यांनी जास्त जास्त सहकार्य केले म्हणूनच प्रत्येक योजना मी यशस्वी करू शकलो. आजही त्यांनी या योजनेला मान्यता दिली. दुसरे दिवसापासून मुला मुलींची निवड करून नियमित रिहर्सल सुरू केली. कपडे शिवून घेतले गेले. सर्वांना भगव्या रंगाचा ड्रेस शिवला. सुधीर दामल्यांचा फोन आला. काही कारणास्तव मी आपला कार्यक्रम ठेवू शकत नाही. मी लागलीच मुंबईला गेलो आणि त्यांची भेट घेतली. त्यांनी जे कारण सांगितले ते न पटण्यासारखे होते. आम्ही जी शांती क्रांती भ्रांती नृत्य सादर करणार होतो, त्यात सावरकरांचे जयोस्तुते हे समरगीत होते आणि त्या गाण्यावर नृत्य सादर करण्यासाठी हिंदूमहासभेचा आक्षेप होता.

मी दामल्यांना सांगितले, 'अहो, सावरकर आमचेही आहेत. त्यांच्या इतका आम्हालाही सावकरांचा अभिमान आहे.' दामल्यांचा हट्ट तुम्ही हे गाणंच बदला. मी त्यांना सांगितले, 'ह्या कार्यक्रमाची व्हिडीओ कॅसेट दाखवतो. ह्या उपर तुमची मर्जी.'

कारखान्यावर आल्या आल्या ह्या कार्यक्रमांचे व्हिडीओ शूटींग करून ती कॅसेट मुंबईला पाठविली.

ह्यावेळी माझ्या धाकट्या बहिणीच्या- कलाच्या मुलाचं लग्न ठरले. त्यासाठी आम्हा सर्व कुटुंबाला मुंबईला जावे लागले. लग्नासाठी येणाऱ्या पाहुण्यांना उतरण्या-राहण्या-जेवणाची सोय गिरगावातच ब्राह्मण सभेसमोरील कार्यालयात केली होती. त्यामुळे मला लागलीच सुधीर दामल्यांना भेटता आले. त्यांनी ती व्हिडीओ कॅसेट पाहून आम्हाला एकदाची संधी दिली. मी लागलीच ही बातमी यावलच्या महिला मंडळाला फोन करून कळवली.

बहिणीच्या मुलाचं लग्न पार पडले. आणि आम्ही लागलीच फैजापूरला परतलो. आता वेध लागले होते, मुंबईच्या नाट्यदर्पण रंजनी कार्यक्रमाचे. पंचवीस मुलामुलींना मुंबईला न्यायची– आणायची जबाबदारी निभवण्याचे. शेवटी मी, सुगंधा, अंजली, लिटील फ्लॉवरच्या मुख्याध्यापिका सौ. लीला नाईक, उपशिक्षिका सुनंदा नेवे, महिला मंडळाच्या अध्यक्षा सौ. मृणाल सराफ, दलाल मॅडम ह्यांना बरोबर घेऊन आम्ही सर्व मुलांसह मुंबईत पोहचलो.

खरं तर सुधीर दामले यांनी आमची उतरण्याची सोय माधव आश्रमात केली होती. पण मीच आमच्या सोईसाठी ती नाकारून, जिथे नाट्यदर्पण रजनीचा कार्यक्रम होता त्या रंगभवन नाट्यगृहामध्येच एका ड्रेसिंग रूममध्येच उतरायची सोय करा म्हणून सांगितले. रंगभवनला तेव्हा पाटील म्हणून मॅनेजर होते.

आम्ही बोरीबंदरला उतरलो आणि सर्वजण चालत रंगभवनला आलो. ह्या कार्यक्रमासाठी मराठी-हिंदी सिनेमा-नाट्य क्षेत्रातले मोठ मोठे कलावंत हजर होते. रंगभवन प्रेक्षकांनी तुडुंब भरले होते. ह्या कार्यक्रमाचे प्रमुख पाहुणे अशोक कुमार होते. ह्या कार्यक्रमात छोटा गंधर्व, दाजी भाटवडेकर, यशवंत दत्त, जयवंत सावरकर, अर्चना जोगळेकर अशा एकापेक्षा एक कलावंतांचे कार्यक्रम होते. कार्यक्रमाची सुरुवात सायंकाळी सात वाजता पारंपरिक नांदीने झाली. दूरदर्शन हा कार्यक्रम सात ते बारा चाळीसपर्यंत प्रत्यक्ष डायरेक्ट रिले तयार करणार होता. आम्हाला वाटले आमचा नंबर रात्री दहा वाजेपर्यंत लागेल पण आमचा नंबर लागला रात्री साडेबारा वाजता.

आमची सर्व मुलं खेड्यातली. नऊ साडे नऊच्या आत झोपणारी. आम्हाला काळजी, ही पोरं झोपली तर काय करायचे? तशी आठ साडे आठपासून त्यांनी तिथे जेवणाची सोय केली होती. आम्ही आमच्या मुलांना जेवण दिले. आणि मेकअप-ड्रेपरी घालून तयार ठेवले. आणि झोपू नये म्हणून त्यांना आम्ही प्रेक्षागृहात कार्यक्रम बघायला बसवले. बारा वाजता अर्चना जोगळेकरच्या ग्रुपचा नृत्याचा कार्यक्रम सुरू झाला. तेव्हा निवेदकांनी जाहीर केले पुढील कार्यक्रम शांती क्रांती भ्रांती. आम्ही मुलांना आत नेऊन तयार केले. आतली सर्व जबाबदारी अंजली, सुगंधा आणि

महिला मंडळाच्या बायकांनी सांभाळली. मी बाहेर साऊंडवाल्याजवळ आमच्या गाण्याच्या कॅसेट घेऊन बसलो. कुठेही जराही चूक होणार नाही ह्याची जबाबदारी सर्वांनी घेतली होती.

सुहास जोशी निवेदन करायला होत्या. त्यांनी निवेदन करताना सुरुवातच अशी केली– गेल्या चोवीस वर्षात नाट्य दर्पणने कधी ग्रामीण भागातील कलावंताना या कार्यक्रमात संधी दिली नव्हती. पण ह्या पंचवीसाव्या वर्षात आपल्यासमोर जळगाव जिल्ह्यातील यावल येथील लिटील फ्लॉवर शाळेचे विद्यार्थी शांती क्रांती भ्रांती हे नृत्य सादर करीत आहेत. बारा पस्तीसला आमचा कार्यक्रम सुरू झाला. ओंकार स्वरूपा या गाण्यातील शांती नृत्याने सर्व प्रेक्षक भारावून गेले. टाळ्यांचा कडकडाट झाला. यानंतरच्या जयोस्तुतेस क्रांती नृत्यानं रंगभवन टाळ्यांनी दुमदुमून गेले आणि उष:काल होता होता ह्या भ्रांती नृत्याने यशाचे शिखर गाठले.

दूरदर्शनच्या डॉक्टर किरण चित्रे कार्यक्रम पाहण्याच्या नादात बारा चाळीस वाजून गेले तरी कार्यक्रम दाखवत राहिल्या. रात्री एक वाजून दहा मिनिटांनी आमचा कार्यक्रम संपला.

उष:काल होता होता ह्या गाण्यावरील भ्रांती नृत्य संपले आणि अशोक कुमार धावतच स्टेजवर आले आणि म्हणाले, "मेरे प्यारे बच्चो, बहुत बहुत अच्छा परफॉर्मन्स आपने पेश किया. मै तुम्हे क्या दूँ?' आमच्या मुलांनी लागलीच सांगितले, 'आम्हाला तुमच्या आशीर्वादाशिवाय काहीही नको. आपण आम्हाला आशीर्वाद सिनेमातले झुक झुक गाडी हे गाणं म्हणून दाखवा.' 'हां हां जरूर, लेकीन तुम्हे हमारे साथ नाचना होगा।' लागलीच एका तबलजीला ठेका धरायला बोलावले. आणि गाणे सुरू झाले.

आमच्या आयुष्यात ह्यापेक्षा आनंदाचा दिवस कुठला असणार होता?

रात्री तो कार्यक्रम पाहिला. ठरलेल्या नियोजनाप्रमाणे रात्री दहा वाजता भुसावळ स्टेशनला पी.डी.पाटील साहेबांनी पाठविलेल्या कारखान्याचा ट्रक हजर होता. रात्री बारा वाजता सर्वांना यावलला सोडून आम्ही कारखान्यावर आलो.

नाट्यदर्पण रजनीचा मुंबईचा कार्यक्रम ७ मे १९९४ साली झाला आणि लागलीच दुसरे दिवशी लोकमत जळगावमध्ये मोठ्या हेडिंगसह बातमी आली. नाट्यदर्पण रजनीत यावलच्या लिटील फ्लॉवरचा सुगंध. हा कार्यक्रम उभ्या महाराष्ट्रानं आणि गोवा-कर्नाटकातून ज्यांनी ज्यांनी पाहिला त्या सर्व प्रांतातून लिटील फ्लॉवर यावलच्या शाळेवर अभिनंदनच्या पत्रांचा पाऊस पडला. सव्वादोनशे पत्रं आली. त्या साऱ्या पत्रांना उत्तर पाठवताना शाळेच्या मुख्याधिपिका सौ. लीला नाईक हैराण

झाल्या. ज्यांनी नुसतं अभिनंदन केले त्यांना सोडले तरी ज्यांनी काही प्रश्न उपस्थित केले, काहींच्या काही शंका होत्या, काहींना काही माहिती हवी होती– त्यांना उत्तर देणे गरजेचे होते. महिला मंडळांनी ह्या कार्यक्रमासाठी कारखान्याने केलेल्या सहकार्याबद्दल कारखान्याच्या चेअरमनना अभिनंदनाचे पत्र पाठवले होते. ह्यावेळी आम्हा सर्वांना नानासाहेब देशपांडे ह्याची खूप आठवण येत होती. ते असते तर त्यानी त्या मुलांची महिला मंडळासह वाजत गाजत मिरवणूक काढली असती. सर्वांचा मोठा सत्कार केला असता. संगीतकार यशवंत देवांनी या कार्यक्रमाच्या अभिनंदनाच्या पत्रात लिहिले होते, "नानासाहेब असते तर तुम्हाला यावल रत्न किताब दिला असता."

इकडे माझी कलावंत मेळाव्याची तयारी चालू असताना कारखान्याचे चेअरमन माननीय जे. टी. महाजन यांनी कारखान्यावर एक राजकीय मेळावा आयोजित केला. त्या मेळाव्याला माननीय शरद पवार, केंद्रीय मंत्री माननीय राजेश पायलट असे बडे बडे पुढारी हजर होते. आणि त्यासाठी त्यांनी कारखाना कामगारांसाठी उभी केलेली सर्व सोईयुक्त भव्य रंगभूमी जमीनदोस्त केली. आणि त्या चौथऱ्यावर पुढाऱ्यांना बसण्यासाठी अजून एक छोटा संगमरवरी चौथरा बांधला. खरं त्या बंदिस्त रंगभूमीवरही त्यांना तो मेळावा आयोजित करता आला असता. इतका तो रंगमंच मोठा होता. पण आले पुढाऱ्याच्या मना तिथे कुणाचं काही चाले ना. ज्या कारखान्याच्या कलावंतानी ज्या नाट्य मंदिरात अतोनात मेहनत करून कारखान्याचं नाव दिल्लीपर्यंत गाजवले. तेच नाट्यमंदिर राजकीय मेळाव्यासाठी जे पुढारी सभांमधून कलावंतांबद्दल, भारतीय संस्कृतीबद्दल अगदी आपलेपणाने मनमुराद बोलत होते, त्यांनीच ते नाट्य मंदिर उद्‌ध्वस्त करताना कसलाही– संस्कृतीचा कलावंतांच्या मनाचा विचार केला नाही. इकडे कलावंत मेळाव्याला संमती देणारे संचालक मंडळ कलावंतांच्या मंदिरालाच उद्‌ध्वस्त करताना जराही विरोध करू शकले नाहीत.

खरं म्हणजे ज्या दिवशी ती रंगभूमी पाडली गेली त्याच दिवशी मी राजीनामा देऊन बाहेर पडणार होतो पण मीच पुढाकार घेऊन जिल्हा कलावंत मेळावा आयोजित केला होता तो पार पाडणे माझे कर्तव्य होतं. म्हणून मी माझ्या मनाला आवर घातला. त्यांचा राजकीय मेळावा पार पाडला. आणि थोड्याच दिवसात आमचा कलावंत मेळावा आम्ही घेतला.

ह्या मेळाव्याला माझ्या शब्दाला मान देऊन नटवर्य चित्तरंजन कोल्हटकर, विनोदमूर्ती सिनेस्टार वसंत शिंदे, अखिल भारतीय मराठी नाट्य परिषदेचे अध्यक्ष आत्माराम सावंत, हनुमान थिएटर्स मुंबईचे मालक आणि तमाशा परिषदेचे अध्यक्ष मधूशेट वैराळे आणि खास परिसंवादासाठी आलेले, रंगभूमीचा दीडशे वर्षांचा

इतिहास मुखोद्गत असलेले माझे मित्र गोपाळराव जोशी, सोलापूरचे अजिद नदाफ, नगरचे मोर्जे इ. परिसंवादाचे विषय होते, 'मराठी रंगभूमीने प्रेक्षकांना काय दिले आणि लोककलेचा रंगभूमीशी संबंध काय?'

ह्या मेळाव्यासाठी जिल्ह्यातून शंभर एक कलावंत हजर होते. मेळाव्याला जोडूनच जामनेरच्या चित्रकारांचे खास वॉटर कलर मधील चित्रांचे, मनोहर गुरूजी खिरोदा ह्यांच्या विविध मूर्तींचे आणि राजाराम महाजन यांचे पितळ्याच्या तारांचे विविध प्रकारचे पिजऱ्यांचे प्रदर्शनही मांडले होते. ह्या मेळाव्याला कारखाना परिसरातील आणि बाजूच्या खेड्यातील नाट्यरसिकांची उपस्थिती चांगलीच होती.

हा कलावंत मेळावा कारखान्याचे संचालक आणि अखिल भारतीय मराठी नाट्य परिषद फैजपूर शाखेचे अध्यक्ष साहित्यक दिवाकर चौधरी ह्यांच्या अध्यक्षतेखाली आणि आलेल्या प्रमुख पाहुण्याच्या उपस्थितीत यशस्वीरीतीने पार पाडला. कमलाबाई जळगांवकर मेळाव्यातील सत्काराने भरून पावल्या.

ह्या मेळाव्यासाठी उपस्थित राहू न शकल्याबद्दल डॉ. लागू, प्रभाकर पणशीकर, मोहन वाघ, साहित्य संघ मंदिराचे अध्यक्ष, भरत नाट्य मंदिराचे अध्यक्ष, अखिल भारतीय मराठी नाट्य परिषद पुणे शाखा कार्यवाह, गोवा हिंदू असोसिअेशन यांनी पत्राद्वारे दिलगिरी व्यक्त केली होती.

ह्या कलावंत मेळाव्यात आम्ही 'कला वैभव' म्हणून एक स्मरणिकाही काढली होती. ह्या स्मरणिकेत कारखान्याने बसवलेल्या वेगवेगळ्या नाटकांचे तसेच लग्नाची बेडी ते झाला महार पंढरीनाथ ह्या नाटकापर्यंत ज्या कारखाना कामगारांनी रंगभूमीसाठी योगदान दिले त्या सर्वांचे फोटो; जळगाव जिल्हा रंगभूमीचा इतिहास, नाटक म्हणजे काय? हे सौ. उल्का पाटील ह्यांचे लेख, मधुकर सहकारी साखर कारखाना राबवित असलेले सांस्कृतिक उपक्रम अशा परिपूर्ण वाचनीय स्मरणिकेचा प्रकाशन समारंभ नाट्य परिषदेचे अध्यक्ष श्री. आत्माराम सावंत ह्यांच्या हस्ते करण्यात आला.

मेळावा संपल्यावर चित्तरंजन बापू, वसंत शिंदे आणि गो. रा. जोशी यांनी प्रकाश विद्यालय मोढे वाघोदे इथे भेट देऊन विद्यार्थ्यांसमोर आपली कला पेश केली. नंतर आम्ही मुक्ताईच्या समाधीलाही भेट देऊन आलो. अशा तऱ्हेनं या मेळाव्याची सांगता झाली.

मी कारखान्याच्या नोकरीचा राजीनामा देण्याचा विचार पक्का करून कायमचे पेणला जाण्याचा निर्णय घेतला आणि तसा राजीनामा लिहून कारखान्याचे सचिव पी.डी. पाटील यांचे जवळ दिला आणि माझी महिना दीड महिन्याची रजा शिल्लक

होती म्हणून आम्ही सर्वजण मे महिन्यात नेहमीप्रमाणे आजगावला गेलो. मोठ्या बहिणीला– ताईला– पुण्यात सुनीलकडे नेऊन ठेवले.

-०-

जूनमध्ये परत कारखान्यावर गेलो. मला वाटले, माझा राजीनामा मंजूर झाला असेल. पण पी.डी. पाटलांनी माझा तो राजीनामा संचालक मंडळासमोर ठेवलाच नव्हता. ते मला म्हणाले, तुमचे इतके चांगले बस्तान इथे बसले आहे. ह्या परिसरातील लोकांची मनं तुम्ही जिंकली आहेत. अशावेळी तुम्ही इथून जाऊ नये असे मला वाटते. मी त्यांना सांगितलं, 'तुमच्या परिसरालाच काय, जळगाव जिल्ह्याला माझी गरज आहे. पण संचालक मंडळाचे काय? माझं कलामंदिर, की जे कारखान्याचं– सर्व कामगारांचे भूषण होते. ते ज्यांनी जमीनदोस्त केले त्यांना माझी गरज भासत नाही. मग मी इथे कशाला राहायचे? शिवाय सतत माझ्या मागे उभे असणारे, मला वेळोवेळी मार्ग दाखवणारे, मला धीर देणारे नानासाहेब देशपांडेही आता हयात नाहीत. तेव्हा मला काही आता इथे राहायचे नाही.'

'पण अजूनही तुम्ही शांतपणाने विचार करावा असे मला वाटते. ह्या वयात पुढे तुम्ही काय करणार आहात. इथे तुम्हाला कामावर ठेवताना वयाची अट ठेवली नाही. जोपर्यंत तुम्ही काम करता आहात तोपर्यंत तुम्हाला कोणीही काढू शकत नाही.' पी.डी. पाटील मला हर तऱ्हेनं समजावीत होते. पण माझा निर्णय पक्का होता.

मी राजीनामा दिल्याची बातमी यावल रावेर तालुक्यातील शाळा-शाळांत, गावागावांत पोहचली. रावेरच्या दादा मिसरनी सांगितले होते दहा वर्षांनी तुम्ही आपण होऊन कारखाना सोडून निघून जाल. त्यांचं भविष्य खरे झाले होते. ह्याच दादांनी आमच्या पेणच्या वास्तूचे तिथे बसल्या जागी अगदी तंतोतंत वर्णन केले होते. कुठल्या दिशेला काय आहे, वास्तूला दारं किती, खिडक्या किती, इतकेच नाही तर मी त्या वास्तूत गेल्यावर मला काही त्रास होऊ नये म्हणून स्वत:च्या हाताने एका कागदावर एक यंत्र काढून दिले होते. ते यंत्र फ्रेम करून त्यांनी सांगितल्याप्रमाणे मी आमच्या पेणच्या घरात लावले.

जागोजागी निरोप समारंभ झाले.

-०-

जुलै ९५ ला पेणला आलो. इतक्या वर्षांनी पेणला आल्यामुळे काही मित्रमंडळी सोडली तर मला ओळखणारी कोणीच नव्हती. पावसाळा सुरू झाला होता. घराचा नुसता उकीरडा झालेला. दोन-तीन भाडेकरू घरात ठाण मांडून बसलेले. घराच्या वारसदारांमध्ये आमच्या तिघीही बहिणीची नावं नव्हती. मी मागेच

कोऱ्या कागदावर माझा काही संबंध नाही असे लिहून दिल्यामुळे माझं नाव असणे शक्य नव्हते. पण पुढे वारस म्हणून माझा मोठा भाऊ रामचंद्र आणि त्याची पत्नी मंगला ह्यांच्याबरोबर मानस पुत्र म्हणून धर्मा म्हात्रे ह्या शेजाऱ्याचे नाव होते. पण कर्मधर्म संयोगाने नवीन सिटीसर्वे दाखला काढला असता, त्यात माझ्यासह सर्वांचीच नावं होती. फक्त नगरपालिकेत भावाने कुणाच्या तरी वशिल्याने तसे करून घेतले होते. हा सर्व घोळ निस्तरता निस्तरता पाच सहा महिने गेले. धर्मा म्हात्रेला बाहेर काढण्यासाठी दहा हजार रुपये द्यावे लागले. ते म्हणे त्याच्याकडून आमच्या बंधुराजांनीच घेतले होते. आंघोळीसाठी बाथरूम, घराची दुरुस्ती, घरामागील पडीक जमीन व्यवस्थित करून घेणे, कुंपण घालणे हे सर्व करेपर्यंत वर्ष गेले.

हे सर्व करतानासुद्धा काहीतरी नवीन करण्याच्या उर्मी मनात जागत होत्या. शाळा-शाळांतून बसवत असलेले सांस्कृतिक कार्यक्रम कसे असावेत. ह्या विषयावर, आपणच एकपात्री कार्यक्रम बसवून शाळा-शाळांतून सादर केला तर आपला उद्देशही साध्य होईल आणि आर्थिक प्रश्नही सुटेल, ह्या कल्पनेने लागलीच एकपात्री अभिनय, नाट्यछटा, नाट्यप्रवेश म्हणजे निश्चित काय? अभ्यास करणाऱ्या आणि अभ्यास न करणाऱ्या मुलांच्या अभ्यासाविषयी काय भावना असू शकतील? अशाविषयी तास दीडतासाचा स्वत:चाच कृतियुक्त कार्यक्रम बसवला आणि दिवाळीच्या सुटीनंतर रायगड जिल्ह्यातच शाळा-शाळांतून त्याचे कार्यक्रम करत राहिलो. पैशांसाठी विद्यार्थ्यांवर सक्ती न करता जे मिळतील, जमतील ते पैसे घेत राहिलो. ज्या शाळेत कार्यक्रम करायला जायचो तिथे सांगायचो, 'कार्यक्रम आवडला नाही तरी पैसे देऊ नका.' मला माझ्या कार्यक्रमाचा आत्मविश्वास होता.

जमलेल्या पैशांपैकी निम्मे पैसेच मला दिले जात होते. काही ठिकाणी असे म्हटले जायचे, 'अरे, मोठा कलावंत आपल्या शाळेत आला आहे. काही आईस्क्रिम, वडापाव, शेव-चिवडा, चहा-पाणी कुणी करा!' मग त्याप्रमाणे कार्यक्रम झाला की ही पार्टी होत असे पण ती माझ्यासाठी विद्यार्थ्यांकडून जमलेल्या पैशांतून. पण मला त्याची पर्वा नव्हती. मी माझ्या कार्यक्रमाचा आनंद विद्यार्थ्यांना देत होतो आणि मी स्वत:ही घेत होतो.

पेणमध्येही आस्ते आस्ते परिचय वाढत होते. अशीच मोठे साहित्यिक प्रोफेसर माधव पोतदार ह्यांची ओळख झाली. परिचयातून स्नेह वाढला. अखिल भारतीय मराठी नाट्य परिषदेची शाखा रायगड जिल्ह्यात कुठेच नव्हती. ती शाखा काढण्यासाठी माधव पोतदार आणि त्यांच्या मिसेस सौ. मनिषा पोतदार यांनी खूप मेहनत घेतली. पेण, अलिबाग ह्या दोनच गावातून पावणे दोनशे सभासद आम्ही

केले. नाट्य परिषदेच्या रायगड जिल्हा शाखेची स्थापना करण्यासाठी त्यावेळचे नाट्य परिषदेचे अध्यक्ष मच्छिंद्र कांबळी, नटवर्य चित्तरंजन कोल्हटकर, पनवेलचे शेतकरी कामगार पक्षाचे धडाडीचे कार्यकर्ते, श्री. रामशेठ ठाकूर ह्यांना निमंत्रित केले होते. रामशेठ ठाकूर काही महत्त्वाच्या कामामुळे आले नाहीत. पण त्यांनी पाच हजार रुपयाची देणगी पाठविली. मच्छिंद्र कांबळींनी स्वत:हून जी तारीख सांगितली त्याच तारखेला शाखा स्थापनेची तारीख वेळ ठरवूनही तो आला नाही. चित्तरंजनबापू मात्र सपत्निक वेळेवर हजर झाले. अशा तऱ्हेनं २६ जून १९९६ रोजी अखिल भारतीय मराठी नाट्य परिषद रायगड शाखेची स्थापना झाली. ह्या उद्‌घाटन सोहळ्यात सुगंधाने ओंकार स्वरूपा, उष:काल होता होता आणि होळी अशी तीन नृत्ये बसवली होती. विजया कडव, ज्योती बावधनकर आणि अलिबागच्या दोन-तीन कलावंतांनी एकपात्री अभिनय सादर केले. गोपाळकृष्ण हॉल तुडुंब भरला होता. ह्या शाखेची पहिली कार्यकारिणी निवडली गेली. माधव पोतदार ह्यांनाच अध्यक्ष केले. ह्या कार्यकारणीत आण्णा वनगे, शाम पुंडे, मनिषा पोतदार, विजया कुडव, प्रकाश कातकर, शरद कोरडे, प्रकाश गुर्जर, भरत संसारे, सो. निता लेले, श्रीपाद लेले, संतोष बोंद्रे आणि मी असे सदस्य होते.

मी फेजपूर साखर कारखाना सोडून आलो. पण जळगाव जिल्ह्यातील शाळा, शिक्षक, सांस्कृतिक मंडळं मला विसरली नाहीत. मी १ जुलै १९९५ ला साखर कारखाना सोडला. आणि १५ जुलै १९९५ च्या गावकरी पेपरला 'मधुकर सहकारी साखर कारखान्याच्या सांस्कृतिक विभागाचे काय होणार?' अशा मथळ्याची अर्धा पेज बातमी आली होती. त्याचं कात्रण मधुकर साखर कारखान्याच्याच कुणी कलावंताने मला मुद्दाम टपालाने पाठविले होते. मी बातमीच आपल्यासमोर ठेवतो. तीच माझ्या तिथल्या कार्याची पावती आहे असं मला वाटते.

'गावकरी बातमी'

मागील ४-५ दिवसापासून रावेर, यावल, जळगाव, भुसावळ, वाघोदा या ठिकाणी हृद्य निरोप समारंभ साश्रु नयनांनी पार पडत आहेत. निरोप देणाऱ्या प्रत्येक शैक्षणिक व सांस्कृतिक संस्थेला एक पोकळी निर्माण होण्याच्या भीतीने ग्रासले आहे आणि ती भीती म्हणजे मधुकर सहकारी साखर कारखाना फैजपूर येथील सांस्कृतिक विभाग प्रमुख श्री. पांडुरंग घांग्रेकर यांच्या राजीनाम्याची. यावल, रावेर तालुक्याच्या आर्थिक व औद्योगिक विकासाबरोबरच सांस्कृतिक विकास व्हावा म्हणून गेल्या दहा वर्षांपूर्वी श्री. घांग्रेकर यांची सांस्कृतिक विभाग प्रमुख म्हणून नेमणूक करण्यात आली.

त्यामुळे कारखान्याच्या कार्यक्षेत्रातच नव्हे तर जळगाव जिल्ह्यातील सांस्कृतिक चळवळीने वेग घेतला होता. केवळ त्यांच्या मार्गदर्शनामुळेच महाराष्ट्र राज्य नाट्य स्पर्धांमध्ये मधुकर स. सा. कारखान्याने विजय घोडदौड सुरू केली होती. कार्यक्षेत्रातील प्रत्येक शाळेत सांस्कृतिक वातावरण निर्माण झाले होते.

त्यांच्या राजीनाम्याने शाळेतील विद्यार्थ्यांशी एकरूप होऊन तळमळीने कला शिकविणाऱ्या खऱ्या शिक्षकाला आम्ही मुकणार आहोत. कलाकारांचे आशास्थान संपणार आहे. सांस्कृतिक चळवळ मंदावणार आहे. कलासागरात अहोरात्र स्वछंदपणे संचार करणारा हा देवमासा खरंच थकला का? सांस्कृतिक नभात स्वैरपणे विहार करणारा हा गरुड पक्षी आम्हावर रुष्ट का झाला असावा बरे! कारखान्याचा कानोसा घेतला असता असे समजते की, सेवाकाळात सतत त्यांच्यावर अन्यायच होत राहिला. आर्थिक झळ देऊन, असहकार करून, अनेक मार्गाने डावपेच खेळून या राजकारणी नसलेल्या या कलासैनिकाला चीत करण्याचा काही लोकांनी, मित्रशत्रूंनी सतत प्रयत्न चालविला होता. कदाचित हे खरे असू शकेल, कारण दोन महिन्यापूर्वीच संचालक मंडळासमोर घांग्रेकरांनी राजीनामा दिल्यावर संचालक मंडळानेही राजीनामा देण्याची कारणे जाणून घेण्याचा साधा प्रयत्नही केलेला नाही. की संचालक मंडळीच्या मते या भागाचा सांस्कृतिक विकास परिपूर्ण झाला? की कारखान्यातर्फे चालविला जाणारा सांस्कृतिक विभाग बंद करण्याचे ठरले आहे? असे असेल तर मग कारखान्याचा ऊस उत्पादकांकडून सांस्कृतिक क्षेत्रासाठी घेतला जाणारा पैसाही बंद होणार असेल? कदाचित कारखान्याला येणारा तोटा भरून काढण्यासाठी संचालक मंडळाने केलेल्या उपाय योजनेपैकी सांस्कृतिक विभाग बंद करण्याचा निर्णय घेतलेला असेल? अनेक प्रश्न अनुत्तरित आहेत.

एक मात्र नक्की, की शाळाशाळांतून होणारी निरनिराळी शिबिरे आता बंद होतील. शालेय विद्यार्थ्यांचे व्यासपीठ नाहीसे होईल. (नाहीतरी शरद पवार मुख्यमंत्री असताना मुख्यमंत्र्याच्या स्वागतासाठी कारखान्यातील भव्य स्टेज, मेकअपरूम इ. उद्ध्वस्त केलेले आहेच.) घांग्रेकरांऐवजी दुसऱ्या एखाद्याची नेमणूक होणार असेल तर फारच चांगले. मात्र त्यांच्या इतक्याच जिद्दीने, नेटाने, तळमळीने, एकरूपतेने सांस्कृतिक वाटचाल व्हावी हीच आमची अपेक्षा. कारण घांग्रेकरांनी केलेल्या कार्यामुळे आमच्या आकांक्षा वाढलेल्या आहेत. निदान चांगले कोणते व वाईट कोणते हे कळण्याइतकी अभिरुची या भागांतील लोकांमध्ये, शाळांमध्ये, कलाकारांमध्ये निर्माण झाली आहे. जर खरोखरच राजकारणाने घांग्रेकरांचा बळी घेतलेला असेल तर ते निषेधार्हच आहे. ती सांस्कृतिक दिवाळखोरी म्हणावी लागेल.

कारखान्यातील नोकरीचा त्याग करून घांग्रेकर कुठेही गेले तरी त्यांच्या हातून सांस्कृतिक सेवा ही होतच राहील. हिरा कोळशात ठेवला तरी चमकतो त्याप्रमाणे जीवात जीव असेपर्यंत तळमळीने, चमकदारपणाने त्यांचे कार्य सुरू राहील याची खात्री वाटते. जळगाव जिल्हा त्यांच्या कार्याला यापुढे मुकला तरी जिल्ह्याच्या सांस्कृतिक इतिहासात घांग्रेकर वादळाची नोंद निश्चितच राहील. शुभास्ते पन्थान सन्तु.

-एक कलावंत

-०-

दुसरे दिवशी देशदूतमध्ये 'संस्काराचा पोलिओ डोस, श्री. घांग्रेकर आणि बिचारे शिक्षक ह्या मथळ्याखाली मोठी बातमी छापून आली. प्रतिक थिएटर्सचे अध्यक्ष आणि माझे मित्र शंभू पाटील यांनी ही बातमी मला दाखवली आणि म्हणाले, सर, आता ह्या बातमीमुळे शिक्षक तुमच्यावर आग पाखडणार. मी म्हणालो, मूल्यशिक्षणाच्या नावाखाली शाळांमधून शिक्षकच मूल्य सांभाळताना दिसत नाहीत. त्यांना आपण का भ्यायचं? शंभू पाटीलच्या म्हणण्याप्रमाणे पुढं पंधरा दिवस सर्व वर्तमानपत्रांतून माझ्या ह्या वक्तव्यावर शिक्षकांकडून टीकेची झोड उठली होती. कित्येकांनी माफी मागावी असा सूर उठवला होता. मी काहीही न बोलता शिबिर घेत शांत होतो. पुढे कुण्या एका शिक्षकांनीच टीका करणाऱ्या, आग पाखडणाऱ्या शिक्षकांनाच - घांग्रेकर जे बोलले त्यावर शिक्षकांनी आधी आत्मपरीक्षण करावे अशी बातमी वर्तमानपत्रात देऊन परस्पर समाचार घेतला होता.

मी बसवलेले 'ओंकार स्वरूपा' हे नृत्य पाहून शिक्षण संस्थेचे अध्यक्ष माननीय जयसिंग मोहितेपाटील– यांना सर्व बाळदादा म्हणूनच ओळखतात– हे अत्यंत प्रभावित झाले आणि त्यामुळेच त्यानी संस्थेच्या असलेल्या तीस पस्तीस हायस्कूल, डी.एड., बी.एड. कॉलेज ह्याना सांस्कृतिक शिक्षण देण्यासाठी मार्गदर्शक म्हणून मला संधी दिली. ह्या कालावधीत त्यांच्या शिक्षकांनी बसवलेले अतिभव्य कार्यक्रम बघण्याची संधी मला मिळाली. मी त्या संस्थेत मासिक पगारावर राहिलो. राहण्या-जेवणाची सोय उत्तम होती. शिक्षण प्रसारक मंडळाचे मुख्य व्यवस्थापक खराडेसाहेब यांनीही मला चांगली वागणूक दिली. मार्गदर्शनही केले. मी त्या संस्थेत फक्त आठ-एक महिनेच काम केले. कारण पुढे शाळांच्या परीक्षा आणि नंतरची मे महिन्याची सुटी त्यामुळे मला काहीही करायला मिळणार नव्हते. म्हणून मीच राजीनामा दिला. त्यावेळीही संस्थेचे अध्यक्ष श्री. बाळदादा म्हणालेसुद्धा– 'काम नाही म्हणून राजीनामा देणारा मी आज पहिल्यांदाच पाहत आहे. नाही तर काम असून काम न करणारे पगार घेणारेच पाहत आलो.' ह्या आठ महिन्यात त्या संस्थेच्या

बहुतेक शाळेत जाऊन मी मार्गदर्शन केले. अर्थात शिक्षण संस्थेनं सर्व शाळांना तसे सूचनापत्र पाठविले होते.

-०-

अकलूज म्हणजे महाराष्ट्रीय लावणी नृत्य स्पर्धेमुळे प्रसिद्ध. ग्रामपंचायत असलेले हे गाव. प्रशस्त रस्ते, अद्यावत सरकारी दवाखाने, सिनेमागृह, नाट्यगृह, कुस्त्यांचे मैदान, मोठमोठ्या सर्व सोईयुक्त शाळा-कॉलेजच्या इमारती. काही वर्षांपूर्वी हा भाग म्हणजे माळरान होते. मला वाटतं म्हणूनच ह्या तालुक्यातला माळशिरस असे नाव पडले असावे. पण श्री. शंकरराव मोहिते पाटलांनी अफाट मेहनतीने त्याचे नंदनवन बनवलेले आपल्याला पाहायला मिळेल. तिथे असलेले साखर कारखाने, शिवामृत म्हणून असलेला दुधाचा प्रकल्प, सुताची गिरणी, भव्य बाजारपेठ, शिक्षणाच्या सर्वसोयी, असं हे आर्थिकदृष्ट्याही समृद्ध गाव. हे सारं श्रेय मोहिते पाटील बंधूंनाच द्यावे लागेल.

माने विद्यालयाच्या पंधरा ऑगस्टच्या झेंडावंदनाच्या कार्यक्रमाला प्रमुख पाहुणे म्हणून बाळदादा येणार म्हणून दळवी सरांनी मला वीस-पंचवीस मिनिटांचा नवीन काहीतरी राष्ट्रीय कार्यक्रम बसवायला सांगितला. माने विद्यालय चार-पाच हजार विद्यार्थी असलेले. दीड एकशे शिक्षक असलेली मोठी शाळा. मी दोन दिवसांत 'वंदे मात्रम' म्हणून कार्यक्रम लिहून काढला. ब्रिटिशांच्या बंधनात असलेली भारतमाता, तिच्यासमोर जालियनवाला बाग, आझाद हिंद सेना, शिरीषकुमार अशी दृश्यं उभी केली आणि पंधरा ऑगस्टला स्वातंत्र्य मिळाले. भारतमाता बंधमुक्त झाली. ब्रिटिश साम्राज्याचा ध्वज खाली उतरला आणि मोठ्या डौलात तिरंगा फडकला. आणि जयोस्तुते ह्या गाण्यावर चाळीस मुलां-मुलींचं भव्य नृत्य दाखवून कार्यक्रम संपवला. ह्या शंभर-दीडशे मुली घेऊन हा कार्यक्रम सादर केला. ह्या कार्यक्रमाची गाणी संगीत शिक्षक बोधे सरांनी स्वरबद्ध केली होती. ह्या कार्यक्रमाचे रेकॉर्डिंग करण्यासाठी दळवी सरांनी आम्हाला पुण्याला पाठवले होते. कार्यक्रम भव्य-दिव्य आणि अतिशय सुरेख झाला. असा हा रोमांचकारी कार्यक्रम पाहून सर्व खूश झाले.

पण बाळदादांनी तिथेच अध्यक्षीय भाषणात सांगितले, ''माझ्या अध्यक्षीय कारकिर्दीत इतका चांगला आणि प्रसंगला अनुसरून कार्यक्रम मी पहिल्यांदाच पाहात आहे. तेव्हा आज सर्व शिक्षक कर्मचाऱ्यांना माझ्या वतीने चहा दिला जाईल. तरी सर्व शिक्षकांनी शाळेच्या वरच्या हॉलमध्ये जमावे.''

पण जेव्हा हॉलमध्ये शिक्षकांनी उपस्थिती कमी दिसली तेव्हा अध्यक्षांनी मुख्याध्यापकांची चांगलीच हजेरी घेतली. जवळ जवळ साठ एक शिक्षक कार्यक्रम

संपल्यावर निघून गेले. जे होते त्यात वीस पंचवीस जणांनी शिक्षकांचा युनिफार्म घातला नव्हता. "त्या सर्व शिक्षकांची नावांची यादी मला दोन तासात बंगल्यावर हजर करा. आणि दोन दिवसांत प्रत्येकांकडून हजार रुपये दंड वसूल झाला पाहिजे." अशा तऱ्हेनं सर्व शिक्षकांचा नव्वद हजार रुपये दंड जमा झाला. ते सर्व पैसे गावच्या अकलाई देवीच्या देवळाला दिले.

अतिशय शिस्तबद्ध असलेले बाळदादा कुठेही कार्यक्रमासाठी ठरलेल्या वेळेपेक्षा दहा-पंधरा मिनिटे आधीच हजर राहणार. कलेविषयी अतिशय प्रेम. कलावंताना मदत करायला नेहमी तयार. स्वत: लेझीम खेळण्यात अतिशय पटाईत. अकलूजच्या लेझीम पथकांनी मुंबई-पुणेच गाजवले नाही तर दिल्लीपर्यंत जाऊन गिनिज बुकात नोंद झाली आहे.

तसं बघायला गेले तर माननीय शंकरराव मोहिते पाटलांची सर्वच मुलं कर्तृत्ववान– लोकप्रिय.

मी असताना त्यांच्या लावणी महोत्सवाची सिरीयल करण्यासाठी प्रयत्न केले. त्यासाठी दूरदर्शनचे माजी डायरेक्टर याकूब सईद यांना आणून त्या लावणी महोत्सवाचे शूटींग करून घेतले. त्यासाठी कोल्हापूरचे नेपथ्यकार बोलावून सेट तयार करून घेतले.

इथेसुद्धा माझी ह्या सिरीयलबद्दल कल्पना वेगळी होती. लावणीच्या उत्पत्तीपासून आतापर्यंत बदलत गेलेली लावणी असा प्रवास मला ह्या सिरीयलमध्ये अपेक्षित होता. पण ते जमले नाही. ते जमले असते तर ती सिरीयल मॉरीशसच्या दूरदर्शनवर दाखवण्याचा माझा प्रयत्न होता. ह्या सर्व प्रकारामुळे माझे अकलूजचे संबंध घरोब्याचे झाले. ह्या आठ महिन्यात दळवी सर, बोधे सर, गडेकर सर, नारायण सर, मोरे सर, भस्मे, खराडे साहेब, धनसिंग मोहिते पाटील, ग्रीन फिंगरचे सर्व शिक्षक अशा सर्वांनीच मला मनापासून सहकार्य केले. त्यांच्या सहवासात मीही बरेच काही शिकलो.

-०-

अखिल भारतीय मराठी नाट्य परिषदेने २००१ साली नाट्य संमेलन जळगावला घ्यायचे ठरवले. जळगावकरांनी मला त्या मिटींगला आवर्जून बोलावले होते. त्या संमेलनाची कार्यकारिणीची निवड झाली. संमेलनाची रूपरेखा आखली गेली. पण मध्येच काय झाले कुणास ठाऊक. त्यानी ते संमेलन रद्द केले. ते नाट्य संमेलन रोह्याचे आमदार, सुनील तटकरे यांनी घ्यायची जबाबदारी घेतली. महिना दीड महिन्यात सर्व तयारी करायची होती. त्या संमेलनात जिल्ह्यातील कलावंताना सांस्कृतिक कार्यक्रम करण्याची संधी द्यायचे ठरले आणि ती जबाबदारी त्यांनी

माझ्यावर सोपवली. मी जागोजागी जाऊन अगदी नांदीपासून वेगवेगळे कार्यक्रम बसवले.

नाट्यकलेसाठी आयुष्य वेचलेल्या अशा मोठ्या कलावंतांबरोबर जिल्ह्यातीलही कलावंताचा जीवन गौरव पुरस्कार देऊन त्यांचा सत्कार ह्या संमेलनात माननीय शरदरावजी पवार यांचे हस्ते करायचे ठरले. ही जबाबदारी उदय जोशी यांचेवर सोपवली. त्यांनी त्या कामातही मला मदतीला बरोबर घेतले. ह्या संमेलनात आम्हा उभयतांनाही हा जीवन गौरव पुरस्कार देण्याचे नाट्य परिषदेनं ठरवले होते. पण मीच त्याला विरोध केला आणि तो पुरस्कार फक्त सौ. अजंली घांग्रेकर यांनाच द्यावा असा आग्रह केला. ह्या पुरस्कारासाठी मुंबई-पुण्यात मिटिंग घेऊन नावे निश्चित करण्यात आली. रायगड जिल्ह्यातीलही जुन्या नावाजलेल्या कलावतांची माहिती घेऊन, त्यांना निमंत्रित केले गेले.

मा. आमदार सुनील तटकरे, त्यांचे सारे सहकारी, सर्वांनीच एक महिना रात्रीचा दिवस करून हे संमेलन यशस्वी करून दाखविले.

इथे एक गोष्ट आवर्जून सांगावीशी वाटते, ह्या पुरस्कारासाठी पुण्याहून निवडलेल्या कलावंतांमध्ये स्वरूप कुमारचेही नाव आले होते. पुण्याच्या मिटिंगला तो हजरही होता. पण फेब्रुवारीमध्ये ज्या तारखांना हे नाट्य संमेलन होते त्याच तारखांना त्याचे नाटकाचे प्रयोग लागले गेले. त्यांनी आम्हाला कळवले, 'मी आपल्या सत्काराला येऊ शकत नाही' तसं बघायला गेले तर त्याला मिळणारा हा पहिलाच पुरस्कार होता. पण त्यांनी कळवले; 'मला जीवन गौरव पुरस्कार मिळणार म्हणून मला खूप आनंद झाला आहे, तरीही पाच हजाराचा हा पुरस्कार मी घेऊ शकत नाही. कारण त्यासाठी मला दोन दिवस संमेलनाला उपस्थित राहावे लागणार. मग माझे ठरलेले नाट्यप्रयोग होणार नाहीत. आणि ते झाले नाहीत तर त्या प्रयोगातील माझ्या सर्व सहकलाकरांना नाईट मिळणार नाही. तेव्हा त्यांचे आर्थिक नुकसान करून मी हा पुरस्कार स्वीकारावा असं मला वाटत नाही.' असा हा स्वरूप कुमार.

-०-

नानासाहेब देशपांडे यांच्या हयातीत यावलच्या व्यास मंदिराचे काम त्यांनी अनेक वेळा प्रयत्न करूनही पुरे झाले नाही. पण १९९९ साली त्या मंदिराची अतिशय सुंदर आणि अति भव्य वास्तू उभी राहिली आणि तीही लोकवर्गणीतून. त्यासाठी लाखभराची, व्यासांची तीन साडे तीन फूट उंचीची संगमरवरी मूर्ती दलाल मॅडमनी देवस्थानला दिली होती. पण अजून त्याची प्राणप्रतिष्ठा झाली नव्हती. मी त्या देवस्थान कमिटीपुढे एक प्रस्ताव मांडला. आपण ह्या प्राणप्रतिष्ठेचे मुंबईच्या

चांगल्या जाणकाराकडून व्हि.डी.ओ शूटींग करून घेऊन त्याची सीडी करू या. त्यासाठी लागणारे निवेदन मी जयवंत साळगांवकरांकडून लिहून आणतो. प्राणप्रतिष्ठेसाठी जगद्गुरू शंकराचार्यांना पाचारण करू या. सर्वांनाच माझी कल्पना आवडली. त्यासाठी येणाऱ्या दोन-एक लाख रुपये खर्चालाही सर्वांनी संमती दिली.

असाच जयवंत साळगावंकरांशी प्रत्यक्ष भेट घेऊन त्यांना सर्व माहिती दिली. त्यांनी त्यासाठी लागणारे निवेदन लिहून देतो म्हणून कबूल केले. इतकंच नाही तर त्यांनी त्या दिवशी प्रत्यक्ष येण्याचेही कबूल केले. ही प्राणप्रतिष्ठा ९ डिसेंबर १९९९ ला करायची ठरली. तीन दिवस हा सोहळा चालणार होता. यावलला यात्रेचं स्वरूप येणार होते. माझ्या कामाला काही अडचणी येऊ नये म्हणून मी एक तारखेलाच यावल येथे गेलो. शूटींगसाठी येणाऱ्या टीमची, जयवंत साळगांवकरांची उतरण्याची सोय, काम झाल्या झाल्या त्यांना द्याव्या लागणाऱ्या पैशाची सोय वगैरेसाठी मी आधी आलो होतो, पण त्या कमेटीने मला आश्चर्याचा धक्काच दिला. त्यांनी सांगितले, आपण हे सर्व कॅन्सल केले आहे. अशोक जंगलेनी जेव्हा हे मला सांगितले, तेव्हा माझ्या पायाखालची जमीनच सरकली. असा एकाएकी निर्णय बदलण्याचे कारण? त्याचे उत्तरही त्यांचेजवळ नव्हते. त्यांनी मला चांगलेच तोंडघशी पाडले होते. मी लागलीच मुंबईला आलो आणि सर्वांना आधी सांगायला गेलो. नशीब मी त्या कार्यक्रमाच्या दिवशीच त्या सर्वांना घेऊन गेलो नाही; नाहीतर माझ्या फजितीला पारावार नव्हता. त्या देवांनेच माल तिथे आधी जाण्याची बुद्धी दिली.

हा माझा सारा अट्टाहास एवढ्यासाठी होता, ह्या व्यासांचा हा माहितीपट दूरदर्शनला दाखवून व्यासनगरीचा– यावल गावाचा सर्व दूरवर प्रचार व्हावा. त्यामुळे ते पाहण्यासाठी येणाऱ्या भक्तांची संख्या आपोआप वाढत गेली असती. पर्यटन स्थळ म्हणून लोकांची ये-जा वाढली तर गावाचा व्यापारही वाढला असता. पण माझं हे स्वप्न स्वप्नच राहिले.

-o-

आमच्या मुलाने पुण्यातील धनकवडीचं बिऱ्हाड हालवून स्वत:च्या नोकरीच्या दृष्टीने आणि मुलांच्या शिक्षणाच्या दृष्टीनं निगडीला नेले होते. आम्ही पेणलाच होतो. पुढे तो ज्या कंपनीत काम करीत होता तिथे त्याचे आणि मालकांचे काही कारणांवरून वादविवाद झाले, म्हणून त्याने राजीनामा देऊन नोकरी सोडली आणि स्वत:चा स्वतंत्र उद्योग करायचे ठरवले, पण त्याला लागणारी जागा, भांडवल ह्यामुळे त्याला शक्य झाले नाही, पण काहीतरी करायचे म्हणून त्याच्या बायकोने शेजारीच राहत असलेल्या मेडीकल कॉलेजच्या चार विद्यार्थ्यांची आपल्याच घरी

जेवणाची सोय केली. आस्ते आस्ते ही जेवणाऱ्यांची संख्या तीस एक पर्यंत गेली. आता दोघांचा तो व्यवसायच झाला. ते जिथे राहत होते ती जागा अपुरी पडायला लागली. त्याचवेळी तिथेच जवळच एक हॉटेल चालवायला देणे आहे असा बोर्ड त्याने वाचला आणि ते जयविजय हॉटेल महिना दहा हजार रुपये भाड्याने चालवायला घेतले. आपोआपच त्या जेवणाऱ्यांची सोय त्या हॉटेलमध्ये झाली. जेवणाऱ्यांची संख्याही दिवसेंदिवस वाढतच होती. कारण एकच, त्याच्या बायकोच्या हातच्या जेवणाला एक वेगळी चव होती. अनपेक्षितपणे ह्या धंद्यात पडल्यामुळे त्याने ह्या व्यवसायात आपल्या मावशीला, मंदा असवेकरला, भागीदार म्हणून घेतली. तिचा नवरा रिटायर्डच हाता. ते मुंबईहून ह्यांच्या मदतीला मुद्दाम तिथे आले होते. माझं फिरणं नेहमीप्रमाणे चालूच होते. असाच मी कुडाळला माझ्या मेव्हणीकडे छाया कुडाळकरकडे गेलो असताना रात्री बोलता बोलता सहज माझ्या मुलीच्या सुगंधाच्या लग्नाचा विषय निघाला. मी सहज बोलून गेलो, 'तुम्ही काही ठिकाणं बघत नाही, काही नाही.' ते ऐकून माझ्या साडूला, महेश कुडाळकरला काय वाटले कुणास ठाऊक? त्याने लागलीच कणकवलीला आपल्या मित्राला फोन लावला आणि मला म्हणाला पत्रिका आहे ना? मग चला माझ्याबरोबर. रात्री दहा वाजता रिक्षाने आम्ही दोघं कुडाळवरून कणकवलीला त्यांच्या मित्राकडे गेलो. आम्ही त्यांचेकडे गेलो तो रात्रीचे अकरा वाजून गेले होते. त्यांनी विचारलेसुद्धा एवढे काय महत्त्वाचे काम काढलेस? तो त्यांचा मित्र ज्योतिषी होता. त्याला आम्ही सुगंधाची पत्रिका दाखवली. दहा-पंधरा मिनिटे झाली तो काहीच बोलला नाही. तेव्हा महेशनंच त्यांना विचारले काही प्रॉब्लेम? तेव्हा तो म्हणाला, "प्रॉब्लेम म्हणजे ह्या वर्षभरात ह्या मुलीच्या वडिलांवर दोन भयंकर संकटं येणार आहेत," आम्ही दोघंही चाटच झालो. कारण आम्ही मुलीच्या लग्नासंबंधी पाहण्यासाठी तिची पत्रिका त्यांच्यासमोर ठेवली होती आणि तो मुलीच्या पत्रिकेवरून तिच्या वडिलांवर येणाऱ्या संकटाची माहिती देत होता. मला काही ते पटले नाही. पण महेशच त्याला म्हणाला, 'ह्या संकटासाठी काही उपाय असेल ना?' तेव्हा त्यांनी सांगितले, 'त्यांच्या वास्तूत तेराशेवेळा रामरक्षा, तीही घरच्याच माणसांनी संकल्प सोडून म्हणावी लागेल.' मला वाटतं महेशलाही त्यावेळी ते पटले नसावे, कारण त्यांनी मुलीच्या लग्नाबद्दल काहीही सांगितले नाही. आम्ही कुडाळला निघून गेलो. चार दिवसांनी मी पेणला घरी आलो. झालेला सर्व प्रकार घरात सांगितला. कोणाचाच त्यावर विश्वास बसला नाही.

-०-

नंतर मे महिन्यात जळगावला शिबिरासाठी गेलो होतो. शिबिर व्यवस्थित पार

पडले आणि येताना पुण्याला मुलाला भेटून यावे म्हणून रात्रीच्या जळगाव पुणे एस.टी.ने निघालो असता, अंजठा घाटात ती बस एकाएकी थांबली. ड्रायव्हरने सर्वांना खाली उतरायला सांगितले. सर्व प्रवासी उतरले. माझ्या मागे एक बाई तिच्या दोन लहान मुलांना घेऊन होती. मी तिला म्हणालो, तुम्ही पुढे चला तिला आणि तिच्या दोन्ही मुलांना खाली उतरून दिले. ती मुलांना बाजूला घेऊन गेली आणि मी उतरणार इतक्यात गाडीचे दिवे बंद झाले. त्याचवेळी समोरून दुसरी एस.टी.आली. मी उतरायला आणि ती यायला एक गाठ झाली. त्याच एस.टी.चा धक्का मला लागला आणि ती पुढे जाऊन थांबली. आश्चर्याची गोष्ट अशी की मला धक्का लागल्यावर मी रस्त्याच्या दुसऱ्या बाजूला जाऊन खड्ड्यात पडलो. एक मिनिट कोणाला काहीच समजले नाही. आमच्या एस.टी.तले उतरलेले प्रवासी मोठ्यानं ओरडलेसुद्धा 'मेला मेला!' धक्का मारणाऱ्या एस.टी. ड्रायव्हरने त्याची एस.टी. थोडी मागे घेतली आणि तिच्या लाईटमध्ये माझी शोधाशोध सुरू केली. मी खड्यातूनच त्यांना हात उंचावून मी इथे असल्याचे सांगत होतो. मला वर काढले गेले. माझा शर्ट पार फाटला होता. पायाला मार लागून बरेच खरचटले होते. त्याच एस.टी.ने फर्दापूरला नेले गेले. तिथे मलमपट्टी- औषधे करून झाली. ज्या एस.टी.ने आम्ही पुण्याला निघालो होतो, ती स्लीप होऊन रस्त्याच्या कडेच्या एका झाडाला टेकली होती. त्या ड्रायव्हरच्या हुशारीनेच होणारा अपघात टळला होता. नाही तर ती एस.टी. आम्हा प्रवाशांसह त्या घाटातील दरीत कोसळणार होती. मी पुण्याला मुलाकडे आलो तेव्हा अंजली तिथेच होती. सुगंधा एकटी पेणला घरी होती. कारण ह्या पूर्वीच १९९८ साली माझी मोठी बहीण ताई आणि २००० साली मोठा भाऊ दादा दोघेही वार्धक्यामुळे देवाघरी गेले होते.

-०-

ताई दीड महिने अंथरुणावर होती. त्यावेळी तिची सारी सुश्रूषा अंजलीनं केली. विशेष म्हणजे ती ज्या दिवशी गेली त्यादिवशी माझ्या दोघी बहिणी सुशिला आणि कला तिला भेटून गेल्या होत्या. मी रातवडला शिबिरासाठी त्याच दिवशी संध्याकाळी पेडणेकर सरांकडे मुक्कामाला गेलो होतो. कारण दुसरे दिवशी सकाळपासून शिबिरात शिकवायचे होते. मी गेल्यावर रात्री जेवायला बसलो असताना पेडणेकरसरांचा कोलाडचा मित्र आला आणि त्यांना बाहेर बोलावून सांगितले, 'घांग्रेकरांची बहीण वारली असा मला आताच पेणहून दाजी गोडबोले यांचा फोन आला आहे.' माझं जेवण झाले. पेडणेकर सरांनी ती बातमी मला सांगितली. त्यांनी मला त्याच त्यांच्या मित्राबरोबर कोलाडला पाठविले. त्या मित्राने मला कोलाडला पोलीस स्टेशनला

नेऊन सोडले. कारण आता तिकडून पेणला यायला एस.टी. नव्हत्या. त्यांनी झाली हकीगत तिथल्या पोलीसाला सांगून मला ट्रकमध्ये बसवून देण्याची व्यवस्था केली. मी अकरा वाजता पेणला घरी आलो. तेव्हा डोंबिवलीची बहीण सर्व नातेवाईकांसह तिथे आली होती.

दादा असाच संडासला गेला होता. पण त्याला स्वत:ची अंडरवेअर घालण्याचे भान नव्हते. तो तसाच बाहेर आला म्हणून मीच त्याला ती घातली. तो व्यवस्थित चालत घरात आला. पण त्याला पलंगावर झोपता येईना म्हणून मीच त्याला उचलून पलंगावर ठेवला असेन तोच त्याची प्राणज्योत मालवली. असं अगदी काहीही आजारपण न येता त्याला सुखाचं मरण आले.

-o-

जळगावहून येताना झालेल्या ॲक्सिडेंटमुळे त्या कणकवलीच्या ज्योतिषाने सांगितलेल्या भविष्याची आठवण झाली. सुगंधाने मला लागलीच दुसरे दिवशी भटजींना आणून तेराशे वेळा रामरक्षा म्हणण्याचा संकल्प सोडायला लावला आणि लागलीच आम्ही दोघांनीच रामरक्षा म्हणायला सुरुवात केली. माझी चुलत वहिनी स्मिता तिच्या सवडीप्रमाणे आमच्या बरोबर रामरक्षा म्हणायला बसायची. अशा तऱ्हेनं त्या ज्योतिषानं सांगितल्याप्रमाणे तेराशे वेळा रामरक्षा म्हणून पुरी केली.

त्याचवर्षी जुलै महिन्यात मी परत अकलूज भागात शाळा शाळांमधून कार्यक्रम करण्यासाठी गेलो असता नातंपुतं जवळच एका गावात १५ ऑगस्ट सकाळी झेंडवंदन झाले. गावासमोर तो कार्यक्रमही झाला. चौदा-पंधराशे रुपये त्या कार्यक्रमात मुलांनाही गावकऱ्यांकडून बक्षिस मिळाले आणि एकाएकी मला अस्वस्थ वाटायला लागले. तिथल्या मुख्याध्यापक मोरे सरांनी जेवून जायचा आग्रह केला पण मी त्यांना म्हणालो, ''सर, मला लवकरात लवकर नातेपुते एस.टी. स्टँडवर पोचवण्याची व्यवस्था करा. त्यांनी एका शिक्षकाच्या मोटारसायकलवरून तशी व्यवस्था केली. मी संध्याकाळी पुण्याला निगडीला मुलाच्या बिऱ्हाडी पोहचलो. तर तिथे अंजलीच्या माहेरची सारी माणसं जमा झाली होती. सर्वजण कसल्यातरी विचारात होती. मला पाहून सगळेच गप्प झाले. मला काहीच कळत नव्हते. मला प्रथम वाटले सासूबाई आजारी आहेत, त्याच गेल्या की काय? पण त्याही तिथेच होत्या. शेवटी अंजलीने सांगितले. ''चार दिवस झाले– सुनील– आमचा मुलगा कुठे निघून गेला आहे, तो अजून आला नाही. सगळीकडे त्याचा शोध चालू आहे. पण अजून काहीही तपास लागला नाही. तो जाताना गळ्यातील सोन्याची चेन, हातातले घड्याळ, पैशाचं पाकीट सर्व इथेच काढून ठेवून स्कूटरवर जरा जाऊन येतो म्हणून

सांगून गेला.'' ह्या प्रकारामुळे सर्वच हवालदील होते.

सुगंधानं कुडाळला आपल्या छाया मावशीला फोन लावून सारी हकीगत सांगितली. लागलीच महेश कुडाळकरने कणकवलीला आपल्या मित्राकडे त्या ज्योतिषाला भेटून झाला प्रकार त्यांना सांगितला तो म्हणाला, ''काळजी करू नका सध्या तो कुठे तरी देवाच्या सान्निध्यात आहे. अठरा तारखेला रात्रीपर्यंत तो परत येईल.'' तरीही आमचा शोध चालूच होता. स्कूटरमुळे त्याचा कुठे अपघात तर झाला नाहीना, अशी मनात उगीचच पाल चुकचुकत होती. पुण्यापासून खोपोलीपर्यंत गगनगिरी महाराजांच्या मठापर्यंत मी सर्व देवस्थानं पालथी घातली. पावसाचा जोर दिवसेंदिवस वाढत होता. अठरा तारखेचे रात्री बारा वाजून गेले. त्याचा काही पत्ता नव्हता. सर्वांचा धीर सुटत चालला होता. रात्रीचे दोन वाजले. पाऊस धुव्वाधार पडत होता. आणि दरवाज्यावर टकटक वाजले. दरवाजा उघडला तो समोर सुनील ओलाचिंब, भिजलेला, चेहरा पार सुकून गेलेला. पावलं सुजलेली. त्याला आधी घरात घेतला. अंजलीला पाणी तापत ठेवायला सांगितले. आणि सर्वांना बजावले आत्ता त्याला कोणीही काही विचारू नका. त्याचे ओले कपडे काढले. गरम पाण्याने त्याला आंघोळ घातली. गरमागरम चहा पाजला आणि त्याला सरळ झोपवला. दुसरे दिवशी तो शांत झाल्यावर त्याला विचारले. तेव्हा समजले त्या दिवशी तो स्कूटर घेऊन निघाला. तो काहीशा तंद्रीत नाशिक रोडला लागला होता. सिन्नरच्या जवळच्या खेड्यापर्यंत जाईपर्यंत स्कूटरचे पेट्रोल संपले. तिथेच एका दुकानदाराकडे त्याने ती ठेवली. त्याचा पत्ता फोन नंबर त्याने घेतला. आणि तो सरळ चालत चालत नाशिकला काळ्यारामाच्या मंदिरात पोचला. तो त्या रामासमोर किती वेळ बसून होता ते त्याला काही आठवत नाही. पण तो काळारामच त्याला म्हणाला म्हणे 'अरे इथे किती वेळ बसणार आहेस? जा, घरी जा, तिकडे तुझी आई रडते आहे, जा ऊठ!' खिशात एकही पैसा नाही तो तिथून परत चालत चालत निघाला आणि निगडीला आला होता. त्या ज्योतिषाने सांगितल्याप्रमाणे तो खरंच देवाच्या सान्निध्यात म्हणजे राम मंदिरात पोचला होता. त्याच्या मते त्याच्यावर कुणीतरी करणीचा प्रयोग केला होता.

-o-

अकलूजला असताना बी.एड. कॉलेजचे प्राचार्यांची आणि माझी चांगलीच मैत्री झाली होती. त्यांनी माझ्याकडून बी.एड. विद्यार्थ्यांसाठी बरेच वेगवेगळे कार्यक्रम बसवून घेतले होते. त्याच कॉलेजचा एक विद्यार्थी मुल्ला हा सांस्कृतिक कार्यक्रमाचा अतिशय वेडा. माझ्या कलेच्या प्रेमात पडला होता. अतिशय हुशार, तो एम.ए. होऊन बी.एड. ला आला होता. त्यामुळे तो बी.एड. झाल्यावर त्याला सांगोला

विद्यालयाच्या ज्युनिअर कॉलेजला नोकरीही मिळाली. विशेष म्हणजे एक पैसा न देता. त्याचं गावही सांगोला तालुक्यातच होते. ह्या संस्थेचे संस्थापक बापूसाहेब झपके हेही माझे मित्र होते. त्या विद्यालयाला पन्नास वर्ष झाली म्हणून त्यांना काही भव्य कार्यक्रम करायचा होता. अर्थात आता बापूसाहेब हयात नव्हते, पण त्यांचा मुलगा तिथेच प्राचार्य होता. ह्या मुल्ला सरांनी असा भव्य कार्यक्रम बसवण्यासाठी, त्यांना माझे नाव सुचवले. सर्वांना ते मान्य झाले. मुल्ला सरांनी मला भेटून हे सर्व सांगितले. अरे पण कार्यक्रम कुठला बसवायचा आहे ते ठरले आहे का? तो म्हणाला, 'तेही तुम्हीच ठरवायचे. तुम्ही सांगाल तसे होईल. सर, तुम्ही या. मी आपली सारी व्यवस्था करतो.'

मी त्याला म्हणाले, 'मी तुला नवीन स्क्रीप्ट लिहून पाठवतो ती पसंत पडली तर ती बसवू या नाही तर मग महाराष्ट्राची लोकधारा सादर करू.' नंतर पंधरा दिवसांनी मी जो अकलूजला पंधरा ऑगस्टला पंचवीस मिनिटांचा वंदेमातरम् कार्यक्रम सादर केला होता. तोच कार्यक्रम वेगळ्या तऱ्हेनं दोन तासांचा लिहून तयार केला आणि त्याला पाठवला. तोच कार्यक्रम दोन-सव्वादोनशे विद्यार्थी घेऊन बसवला व २६ जानेवारी २००२ साली त्यांच्याच विद्यालयाच्या पटांगणात चार भव्य स्टेजर तो सादर केला. ह्या कार्यक्रमाला पंढरपूरचे आमदार परिचारक, सोलापूरचे कांबळे असे मोठ-मोठे पुढारी हजर होते. कार्यक्रम सर्वांना अतिशय आवडला.

ह्या कार्यक्रमाचे रेकॉर्डिंग मुद्दाम प्रभाकर साठेला आणून पेणलाच आमच्या घरात अगदी संगीतासह आम्ही केले.

-०-

२००४ च्या दिवाळी सुटीत अर्बन बँकेच्यावतीने शिशुविकास मंदिराच्या हॉलमध्ये दहा दिवसांच्या बालनाट्य प्रशिक्षण शिबिराची जबाबदारी माझ्यावर सोपवली. शिबिरार्थींची संख्या भरपूर होती. ह्या शिबिरात मीच लिहिलेले 'गमंत जगावेगळी' हे बालनाट्य, अर्ध्या तासाचे दोन-चार मूक नाट्ये, वगैरे विविध कार्यक्रम बसवले गेले. ह्या शिबिराच्या समारोप समारंभास सिनेनाट्य अभिनेत्री ज्योती चांदेकर आली होती. ह्या शिबिरानंतर नेहमीप्रमाणे अकलूजच्या ग्रीन फिंगर पब्लिक स्कूलचा कार्यक्रम बसवायला गेलो. ह्यावेळी सुगंधा आणि यावलची आमचीच विद्यार्थिनी दिना घोडके माझ्याबरोबर प्रशिक्षक म्हणून आल्या होत्या. त्यांचा तो कार्यक्रम आटोपून मोहोळच्या बाबूराव गोट्यांचा नातीच्या लग्नासाठी पंढरपूरला गेलो. अंजली पुण्याहून पंढरपूरला येणार होती. मग आम्ही सरळ पंढरपूरला गजानन महाराज संस्थेच्या भक्तीनिवासमध्ये रूम घेऊन तिथे उतरलो.

लग्न सोहळा पार पडला. संध्याकाळी जालिंदर वाडेगावकरच्या घरी त्याला

भेटायला गेलो. तिथेच शिवदास क्षीरसागर पण आला होता. त्याने दुसरे दिवशी सकाळीच आम्हाला स्वत:च्या टेम्पोमधून पंढरपूर जवळच असलेल्या चिंचोली गावाच्या त्याच्या वस्तीवर नेले. तो अंजलीला बहीण मानत असल्यामुळे तिची साडी देऊन ओटी भरली. जेवायला मस्तपैकी पुरणपोळीचा बेत केला होता. दुपारी चार वाजता त्याने परत आम्हाला भक्तीनिवासमध्ये आणून सोडले. संध्याकाळी पांडुरंगाचं दर्शन घ्यायला मंदिरात गेलो. देवाचं दर्शन व्यवस्थित झाले. सुगंधाने प्रथमच त्या विटेवरी उभा, कटी वरी हात ठेवून उभा असलेल्या पांडुरंगाला पाहिले होते. देवासमोरील सभामंडपात बसून त्या पांडुरंगाला पाहून ती किती वेळ तरी अश्रू ढाळीत होती. गजानन महाराजांचही दर्शन घडले. त्या रात्री जालिंदरकडे जेवणाचे निमंत्रण होते. तिसरे दिवशी लवकर उठून आम्ही सांगोल्याला जावून घेरडीला अरविंद काका, दादा डोंगरे याना भेटायला गेलो. दादा डोंगऱ्यांनी आग्रहाने त्या दिवशी संध्याकाळी जेवल्याशिवाय जायचं नाही असे सांगितले. कारण सकाळचं जेवण आम्ही पाऱ्याला अण्णा सुताराकडे घेणार होतो. तसं त्याला पत्राने आधीच कळविले होते. म्हणून सकाळी अरविंद काकांकडे फक्त चहा घेतला आणि पुढे पारेगावला गेलो. आम्ही येणार ही बातमी गावात सर्वत्र पसरली होती. त्यामुळे गावातील कोणीही शेतावर वगैरे कामावर न जाता घरीच होते. त्या दिवशी प्रत्येकाकडे आग्रहाचा चहा पिता पिता नको झाले होते. पण कुणाला नकोही म्हणता येत नव्हते. ठरल्याप्रमाणे अण्णा सुताराकडे जेवण घेऊन संध्याकाळी परत घेरडीला दादा डोंगऱ्यांचा पाहुणचार घ्यायला त्यांच्या गावाजवळच असलेल्या मळ्यातल्या बंगल्यावर गेलो. संध्याकाळी लवकरच जेवण उरकून आम्ही रातोरात परत पंढरपूरला भक्तीनिवासमध्ये मुक्कामाला आलो. नंतर तिथून तुळजापूरच्या देवीचं दर्शन घेतले. तिथला आमचा एक मित्र मधु कांबळे याला भेटायचा प्रयत्न केला. पण तो भेटला नाही. दिना घोडकेला तिथूनच जळगावला बसमध्ये बसवून दिले आणि आम्ही परत पंढरपूरला मुक्कामाला आलो.

अंजली तिच्या भावाच्या मुलीच्या– शुभांगीच्या– लग्नासाठी तिथूनच इचलकरंजीला गेली आणि आम्ही दोघं पुण्याला आलो. ह्या घेरडी, पारेगावाला अंजलीसह मी तीस-पस्तीस वर्षांने गेलो होतो. तरीही त्या लोकांचे आमच्यावरील प्रेम जराही कमी झाले नव्हते.

-०-

आनंद संगीत मंडळी ह्या नाटक कंपनीत असताना आणि आमच्या स्वत:च्या नाट्यब्रह्म ह्या कंपनीत असताना गोकुळचा चोर ह्या नाटकात मी कित्येक वेळा पेंद्याची

भूमिका केली होती. हे नाटक लहान मुलांमध्ये होऊ शकत होते. ते नाटक ट्रिकसीन आणि भरजरी सीनसिनेरीमुळे खूप चालायचे. म्हणून मी पेणला आमच्या शिबिरात नेहमी भाग घेणारी मुलं-मुली घेऊन ते बसवायला घेतले. काळाप्रमाणे तिसऱ्या अंकात थोडा बदल करून एकाचवेळी पाच सहा श्रीकृष्ण स्टेजवर रासक्रीडा खेळताना दाखवण्याचा प्रयत्न केला होता. सर्व पालकांना विश्वासात घेऊन, प्रत्येकांनी आपल्या पाल्याच्या भूमिकेसाठी लागणारा ड्रेपरीचा खर्च द्यायची तयारी दाखवली होती. ही तालीम गोपाळ कृष्ण हॉलमध्येच मी घेत होतो. ही तालीम चालू असताना माझा मित्र अशोक जैन तिथे आला. ह्यांनी ह्याचवेळी एक सिनेमा प्रोड्यूस केला होता. सर्व शूटींग झाले होते. पुढील प्रोसेस चालू होत्या. तो मला म्हणाला, सर, मी ह्या नाटकाचा प्रॉडक्शन खर्च करायला तयार आहे. मी त्याला किती वेळा सांगितले तू ह्या भानगडीत पडू नकोस. पण तो काही केल्या ऐकायला तयार होईना. शेवटी सर्व मुलांच्या पालकांची मीटिंग घेऊन त्याचा तो प्रस्ताव सर्वांसमोर मांडला. मी पालकांना सांगितले शाळा सांभाळून शनिवार रविवार सुटीत ह्याचे प्रयोग आपण करू या. पण पहिले पंचवीस प्रयोग होईपर्यंत कुणीही मानधनाची अपेक्षा करायची नाही. सर्वांनी ते मान्य केले. भव्य भरजरी नेपथ्य करण्यासाठी आमचे नेहमीचे साहित्य संघ मुंबई येथील प्रदीप मेस्त्री, पेन्टर रमेश राऊळ यांना बोलावून घेतले. मुंबईला जाऊन त्यासाठी लागणारे सर्व सामान अशोक जैनलाच बरोबर घेऊन आलो. भव्य सेटींग, पडदे तयार होत असताना मुंबईलाच सर्व पात्रांच्या मापांची ड्रेपरी करण्याचे काम बबन शिंदेकडे चालू होते. प्रभाकर साठेंना बोलावून त्यातली गाणी, पार्श्वसंगीत सर्व रेकॉर्डींग आमच्याच घरात करून घेतली. ट्रिक सीनसह नाटक उत्तम बसले. पेणमध्येच शुभारंभाचा पहिला प्रयोग झाला. सोळा हजार रुपये उत्पन्न झाले. अशोक जैनला मी सांगत होतो आता ह्याच फोर्समध्ये ह्याचे प्रयोग अलिबाग, पोयनाड, रोहा, हाशिवरे, खोपोली अशा ठिकाणी प्रयोग लवकर लवकर लावून तू तुझे घातलेले भांडवल वसूल कर. मुंबईला शिवाजी मंदिरातही मी एक तारीख मिळवली होती. पण ह्याने काहीही केले नाही. उलट पेणमध्येच एका हॉलमध्ये सकाळ दुपार असे दोन प्रयोग एकाच दिवशी लावले. हे दोन्ही प्रयोग शाळेच्या विद्यार्थ्यांसाठी लावण्यात आले होते. पण विद्यार्थी आलेच नाहीत. ह्या नाटकात ट्रिकसीनसाठी चार फूट उंचीचा कागदाच्या लगद्याचा एक गणपती करण्यासाठी पेणच्याच एका मूर्तिकाराला पाच हजार ॲडव्हान्स देऊन ऑर्डर दिली. तर त्याने चक्क मातीचा गणपती करून दिला. तो नाटकात वापरताना आठ माणसं उचलायला लागली. तोच गणपती माझ्या सांगण्याप्रमाणे तयार झाला असता तर पालकांना परत विश्वासात घेऊन मी त्याचे

प्रयोग केले असते. पण त्या गणपतीचं ओझं घेऊन आम्ही फिरू शकत नव्हतो. शेवटी आम्हा सर्वांची एक महिना केलेली मेहनत, त्यांनी केलेला अफाट खर्च सारं वाया गेले.

त्यानंतर त्याच गणपती करणाऱ्याकडून त्याच गणपतीचा साचा आणून मला पाहिजे तसा गणपती मीच तयार केला. पण काहीही उपयोग झाला नाही. कारण पुढे प्रयोग झाले नाहीत. २४ नोव्हेंबर २००५ साली कलावंतस पेण ह्या सांस्कृतिक संस्थेची स्थापना माननीय श्री. आप्पासाहेब धारकर ह्यांच्या अध्यक्षतेखाली नटवर्य श्री. प्रभाकर पणशीकर, सिनेस्टार श्री. निळू फुले आणि डॉ. गिरीश ओक ह्या प्रमुख पाहुण्यांच्या उपस्थित मोरेश्वर चित्र मंदिरात मोठ्या दिमाखात झाली. ह्या प्रसंगी प्रमुख पाहुण्यांच्या हस्ते आम्हा उभयतांचा सन्मानपत्र देऊन सत्कार करण्यात आला. आतापर्यंत झालेल्या सत्कारापेक्षा स्वत:च्या गावात होणारा हा आमचा सत्कार विशेष होता.

-०-

सांगोला विद्या मंदिराला केलेले वंदे मातरम् हे महानाट्य नातेपुतेच्या दाते विद्यालयाच्या कुणी संचालकांनी पाहिले होते. त्यांनी तिथल्या आपल्या सर्व संचालक मंडळाला सांगून तो प्रयोग तिथे करण्याचे ठरवले. दाते विद्यालयाच्या दोन अडीचशे विद्यार्थ्यांना घेऊन ते नाटक तिथे बसवले. त्यांनीही इकडून तिकडून ड्रेपरी जमा करून प्रयोग करण्याचे ठरवले. दाते विद्यालयाच्या पटांगणाला क्रिकेट स्टेडीयमसारखी मागे बाल्कनी बांधली होती. त्या पटांगणात चार स्टेजवर दहा हजार प्रेक्षकांसमोर ते महानाट्य आम्ही सादर केले. ३१ डिसेंबर २००७ साली प्रयोग संपला तरी प्रेक्षक हलायला तयार नाहीत इतका तो प्रयोग पाहून प्रेक्षक भारावून गेले होते.

ह्या प्रयोगाच्या आधी दोन तीन दिवस सुगंधा आणि अंजलीला मुद्दाम मदतीला बोलावून घेतले होते. त्या दोघीही प्रयोग पाहून चाटच झाल्या. ह्या प्रयोगाच्या वेळी काही गाणी तिथल्या जोशी मॅडमकडून बसवून ती त्यांना साथीदारांसह प्रत्यक्ष म्हणायला लावली.

ह्या प्रयोगानंतर आम्ही परत पंढरपूरला गेलो. तिथे अंजलीच्या धाकट्या बहिणीची, मंदाची सर्व फॅमिली देवदर्शनाला येणार होती. पंढरपूर, अक्कलकोट, तुळजापूर असे देवदर्शन करून आम्ही पेणला आलो.

माझे स्नेही म्हणा नाही तर शिष्य म्हणा, चोपड्याचा प्राध्यापक जगदीश पाटील यांनी त्यांच्या अगदी छोट्याशा गावाला मामळद्याला हायस्कूल काढले होते. तसा ह्या हायस्कूलला त्याच्याच शब्दाखातर मागे मी माझा एकपात्री प्रयोग केला होता. तसाच आता त्यांच्या आग्रहास्तव, वंदे मातरम् ह्या महानाट्याचा प्रयोग तिथे करायचे

ठरले. सर्व शाळेत दीड एकशे विद्यार्थी– तेही आदिवासी. गावाची लोकसंख्या जेमतेम हजार असेल. आशा गावात आदिवासी मुलांना घेऊन मी वंदे मातरम् हे महानाट्य वीस दिवसात बसवले. काही सीनला मुलं कमी पडली. म्हणून गावातील तरुण मुलांना घेतले. प्रयोगापूर्वी चार दिवस आधी प्रभाकर साठे आला. काही गाण्याचे काही संवादाचे रेकॉर्डिंग रात्रीच्यावेळी त्याच हायस्कूलमध्ये केले. इथला एक प्रसंग म्हणजे, एका सीनमध्ये दहा बारा वाक्यांसाठी मुलीचा आवाज पाहिजे होता. रात्रीचे बारा वाजता कोण येणार हा प्रश्न. पण त्या हायस्कूलचा त्याच गावाचा एक शिपाई घरी गेला आणि तो आपल्या मुलीला घेऊन आला. ही मुलगी पहिल्याच बाळंतपणाला माहेरी आली होती. बाळंतीण होऊन दहा बारा दिवसच झाले होते. तिच्या आवाजात त्या संवादाचे रात्री बारा नंतर रेकॉर्डिंग केले. हा प्रयोग पाहायला आजूबाजूच्या खेड्यातून पाच हजार प्रेक्षक हायस्कूलच्या पटांगणात जमले होते.

ह्या प्रयोगानंतर मी एप्रिलमध्ये पेणला स्वत:च बालनाट्य शिबिर आमच्याच आळीतील राम मंदिरात आयोजित केले. आतापर्यंत पेणमध्ये झालेल्या दोन शिबिरांमुळे पालकांची खात्री झाली होती की, आपल्या पाल्याला ह्या शिबिरात नक्कीच काही नवीन शिकायला मिळेल. मीही ह्यावेळी मीच लिहिलेली बालनाट्य 'ताटी उघडा ज्ञानेश्वरा' आणि 'हुतात्मा' शिवाय, वंदे मातरम् महानाट्यातील दोन-चार सीन मुद्दाम बसवले होते आणि विशेष म्हणजे ह्या शिबिराचा समारोप, शिबिरार्थ्यांच्या पालकांच्या सहकार्याने महात्मा गांधी वाचनालयाच्या ओपनएअर नाट्य गृहात फक्त वीस रुपये तिकीट लावून केला. नऊ एक हजार रुपये उत्पन्न झाले.

-०-

मामळद्याच्या प्रयोगाला चार्डीचे काही नाटकवेडे तरुण मुद्दाम प्रयोग बघायला आले होते. त्यांनी चार्डीत तो प्रयोग बसवण्याचा आग्रह धरला. मे महिन्याच्या सुटीनंतर शाळा सुरू झाल्यावर जुलै महिन्यात त्यांच्याच बोलवण्यावरून मी तिथे गेलो. तिथल्या हायस्कूलच्या अध्यक्षांनी सर्व संचालक व शिक्षकांची मीटींग घेतली. मीटिंगमध्ये मी माझी योजना मांडली. सर्वांच्या संमतीने प्रयोग बसवायचे ठरले. तो प्रयोग दिवाळीच्या सुटीनंतर तिकीट लावून चोपड्यालाच लागोपाठ तीन दिवस करण्याचे नक्की झाले. १५ ऑगस्टला त्यातला एक प्रसंग झेंडा वंदनानंतर ग्राम पंचायतीसमोर आम्ही गावात करून दाखवला. पुढे रंगीत तालीम म्हणून शाळेच्या पटांगणात सर्व गावासमोर तो प्रयोग करायचा ठरला. ह्या प्रयोगात काही शिक्षकांनी आग्रहाने काही भूमिका मागून घेतल्या होत्या. शाळेच्या पटांगणात तीन स्टेज उभी झाली. पण ती तीनही एका उंचीची नव्हती. एक चार फूट तर दुसरे दोन फूट असे

सारे विचित्र होते. त्यामुळे प्रेक्षकांना काही प्रसंग दिसायचे. काही दिसायचे नाहीत. मग ते उभे राहून बघण्याचा प्रयत्न करायचे. मग बाकीचे प्रेक्षक डिस्टर्ब व्हायचे. अशा तऱ्हेनं माझ्याच नाट्यकृतीची वाट लागत असलेली मी पाहत होतो आणि काय माशी शिंकली कुणास ठाऊक, काही विघ्नसंतोषी शिक्षकांनी इतर संचालकांचे कान फुंकले आणि पुढील प्रयोग होऊनच दिले नाही. अध्यक्षांनी मला प्रयोग बसवण्याचे मानधन दिले. पण प्रयोगाचा आनंद ना मला मिळाला, ना विद्यार्थ्यांना.

-०-

आता ह्या महानाट्याचा प्रयोग पेणलाच व्हावा म्हणून मी प्रयत्न करत होतो. आता महानाट्याबद्दल माझा आता विश्वास खूप वाढला होता. म्हणून मी मनाशी ठरवले आता ह्यापेक्षा भव्य असा संपूर्ण आपल्या मनासारखी ड्रेपरी, नेपथ्य करूनच हा प्रयोग करायचा. ह्यासाठी पाच लाख रुपये लागणार होते. मग मी माझ्या सहीनं एक परिपत्रक काढले. पेणमधील सर्व बँकांना, काही संस्थाना ह्या प्रयोगाच्या मदतीसाठी देणगी मिळावी, कर्ज मिळावे म्हणून सर्वांना खर्चाचे बजेट दिले व तसे आवाहनात्मक पत्रक दिले.

ह्यावेळी पेण अर्बन बँकेचे मुख्य व्यवस्थापक पुरुषोत्तम जोशी ह्यांनाही हे परिपत्रक दिले. त्यांनी मला सांगितले; 'काका तुम्ही आता कुणाकडेही जाऊ नका. जरा थांबा, माझ्या एका माणसाला फोन लावून विचारतो.' आमच्या समोरच त्यांनी त्याला सांगितले. त्या समोरच्या माणसालाही ती योजना आवडली आणि एक राष्ट्रीय काम म्हणून दोन दिवसात तीन लाखाची व्यवस्था करतो म्हणून सांगितले आणि खरंच दोन दिवसांनी पुरुषोत्तम जोशींनी मला बोलावून घेतले आणि माझ्या हातात एक लाख रुपये ठेवले व 'बाकीची व्यवस्था आठ दिवसात नक्की होईल. तुम्ही कामाला लागा.' असे सांगितले. आता एवढे मोठे पाठबळ मिळाल्यावर आपण आपली अभिनय प्रशिक्षण संस्था पेण, ही संस्था रजिस्टर्ड करून घेऊ या म्हणून मनात आले. त्यासाठी पुरुषोत्तम जोशी, प्रदीप शिंगारपुरे, विजय जैन, प्रदीप गोडसे, कल्पना पाठक, पल्लवी मोडक, विद्याधर म्हात्रे, स्टेट बँकेचे मॅनेजर शहासने आणि त्यांच्या मिसेस, सुनित देव अशा सर्वांना एकत्र आणून ह्या संबंधी मीटिंग घेतली. सर्वांनीच माझ्या मागे उभं राहण्याचे आश्वासन दिले. माझाही उत्साह वाढला. मी यशवंत देवांना भेटून सर्व सांगितले. त्यांच्याकडून दोन नवीन गाणी आणि त्यांनीच लिहिलेले एक जुनं गाणं संगीतासह रेकॉर्डिंग करून देण्याची जबाबदारी त्यांच्यावर सोपवली. बाकीची काही गाणी समरगीत ही नवीन गायकाकडून बसवून त्याचे रेकॉर्डींग करण्याची जबाबदारी सुभाष मालेगांवकरकडे व संपूर्ण प्रोजसंवाद निवेदन

आणि ह्या सर्वासाठी लागणारे पार्श्वसंगीत ह्याची चांगल्या स्टुडिओमध्ये रेकॉर्डींग करण्याची जबाबदारी प्रभाकर साठेवर सोपवली. त्यांनी ठाण्यातलाच एक स्टुडिओ बुक केला. प्रोज संवादासाठी राजन ताम्हाणे, रमेश भिडे, विवेक जोशी, उदय सबनीस, अंजली, मी स्वत: आणि दोन मुली अशांना घेऊन दोन दिवस रेकॉर्डिंग केले. पण त्यावेळी आम्ही ते रेकॉर्डिंग ऐकले त्यावेळी मला ते मुळीच आवडले नाही. मुख्य म्हणजे त्या रेकॉर्डींगमध्ये स्टुडिओच्या बाहेर बोलणाऱ्यांचे आवाज अस्पष्टपणे मागे ऐकू येत होते.

मग परत ठाण्यातलाच आप्पा आढाव यांच्या ए. व्ही. स्टुडिओत परत सर्व रेकॉर्डिंग नवीन माणसं घेऊन अगदी संगीत पार्श्वसंगीतासह परत केले. पहिल्या रेकॉर्डिंगचे सोळा हजार अक्कलखाती गेले. नंतरच्या संगीत, पार्श्वसंगीत आणि प्रोज ह्या सर्व रेकॉर्डिंग करून मास्टर कॅसेट करून घेईपर्यंत सव्वा लाख रुपये खर्च झाला.

प्रभाकर पणशीकरांकडे जाऊन नेपथ्याविषयी चर्चा केली. त्यांचा नेहमीचा नेपथ्यकार पांडुरंग कोठारी ह्यांना बोलावून त्यांना त्यांनी सर्व सांगितले. त्यांनीही सर्वतोपरी सहकार्य द्यायचे कबूल केले. पण त्यांच्याशी चर्चा करताना ते जे काय सांगत होते, ते मला पटत नव्हते. मग मी मोहन वाघ यांना जाऊन भेटलो. त्यांना सर्व कल्पना दिली. त्यांनी आपले नाव कुठेही वापरायचे नाही, ह्या बोलीवर मला सल्ला दिला. त्यांनी, 'मधल्या स्टेजसाठी भगवा आणि दोन्ही बाजूच्या दोन स्टेजसाठी आकाशी रंगाचे प्लेन पडदे वापर. त्या त्या पडद्याप्रमाणेच त्याच्या विंगाही असाव्या. अशा नाटकाला आणखी वेगळे नेपथ्य नसावे आणि म्हणाले, आणखी काही प्रकाश योजनेसाठी किंवा कसलीही मदत लागली तर मला सांग पण त्यासाठी मला नाटक पाहायला लागेल.'

पेणच्या विजय जैन ह्याला हाताशी धरून तशा रंगाचे कापडाचे तागे आणून पडदे विंग तयार केले. तसेच वेगळ्या वेगळ्या साड्या, सलवार, झब्बे, पंजाबी ड्रेससाठी कापड असं त्याच्याच मध्यस्थीने आणून घेतले आणि पेणच्याच माधव देव ह्यांना मला पाहिजे तशा पद्धतीच्या साड्या, ब्लाउज व कोट-पँट, पंजाबी ड्रेस शिवायला लावले.

सम्राट ड्रेसवाल्यांकडून पगड्या, अंगरखे, बंदुका, तलवारी, आझाद हिंद सेनासाठी संपूर्ण ड्रेस असे सर्व नवे सामान खरेदी केले.

विलास कुडाळकरला गाठून ह्या महानाट्यासाठी लागणारे वेगवेगळे केसाचे विग, टक्कल, दाढ्या, मिशा सामान खरेदी केले.

ही सर्व जमवाजमव करत असताना अशी एक घटना घडली. एक दिवस

रात्री आम्ही जेवायला बसताना अगदी क्षुल्लक कारणावरून सुगंधाचा आणि माझा वादविवाद सुरू झाला आणि तो पाच मिनिटात इतका विकोपाला गेला की मी जेवणाच्या ताटाला नमस्कार करून न जेवता उठलो आणि बॅग घेऊन, खांद्याला माझी नेहमीची शबनम अडकवून घर सोडले. एस. टी. स्टँडवर आलो तेव्हा रात्रीचे साडेदहा वाजले होते. स्टँडवर खोपोलीला जाणारी शेवटाची बस उभी दिसली. बस खचाखच भरली होती. तसाच मी त्या गर्दीत आत घुसलो आणि उभ्याने प्रवास करून खोपोली फाट्याच्या बस स्थानकावर उतरलो. त्या स्टँडवर कोल्हापूर, बेळगाव, मिरज, इचलकरंजी, सोलापूर, बार्शी अशा गावांना जाणाऱ्या आठ-दहा बसेस उभ्या होत्या. पण एकही बसमध्ये जागा नव्हती. घर सोडताना कुठे जायचे काय करायचे काहीही ठरवलेले नव्हते. मिळेल त्या बसने त्या गावापर्यंत जायचे एवढेच डोक्यात होते. मी बॅग घेऊन त्या बस स्टँडवर असलेल्या एका दगडावर येऊन बसलो. मला वाटले, रात्रभर इथेच डास मारत आपल्याला बसावे लागणार. पण दहा एक मिनिटांनी एक कंडक्टर माझ्याजवळ आला आणि मला म्हणाला, अहो काका, माझ्या गाडीत एक सीट आहे. येणार तर चला. त्याला वाटले मला पुण्यालाच जायचे आहे. मी त्याच्याबरोबर त्या बसजवळ गेलो. तर ती बस होती मुंबई-गोंदवले. मी सरळ गोंदवल्याचेच तिकीट काढले आणि मागे शेवटच्या सीटवर जाऊन बसलो. माझी बॅग व खांद्याची शबनमही बसच्या आतल्या कॅरीयरवर टाकली आणि स्वस्थ बसलो. पहाटे पाच वाजता ती बस गोंदवल्याला पोहोचली. समोरच असलेल्या गोंदवलेकर महाराजांच्या मठातील ऑफीसमध्ये चौकशी करण्यासाठी मी गेलो. तिथे वॉचमन होता. तो म्हणाला ऑफीस सात वाजता उघडेल. तो पर्यंत तुम्ही त्या समोरच्या हॉलमध्ये सामान ठेवा. अंघोळ वगैरे उरकून देवाचे दर्शन घ्या. मी त्या हॉलमध्ये गेलो. हॉल पूर्णपणे भरलेला होता. तिथे गेल्यावर एकाएकी आठवण झाली. माझ्या शबनममध्ये यशवंत देवांना देण्यासाठी पन्नास हजार रुपये आहेत. ते तिथे उघड्यावर ठेवून अंघोळीला जाणे माझ्या मनाला पटेना. मी बाहेर येऊन तिथेच पटांगणात बसलो. थोड्याच वेळात एक म्हातारा वॉकर घेऊन माझ्याजवळ आला आणि मला म्हणाला, "तुझे सामान ह्या खुर्चीखाली ठेव. तुझा एक रुपया गेला तरी मी जबाबदार आहे. जा, अंघोळ करून देवाचं दर्शन घे. त्याच्या शब्दावर माझा विश्वास बसला. मी माझी बॅग व शबनम तो बसला होता त्याच्या खुर्ची खाली ठेवली. आंघोळीचे कपडे घेऊन मी आंघोळीला गेलो. आंघोळ करुन आलो तर तो म्हातारा त्या खुर्चीवर जप करीत बसलेला होता. तो मला म्हणाला, 'तुला आज अनुग्रह देण्यासाठी महाराजांनीच इथे आणला आहे.' मी त्याला म्हणालोसुद्धा अनुग्रह

म्हणजे? त्यावर तो हसतच म्हणाला. 'जा देवाच दर्शन घे– तुला सगळे आपोआप कळेल.' मी महाराजांच्या समाधीचं दर्शन घेतले आणि ऑफीस उघडले काय हे बघायला तिकडे गेलो. ऑफीस अजून उघडले नव्हते. पण बाजूलाच असलेले महाराजांचे साहित्य, फोटो वगैरे मिळणारे कार्यालय उघडे होते. मी सहज तिथे गेलो तर तिथे एका बोर्डावर लिहिले होते. अनुग्रहासाठी लागणारे सामान आणि पावती इथे मिळेल. मी परत त्या म्हाताऱ्यापाशी आलो आणि त्यांना म्हणालो, 'आजोबा, अहो तिथे तर बोर्डावर लिहिले आहे, अनुग्रहासाठी लागणारे सामान पावती इथे मिळेल.' तर तो मला म्हणाला, 'तू अनुग्रह घेण्यासाठी इथे आलेला नाहीस. तुला अनुग्रह देण्यासाठी इथे आणला गेला आहे. आता मी काय सांगतो ते नीट ऐक. अनुग्रह झाला की प्रसाद घे आणि सरळ, घरी जायचे आहे. तू आता समाधीच्या वर कृष्णमंदिरात जाऊन बस. तिथे तुला अनुग्रह दिला जाईल.' मीही तो सांगेल तसे करत गेलो. माझ्या आधी सात आठ जण अनुग्रह घेण्यासाठी हार, नारळ, माळ वगैरे सामान आणि पावती घेऊन बसले होते. मी आपला त्यांनी सांगितल्याप्रमाणे त्यांच्या मागे जाऊन बसलो. थोड्याच वेळात एक पांढरे शुभ्र धोतर नेसलेला, कपाळावर केसरी गंध लावलेला गृहस्थ पळीभांडं घेऊन तिथे आला आणि तिथे असलेल्या महाराजांच्या फोटोसमोर चौरंगावर ठेवलेला पादुकांशेजारी पाटावर बसला. त्या चौरंगासमोर दुसरा पाट मांडलेला होता. त्यांनी एकदम, 'पांडुरंग घांग्रेकर, या बसा पाटावर, असे सांगितले. मी इकडे तिकडे पाहिले. अजून कोणी आपल्या आडनावाचे असेल म्हणून. तो गृहस्थ मलाच बोलवत होता. मी भारावल्यागत त्याच्या आज्ञेप्रमाणे त्या पाटावर जाऊन बसलो. तो म्हणाला, ''तू ब्राह्मण. हे घे पाणी, आचमन कर.' त्यांनी स्वत:चे पळी भांडं माझ्यासमोर ठेवले. त्यांनी सांगितल्याप्रमाणे आचमन करून त्या पादुकांवर डोकं टेकले. त्यांनी त्या फोटोवरची शाल काढून फोटोसह माझ्यावर झाकली आणि मला म्हणाला, 'आता ते काय सांगतात ते ऐका.' मला पाच वेळा श्रीराम जय राम जय जय राम असा आवाज आला. त्यांनी माझ्यावर झाकलेली ती शाल काढली आणि पादुकांवरचीच माळ काढून माझ्या गळ्यात घातली आणि मला म्हणाला, 'ही माळ नियमित सांगितलेला मंत्र म्हणत नेहमी जपायची आहे आणि आता दुसरीकडे कुठेही न जाता प्रसाद घेऊन सरळ घरी जायचे.' मी तिथेच खाली समाधीजवळ आलो. तर माझ्या परिचयाचा, पेणचाच जयंत गोडबोले उभयता तिथे मला भेटला. त्यांनीच माझ्या हातावर पाच पेढे ठेवले. मी समाधीच्या पाया पडून परत हॉलजवळ आलो. तर तो वॉकर घेतलेला म्हातारा तिथे नव्हता. तर त्या खुर्चीवर आता एक वॉचमन बसला होता. माझं सर्व सामान व्यवस्थित तिथेच खुर्चीखाली होते.

मी त्या वॉचमनलाच विचारले, इथे या खुर्चीवर बसलेले वॉकर घेतलेले सेवेकरी म्हातारे बाबा कुठे गेले? तो मला म्हणाला, 'इथे वॉकर घेऊन चालणारा म्हातारा सेवेकरी कुणी नाही.' मी त्याला म्हणालो, 'अहो, त्यांनीच तर मला माझं सामान ह्या खुर्चीखाली ठेवायला सांगून अंघोळ करून देवदर्शन घ्यायला सांगितले.' मी त्या वॉकर घेऊन चालणाऱ्या म्हाताऱ्याचा शोध घेत महाराजांच्या गावातील राममंदिरापर्यंत गेलो. पण काहीही तपास लागला नाही. मग मुद्दाम ऑफीसमध्ये जाऊन तिथे चौकशी केली. ते म्हणाले, 'वॉकर घेऊन चालणारा म्हातारा सेवकरी आमच्याकडे कुणीही नाही.' मग मी त्यांना झालेला सर्व प्रकार सांगितला. गळ्यातील ती माळ दाखवली. त्यांचा विश्वास बसेना. ते म्हणाले, 'अनुग्रह द्यायला नऊ वाजता सुरुवात होते. मग तुम्हाला आधीच कुणी अनुग्रह दिला?' मी म्हटले, दिला हे खरे आहे. आता कुणी दिला ते त्या महाराजांनाच माहीत.'

आता मी त्यांच्या सांगण्याप्रमाणे सरळ घरी पेणला जायला पाहिजे होते, पण मनात आले. पंढरपूर जवळ आहे. पांडुरंगाचं दर्शन घ्यावे, म्हणून पंढरपूरला गेलो. तिथे विनायक बडवे म्हणून माझा मित्र होता. त्याच्या घरी सामान ठेवले. त्याच्या आईने सांगितले तो देवळातच आहे. मी देवळातच गेलो तर हजार दोन हजार भक्तांची बारी लागली होती. मी त्या मित्राची देवळात चौकशी केली तर ते म्हणाले, सकाळपासून तो इथे आलाच नाही. मग मी विचार केला. निदान मुखदर्शन तरी घेऊ या. तिथे गेलो तर तोही दरवाजा बंद. अनुग्रह देणाऱ्याचे शब्द आठवले. 'आता कुठेही जायचे नाही सरळ घरी जायचे.' मी सरळ सामान घेऊन पंढरपूर एस. टी. स्टँड गाठला आणि पेणला घरी आलो. घरी आलो तर दारात सुगंधाच उभी. अगदी हसतमुखाने तिनं माझी बॅग हातात घेतली. ह्या अशा प्रकाराला दैवी चमत्कार म्हणायचे की, काय म्हणायचे? पण असे घडले हेही खरे आहे. खरं म्हणजे वॉकर घेतलेला म्हातारा सेवेकरी, अनुग्रह देणारा केसरी गंध लावलेला भटजी- स्वत: गोंदवलेकर महाराजच होते. प्रत्यक्ष देव माझ्यासमोर उभा होता पण मी त्याला ओळखले नाही, की मी त्यांच्या पायाही पडलो नाही. साधा नमस्कारही केला नाही.

-०-

आता मी अगदी जोरात त्या महानाट्याच्या तयारीला लागलो. सर्व तयारी मनासारखी झाली होती. पहिले प्रयोग पेणलाच व्हावेत अशी मनापासून इच्छा होती. त्यासाठी पेणमधील हायस्कूलच्या सर्व मुख्याध्यापकांना भेटलो. पण कुणीही विद्यार्थी देऊन सहकार्य करायला तयार होईना. मग मी सरळ जळगावला गेलो आणि तिथल्या विवेकानंद संस्थांशी बोलणी केली. आणखीही काही ओळखीच्या हायस्कूलमध्ये

प्रयत्न केला. पण यश येत नव्हते. कारण स्टेजवर तीन-चारशे विद्यार्थी घेऊन असा काही प्रयोग करता येईल हे कुणाला पटतच नव्हते.

पण एक दिवस अचानक सतीश मोरे म्हणून कुणाचा तरी फोन माझ्या मोबाईलवर आला. ते सांगत होते तुमच्या महानाट्याचा प्रयोग आम्ही शिरपूरला करू इच्छितो. तरी ताबडतोब स्मिता पाटील पब्लिक स्कूल शिरपूर येथे येऊन भेटावे. मी त्याप्रमाणे तिथे गेलो. तिथे प्राचार्य व्हि. के. पाटील व ज्यांनी फोन केला ते सतीश मोरे यांना सर्व माहिती दिली. त्यांच एकच म्हणणं होतं, तुम्ही सांगाल तशी स्टेज, लाईट-स्पीकर सर्व व्यवस्था होईल. मात्र प्रयोग चांगलाच झाला पाहिजे. वीस दिवसाचे पंचवीस दिवस प्रयोग बसवायला लागले तरी चालतील.' मी त्यांना म्हणालो ती जबाबदारी माझी. कारण ह्या आधी कसलीच तयारी ड्रेपरी, नेपथ्य, रेकॉर्डिंग नसताना मी प्रयोग यशस्वी पार पाडले होते आणि आता तर सर्व तयारीनिशी आम्ही प्रयोग करणार होतो.

व्यवहारासह सर्व बोलणी झाली. २७ जानेवारीला प्रयोग करायचे ठरले. मी लागलीच पेणला आलो. संस्थेच्या सर्वांची मीटिंग घेतली. आमच्या मुलांवर प्रयोगापूर्वी म्हणजे २५ जानेवारीला सकाळी सामानासह नेपथ्यांचा ड्रेपरीच्या बॅगा, स्टेजसाठी साहित्य संघ मुंबईचे प्रदीप मेस्त्री आणि त्याचे दोन सहकारी, अंजली, सुगंधा, प्रभाकर साठे, श्रीराम आपटे ह्या सर्वांना घेऊन येण्याची जबाबदारी सोपवली आणि मी १ जानेवारीलाच शिरपूरला त्या पब्लिक स्कूलला हजर झालो. पहिला दिवस सर्व शिक्षकांच्या ओळखीत गेला. तिथल्या मुख्याध्यापकांचे म्हणणे मी वर्गावर्गात फिरून पाहिजे तशी मुलं निवडावी. पण ते मला पटत नव्हते. मी त्यांना म्हणालो, एका ठिकाणी वर्गवार मुलं बसवा, म्हणजे काम सोपं जाईल. ह्यात दुसराही दिवस गेला. शेवटी नाही हो करता तिसऱ्या दिवशी विद्यार्थी एकत्र जमवले. बाकीच्या शिक्षकांच्या आणि हौशी विद्यार्थ्यांच्या मदतीनं दोन तासात नाटकाच्या सीनवार ग्रुप पाडले. त्यांच्या नावांसह याद्या तयार झाल्या. ह्या महानाट्यात तेहतीस सीन आहेत. तितके ग्रुप पाडले गेले. दोन अडीचशे मुला-मुलींची निवड झाली आणि एकदाची शिकवायला सुरुवात केली. इथे फार मोठ्या अडचणी येत होत्या. एक तर हे पब्लिक स्कूल महाराष्ट्राच्या बॉर्डरवर. मध्यप्रदेश, गुजराथ जवळ. त्यामुळे त्याच भागातील गुजराथी, मारवाडी असे विद्यार्थी तिथे जास्त होते. तसे हे सर्व सोईंनी परिपूर्ण असे फार मोठे पब्लिक स्कूल. जवळ जवळ साडेआठशे विद्यार्थी इथे होते. इंग्रजी माध्यम. पहाटे पाच ते रात्री साडे दहा वाजेपर्यंत बंदिस्त टाईम टेबल ठरलेले. त्यात ते वेळ देतील तेव्हा मी शिकवत होतो. कधी कधी पहाटे साडेपाच वाजताही ते मला एखादा ग्रुप

द्यायचे. पहाटे पाच ते रात्री साडेदहा वाजेपर्यंत केव्हाही शिकवावे लागायचे. पहाटे पाचपासून रात्री झोपेपर्यंत सर्व विद्यार्थी, शिक्षक-गुडमॉर्निंग, गुडआफ्टरनून, गुडनाईट म्हणून माझे स्वागत करायचे. मला मात्र ते सारखे खटकत होते. मी वंदे मातरम्‌चा कार्यक्रम बसवायला आलो आहे आणि हे सारखे गुडमॉर्निंग, गुडनाईटने माझे स्वागत करीत आहेत.

ह्या पब्लिक स्कूलमध्ये संगीत शिकवायला, शास्त्रीय नृत्य शिकवायला आणि गोपी सर म्हणून इतर नृत्य कंपोज करणारा असे सर्व शिक्षक तिथे खास होते. माझी शिकवण्याची पद्धत वेगळी, त्यांची पद्धत वेगळी. त्यामुळे ती एक डोकेदुखी होती. पण तरीही माझे काम मी चोख करीत होतो. अजूनही सर्व शिक्षकांना ह्या प्रयोगाची खात्री येत नव्हती. सर्वांची हीच समजूत होती आपण गॅदरींगचा कार्यक्रम बसवतो तसाच हा आहे आणि त्याला कारण संपूर्ण नाटकाची सलग तालीम होत नव्हती. जो ग्रुप समोर येईल त्याला मी शिकवत होतो.

ठरल्याप्रमाणे २५ जानेवारीला सकाळी सामान माणसांसह सुनील तिथे हजर झाला. तोपर्यंत मला पाहिजे तशी २५×२५ ची दोन आणि ३०×२५ एक अशी तीन स्टेज आणि चौथे स्टेज ४०×८० चे जमिनीवर अशी सर्व उभी झाली होती. ती व्यवस्था करणारे शिक्षक फार समजूतदार आणि मेहनती होते. संध्याकाळी एक एक ग्रुपला बोलावून त्यांची ड्रेपरी त्यांना घालून बघितली आणि तशीच ती त्या वर्गात ग्रुपप्रमाणे मांडूनही ठेवली. इथेही प्रत्येक विद्यार्थ्याला दोन दोन तीन भूमिका करायच्या होत्या. रात्री जेवण झाल्यावर आम्ही आमच्या ग्रुपची सर्वजण एकत्र बसून चर्चा करून कुणी काय काय करायचे हे ठरवले. कारण अशा ड्रेपरी नेपथ्यासह आमचा हा पहिलाच प्रयोग होता. सुगंधा-सुनीलनी ग्रुपवारी ड्रेपरी घालून पाहताना ड्रेपरीत काही वस्तू कमी पडत होत्या. त्यांची यादी केली होती. मी लागलीच पेणला विजय जैनला फोन लावून कळवले. कारण पुरुषोत्तम जोशी आणि विजय जैन पहिल्या प्रयोगाला हजर राहणार होते.

आम्ही स्टेजवर नेपथ्याची तयारी आदल्या दिवशी करून संध्याकाळी लाईट लावून सलग रिहर्सल घेतली. ती पाहिल्यावर सर्व शिक्षकांचा आत्मविश्वास वाढला आणि त्या सर्वांनी प्रयोगाच्या वेळी अगदी मनापासून आणि शिस्तबद्ध सहकार्य केले.

२७ जानेवारी कैलासवासी सिने अभिनेत्री स्मिता पाटीलचा स्मृती दिन म्हणून तो प्रयोग त्याच दिवशी करायचा होता. ह्याच दिवशी पब्लिक स्कूल मधल्या साडेआठशे विद्यार्थ्यांचे पालक नातेवाईक तिथे आपल्या पाल्यांना भेटायला येणार होते. त्या येणाऱ्या दोन अडीच हजार पालक-नातेवाईकांची जेवणाची सोय अगदी

मिष्टान्नासह केली होती. सकाळी नऊ वाजताच पंगती बसल्या होत्या. पालक पाल्यांची भेटीची वेळ दहा ते साडेअकरा पटांगणात उभ्या असलेल्या भव्य मंडपात ठरली होती. साडेअकरा वाजता नाटकात काम करणाऱ्या सर्व विद्यार्थ्यांनी तोंड धुवून मेकअपला हजर राहायचे होते. कारण हा प्रयोग दुपारी दोनला सुरू करून पाचच्या आत संपवायचा होता. कारण आलेल्या पालकांना लागलीच निघून जाता यावे.

पब्लिक स्कूलची शिस्त वाखाणण्यासारखी होती. नाटकाचा प्रयोग संपेपर्यंत कुणीही शिक्षकांनी किंवा पालकांनी आमच्यामध्ये यायचे नाही. प्रयोग बरोबर दोनला सुरू करायचा म्हणून बरोबर एक वाजताच उद्घाटन सोहळा, इतर सांघिक कवायती, योगासन, मलखांब वगैरे कार्यक्रम सुरू केले होते. संस्थेचे अध्यक्ष, स्मिता पाटीलचे वडील मा. शिवाजीराव पाटील, स्मिता पाटीलची बहीण, आई, सर्व संचालक मंडळ, प्रमुख पाहुणे वेळेत हजर होते. दुपारी दोन वाजता भर उन्हात प्रेक्षकांसाठी भव्य मांडव घातला होता. पण जवळ जवळ पाच एक हजार प्रेक्षक नाटक बघायला आले होते. ज्या विद्यार्थ्यांनी नाटकात भाग घेतला होता त्या सर्वांना बाकीच्या कार्यक्रमातून वगळण्यात आले होते.

सर्व विद्यार्थ्यांनी आपआपल्या भूमिका अतिशय शिस्तबद्ध, चोख पार पाडल्या. सलग अडीच तास चाललेल्या ह्या नाटकाने सर्व प्रेक्षक भारावून गेले होते.

भांडण, तंटे, मतभेद ह्या अडचणीवर मात करून प्रयोग यशस्वी पार पडला. ह्या प्रयोगासाठी आमच्या संस्थेचे विद्याधर म्हात्रे, त्यांचा मुलगा अंकित म्हात्रे, फैजपूरहून साधना व चंद्रकांत फेगडे खास आमच्या मदतीसाठी आले होते. अंजली, सुगंधा आणि साधना ह्या तिघांनी शंभर मुलींचे मेकअप त्यांच्या वेगवेगळ्या भूमिकांची केशभूषा, ड्रेस, अगदी नऊवार साड्या नेसवण्यापासून सर्व जबाबदारी चोख सांभाळली. खरंच प्रयोग अगदी दृष्ट लागण्यासारखाच झाला होता. हाच प्रयोग रात्री असता तर लाईटमुळे ह्याची भव्यता, ह्याची रंगत अजून वाढली असती.

दुसरे दिवशी आम्ही जेव्हा निघालो, तेव्हा काही शिक्षकांनी अश्रूभरल्या नयनांनी आमची माफी मागितली. सर्व विद्यार्थी आम्ही निघताना रडत होते. सर्वांनाच हा असा सहवास, असं शिक्षण कायम स्वरूपाचे असावे असे वाटत होते.

प्राचार्य व्ही. के. पाटील यांनी सकाळी आम्हा सर्वांना त्यांच्या ऑफिसमध्ये खास चहाच्या निमित्ताने बोलावून सर्वांचे मनापासून कौतुक केले, ते तर म्हणत होते सुगंधा आणि साधना फेगडे ह्या दोघींनी इथेच राहावे. मी त्यांची आमच्या संस्थेत नेमणूक करून घेतो.

अशा तऱ्हेनं नेपथ्य ड्रेपरीसह पहिला प्रयोग यशस्वी करून आम्ही घरी

आलो.

हा प्रयोग बघायला खास चाहर्डीहून स्पेशल गाडी करून दहा पंधरा जण तिथल्या नाटकात काम केलेले कलावंत आले होते. त्यांनी तिथे केलेला अस्ताव्यस्त प्रयोग आणि इथला शिस्तबद्ध आणि ड्रेपरी नेपथ्यासह केलेला प्रयोग पाहून त्यांना ह्या महानाट्याची भव्यता समजली.

यावलला असताना आम्ही उभयतांनी नानासाहेब देशपांडे यांच्या आग्रहाखातर त्यांच्याच दिवाणखान्यात केलेला 'एकरूप अनेक रंग' हा प्रयोग थोडा फरक करून पेणच्या गोपाळ कृष्ण हॉलमध्ये तिकीट लावून सादर केला. ह्या प्रयोगाचा पाच-सहाशे प्रेक्षकांनी आस्वाद घेतला. ह्यावेळी ह्या प्रयोगात कृष्ण सुदाम, डॉक्टर कैलास, पाटलाची औलाद आणि झाशीची राणी ह्या नाटकाचे महत्त्वाचे प्रवेश अगदी संगीत, नृत्य, सवाल जबाबासह बसवले. ह्या प्रयोगात अनुजा शहासने, सौरभ सिंगासने, अशा माझ्या तीन विद्यार्थ्यांना घेऊन त्यांच्या बरोबर मी स्वत: काम करून हा प्रयोग सादर केला. प्रत्येकाला चार चार पाच पाच वेगवेगळ्या भूमिका मेकअप ड्रेपरीसह सादर करायच्या होत्या. म्हणून त्याचं नावं आम्ही 'एक रूप अनेक रंग' असे ठेवले होते.

ह्या प्रकारामुळे पेण जवळच्या दादर ह्या गावी नाटक बसवण्यासाठी मला बोलावले गेले. तिथल्याच एका लेखकाने लिहिले नाटक...? उघडे सदन मला पाहिजे तसे लिहून मी त्यांच्यात बसवले.

-०-

वन्दे मातरम् हे महानाट्य करताना आमचा एकही कलावंत त्यात काम करत नव्हता आणि त्याला लागणारे चारशे कलावंत घेऊन नाटक करणे शक्य नव्हते. कारण एवढ्या कलावंताना घेऊन फिरणे आम्हाला शक्य नव्हते आणि प्रयोग घेणाऱ्याकडूनही एवढ्या कलावंतांची सोय होणे शक्य नव्हते. त्यामुळे कुठल्या शिक्षण संस्थांनी हे मनावर घेतले तरच ह्याचे प्रयोग होणार होते. दुसरे असे की, ह्या प्रयोगासाठी लागणारी चार भव्य स्टेज, लाईट, स्पीकर हाही खर्च सामान्य संस्थाना परवडणारा नव्हता. पण ज्यांनी हे धाडस करून प्रयोग केले त्यांना मात्र भरपूर फायदा झाला.

असेच धाडस नंदूरबारच्या माननीय राजेंद्र गावित यानी नंदूरबार, शहादा इथे प्रयोग करून केले. राजेंद्र गावित यांना ह्या प्रयोगाची माहिती स्मिता पाटील पब्लिकस्कूलचे प्राचार्य व्हि. के. पाटील यांनीच पोचवली होती. त्यांना १ मे ला प्रयोग करायचा होता. तेवढ्यासाठी ते आपल्या सहकाऱ्यांसह मुंबईला आले आणि तिथे मला बोलावून पुढील सर्व बोलणी केली. एप्रिलमध्ये मी नंदूरबारला गेलो. इथला

प्रयोग बसवणे फार अवघड होते. कारण चार-पाच वेगवेगळ्या डी. एड. कॉलेजचे विद्यार्थी घेऊन तो प्रयोग बसवायचा होता. शेवटी दोन जवळच्या कॉलेजचे विद्यार्थी एका ठिकाणी आणून त्यांचे ग्रुप पाडून तिथे जाऊन त्यांचे सीन बसवावे लागले. त्यासाठी त्यांनी एका माणसावर मला नेण्या-आणण्याची जबाबदारी सोपविली होती. शेवटचे चार दिवस मात्र नंदूरबारमध्येच सर्वांची रिहर्सल एकत्र घेतली. पण रंगीत तालीम त्यांच्या तिसऱ्याच संस्थेच्या पटांगणात करावी लागली. ती ही संस्था नंदूरबार पासून दहा किलोमीटर दूर.

ह्या प्रयोगापूर्वी पाच सहा दिवस आधी सुगंधा, अंजली दोघीजणी नंदूरबारला माझ्या मदतीसाठी आल्या होत्या. पण त्या ज्या दिवशी नंदूरबारला पोहचल्या त्याच्या दुसऱ्याच दिवशी म्हणजे २४ एप्रिल २००८ च्या मध्यरात्री तीन वाजता सुनीलचा फोन आला. आजगावला अंजलीची आई– माझ्या सासूबाई– वारल्या. नंदूरबार ते सावंतवाडी आजगाव जवळजवळ पंचवीस तासाचा प्रवास. मी अंजलीला पहाटे नंदूरबार वरून पुणे गाडीत बसवून दिले. पुण्याहून रातराणीने ती पुढल्या प्रवासाला निघाली. सुनील आधीच तिथे पोहोचला होता.

सुनीलला मध्यरात्री फोन आल्यावर तो आणि त्याचा मामेभाऊ प्रसाद दोघेही मोटारसायकलने पेणहून निघाले आणि पाच साडे पाचशे किलो मीटरचा प्रवास करून दि. २५-०४-२०१२ ला दुपारी दोन वाजता आजगावला पोहोचले. त्या दोन नातवांच्या हस्तेच त्यांना अग्नी दिला गेला. अंजलीला मात्र एवढ्या दूरवर जाऊन आईचे अंत्यदर्शन झाले नाही. गेली ४५ वर्षे, आईच्या मायेने ज्या माउलीने– मी त्यांचा जावई असून– माझ्यावर स्वतःच्या मुलापेक्षाही जास्त पुत्रप्रेम केले, त्या माऊलीचे आज माझ्यावरील कृपाछत्र संपले होते. गेली ४५ वर्ष मला एक हक्काचं घर मिळाले होते. ते घर आजही तसेच आहे पण माझ्यावर माया करणाऱ्या माझ्या सासूबाई, मामी तिथे नसणार होत्या. आता आयुष्याचा पुढील प्रवास अशा माऊलीच्या मायेवाचून मला करावा लागणार होता.

खरं म्हणजे मीही त्या घडीला तिकडे जायला पाहिजे होते. पण इथे वन्देमातरम् महानाट्यासाठी लागणारी चार स्टेज, लाईट, लाऊडस्पीकर सर्व तयारी चालू होती. तिकीट विक्रीही भरपूर झाली होती आणि मुख्य म्हणजे मी तिथे जाऊन मला त्यांचे अखेरचे दर्शनही होणार नव्हते. म्हणून मी सर्व दुःख बाजूला ठेवून हाती घेतलेल्या कामात व्यस्त झालो.

सुगंधा आणि मी दोघांनीच पुढे त्यांच्या तालमी सुरू ठेवल्या. नेहमीप्रमाणे सुनील सर्व सामान-माणसांसह दोन दिवस आधीच तिथे हजर झाला. अंजलीही

त्याच्याबरोबर परत आली होती.

नंदूरबारच्या पोलीस ग्राऊंडवर भव्य चार स्टेजवर हा प्रयोग खूपच रंगला. पोलीस ग्राऊंड प्रेक्षकांना अपुरे पडले. नऊ-दहा हजार प्रेक्षक तिकीट काढून ह्या प्रयोगाला आले होते. एक दिवस मध्ये सोडून ३ मे ला शहाद्यालाही त्याच विद्यार्थ्यांना घेऊन प्रयोग झाला. तिथेही अशीच अफाट गर्दी होती. प्रयोग अतिशय चांगले झाले. पण व्यवस्थापन चांगले नव्हते. आमच्या माणसांना खूप त्रास सहन करावा लागला. शिस्तीचा कुठे पत्ताच नव्हता. ह्या प्रयोगात त्या संस्थेला सात-आठ लाख रुपये शिल्लक राहतील असे त्यांनीच स्टेजवर जाहीर केले.

शहाद्यानंतर तिथल्या पंधरा वीस ज्येष्ठ नागरिकांचा ग्रुप मुद्दाम आम्हाला भेटायला आला. ते म्हणाले, 'आम्ही पण वीस एक जुने नाटकाचे प्रयोग बसवले. अनेक कंपन्याचे नाट्य प्रयोग अजूनही इथे आले की आम्ही पाहतो. पण चारशे स्थानिक कलावंतांना आणि तेही अशा की, ज्यांचा कधीही रंगभूमीशी संबंध आला नाही अशांना घेऊन तुम्ही हे महानाट्य व्यावसायिक नटांपेक्षा अतिशय चांगले सादर केले. तुम्हाला धन्यवाद द्यावे तेवढे थोडेच आहेत. ह्या तुमच्या कार्याला आम्हा सर्वांच्या शुभेच्छा!'

-०-

ते प्रयोग करून आम्ही पेणला आलो आणि लागलीच सर्वजण माझ्या सासूबाईंच्या दिवस कार्यासाठी आजगावला गेलो. माझ्या आयुष्यात अतिशय मायेचा हा दुवा आज संपला होता. आईच्यानंतर आईच्या रूपाने मला मिळालेली ही एक माऊली आयुष्यानंतरच्या पुढल्या प्रवासाला निघून गेली होती. काळ कोणासाठी थांबत नसतो, तसेच सुखदु:खही स्थिर नसते. ते माणसाच्या जीवनात वाऱ्याच्या झुळकीसारखे येते आणि परत जाते.

आता पावसाळा सुरू झाला होता. तरीही मी नेहमीप्रमाणे सोलापूर जिल्ह्यात माझे एकपात्री कार्यक्रम करायला, काही ठिकाणी कार्यक्रम बसवायला गेलो तो गणपतीलाच घरी आलो.

गणपती झाले, आता काय? मन स्वस्थ बसू देईना. मग परत आमच्या शिबिरातले नेहमीचे विद्यार्थी, अंकित म्हात्रे, अनुजा शहासने, सागर गांधी असे आठ एकजण जमवून त्यांच्याबरोबर मी स्वत: काम करून तीन अंकी मीच लिहिलेले संगीत स्वर्गहरण नाटक बसवले आणि त्याचा प्रयोग गोपाळ कृष्ण हॉलच्या रंगमंचावर सादर केला. अर्थात तिकीट लावून. प्रेक्षकांचा प्रतिसाद ह्याही प्रयोगाला चांगलाच होता. पण तोही एकच प्रयोग झाला. पुढे त्या विद्यार्थ्यांच्या परीक्षा-क्लासेसच्या

अडचणीमुळे मागणी असूनही त्याचे प्रयोग आम्ही करू शकलो नाही.

स्वर्गहरण नाटकाच्या प्रयोगानंतर एक दिवस माझ्या मनात आले. गेली चाळीस वर्षे आपल्या खांद्याला खांदा लावून आपल्या कलेला साथ देणाऱ्या, आपल्या सुख दु:खात सावलीप्रमाणे आपल्याबरोबर राहणाऱ्या आपल्या बायकोला कुणीही नवऱ्याने जगात ह्यापूर्वी दिले नसेल असे मानपत्र आपण अंजलीला देऊ या आणि खरंच खालीलप्रमाणे एक मानपत्र झकास फ्रेम करून गणपतीच्या दिवशी मी आमच्या नातवाच्या– चैतन्याच्या– हस्ते सर्वांसमक्ष अंजलीला दिले.

'मानपत्र'

सौ. अंजली पांडुरंग घांग्रेकर यांना आदरपूर्वक मानपत्र!

चंद्रभागेच्या तीर्थावर विठ्ठल रखुमाईच्या साक्षीने मोठ्या विश्वासाने माझा हात हाती धरून माझ्या काटेरी जीवनात आपल्या संसाराचे सुखस्वप्न रंगवून तू प्रवेश केलास. ज्या माझ्या जीवनात सुखसाधने नव्हती त्या माझ्या जीवनात तू सुखाचे साधन बनलीस. माझ्यासारख्या भणंग माणसाच्या रिकाम्या मनात तू समाधानाचे अमृत काठोकाठ भरलेस. ज्याच्या डोक्यावर हक्काचे छप्पर नव्हते त्याच्या डोक्यावर तू आनंदाचे छत्र धरलेस. अतिशय तापट-कठोर परिस्थितीच्या मूर्तीसमोर सहनशील उदबत्ती होऊन आजपर्यंत जळत राहिलीस आणि माझ्या आयुष्याच्या वातावरणात प्रसन्नतेचा चंदनी सुगंध भरलास; आणि हे सारं कशासाठी? नाट्यकलेच्या प्रेमासाठी. ह्या कलेच्या प्रांगणातही माझ्यापेक्षा तू शतपटीने श्रेष्ठ आहेस हे सांगायला मला मुळीसुद्धा कमीपणा वाटत नाही. उलट तू माझ्या जीवनात आलीस आणि माझ्यामधला लेखक जागा झाला. तुझ्यातल्या कलेनंच मला नाटककार बनवला. माझ्यातला दिग्दर्शक फुलवला. तुझ्यामुळेच पाटलाची औलाद, स्वर्गहरण, बदला, राम जानकी आणि झाला महार पंढरीनाथ नाटकाचे सकस काव्यही बहरले.

स्वाभिमानाने हातातील नरोटीला कमंडलू मानून स्नेहमय स्मितासह माझ्या काटेरी वाटेवरून आजवर मला सावली देत राहिलीस. यशोधरा गौतमाची छाया बनून असेल पण तू आजवर

परिस्थितीचे चटके सोसून माझ्यावर स्नेहल छाया धरीत आलीस. तुझ्या छायेत विसावल्यावरच मला जीवनाची शीतलता कळली, नाहीतर जीवनाच्या वैराण वाळवंटात अजूनही मी एकटाच भरकटत राहिलो असतो. एखाद्या शापितासारखा.

ते जे सारं केलंस ते निःस्वार्थी, निष्पाप मनानं केलंस. नाहीतर माझ्यासारख्या आगापिछा नसलेल्या, घरदार नसलेल्या, स्वतःचे पोट भरण्याची भ्रांत असलेल्या भणंग माणसावर प्रेम करण्यासारखे होतेच काय? तरीही तुझ्या आईने माझ्यात काय पाहिले कोण जाणे. अगदी मोठ्या विश्वासाने तुला तिने माझ्या स्वाधीन केले आणि तूही तितक्याच विश्वासाने मला जवळ केलंस आणि अर्धांगी शब्दाचा अर्थ मला कळला.

तनमनाच्या एकरूपतेतून फुललेली दोन हसरी फुलं माझ्या ओंजळीत घातलीस. घांग्रेकर घराण्याच्या वंशवेली वाढविण्यासाठी समाधानाची फुलं पसरणारी गृहिणी-सखी-माता अशा अनेक भूमिका खऱ्या अर्थाने बजावणारी तू.

जीवनाच्या मार्गातील ७१व्या मैलाच्या दगडाजवळ उभं राहून मागे वळून पाहताना माझ्या मनात तुझ्याविषयी जी कृतज्ञता दाटून आली आहे तिचे प्रतीक म्हणून तुला काय देऊ?

दागदागिने, वस्त्रभूषणे देता आली असती तरी तुला ती भूषणावह वाटली नसती हे मला ठाऊक आहे. तुझ्या सहजसाध्या, निष्कपट, निरपेक्ष प्रेमापुढे त्याची बेगडी चमक काय कामाची?

बेचाळीस वर्षांपूर्वी पंढरीच्या पांडुरंगाच्या साक्षीनं (माझ्या आई-वडिलांचे नावही विठ्ठल रखुमाई) तुला मी सौभाग्य अलंकार बहाल केला. त्यानंतर गेल्या बेचाळीस वर्षांत मी मात्र सुखापेक्षा दुःख जास्त दिले असावे. तरीही तू मात्र तो सौभाग्य अलंकार तितक्याच निष्ठेनं सांभाळलास म्हणूनच आज मी जगात मानानं जगतो आहे.

पतीने पत्नीला मानपत्र देण्याचं जगावेगळं धाडस मी मोठ्या आनंदाने करीत आहे.

तुझाच,

पांडुरंग घांग्रेकर

एक वेडा रंगकर्मी

-o-

ह्याच काळात माझ्याकडून एक 'नियती' नावाची अती दीर्घ कथा लिहिली गेली. ह्या कथेचा विषयही क्रांतिकारकांच्या जीवनाशी संबंधित होता. स्मिता तळवलकरला ही कथा आवडली हाती. सिनेमा किंवा सिरीयल काढण्याच्या प्रयत्नासाठी मी मुद्दामच तिला वाचायला दिली होती. पण तिच्या आजारपणामुळे म्हणा किंवा काही अन्य कारणांनी ते जमले नाही.

-o-

२०१० साली भागीरथ इंग्लिश स्कूल जळगाव येथे बालगंधर्व खुले नाट्यगृहात १९, २०, २१ जानेवारीला परत वन्देमातरम् महानाट्याचे प्रयोग आयेजित केले. ह्या प्रयोगाला जोडूनच फैजपूरला जिथे काँग्रेसचे पहिले ग्रामीण अधिवेशन झाले त्याच पटांगणात माननीय लोकसेवक मधुकरराव चौधरी यांनीही २६ जानेवारी ते २८ जानेवारी तीन प्रयोग करायचे ठरवले.

मी प्रथम जळगावला येऊन तिथले ग्रुप पाडून तालमी सुरू केल्या. मग मात्र ही सर्व जबाबदारी आईच्या मदतीनं एकट्या सुगंधाने सांभाळली. कारण मला फैजपूरला कार्यक्रमासाठी तिथल्या मुलांना शिकवायला खिरोद्याला जायला लागले. तिथला प्रयोग बसवून १८ जानेवारीला परत जळगावच्या प्रयोगाला हजर झालो. १८ ते २१ तारखेपर्यंत खिरोद्याच्या तालमीची जबाबदारी तिथल्या बाळू चौधरी सर आणि पंकज वानखेडे ह्यांच्यावर सोपवली. नेहमीप्रमाणे सर्व सामान, माणसं घेऊन सुनील १७ तारखेलाच जळगावला हजर झाला होता. ह्यावेळी सामान- माणसांसाठी खाजगी बस ठरवली होती.

मागच्याप्रमाणे जळगांवच्या तीनही प्रयोगाला प्रेक्षकानी तुडुंब प्रतिसाद दिला होता. ह्या प्रयोगाला उद्घाटनासाठी माननीय आमदार सुरेशदादा जैन, रमेशदादा जैन आले होते. दुसऱ्या दिवशीच्या प्रयोगाला माजी आमदार गुलाबराव पाटील, स्वामी नारायण पंथाचे मुख्य गुरू भक्तीप्रसाद, माजी शिक्षण अधिकारी श्री. नीळकंठ गायकवाड, ज्येष्ठ पत्रकार विद्याधर पानट, दादा नेवे, माननीय आमदार सुधीर तांबे, टी. डी. एफ. राज, उपाध्यक्ष श्री हनुमंतराव भोसले. कुलगुरू श्री. डॉ. के. बी. पाटील अशी मोठमोठी मंडळी हजर होती. संस्थेचे अध्यक्ष मेजर नाना वाणी मागच्याप्रमाणे ह्याही तिन्ही प्रयोगांना हजर होते. तीनही प्रयोग अतिशय सुंदर झाले.

ह्यावर्षीसुद्धा ह्या संस्थेनं मकरंद हा त्यांचा वार्षिक अंक असाच वन्देमातरम् महानाट्याच्या मुखपृष्ठाने सजवला होता.

२२ जानेवारीला आम्ही लवकरच फैजपूरला गेलो. २२, २३ दोन दिवस खिरोद्याच्या धनाजी नाना विद्यालयाच्या पटांगणातच तालमी घेतल्या. कारण त्याच हायस्कूलचे आणि साने गुरुजी अध्यापक विद्यालयाचे विद्यार्थीच ह्या महानाट्यात काम करत होते.

फैजपूरच्या धनाजी नाना महाविद्यालयाच्या पटांगणात २५'×२५' ची दोन २५'×३०' चे एक– अशी तीन पाच फूट उंचीची स्टेज आणि ४०' × ८०' चे दोन फूट उंचीचे एक अशा चार भव्य स्टेजवर चोवीस-पंचवीस जानेवारी दोन दिवस संबध दिवस तालमी घेतल्या. त्या चारशे विद्यार्थ्यांना खिरोदा-फैजपूर आणण्या-नेण्यासाठी चार-पाच ट्रकची व्यवस्था, सकाळी त्यांच्या नास्ता-जेवणाची सोय संस्थेने अती उत्तम ठेवली होती.

२६ जानेवारीला माननीय लोकसेवक मधुकरराव चौधरी ह्यांच्या अध्यक्षतेखाली माननीय शिक्षण मंत्री गुलाबराव देवकर, माजी खासदार माननीय डॉक्टर गुणवंतराव सरोदे, आमदार शिरीष चौधरी ह्यांच्या उपस्थितीत उद्‌घाटन होऊन ह्या महानाट्याला नेहमीप्रमाणे सायंकाळी सहाला सुरुवात झाली. आठ नऊ हजार प्रेक्षकांना विद्यार्थ्यांनी मंत्रमुग्ध करून टाकले. प्रयोग संपला तरी प्रेक्षक उठायला तयार नाहीत. असे ते तीन दिवस अनुभवले. रोमांचकारी अनुभव– कधीही न विसरणारे– आमचे वन्देमातरम् महानाट्यात काम करणाऱ्या विद्यार्थ्यांचे आणि प्रेक्षकांचेही.

वन्देमातरम् हे महानाट्य राष्ट्रीय कार्यक्रम म्हणून सरकारने ह्याला मान्यता देऊन ह्याचे जागोजागी प्रयोग करावे त्यासाठी त्यांनी मुख्यमंत्र्यांना तसे पत्रही दिले. स्वत: आमदार शिरीषदादा ते पत्र घेऊन मुख्यमंत्री माननीय अशोकरावजी चव्हाण ह्याना भेटले. पण अशा कामाला मंत्र्यांना कुठे वेळ होता?

ह्या प्रयोगानंतर परत पुढल्या वर्षी रावेर, ऐनपूर, यावल अशा ठिकाणी प्रयोग करण्याचे त्यांनी त्यांच्या संस्थेच्या सर्व पदाधिकाऱ्यांना सांगितले. पण नियतीला ते मान्य नसावे. कारण आमचे साहेब, लोकप्रिय नेते मधुकरराव चौधरी सुहास्य वदनाने आयुष्याच्या शेवटच्या प्रवासाला निघून गेले होते. राहिल्या होत्या माझ्या जीवनात त्यांच्या आदरणीय सुहास्य आठवणी.

ह्या प्रयोगात काम करणाऱ्या दहावीच्या सर्व विद्यार्थ्यांना ८० टक्क्यांपेक्षा जास्त मार्क मिळाले. वासुदेव बळवंत फडके, सावरकर, झाशीची राणी ह्या विद्यार्थ्यांनी तर ९० टक्क्यापेक्षा जास्त मार्क मिळवून तक्रार करणाऱ्या त्या शिक्षक-पालकांची

तोंडंच बंद केली होती. ज्यांनी अभ्यासासाठी ह्या महानाट्यात भाग घेतला नाही त्यापैकी एकानेही नाटकात काम करणाऱ्या मुलांइतके मार्क मिळवले नाहीत. ह्या सर्व प्रकारात आमचे दिल्लीचे स्वप्न मात्र अधुरे राहिले.

-०-

२७ जून– माझे ७५ व्या वर्षात पदार्पण झाले. म्हणून आज सुगंधाने अगदी माझ्यासाठी पंचपक्वान्ने केली होती. पण चार दिवसांपूर्वी अंजलीचा आणि माझा कशावरून तरी वादविवाद झाला होता. म्हणून मी घरात कुणाशीही बोलत नव्हतो. त्याचवेळी सुगंधाने सुनीलला सांगितले होते, पुढल्या वर्षी बाबांच्या पंचाहत्तरीला आपण आपल्या सर्व नातेवाईकांना बोलावून मस्त गेट टूगेदरसारखा कार्यक्रम मोठ्या प्रमाणात करू या. त्या निमित्ताने आपले सर्व नातेवाईक एकाचवेळी ह्या आपल्या वास्तूत एकत्र येतील. अशा तऱ्हेनं पंचाहत्तरीत पदार्पण करताच माझा वाढदिवस औक्षण करून पार पडला.

वन्देमातरम्च्या प्रयोगासाठी जागोजागी प्रयत्न चालू होते. पण कुठेच जमत नव्हते. सुनील कानडे ह्याचा मुलगा पाचवीत होता, तो गाणं शिकत होता. त्याचा टी. व्ही. वरील लिटील चॅम्पसाठी प्रयत्न चालला होता. मग मीच त्याला म्हटले, 'लिटील चॅम्पच्या नादी लागण्यापेक्षा माझ्याबरोबर त्याला घेऊन तू यशवंत देवांकडे चल. ते काय म्हणतात पाहू. मग काय करायचे ते मी तुला सांगतो.' आम्ही त्याप्रमाणे यशवंत देवांकडे गेलो. त्यांनी त्याची गाणी ऐकली आणि ते म्हणाले प्रयत्न केला तर गाऊ शकेल. मग मी सुनील कानडेला म्हणालो, 'आपण लहान मुलांसाठी बालगीतांचा अल्बम काढू या.' त्यालाही ते पटले. मग प्रवीण दवणे यांचकडे जाऊन त्यांना चार बालगीतं, रावेरच्या राजा मिसरला दोन गाणी आणि भागीरथ हायस्कूलच्या सफाळे मॅडम यांनीही गाणी लिहायला सांगितली. यशवंत देवांना दोन गाणी लिहायला सांगितली. संगीताची जबाबदारी त्यांच्यावरच सोपवली. सुनील कानडेचा मुलगा अबोल, मुग्धा वैशंपायन आणि आर्या आंबेकर ह्यांना घेऊन आठ गाण्याचे रेकॉर्डिंग मधल्या निवेदनासह करून घेतले. 'खाऊचा गाव' म्हणून अल्बम काढायचे ठरले. युनिव्हर्सल म्युझिक कंपनीने अल्बमची जबाबदारी घेतली. त्यासाठी वांद्र्याला ऑफीसमध्ये दोन मिटींग घेतल्या 'खाऊचा गाव' अल्बमचा प्रकाशनसोहळा दादरला शिवाजी मंदिरमध्ये यशवंत देव, सुलभा देशपांडे, ऐश्वर्या नारकर ह्यांच्या उपस्थितीत सर्व गायक बालकलाकारांच्या कार्यक्रमासह मोठ्या दिमाखात पार पडला.

-०-

२७ जून– माझा शहात्तरावा वाढदिवस. सुगंधाच्या म्हणण्याप्रमाणे माझ्या साऱ्या बहिणी, त्यांचे यजमान, मुला-सुनांसह सर्व मुली-जावयांसह सुगंधाच्या दोन्ही मावशा, सुगंधाच्या डोंबिवलीच्या दोन्ही मावस बहिणी, त्यांचे नातेवाईक, सुनीलचे सासू-सासरे, नारायणाची फॅमिली, राजू आणि वर्षा पटेल, अश्विनीची बहीण, तिची फॅमिली, पुण्याहून अतुल जोशी, विद्या गोखले असे सारे पाहुणे पेणला आमच्या घरी आज हजर होते. पण माझ्या वाढदिवसासाठी नाही तर माझ्या पोरीच्या- सुगंधाच्या- अंत्यविधीसाठी.

सकाळपासून मुसळधार पाऊस पडत होता. आळीतील सर्व मंडळींनी अंत्यसंस्काराची तयारी चालवली होती. पण पोलीस पंचनामा-पोस्टमार्टम हे सर्व होईपर्यंत बारा वाजून गेले होते. दोन वाजता बॉडी घेऊन ॲम्ब्युलन्स आमच्या घराशी आली. आता पाऊसही थांबला होता. आळीतल्या सर्व स्त्रिया अंत्यदर्शनाला आल्या होत्या. ती कधीही कुणाच्या घरी गेली नाही तरी सर्वांची आवडती होती. अंत्यविधी पार पडला. सर्वच नातेवाईक दु:खी अंत:करणाने आले तसे निघून गेले.

आता तिच्या दु:खाशिवाय आमच्या सोबतीला कुणीही नव्हते. ह्या प्रसंगी नंदू आणि नेहा देवल यांनी खूपच सोबत केली. त्याच दिवशी रात्री माझ्या स्वप्नात त्या विद्युत दाहिनीत मोठी आरास केली आहे आणि त्यात गणपती दिसतो आहे आणि त्याच्या पायाशी सुगंधा बसली आहे आणि ती मला हात हालवून निरोप देत आहे असे दिसले.

गेली चाळीस वर्ष आमच्या सहवासात राहणारी सुगंधा- अतिशय हुशार, घराच्या बाहेर कधीही कुणाकडे न जाणारी पण जगाची सर्व इत्थंभूत माहिती असलेली, अतिशय अभ्यासू, बुद्धिमान, स्पष्टवक्ती, जराशी हट्टी, रागीट होती. पण मला वाटतं यालाही कारण आम्हीच असावे. एकतर डोंबिवलीसारख्या शहरात आमच्या नाटकाच्या दौऱ्यापायी कुणाही नातेवाईकाकडे, ओळखीच्या ठिकाणी तिला ठेवून आम्हाला जावे लागायचे. त्यामुळे तिच्यावर होत असलेला अन्याय सहन करीत असताना बसलेले परिस्थितीचे चटके, ह्यामुळे आमच्या नाट्य व्यवसायाबद्दल तिच्या मनात एक प्रकारची घृणा निर्माण झाली होती. आपली, भाऊ भावजय डोंबिवलीत असताना बारावीनंतर आपल्या साऱ्या बालपणीच्या मित्र मैत्रिणींना सोडून फैजपूरसारख्या ग्रामीण भागात शिक्षणासाठी आमच्याबरोबर राहावे लागले होते. त्यात तिथे मानसशास्त्र घेऊन बी. ए. करावे लागले. त्यामुळे स्वभाव अतिशय चिकित्सक झाला. परत नाटकाची घ्रुणा म्हणाली तर फैजपूरला असताना अनेक वेळा

अनेक शिबिरात ती माझ्याबरोबर प्रशिक्षक म्हणून शिकवायला असायची. कुठलेही नृत्य अतिशय विचारपूर्वक, अभ्यासू वृत्तीने कंपोज करणे हा तिचा आवडीचा छंद होता. माझ्या नाटक व्यवसायाबद्दल माझ्याशी सतत वादविवाद घालणारी, नाटकावरून मला वाटेल ते बोलणारी ही माझी पोरगी. वन्दे मातरम् महानाट्याच्यावेळी माझ्या खांद्याला खांदा लावून माझ्याबरोबर शिकवायलाच नव्हे, तर सर्व प्रयोग पार पडेपर्यंत खंबीर उभी असायची. आज ती गेल्यावर वन्देमातरम् बसवताना ही पोकळी भरून काढणे अत्यंत अवघड होणार आहे.

दोघा बहीणभावांचं एकमेकांवर अत्यंत प्रेम. दोघंही एकमेकाला विचारल्याशिवाय काही करत नसत. तसं बघायला गेले तर सुनील मोठा, तरीही प्रत्येक गोष्ट तिला विचारून तो करायचा. घरात कुठली नवीन वस्तू आणायची झाली तरी तिच्या पसंतीचा तो आदर करायचा.

तिच्या वयाची चाळीस वर्ष झाली. मी कित्येक वेळा तिला लग्न कर म्हणून आग्रह करायचो. ह्या असत्य जगात तिच्यासारख्या सत्यानं वागणाऱ्या मुलीला नोकरी तरी कोण देणार होते. तिचा प्रेमभंग झाला होता. आम्ही फैजपूरला साखर कारखान्यात असताना कॉलनीतच तिचं एका मुलावर प्रेम बसले होते. तोही शिकलेला होता. कित्येकवेळा गरबा दांडीयाच्या शिबिरात तो आमच्याबरोबर प्रशिक्षक म्हणूनसुद्धा असायचा. तोही तिच्यावर प्रेम करत होता. पण त्याच्या बापाने भरपूर हुंडा देणाऱ्या मुलीशीच त्याचं लग्न लावून दिले. पण हिनं मात्र आयुष्यात लग्न न करण्याचा निर्णय घेतला होता. अलीकडे पाच-सहा वर्षांत तिला दम्याचाही त्रास होत होता. मी तिला नेहमी म्हणायचो, 'तू लग्न तरी कर नाहीतर नोकरी तरी कर. पाहिजे तर तुला दुकान काढून देतो. पण तू स्वत:च्या पायावर उभी रहा.' पण आपल्या भावाला कमीपणा येईल म्हणून ती त्याही गोष्टीला तयार नसायची. आमच्यानंतर तिचं कसं होईल ही आमची काळजी होती. अलीकडे सारखी म्हणायची, मी आयती बसून खाते आहे. पण तिला हे कळत नव्हते– आमचं अख्खं घर ती सांभाळत होती. घराची स्वच्छता, टापटीपपणा तिच्या नसानसात भरला होता. कित्येकवेळा घर स्वच्छ करताना धुळीमुळे तिचा दम्याचा त्रास अतिशय वाढत असे.

सुनीलच्या दोन्ही मुलांवर– चैतन्य आणि शाल्मली वर– तिचा अतिशय जीव होता. चैतन्यची बारावीची परीक्षा होती. त्यावेळी तो शिकायला पुण्याला होता. तर महिनाभर ही त्या मुलांच्या खोलीत एकटी जाऊन राहिली होती, चैतन्याचा अभ्यास घेण्यासाठी. शाल्मलीला आठवी नववीपर्यंत शिकवणी लावून दिली नाही. ती स्वत: तो अभ्यास रात्रभर करायची आणि नंतर तिला शिकवायची. शाल्मलीला

तर ती स्वत:च्या मुलीप्रमाणे सांभाळत होती. तिच्या खाण्यापिण्यापासून शाळेच्या डब्यापर्यंत आणि तिच्या अंघोळीपासून वेणीफणीपर्यंत तीच बघायची. तिला नवे नवे ड्रेस स्वत: शिवायचा तिला छंदच लागला होता.

घरामागच्या बागेत तास न तास रमायची. संगीत शिकलेली नव्हती पण गाणी ऐकण्याची अतिशय आवड. त्यामुळे ती चांगली कानसेन झाली होती. गाण्यातलेही तिला बरेच कळायला लागले होते. पशुपक्षी आणि प्राणी ह्यांच्यावर ती अतोनात प्रेम करायची. कावळे, खारकुंड्या ती बागेत गेली की तिच्याभोवती जमायचे. तिच्या हातातले खाण्याचे पदार्थ अगदी जवळ बसून खात असत. एवढे सर्व गुण असूनही तिचा जीवनावरचा विश्वासच उडाला होता. ह्या वर्ष-दीड वर्षात दम्याचाही त्रास वाढला होता. त्यामुळे हे खायचं नाही ते खायचं नाही, ह्या पथ्यालाही ती कंटाळली होती आणि ह्या साऱ्या नैराशापोटीच तिनं स्वत:ला संपवले होते. ती गेल्यावर खारकुंड्यानी, दोन तीन महिन्याच्या कुत्र्याच्या पिल्लांनी दोन दिवस अन्नाला तोंड लावले नव्हते. तिच्या भवती चिव चिव करत फिरणाऱ्या खारकुंड्या चार दिवस ओरडायच्या बंद झाल्या.

अजूनही प्रत्येक क्षणाक्षणाला मला तिची आठवण येत असते. अंजली तर वर्ष होऊन गेले तरी अजूनही त्या धक्क्यातून सावरू शकली नाही. सुनीलचीही तीच अवस्था आहे पण तो दाखवत नाही एवढंच. पण आतल्या आत तो चांगलाच दुखावला आहे. अशी आमची सुगंधा कोमेजल्यानंतरही सुगंध देतच आहे.

शेवटी कितीही दु:ख झाले तरी माणसाला आपले कर्तव्य पार पाडावेच लागते. आपले कार्य थांबवता येत नाही. मीही दु:ख बाजूला सारून नाही, पण ते बरोबर घेऊन माझ्या कार्यात निमग्न होत होतो.

'खाऊचा गाव' अल्बमच्या प्रकाशन सोहळ्यासाठी सुलभा देशपांडे, सुनील बर्वे, सचिन पिळगांवकर, प्रशांत दामले यांना खास निमंत्रित करण्यासाठी निमंत्रणे द्यायला गेलो असता, सुलभा देशपांडे यांनी त्यांच्या अविष्कार संस्थेला पन्नास वर्षे आणि 'दुर्गा झाली गौरी' ह्या बालनाट्याला पंचवीस वर्ष होत असल्यानिमित्त अशी योजना आखली होती. १४ नोव्हेंबर बालदिनाच्या दिवशी महाराष्ट्रात शाळा-शाळांनी तिथल्या शाळेत 'दुर्गा झाली गौरी' बालनाट्य बसवून त्याचे प्रयोग करावे. १४ नोव्हेंबरला महाराष्ट्रातून निदान पन्नास शाळा तरी प्रयोग करतील अशी त्यांची अपेक्षा होती. त्यासाठी आविष्कार संस्था त्या बालनाट्याची सीडी सर्व शाळांना देणार होती. मी त्यावेळी त्यांना सांगितले मी पाच शाळेची जबाबदारी घेतो. पण नंतर माझ्या

लक्षात आले १४ नोव्हेंबरपर्यंत शाळांना दिवाळीची सुट्टी आहे. त्यामुळे कुठंल्याही शाळेचे शिक्षक हे प्रयोग बसवायला तयार होणार नाहीत. पण मी पेणच्या गुरूकुलच्या अध्यक्षांना भेटून त्यांच्या संस्थेमार्फत तो प्रयोग बसवला. अगदी शिशु वर्गापासून दहावीपर्यंत शंभर दीडशे विद्यार्थ्यांना घेऊन तो प्रयोग मी माझ्या पद्धतीने बसवून दिनांक १३, १४, १५ नोव्हेंबरला त्यांच्याच विद्यालयाच्या पटांगणात अगदी तिकीट लावून सादर केले. तीनही प्रयोग हाऊसफुल होते. हे प्रयोग फक्त त्यांच्याच संस्थेच्या विद्यार्थी पालकांनी पाहिले. गावातील इतर शाळेतील विद्यार्थी प्रेक्षकांना तो प्रयोग पाहायचा होता. सुलभाताई मला म्हणाल्या, ह्याचे तुम्ही दहा प्रयोग करा. मी तुमच्या संस्थेला एक लाख रुपये देते. पण शाळेच्या अध्यक्षांनी सर्व पालक तयार असतानाही मनावर घेतले नाही.

-०-

नेहमीप्रमाणे काहीतरी नवीन करायचे ह्या ध्यासमुळे असेच मनात आले. आपण पार्श्वसंगीतासह कथा अभिवाचन करू या आणि एकदा मनात आल्यावर त्याचा पाठपुरावा करून तो कार्यक्रम पार पडेपर्यंत मला चेन पडत नसे. मग मीच लिहिलेली 'नियती' ही कथा वाचायचे ठरवले. मग ती कथा वाचनीय स्वरूपात परत लिहिली. त्यासाठी पाच हजार रुपये खर्च करून ठाण्याच्या भास्कर पळणीटकर ह्याच्याशी चर्चा करून आमच्या नेहमीच्या आप्पा आढावच्या स्टुडिओत पार्श्वसंगीत करून घेतले. ती कथा वाचनासाठी भास्कर पळणीटकर, सुहास तेरवाडकर, किरण देव, भारती सिंगासने, अंजली आणि स्व:ता मी अशा तालमी घेऊन कार्यक्रम बसवला आणि २२ जुलै २०१२ ला सायंकाळी सहा वाजता पेणच्या रामेश्वर मंदिरात फक्त निमंत्रितांसाठी तो कार्यक्रम सादर केला. जवळ जवळ अडीचशे जणांना निमंत्रण पत्रिका दिल्या होत्या. पण शंभर एक श्रोते उपस्थित होते. आम्हाला वाटले होते तीन तास चालणाऱ्या ह्या कथा वाचनाच्या कार्यक्रमाला श्रोते थांबणार नाहीत. कारण घराघरातील टी. व्ही. ने सर्वांचेच कान बंद केले आहेत. टी. व्ही. चे कार्यक्रम, मग त्या बातम्या असल्या तरीही त्या दृष्य स्वरूपात पाहण्याची सवय आता सर्वांना झाली आहे. त्यामुळे चांगल्या वक्त्यांच्या व्याख्यानमाला कालबाह्य झाल्या आहेत. मग आपले हे कथा अभिवाचन तीन तास एका जागी बसून कोण ऐकेल? पण ही कथा होती भारतीय स्वातंत्र्य समराची, एका क्रांतिवीराची, एका नि:स्वार्थ मैत्रीची, माणसातल्या माणुसकीची, दृढ निश्चयाची, त्यागाची, त्याची आणि तिचीही ही कथा होती अनाकलनीय नियतीची. देवासमोरच आम्ही या कथेचं पार्श्वसंगीतासह अभिवाचन करीत होतो. त्या देवाचीच कृपा म्हणायची. कथा संपेपर्यंत एकही प्रेक्षक

उठून गेला नाही. इतकी ही कथा श्रोत्यांवर परिणाम करून गेली की, अश्रूभरल्या डोळ्यांनी भारावलेल्या गेलेल्या श्रोत्यांना कथा संपल्यावर टाळ्या वाजवण्याचेही भान राहिले नाही.

अशा नव्या कल्पना महाराज मला नेहमी सुचवतात आणि त्या यशस्वीरीत्या पारही पाडून घेतात. खरंच, ही त्यांचीच कृपा.

तेव्हा त्यांच्या पायाजवळ मी माझ्या परतीच्या प्रवासाचं वर्णन संपवताना एकच मागणे मागेन, जर माणसाला पुनर्जन्म आहे ही कल्पना खरी असेल तर आताच्या जन्मात असलेले सर्व दुर्गुण सोडून मला असाच जन्म परत द्यावा.

।।इति प्रवासवर्णन गजाननार्पणमस्तु।।

***

पांडुरंग विठ्ठल घांग्रेकर
जन्म मुंबई येथे २६-६-३६

शिक्षण म्युनिसिपल शाळा पेण. सातवी बोर्डाची परीक्षा पास १९५१ मध्ये. अनेक नाटक कंपन्यांतून विविध भूमिका साकारल्या.

१९६२ मध्ये पीडब्ल्यूडीची वायरमनची परीक्षा पास.

१९६४ मध्ये एका कलावंत मुलीशी आंतरजातीय विवाह.

१९६५ ते १९७० नाट्यब्रह्म ही स्वत:ची नाटक कंपनी पस्तीस माणसं पगारी ठेवून चालवली.

१९८६ ते १९९५ मधुकर सहकारी साखरखाना, फैजपूर, जि. जळगाव येथे सांस्कृतिक संचालक म्हणून काम.

तीन अंकी नाटकांचे लेखन पाटलाची औलाद, देवावर मात, बदला, राम-जानकी, झाला महार पंढरीनाथ.

१९८० मध्ये डोंबिवली येथे कलासंस्कार ह्या बालनाट्य संस्थेची स्थापना.

बालनाट्ये लेखन ताटी उघडा ज्ञानेश्वरा, हुतात्मा, जंमत जगावेगळी, विघ्नहर्ता, होळी, सत्य वदे वचनाला, अहल्याबाईंचा न्याय, कोणता झेंडा घेऊ हाती?

एकांकिका एक ओट का सवाल है, चष्मेबहाद्दर

महानाट्य चारशे मुला-मुलींना घेऊन चार स्टेजवर सादर होणार वन्दे मातरम् हे महानाट्य लिहून दिग्दर्शन करून सादर केले. त्याचे प्रयोग अजूनही चालू आहेत.

दिग्दर्शन केलेली नाटके - एकूण २०

दहा वर्षे- अखिल भारतीय मराठी नाट्य परिषदेच्या कार्यकारणीवर संचालक म्हणून काम केले.

पुरस्कार- नाट्य परिषदेचा वसंतराव आचरेकर पुरस्कार, जीवनगौरव पुरस्कार, भक्ती बर्वे पुरस्कार. नाना पाटेकर, राष्ट्रपती शंकरदयाळ शर्मा ह्यांचे हस्ते सत्कार. राज्य नाट्य स्पर्धेत दिग्दर्शन केलेल्या नाटकांना बक्षिसे मिळाली.

www.ingramcontent.com/pod-product-compliance
Lightning Source LLC
LaVergne TN
LVHW060602051026
849519LV00002B/444

* 9 7 8 9 3 8 2 9 8 8 5 7 1 *